പരിണാമത്തിലൂടെ
ജീവനെ
വിശദീകരിക്കുന്നു

പ്രൊസാന്ത ചക്രബർത്തി

വിവർത്തനം : കിരൺ സദാനന്ദൻ

MANJUL

മഞ്ജുൾ പബ്ലിഷിങ് ഹൗസ്

First published in India by

MANJUL

Manjul Publishing House
Corporate and Editorial Office
•2nd Floor, Usha Preet Complex, 42 Malviya Nagar, Bhopal 462 003 – India
Sales and Marketing Office
•C-16, Sector 3, Noida, Uttar Pradesh 201301 – India
Website: www.manjulindia.com
Distribution Centres
Ahmedabad, Bengaluru, Chennai, Kochi, Kolkata,
Hyderabad, Mumbai, New Delhi, Pune

Malayalam translation of *Explaining Life Through Evolution*
by *Prosanta Chakrabarty*

English edition first published by Penguin Random House India in 2022

Malayalam edition first published in 2025

ISBN 978-93-5543-631-3

Translated by: Kiran Sadanandan

Cover images by Rawpixel
Cover design by Akangksha Sarmah

Printed and bound in India by Repro India Limited

പുസ്തകത്തിനുള്ള അഭിനന്ദനങ്ങൾ!

'അവിശ്വസനീയമാം വിധം വായിക്കാവുന്നതും ആകർഷകവുമായ, പരിണാമതത്വങ്ങളെയും പ്രക്രിയകളെയും കുറിച്ചുള്ള ഈ ബാലപാഠം ഏതൊരു വായനക്കാരന്റെയും പുസ്തക ഷെൽഫിൽ 'ഉണ്ടായിരിക്കണം'. പരിണാമം എങ്ങനെ പ്രവർത്തിക്കുന്നു എന്നതിന്റെ വിശദീകരണം മാത്രമല്ല, തെറ്റിദ്ധാരണകളെയും പ്രയോഗങ്ങളെയും കുറിച്ചുള്ള വിഭാഗങ്ങളും ഞാൻ ആസ്വദിച്ചു. ജനിതക നിർമ്മിതി എന്നതിലുപരി സാമൂഹിക നിർമ്മിതിയിലും, നിലവിലെ COVID-19 പാൻഡെമിക് പോലെയുള്ള പ്രധാനപ്പെട്ട സമകാലിക വിഷയങ്ങളിൽ പോലും ഇത് വ്യക്തത കൊണ്ടുവരുന്നു.'

ഡോ. മുഹമ്മദ് നൂർ,
ഡാർവിൻ-വാലസ് മെഡൽ ജേതാവ്;
ഡീൻ ഓഫ് നാച്ചുറൽ സയൻസസ്, ഡ്യൂക് യൂണിവേഴ്സിറ്റി

'ജീവവൃക്ഷത്തിലൂടെയുള്ള പ്രബുദ്ധവും വിനോദപ്രദവുമായ ഒരു ഉയർച്ച. മറ്റെന്തിനേക്കാളും, നിങ്ങളെ ചിന്തിപ്പിക്കാൻ പ്രേരിപ്പിക്കണം എന്ന് ആഗ്രഹിക്കുന്ന ഒരു മികച്ച അദ്ധ്യാപകനാണ് പ്രൊസാന്ത ചക്രബർത്തി. പരിണാമം, അത് എന്താണ്, അത് എന്തല്ല, അത് എങ്ങനെ പ്രവർത്തിക്കുന്നു, അത് എന്തുകൊണ്ട് പ്രാധാന്യമർഹിക്കുന്നു – പ്രത്യേകിച്ച് ഇപ്പോൾ – ഇത് സംബന്ധിച്ച് മനസ്സിലാക്കാവുന്നതും സൗഹൃദപരവുമായ ഒരു മാർഗ്ഗദർശി അദ്ദേഹം വാഗ്ദാനം ചെയ്യുന്നു. വിദ്യാർത്ഥികൾക്കും, അദ്ധ്യാപകർക്കും, കൂടാതെ, ഭൂമിയിൽ ജീവൻ എങ്ങനെ ഉണ്ടായി എന്ന് എപ്പോഴെങ്കിലും ആശ്ചര്യപ്പെട്ടിട്ടുള്ള ആർക്കും അത്യന്താപേക്ഷിതമായ വായനയാണ്.'

ഡോ. ഹെലൻ സ്കോൾസ്,
സ്പൈറൽസ് ഇൻ ടൈം-ന്റെയും
ദ ബ്രില്ല്യന്റ് അബിസ്സ്-ന്റെയും ഗ്രന്ഥകർത്താവ്

'പരിവർത്തനം, സ്വാഭാവിക തിരഞ്ഞെടുപ്പ് തുടങ്ങിയ നിലവിലെ അവസ്ഥകളെക്കുറിച്ചുള്ള നമ്മുടെ ഗ്രാഹ്യത്തിന് അത്യന്താപേക്ഷിതമായ പ്രധാന ആശയങ്ങൾ ഉൾക്കൊള്ളിച്ചുകൊണ്ട്, പരിണാമത്തെക്കുറിച്ചുള്ള ഈ ഉഗ്രമായ ചർച്ചയിലേക്ക് ചക്രബർത്തി തന്റെ ജീവിതാനുഭവങ്ങൾ നെയ്തെടുക്കുന്നു. പരിണാമ ജീവശാസ്ത്രത്തെക്കുറിച്ചുള്ള ഏതൊരു പുസ്തകത്തിനും പ്രധാനമാണ്, ലിംഗഭേദം പോലെയുള്ള സാമൂഹികമായി നിർമ്മിച്ച വിഭാഗങ്ങളെ കൂട്ടിയിണക്കാൻ അച്ചടക്കം എങ്ങനെ (പലപ്പോഴും) ദുരുപയോഗം ചെയ്യപ്പെട്ടു എന്നതിനെക്കുറിച്ചുള്ള ഒരു ചർച്ച. ഇവിടെ,

ചക്രബർത്തിയുടെ ജ്വലിക്കുന്ന വിശകലനം പരിണാമത്തിന്റെ ചരിത്ര പരവും വർത്തമാനകാലവുമായ വ്യാഖ്യാനങ്ങളിലെ പ്രശ്നങ്ങളിലേക്ക് വെളിച്ചം വീശുന്നു, ഒപ്പം ഈ മേഖലയുടെ മുൻനിരയിൽ പ്രവർത്തിക്കുന്ന വരെക്കുറിച്ച് നമ്മെ പ്രബുദ്ധരാക്കുന്നു. വൈറൽ പകർച്ചവ്യാധികളിലൂടെയും സാമൂഹികമാറ്റങ്ങളിലൂടെയും നമ്മെ നയിക്കാനും, ഒരു അഭിവൃദ്ധി പ്രാപിക്കുന്ന ഭാവി ലോകത്തിനായി നമുക്ക് ഒരുമിച്ച് പ്രവർത്തിക്കാനുള്ള സാക്ഷരത പ്രദാനം ചെയ്യാനും ഈ പുസ്തകം നമുക്ക് ആവശ്യമാണ്.'

ഡോ. ജെസികാ വേർ,

അമേരിക്കൻ നാഷണൽ മ്യൂസിയം ഓഫ് നാച്ചുറൽ ഹിസ്റ്ററിയിലെ
അസ്സോസിയേറ്റ് ക്യൂറേറ്ററും 'പ്രസിഡെൻഷ്യൽ ഏർലി കരിയർ
അവാർഡ് ഫോർ സയന്റിസ്റ്റ് ആൻഡ് എൻജിനിയേഴ്സ്' ജേതാവും

'ഞാൻ ഇതുവരെ വായിച്ചിട്ടുള്ള പരിണാമത്തെക്കുറിച്ചുള്ള ഏറ്റവും അഭിഗ മ്യമായ ഒരു ഗ്രന്ഥമാണ് ഡോ. പ്രൊസാന്ത ചക്രബർത്തി അവതരിപ്പിച്ചിരി ക്കുന്നത്. നിങ്ങൾ ഒരു അദ്ധ്യാപകനോ ശാസ്ത്രജ്ഞനോ കൗതുകമുള്ള വായ നക്കാരനോ ആകട്ടെ, പരിണാമസിദ്ധാന്തത്തിന്റെ ഈ അവതരണം, ഉറച്ച ശാസ്ത്രീയ ഗവേഷണത്തിനും നർമ്മത്തിനും ഇടയിൽ ഒരു മാന്ത്രിക സന്തുലിതാവസ്ഥ നൽകിക്കൊണ്ട് പഠിപ്പിക്കുകയും, ഉപദേശിക്കുകയും, വിനോദിപ്പിക്കുകയും ചെയ്യുന്നു. ഒരു പ്രാഥമിക അദ്ധ്യാപകനെന്ന നിലയിൽ, ലോകത്തിലെ പ്രായം കുറഞ്ഞ ശാസ്ത്രജ്ഞർക്കും പൗരന്മാർക്കും പരിണാമസിദ്ധാന്തം പ്രാപ്യമാക്കാൻ ഈ പുസ്തകം എന്നെ സഹായിക്കുന്നു. ഇത് ശാസ്ത്രഗവേഷണങ്ങളെയും ശാസ്ത്രജ്ഞരെയും കൂടുതൽ മാനുഷിക മാക്കുന്നു, തിരഞ്ഞെടുത്ത ചിലർക്ക് അറിയാനും മനസ്സിലാക്കാനും വേണ്ടി സംവരണം ചെയ്തുവെച്ചിരിക്കുന്ന അറിവുകളേക്കാളും അസ്തിത്വത്തേക്കാളും കൂടുതൽ പ്രാപ്യമാണ്. ലോകത്തിലെ നമ്മുടെ ചെറുപ്പക്കാരായ ശാസ്ത്രജ്ഞ രെയും നേതാക്കളെയും ശാക്തീകരിക്കാൻ ചുമതലപ്പെട്ട, മെച്ചപ്പെട്ട ഒരു അദ്ധ്യാപകനും മനുഷ്യനുമാകാനുള്ള ഒരു മാർഗ്ഗമെന്ന നിലയിൽ ഈ വിഭവത്തിന് ഞാൻ നന്ദിയുള്ളവളാണ്.'

ബെകി ഷ്നെക്സർ,

പ്രാഥമിക അദ്ധ്യാപികയും, പര്യവേക്ഷകയും,
എക്സ്പെഡിഷൻ സയൻസ്: എംപവറിങ് ലേർണേഴ്സ് ത്രൂ എക്സ്പ്ലോറേഷൻ എന്നതിന്റെ ഗ്രന്ഥകർത്താവും

അദ്ധ്യാപനത്തിനായി സമർപ്പിച്ചിരിക്കുന്ന
അദ്ധ്യാപകർക്ക് സമർപ്പിക്കുന്നു...

ഉള്ളടക്കം

ഭാഗം 3

ചോദ്യങ്ങളും തെറ്റിദ്ധാരണകളും

ഭാഗം 4

പരിണാമം മനസ്സിലാക്കുന്നത് എന്തുകൊണ്ട് പ്രധാനമാണ്

ഇന്ത്യൻ പതിപ്പിന്റെ ആമുഖം

മനോഹരമായ ഒരു സംസ്കൃത പദമായ, 'ആയുർവേദ'യെ ഇംഗ്ലീഷിൽ 'ജീവിതത്തിന്റെ ശാസ്ത്രം' എന്ന് വിവർത്തനം ചെയ്യാം. പൊതുവെ മനുഷ്യന്റെ ആരോഗ്യം അല്ലെങ്കിൽ ഹോമിയോപ്പതി മെഡിസിൻ എന്നിവയുമായി ബന്ധപ്പെട്ടതാണെങ്കിലും, ആയുർവേദത്തിന്റെ ഉപയോഗം അതിന്റെ അക്ഷരീയ വിവർത്തനത്തിലേക്ക് മാറുന്നത് ഒരുപക്ഷേ 'ജീവശാസ്ത്രം', 'സുപ്രധാന പ്രേരണ' അല്ലെങ്കിൽ 'പരിണാമം' എന്നതിന്റെ പ്രബുദ്ധമായ പര്യായമായി കാണാൻ ഞാൻ ആഗ്രഹിക്കുന്നു. പദങ്ങളും വാക്യങ്ങളും വ്യത്യസ്ത ആളുകൾക്ക് എങ്ങനെ വ്യത്യസ്ത അർത്ഥങ്ങൾ ആകാമെന്നും, വാക്കുകൾക്ക് എങ്ങനെ പരിണമിക്കാം എന്നും എന്നെ ചിന്തിപ്പിക്കുന്ന ഒരു പദമാണിത്. 'പരിണാമം' എന്ന വാക്ക് പോലും ചാൾസ് ഡാർവിന്റെ കാലത്ത് പരിണമിച്ച, 'വികസനം' (വികസിക്കുന്ന ഭ്രൂണം എന്ന അർത്ഥത്തിൽ) എന്ന അർത്ഥത്തിൽ നിന്ന്, അടിസ്ഥാന പരമായി പൂർവ്വിക രൂപങ്ങളിൽ നിന്ന് പുതിയ ജീവിവർഗ്ഗങ്ങളുടെ രൂപീ കരണത്തിലേക്ക് നയിച്ചേക്കാവുന്ന ജീവികളിലെ പാരമ്പര്യ മാറ്റങ്ങളുടെ ശേഖരണം എന്ന അതിന്റെ നിലവിലെ നിർവ്വചനത്തിലേക്ക്.

രസകരമെന്നു പറയട്ടെ ഡാർവിനും മറ്റുള്ളവരും തൽസ്ഥാനത്ത് ഇപ്പോൾ കാലഹരണപ്പെട്ട 'ട്രാൻസ്മ്യൂട്ടേഷൻ' എന്ന വാക്ക് ഉപയോഗിച്ചു, അത് 'പരിണാമം' എന്നതിന്റെ നമ്മുടെ നിലവിലെ നിർവ്വചനത്തോട് അടുത്ത് നിൽക്കുന്ന അർത്ഥമാണ്. കാലക്രമേണ, വാക്കുകളുടെ അർത്ഥ ങ്ങൾ മാറാം, എന്നാൽ മുൻകാല ഉപയോഗങ്ങൾ അവയുടെ ചരിത്രത്തിന്റെ ഭാഗമായി നിലനിൽക്കും, ജീവിവർഗ്ഗങ്ങൾക്ക് അവരുടെ പൂർവ്വികരുടെ ചരിത്രപരമായ സവിശേഷതകൾ നിലനിർത്താൻ കഴിയുന്ന ജീവശാസ്ത്ര ത്തിലൊഴികെ, പരിഷ്കരണങ്ങൾ പലപ്പോഴും പൂർണ്ണമായും പുതിയ ജീവി വർഗ്ഗങ്ങളിലേക്കാണ് നയിക്കുന്നത്, അതിനാൽ നമ്മൾ 'ആയുർവേദ'യെ (ayurveda) 'ആയുർവേദോളജി' (ayurvedology) എന്നാക്കി മാറ്റിയാൽ, 'പരിണാമ സാമ്യം'വുമായി (evolution analogy) – നല്ല ചേർച്ചയുണ്ടാവും.

പെൻഗ്വിൻ റാൻഡം ഹൗസ് ഇന്ത്യയ്ക്കൊപ്പം പ്രസിദ്ധീകരിക്കുന്നതി നെക്കുറിച്ച് പ്രേമങ്ക ഗോസ്വാമി എന്നെ സമീപിച്ചപ്പോൾ, ഞാൻ അൽപ്പം

അസ്വസ്ഥനായി, ഇന്ത്യൻ പ്രേക്ഷകർക്കായി പ്രസിദ്ധീകരിക്കുന്നതിനെക്കുറിച്ച് ആലോചിച്ചപ്പോൾ. വടക്കേ അമേരിക്കയിൽ ജനിച്ചു വളർന്ന എനിക്ക് ഇന്ത്യയെ എന്റെ പൂർവ്വിക ജന്മദേശമായി അറിയാം, എന്റെ മാതാപിതാക്കളുടെയും മുത്തശ്ശി-മുത്തശ്ശൻമാരുടെയും മുതുമുത്തശ്ശി-മുതുമുത്തശ്ശൻമാരുടെയും പിന്നെ അനാദികാലം തൊട്ടേയുള്ള പൂർവ്വികരുടെയും ജന്മസ്ഥലം, എന്നിട്ടും ഞാൻ ഇന്ത്യയെ കാണുന്നത് ഒരു അപരിചിതന്റെ ലെൻസിലൂടെയാണ്. ഞാൻ ഇന്ത്യയിൽ നിന്ന് ചിതറിപ്പോയ ഒരു ജനതയുടെ ഭാഗമാണ്, ഒരുപക്ഷേ ചിലപ്പോൾ ആ ഭാഗമാണ് മാതൃരാജ്യത്തിൽ നിന്ന് ഗതിതെറ്റി, അകന്ന്, വേർപെട്ട തോന്നലുളവാക്കുന്നത്. എന്റെ പേര്, എന്റെ മുഖ സവിശേഷതകൾ, എന്റെ ചർമ്മത്തിന്റെ നിറം, എല്ലാം എന്റെ ഇന്ത്യൻ പൈതൃകം വടക്കേ അമേരിക്കക്കാർക്ക് വെളിപ്പെടുത്തുന്നു. എന്നാൽ

ചിത്രം 1 : എന്റെ വംശപരമ്പര പരിശോധനാ ഫലങ്ങൾ. ശതമാനക്കണക്കുകൾ യഥാർത്ഥമാണ് (അൽപം സന്ദേഹത്തോടെ എടുത്തത്), ഞാൻ പങ്കിട്ട ചരിത്ര വ്യക്തികൾ ആരിൽ നിന്നാണ് ഞാൻ വരാൻ ആഗ്രഹിച്ചത് എന്നതിന്റെ ഫിക്ഷനാണ്. യുൾ ബ്രൈനർ തന്റെ 'കിംഗ് ഓഫ് സിയാം' കഥാപാത്രത്തെ പ്രതിനിധീകരിക്കുന്നത് സ്വയമല്ല (അദ്ദേഹം സ്വിസ്/ജാപ്പനീസ് ആണെന്ന് നടിച്ചു, പക്ഷേ അധികവും റഷ്യൻ വംശപരമ്പരയാണുണ്ടായിരുന്നത്). മഹാനായ അലക്സാണ്ടർ നേരിട്ടുള്ള ഒരു പരമ്പരയും അവശേഷിപ്പിച്ചില്ല (സ്വന്തം കുട്ടികളുണ്ടാകുന്നതിന് മുമ്പ് അദ്ദേഹത്തിന്റെ മകൻ കൊല്ലപ്പെട്ടു), കൂടാതെ ഓരോ ഏഷ്യക്കാരനും അവരിൽ കുറച്ച് ജെങ്കിസ് ഖാൻ ഉണ്ടെന്ന് കരുതുന്നുണ്ടെങ്കിലും, അദ്ദേഹത്തിന്റെ യഥാർത്ഥ പിൻഗാമികളുമായി എന്തെങ്കിലും ഡിഎൻഎ ബന്ധമില്ലാതെ നമുക്ക് അറിയാൻ കഴിയില്ല—അത് നമ്മുടെ പക്കലില്ല.

എന്റെ ഉച്ചാരണം, എന്റെ പെരുമാറ്റരീതികൾ, എന്റെ അനുഭവങ്ങൾ എല്ലാം അമേരിക്കക്കാരുടേതു പോലെയാണ് – എനിക്ക് ആ ദ്വന്ദതയുണ്ട്, പക്ഷേ പലപ്പോഴും ഏകീകരണം കുട്ടിക്കുഴയ്ക്കപ്പെടുന്നു (ഉദാ. : ഞാൻ സമോസ

കഴിക്കുന്നത് ഒരു ഫോർക്കും ബാർബെക്യൂ സോസും കൊണ്ടാണ്). ഈ ഇന്ത്യൻ പതിപ്പിൽ ഉടനീളം നിങ്ങൾ എന്റെ ഇരുവശങ്ങളും കാണും, എന്നാൽ എന്റെ ശാസ്ത്രീയ വീക്ഷണങ്ങൾ നിങ്ങൾ ഏതുതരം മനുഷ്യനാണെങ്കിലും വിവർത്തനം ചെയ്യപ്പെടുമെന്ന് പ്രതീക്ഷിക്കുന്നു. ജീവശാസ്ത്രപരമായ അർത്ഥത്തിൽ 'ഇന്ത്യക്കാരൻ' എന്നതിന്റെ അർത്ഥമെന്താണ്...? ശരി, വായിക്കുക, നമുക്ക് അതിലേക്ക് പോകാം (ചിത്രം 1 കാണുക). നിങ്ങൾ 'ഇന്ത്യക്കാരൻ' അല്ലെങ്കിൽ, വിഷമിക്കേണ്ട, ഇത് പരിണാമത്തെയും ജീവിതത്തെയും കുറിച്ചുള്ള ഒരു പുസ്തകമാണ്, അത് മനസ്സിലാക്കാൻ നിങ്ങൾ ഒരു ayurvedologist ആകണമെന്നില്ല.

ഭാഗം 1

ഒരു വ്യക്തിഗത ആമുഖം

കർമ്മോത്സുകമാകുക

2008-ൽ ഞാൻ തെക്കൻ സംസ്ഥാനമായ ലൂയിസിയാനയിലേക്ക് കുടിയേറി. ആ വർഷം അന്നത്തെ ഗവർണർ ബോബി ജിൻദലിന്റെ സഹായത്തോടെ *ലൂയിസിയാന ശാസ്ത്ര വിദ്യാഭ്യാസ ചട്ടം* പാസ്സായി. എന്നാൽ ആ നിയമത്തിന്റെ പേര് തെറ്റിദ്ധരിപ്പിക്കുന്നതാണ്, കാരണം ലൂയിസിയാനയിലെ വിദ്യാലയങ്ങളിലെ ശാസ്ത്ര ക്ലാസ്സുകളിൽ ഉത്പത്തിയെക്കുറിച്ച് പഠിപ്പിക്കുമ്പോൾ പരിണാമത്തിന് പകരമായി ബൈബിൾ സംബന്ധിയായ വിവരണങ്ങൾ പഠിപ്പിക്കാൻ അനുവദിച്ചു. ശാസ്ത്രം എങ്ങനെ ക്ലാസ്സ് മുറികളിൽ പഠിപ്പിക്കണമെന്ന് തദ്ദേശ വിദ്യാലയങ്ങൾ തീരുമാനിക്കണം എന്ന് ജിൻദൽ പറഞ്ഞു. അതിന്റെ അർത്ഥം, കരയിൽ ജീവിക്കുന്ന എല്ലാ ജീവജാലങ്ങളും നോഹയുടെ പേടകത്തിലുണ്ടായിരുന്നവരുടെ പിന്തുടർച്ചക്കാരാണെന്ന് തദ്ദേശ വിദ്യാലയങ്ങളിലെ അധ്യാപകർ പഠിപ്പിച്ചാൽ, ഗവർണറും നിയമപാലകരും അതിനെ പിന്തുണയ്ക്കും.

ഞാൻ കരുതുന്നത്, ആ സമയത്ത് ബോബി ജിൻദൽ (യഥാർത്ഥ പേര് പിയുഷ് ജിൻദൽ) സമർത്ഥനായ എന്നാൽ എങ്ങനെയോ തെറ്റിദ്ധരിപ്പിക്കപ്പെട്ട് പോയ ഒരാളായിരിക്കണം എന്നാണ്. ഞാൻ തമാശ രൂപത്തിൽ 'അങ്കിൾ ബോബി' എന്ന് അദ്ദേഹത്തെ അഭിസംബോധന ചെയ്യാറുണ്ട്, കാരണം ഒരു ഇന്ത്യക്കാരൻ എന്ന നിലയിൽ എല്ലാ ഇന്ത്യക്കാരും എന്റെ സഹോദരി-സഹോദരന്മാരാണ് എന്നെനിക്ക് അവകാശപ്പെടാം. ഒരുപക്ഷേ, ഗവർണർ എന്റെ ബന്ധുവാണെന്ന് പറഞ്ഞാൽ ഒരു ട്രാഫിക് ഫൈൻ (നടക്കില്ലെന്നറിയാം) ഒഴിവായി കിട്ടിയേക്കും. പരിണാമത്തിനെതിരെ നിയമം പാസ്സാക്കിയ വ്യക്തി എന്നായിരുന്നില്ല അദ്ദേഹം അറിയപ്പെടേണ്ടിയിരുന്നത്. അദ്ദേഹം ബ്രൗൺ സർവ്വകലാശാലയിൽ നിന്നുള്ള ജീവശാസ്ത്ര ബിരുദധാരിയും ഒരു റോഡ്സ് പണ്ഡിതനുമാണ് (വലിയ സർവ്വകലാശാലകളിൽ പഠിച്ചതുകൊണ്ട് ഒരാൾ സമർത്ഥനാകണമെന്നില്ല, വിദ്യാസമ്പന്നനാകാം). 'മതപരമായ അവകാശം' എന്ന വികാരത്തെ സഹായിക്കാൻ കൂടിയാണ് അദ്ദേഹം ആ നിയമം പാസ്സാക്കിയത്.

കുറഞ്ഞപക്ഷം, ഇത് നിയമവിരുദ്ധമാണ് എന്ന് അദ്ദേഹത്തിനറി

യാമായിരുന്നു, കാരണം യു.എസ്. ഭരണഘടനയുടെ ആദ്യ ഭേദഗതിയിൽ തന്നെ 'മതവും രാഷ്ട്രീയവും വേർതിരിച്ച്' കൊണ്ടുള്ള ഉടമ്പടികളുണ്ട്. അദ്ദേഹത്തിന് അത് അറിയാമായിരുന്നു, എന്നിട്ടും അദ്ദേഹം അത് അവഗണിച്ചു.*

എന്നാൽ അതുകൊണ്ട് എന്താണ് പ്രശ്നം? നിങ്ങളുടെ മതപരമായ കാഴ്ചപ്പാടുകൾ പഠിപ്പിക്കേണ്ട ഇടമല്ല ഒരു വിദ്യാലയത്തിന്റെ ശാസ്ത്ര ക്ലാസ്സ് മുറി. സ്വാഭാവികമായ പ്രതിഭാസങ്ങളെ നിരീക്ഷിക്കുകയും പരീക്ഷിക്കുകയും ചെയ്ത് അതുവഴി ആ വിഷയത്തിൽ യുക്തിക്കും തെളിവിനും നിരക്കുന്നതായ വിശദീകരണങ്ങൾ നൽകലാണ് ശാസ്ത്രം ചെയ്യുന്നത്. മറിച്ച്, ശാസ്ത്രത്തിന് മറുപടിയില്ലാത്ത ചോദ്യങ്ങൾക്കും (ഉദാ. : ജീവിതത്തിന്റെ അർത്ഥം എന്താണ്?) പരീക്ഷിച്ച് ഫലം കണ്ടെത്താനാവാത്ത വിഷയങ്ങൾക്കും ഉത്തരം നൽകുന്ന ജോലിയാണ് മതം ചെയ്യുന്നത്. ഉദാഹരണത്തിന്, എന്തുകൊണ്ട് ഒരു മരത്തിൽ നിന്ന് ആപ്പിൾ താഴേയ്ക്ക് വീഴുന്നു എന്നുള്ളതിന് നിങ്ങളുടെ ഉത്തരം 'ദൈവം അത് ചെയ്തു' എന്നാണെങ്കിൽ; അത് അങ്ങനെയല്ല എന്നെനിക്ക് തെളിയിക്കാനാവില്ല, കാരണം എനിക്ക് അത് പരീക്ഷണത്തിന് വിധേയമാക്കാൻ കഴിയുന്നില്ല. 'സംഭവിക്കുന്നതെല്ലാം ദൈവത്തിന്റെ പ്രവർത്തികളാണ്' എന്ന് ഒരാൾ വിശ്വസിക്കുന്നുണ്ടെങ്കിൽ ചോദ്യങ്ങൾക്കും ശാസ്ത്രനിരീക്ഷണങ്ങൾക്കും അവിടെ സ്ഥാനമില്ല.

ശാസ്ത്ര ക്ലാസ്സിൽ മതം പഠിപ്പിക്കുന്നതു കൊണ്ടുള്ള മറ്റൊരു പ്രശ്നം ഇവിടെ വിവിധങ്ങളായ വിശ്വാസപ്രമാണങ്ങളോടു കൂടിയ പല മതങ്ങൾ നിലനിൽക്കുന്നു എന്നതാണ്. ഉത്പത്തിയെക്കുറിച്ച് ഹൈന്ദവരുടെ ഒരു ഐതിഹ്യം, മഹാവിഷ്ണുവിന്റെ നാഭിയിൽ നിന്നും വളർന്നു വന്ന താമര പ്പൂവിൽ സ്ഥിതി ചെയ്യുന്നതാണ് ഈ ഭൂമി എന്നും, അതിൽ ബ്രഹ്മദേവൻ സൃഷ്ടി നടത്തുകയും, പരമശിവൻ സംഹാരം ചെയ്യുകയും ചെയ്യുന്നു എന്നാണ്. ഉത്പത്തിയെക്കുറിച്ചുള്ള ഈ ഐതിഹ്യം സത്യമാണെന്ന് ശാസ്ത്ര ക്ലാസ്സിൽ ഞാൻ പഠിപ്പിച്ചാൽ, ഒരു അദ്ധ്യാപകനായി അധികനാൾ തുടരേണ്ടി വരില്ല. എന്നിരുന്നാലും, ഒരുപക്ഷേ ഇത്തരം മതപരമായ കാഴ്ചപ്പാടുകൾ 'ഇന്ത്യൻ സയൻസ് കോൺഗ്രസ്' എന്ന് വിളിക്കപ്പെടുന്ന സംഗതിയിൽ ചിലവായേക്കും, വിശിഷ്യാ മതപരമായ ആശയങ്ങൾ അക്ഷരംപ്രതി വിശ്വസിക്കുന്ന, ഹിന്ദുത്വ ആശയങ്ങൾ ഒരു പരിധിക്കപ്പുറം കൊണ്ടുനടക്കുന്നവർക്ക്. (ഉദാ : ബ്രഹ്മാവ് ദിനോസറുകളെ കണ്ടെത്തി).

'ദൈവം എല്ലാം നിയന്ത്രിക്കുന്നു' എന്ന് പഠിപ്പിക്കുമ്പോൾ വീണ്ടുമുള്ള പ്രശ്നം, അത് തെളിയിക്കാനോ നിരാകരിക്കാനോ നിങ്ങൾക്കു സാധിക്കില്ല എന്നതാണ്. 'നോഹയുടെ പേടക'ത്തോട് ഞാൻ പ്രതികരിക്കുന്നത് ഇപ്രകാരമാണ്, 'എല്ലാ കരജീവികളെയും ഉൾക്കൊള്ളാൻ ഉതകുന്ന ഒരു വഞ്ചി/തോണി സാധ്യമല്ല, എല്ലാ ജീവിവർഗ്ഗങ്ങളിൽ നിന്നും ഒരു ജോടി വീതം ഉണ്ടെങ്കിൽപോലും അത് വിവിധങ്ങളായ ജനിതകങ്ങളെ ഈ ഭൂമിയിൽ നിലനിർത്താൻ പര്യാപ്തമല്ല; മാത്രമല്ല നാൽപ്പത് പകലും നാൽപ്പത് രാത്രിയും നിരന്തരമായി ഭൂമിയിലെമ്പാടും ഒരേ സമയം മഴ പെയ്യുക എന്നതും സാധ്യമല്ല, കാരണം നമുക്ക് ഭൂമിയിൽ ഉള്ള ജലം നിശ്ചിതമാണ്,

മാത്രമല്ല എല്ലാ ശുദ്ധജല ജീവികളും ഉപ്പ് വെള്ളത്താൽ അന്യം നിന്ന് പോകേണ്ടതാണ്, തന്നെയുമല്ല ഈ വെള്ളമെല്ലാം പിന്നീട് എങ്ങോട്ടു പോയി? ഏതാനും ആയിരം വർഷങ്ങൾക്ക് മുമ്പ് അത്തരത്തിലുള്ള ഒരു വലിയ പ്രളയം നടന്നതിന്റെ തെളിവുകളൊന്നും ലഭിച്ചിട്ടില്ല...' മറുപടി എപ്പോഴും ഒന്നുതന്നെ, 'ദൈവമാണ് അത് ചെയ്തത്, അതിനാൽ എന്തും സാധ്യമാണ്.' അങ്ങനെ ചോദ്യങ്ങൾക്ക് വിരാമമുണ്ടാകും. 'ദൈവമാണ് അത് ചെയ്തത്'' എന്ന നിങ്ങളുടെ ഉത്തരത്തിനോട് എനിക്ക് എതിർപ്പില്ല. നിങ്ങളെ അളക്കാനോ നിങ്ങൾ എങ്ങനെ ജീവിക്കണം എന്ന് പറയാനോ ഞാൻ ആളല്ല. എന്റെ ഒരേയൊരു പ്രശ്നം ഈ വിശദീകരണത്തിന്റെ ഉപയോഗം വിദ്യാഭ്യാസ മേഖലയിലെ ശാസ്ത്ര-സാങ്കേതിക ഉന്നമനങ്ങളെ കുഴിച്ചുമൂടും എന്നുള്ളതാണ്.

പ്രകൃതിയിലുള്ള പ്രതിഭാസങ്ങളെ വിശദീകരിക്കുകയും അവ നിരന്തരമായ പരീക്ഷണങ്ങൾക്ക് വിധേയമാക്കുകയുമാണ് ശാസ്ത്രം ചെയ്യുന്നത്. 'ദൈവം അത് ചെയ്തു, എല്ലാം നിയന്ത്രിക്കുന്നു' എന്ന വാദം ഉപയോഗിച്ച് വിശദീകരിക്കുമ്പോൾ പരീക്ഷണ-നിരീക്ഷണങ്ങൾക്ക് അവിടെ എന്താണ് പ്രസക്തി? വിദ്യാലയങ്ങൾ എന്തിന് വേണ്ടി? പ്രപഞ്ചപ്രതിഭാസങ്ങൾ അറിയുവാനായി ഉള്ള ജിജ്ഞാസ പുലർത്തേണ്ടതുണ്ടോ?

പരീക്ഷിക്കപ്പെടാത്തതും തെളിയിക്കപ്പെടാത്തതുമായ വിഷയങ്ങളെക്കുറിച്ച് വിശദീകരിക്കുമ്പോൾ വിശ്വാസ്യത വേണമെന്നാണ് മതം പറയുന്നത്; എന്നാൽ പരീക്ഷണങ്ങളിലൂടെ തെളിയിച്ച വിശദീകരണങ്ങൾ നൽകാനാണ് ശാസ്ത്രം പരിശ്രമിക്കുന്നത്. ശാസ്ത്രത്തിന് വിശ്വാസത്തിന്റെ പിൻബലം ആവശ്യമുണ്ടോ? ഉണ്ട്, എന്ന് ഞാൻ പറയും. നിങ്ങൾ നടത്തിയ നിരീക്ഷണങ്ങളും, പരിണതഫലങ്ങളും യാഥാർത്ഥ്യത്തെ അടിസ്ഥാനമാക്കിയുള്ളതാണെന്നും, ആ പരിണതഫലങ്ങൾ മുൻകൂട്ടി പറയാൻ കഴിയുന്നവയാണെന്നും നിങ്ങൾ വിശ്വസിക്കണം. (ഈ ആശയം അരിസ്റ്റോട്ടിലിന് മുമ്പേ നിലനിന്നിരുന്നതും ആൽബർട്ട് മാഗ്നസ്, തോമസ് അക്വിനാസ്, റോജർ ബേക്കൻ, അവിസെന, അവറോസ് തുടങ്ങിയ പല മതതത്വചിന്തകരുടെയും എഴുത്തുകളിൽ ഇത് സ്പഷ്ടമാണ്). എല്ലാ ശാസ്ത്രീയ പരീക്ഷണങ്ങളെയും ഒരു ദൈവം മാറ്റുകയോ സ്വാധീനിക്കുകയോ ചെയ്യുകയാണെങ്കിൽ, നമുക്കൊന്നും പ്രവചിക്കാൻ ആവുകയില്ല, ഭൗതികശാസ്ത്രത്തിലെ സിദ്ധാന്തങ്ങളൊക്കെ മാറിക്കൊണ്ടിരിക്കുകയും, ശരിക്കും പറഞ്ഞാൽ നമ്മുടെ പ്രപഞ്ചത്തെക്കുറിച്ച് ഒരു ശാസ്ത്രീയ വിശദീകരണങ്ങളും അപ്പോൾ സാധ്യമല്ലാതാകും. എന്തായാലും ഇത്തരത്തിൽ ഒരു സാഹചര്യം നടപ്പുള്ളതല്ല. നമ്മുടെ അന്വേഷണങ്ങൾ സ്ഥിരവും വിശ്വസനീയവുമായ ഫലങ്ങൾ നൽകുന്നതിനാൽ, നമ്മുടെ ഗ്രഹത്തിന്റെയും നമ്മുടെ പ്രപഞ്ചത്തിന്റെയും രഹസ്യങ്ങൾ കൂടുതൽ കൃത്യമായി വെളിപ്പെടുത്താൻ നമ്മെ അനുവദിക്കുന്നതിനാൽ, നമ്മൾ നിരീക്ഷിക്കുന്നത് കൃത്രിമമല്ലാത്ത യാഥാർത്ഥ്യമാണെന്ന് ശാസ്ത്രജ്ഞർക്ക് വിശ്വസിക്കുവാൻ കഴിയും. ഗലീലിയോയുടെ വാക്കുകൾ ഇവിടെ സ്മരിക്കാം, 'മതങ്ങൾ സ്വർഗ്ഗത്തിലേക്ക് പോകാനുള്ള

വഴി കാണിക്കുന്നു, എന്നാൽ സ്വർഗ്ഗം എങ്ങോട്ടു പോകുന്നു എന്ന് കാണിക്കുന്നില്ല'.

'ദൈവം എല്ലാം തുടങ്ങിവെച്ചു, ഭൂമിയിൽ നിയമങ്ങളുണ്ടാക്കി' എന്ന മതത്തിന്റെ കാഴ്ചപ്പാട് പ്രകൃതിയെക്കുറിച്ച് പഠിക്കാൻ സഹായകരമാണെന്ന് ചിലരെങ്കിലും വാദിച്ചേക്കാം. അതായത്, നിയമങ്ങളും അതിന്റെ പരിണത ഫലങ്ങളും അവയുടെ തുടക്കം അന്വേഷിക്കാതെ നിങ്ങൾക്ക് പഠിക്കാം (ഉദാ. : ഗുരുത്വാകർഷണം, പരിണാമം). ഇത് സ്റ്റീഫൻ ജയ് ഗുൾഡിന്റെ *റോക്ക്സ് ഓഫ് എയ്ജസ്* എന്ന പുസ്തകത്തിലെ നോൺ-ഓവർലാപ്പിങ് മജിസ്റ്റീരിയ (NOMA) എന്ന ആശയത്തോട് ചേർന്ന് നിൽക്കുന്നു. ആ പുസ്തകത്തിൽ ഗുൾഡ് പറയുന്നത് ശാസ്ത്രവും മതവും തമ്മിൽ ഏറ്റുമുട്ടാതെ പല വിഷയങ്ങളിലും പരസ്പര പൂരകങ്ങളായി വർത്തിക്കാൻ കഴിയും, മിക്കപ്പോഴും അത് അങ്ങനെയല്ലെങ്കിലും. ഒരുപക്ഷേ ഞാൻ കുറച്ചുകൂടി തെളിച്ചു പറയും, 'ശാസ്ത്രം മതത്തിന് എതിരെയും മതം ശാസ്ത്രത്തിന് എതിരെയും ആവരുത്.' തീർച്ചയായും പരസ്പര ധാരണയ്ക്കും സാംസ്കാരിക പുരോഗതിയ്ക്കും രണ്ടുവശത്ത് നിന്നും സാദ്ധ്യതകളുണ്ട്.

എന്റെ സംസ്ഥാനത്തെ പാഠപുസ്തകങ്ങളിൽ പരിണാമവിരുദ്ധ നിയമം ഇപ്പോഴുമുണ്ട്. ഞാൻ ലൂയിസിയാനയെക്കുറിച്ച് മോശം പറയുകയല്ല – ഞാൻ ശരിക്കും ഈ സംസ്ഥാനത്തെ ഇഷ്ടപ്പെടുകയും ഇവിടെ താമസിക്കുന്നതിൽ അഭിമാനം കൊള്ളുകയും ചെയ്യുന്നു. എന്റെ കുട്ടികൾ ബാറ്റൺ റൂജിൽ ജനിച്ചു, ഞാനിവിടെ പത്ത് വർഷത്തിലധികമായി താമസിക്കുന്നു. പരിണാമസിദ്ധാന്തങ്ങളുടെ മേൽ അഭിപ്രായവ്യത്യാസമുള്ള സംസ്ഥാനം ലൂയിസിയാന മാത്രമല്ല. അലബാമയിൽ ജീവശാസ്ത്ര പുസ്തകങ്ങളിൽ 'പരിണാമസിദ്ധാന്ത'ത്തെപ്പറ്റി നിങ്ങൾക്കായി ഒരു താക്കീത് ഉൾപ്പെടുത്തിയിട്ടുണ്ട്. 2018-ൽ അരിസോണ സംസ്ഥാനം അവരുടെ പാഠപുസ്തകങ്ങളിൽ നിന്ന് 'പരിണാമം' എന്ന വാക്കും അതുമായി ബന്ധമുള്ള എല്ലാ കാര്യങ്ങളും നീക്കം ചെയ്തു. ഇത് യാഥാസ്ഥിതികരെന്ന് വിളിക്കപ്പെടുന്ന സംസ്ഥാനങ്ങളിൽ മാത്രമുള്ള സ്ഥിതിവിശേഷമല്ല; പരിണാമ വിരുദ്ധരായ ആളുകളെ മനോവിശാലതയുള്ള ആൻ ആർബറിലും (ഇവിടെ നിന്നാണ് ഞാൻ ജീവശാസ്ത്രത്തിൽ ഡോക്ടറേറ്റ് നേടിയത്) ന്യൂയോർക്ക് (ഞാൻ വളർന്ന സ്ഥലം) നഗരത്തിലും ഞാൻ കണ്ടിട്ടുണ്ട്. വാസ്തവത്തിൽ, അമേരിക്കയിലെ അഞ്ചിൽ ഒരു സ്കൂളിൽ അധ്യാപകർ പരിണാമത്തോടൊപ്പം സൃഷ്ടിവാദവും പഠിപ്പിക്കുന്നു (അതിൽ പലരും ശാസ്ത്രത്തിന് മേലെയോ സമാന്തരമായോ ആണ് സൃഷ്ടിവാദത്തെ പ്രതിഷ്ഠിക്കുന്നത്). ഈ പ്രവണത അമേരിക്കയിൽ മാത്രമല്ല – അഫ്ഗാനിസ്ഥാനിലെ 26% ജനങ്ങൾ മാത്രമേ ജീവപരിണാമം അംഗീകരിക്കുന്നുള്ളൂ, തുർക്കിയിൽ പരിണാമവും അതുമായി ബന്ധപ്പെട്ട വിഷയങ്ങളും 2017-ൽ പാഠപുസ്തകങ്ങളിൽ നിന്നും ഒഴിവാക്കി. മനുഷ്യപരിണാമത്തെപ്പറ്റി പൊതുജനങ്ങളുടെ ഇടയിലുള്ള സ്വീകാര്യതയുടെ കാര്യത്തിൽ തുർക്കിയോട് അടുത്ത് നിൽക്കുന്ന അമേരിക്ക എന്നത് ശ്രദ്ധേയാർഹമാണ്. ഇന്ത്യക്കാർ വലിയ

മതവിശ്വാസികളായിരുന്നിട്ട് കൂടി പരിണാമസിദ്ധാന്തത്തെ നല്ലവണ്ണം അംഗീകരിക്കുന്നവരായിട്ടാണ് കാണപ്പെടുന്നത്.

വീണ്ടും പറയുന്നു, ലഭ്യമായ ശാസ്ത്ര വസ്തുതകൾ വിശദീകരിക്കുക യല്ലാതെ മറ്റൊരു ഉദ്ദേശ്യം എനിക്കില്ല. വസ്തുതകൾ മനസ്സിലാക്കിയ ഭൂരിപക്ഷം പേരും പരിണാമത്തെ അംഗീകരിക്കുന്നത് ശാസ്ത്രം കാരണ മാണ്. ഞാൻ നിങ്ങളുടെ വിശ്വാസങ്ങളെ ചോദ്യം ചെയ്യാൻ ആളല്ല – നമുക്കെല്ലാവർക്കും നമ്മുടേതായ സത്യങ്ങളുണ്ട്. നമുക്ക് നമ്മുടെ സ്വന്തം വിശ്വാസങ്ങൾ തിരഞ്ഞെടുക്കാം, പക്ഷേ നമുക്ക് നമ്മുടെ സ്വന്തം വസ്തുതകൾ തിരഞ്ഞെടുക്കാൻ കഴിയില്ല. ഈ ഭൂമിയിലെ ജീവന്റെ ഉത്പത്തിയും നമ്മുടെ മനുഷ്യകുലത്തിന്റെ ആരംഭവും ശാസ്ത്രം എങ്ങനെ വിശദീകരിക്കുന്നു എന്ന് നിങ്ങളെ മനസ്സിലാകാൻ സഹായിക്കാൻ ഞാൻ നിലകൊള്ളുന്നു.

പരിണാമവും ശാസ്ത്രവും അംഗീകരിച്ചിട്ടുള്ള ധാരാളം ആളുകളുമായുള്ള ചർച്ചകളിൽ നിന്ന്, ഇവരിൽ നല്ലൊരു ശതമാനവും പരിണാമത്തിന് പിന്നിലെ ശാസ്ത്രം മനസ്സിലാക്കിയിട്ടില്ല എന്ന് ഞാൻ തിരിച്ചറിഞ്ഞു. ഇവർ ശാസ്ത്രത്തിൽ പ്രത്യാശയുള്ളവരായതിനാൽ പരിണാമത്തെ ഒരു വസ്തുതയായി അംഗീകരിച്ചു. പരിണാമം അംഗീകരിക്കാത്ത മറ്റുചില ആളുകളേക്കാൾ കുറച്ചുമാത്രമേ ഇവർക്ക് പരിണാമത്തെക്കുറിച്ച് അറിയൂ, കാരണം ആ മറ്റുചില ആളുകൾക്ക് ശാസ്ത്രത്തിൽ പ്രത്യാശയില്ല അല്ലെങ്കിൽ അവരുടെ മതവുമായി എന്തെങ്കിലും വൈരുദ്ധ്യം കണ്ടേക്കാം. രണ്ടു പക്ഷത്തുമുള്ള ആളുകളെയും പരിണാമം മനസ്സിലാകാൻ സഹായിക്കാൻ ഞാൻ തയ്യാറാണ്, അതുവഴി വിഭാഗീയത കുറയും എന്ന് ആശിക്കട്ടെ. (ഞാൻ കരുതുന്നത് രാഷ്ട്രീയം പോലെയുള്ള വിഷയങ്ങൾ കഠിനമാണ് കാരണം അതിനെപ്പറ്റി അവർ സംസാരിക്കുമ്പോൾ മറ്റുള്ളവർക്കാർക്കും മനസ്സിലാകുന്നില്ല.) ശാസ്ത്രീയ വസ്തുതകൾ അംഗീകരിക്കണോ (നിരാകരിക്കണോ) എന്നത് തീർത്തും അവനവൻ തീരുമാനിക്കേണ്ടതാണ്, ഒപ്പം ഏത് 'സത്യ'ത്തിന്റെ കൂടെയാണ് നിൽക്കാൻ താത്പര്യപ്പെടുന്നതെന്ന് സ്വയം ബോധ്യപ്പെടുകയും വേണം.

മനസ്സിലാക്കാൻ ഏറ്റവും എളുപ്പമുള്ള ഒരു വിഷയമല്ല പരിണാമം – അതേസമയം ഏറ്റവും വിഷമമേറിയതുമല്ല (ആരോ പറഞ്ഞതുപോലെ, 'ഇത് റോക്കറ്റ് സയൻസ് അല്ല'), പക്ഷേ ഇത് എളുപ്പത്തിൽ തെറ്റിദ്ധരി ക്കാനും, പലപ്പോഴും തെറ്റായി ചിത്രീകരിക്കപ്പെടാനും പോന്നതാണ്. ഉദാ ഹരണത്തിന്, പരിണാമത്തെ മിക്കപ്പോഴും കാണുന്നത് 'March to Progress/ Road to *Homo sapiens*' എന്ന റുഡോൾഫ് ഫ്രാൻസ് സാലിൻഗറിന്റെ (ചിത്രം 2A) ചിത്രത്തിൽ കാണുന്നത് പോലെയാണെന്നാണ്, എന്നാൽ ഇത് തീർത്തും ശരിയല്ല. ഈ ചിത്രം വരച്ചുകാണിക്കുന്നത് പരിണാമം എന്നാൽ ഒരു പുരോഗമന ശക്തി ജീവനെ കൂടുതൽ സങ്കീർണ്ണമായതോ അഥവാ പൂർണ്ണമായതോ ആക്കുന്നു എന്നും, നാം (മനുഷ്യർ) ജീവന്റെ ഏറ്റവും സങ്കീർ ണ്ണവും പൂർണ്ണവുമായ രൂപം ആണെന്നുമാണ് – എന്നാൽ നാം അങ്ങനെയല്ല, സങ്കീർണ്ണതയോ പൂർണ്ണതയോ ഇല്ലെന്നു മാത്രമല്ല, 'സങ്കീർണ്ണത'യും 'പൂർണ്ണത'യും അളക്കാനും മാർഗ്ഗമൊന്നുമില്ല.

പരിണാമത്തിന് ഉദ്ദേശ്യലക്ഷ്യമില്ല അഥവാ പുരോഗമനോന്മുഖമല്ല. ഈ തെറ്റിദ്ധാരണ മൂലം ഒരു ലൂയിസിയാന നിയമസഭാംഗം ചോദിച്ചു, 'അവ ഒരു മനുഷ്യനായി രൂപാന്തരപ്പെട്ടോ?' ഏകകോശ ജീവികൾക്ക് മേൽ ദീർഘകാലം നീണ്ടുനിന്ന പരിണാമ പരീക്ഷണങ്ങളെക്കുറിച്ച് പരാമർശിക്കുമ്പോഴായിരുന്നു അദ്ദേഹത്തിന്റെ ചോദ്യം. ദീർഘകാല പരിണാമ പരീക്ഷണം (LTEE) എന്നു വിളിക്കപ്പെട്ട പരീക്ഷണം പരിണാമപരമായ അനുരൂപീകരണത്തിന്റെ വിസ്മയകരമായ ഒരു മാതൃകയായി നിരീക്ഷിക്കപ്പെട്ടു. ഡോ. റിച്ചാർഡ് ലൻസ്കിയുടെ ലാബിൽ നടന്ന ആ പരീക്ഷണത്തിൽ *ഇ. കോളി* സമൂഹം (70,000-ത്തിലധികം) ഒരു അനുരൂപവർഗ്ഗമായി രൂപാന്തരപ്പെട്ടു.** ഇത് പരിണാമത്തിന്റെ ഒരു ശക്തിമത്തായ തെളിവാണ് (ഉദാ. : ഒരു ജീവിവർഗ്ഗത്തിന്റെ പരമ്പരാഗത വിശേഷലക്ഷണങ്ങളിലുള്ള വ്യതിചലനം). പരിണാമത്തെക്കുറിച്ച് പൊതുവേ നിലനിൽക്കുന്ന തെറ്റിദ്ധാരണ വിശ്വസിച്ചാണ് ആ നിയമസഭാംഗം പരീക്ഷണത്തിൽ സൂക്ഷ്മജീവികൾ മനുഷ്യനായി പരിണമിച്ചിരുന്നെങ്കിൽ പരിണാമത്തിന് ഒരു ആധികാരികമായ തെളിവുണ്ടാകുമായിരുന്നു എന്ന് ചിന്തിച്ചത്. ആ സൂക്ഷ്മ ജീവികളുടെ അസംഖ്യം തലമുറകൾ ലാബ് സൗകര്യങ്ങൾ ഉപയോഗിച്ച് വളർത്തിയെടുത്താലും അവ ഒരിക്കലും മനുഷ്യനായി മാറില്ല – അങ്ങനെയല്ല പരിണാമം പ്രവർത്തിക്കുന്നത്. എങ്ങനെയാണ് അത് പ്രവർത്തിക്കുന്നതെന്ന് വിശദീകരിക്കാൻ ഈ പുസ്തകം സഹായിക്കുമെന്ന് ഞാൻ പ്രത്യാശിക്കുന്നു (ചിത്രം 2B, 2C).

പരിവർത്തനം ചെയ്യുവർക്കുള്ള സുവിശേഷമല്ല, മറിച്ച് തുറന്ന മനസ്സോടു കൂടി പഠിക്കുന്ന ഏതൊരുവനും ഈ വിഷയത്തെക്കുറിച്ച് വിശദീകരിക്കുകയാണ് ഈ പുസ്തകം. കൂടാതെ ആർക്കെങ്കിലും ഈ വിഷയത്തെപ്പറ്റി മറ്റുള്ളവർക്ക് പറഞ്ഞുകൊടുക്കണമെങ്കിൽ ഈ പുസ്തകം അതിന് ഉതകുന്ന ഒരു ഉപാധിയാണ്.

---

* 'Edwards v. Aguillard'-ഉം കാണുക, പരിണാമത്തിനൊപ്പം സൃഷ്ടിവാദവും പഠിപ്പിക്കണമെന്ന ലൂയിസിയാന നിയമത്തെ സുപ്രീം കോടതി നിരാകരിച്ച 1987-ലെ ഒരു കേസ്.

** LTEE പരീക്ഷണത്തിനെക്കുറിച്ച് ലൻസ്കി ലാബ് പ്രസിദ്ധീകരണങ്ങളിൽ കൂടുതൽ വായിക്കാം. നിർഭാഗ്യവശാൽ, LTEE പരീക്ഷണം മുപ്പത് വർഷങ്ങൾക്കു ശേഷം ആദ്യമായി COVID-19 പകർച്ചവ്യാധി മൂലം നിർത്തുകയും, പിന്നീട് ആറ് മാസത്തെ വിടവിന് ശേഷം സെപ്റ്റംബർ 2020-ൽ പുനരാരംഭിക്കുകയും ചെയ്തു.

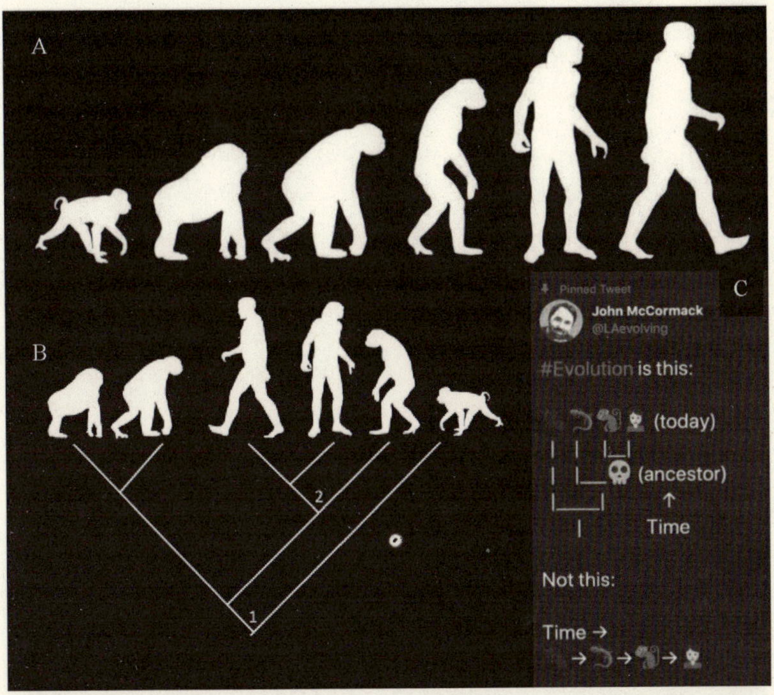

ചിത്രം 2A: പരിണാമത്തെ കുറിക്കാൻ പരക്കെ ഉപയോഗിക്കുന്ന ചിത്രം തെറ്റാണ്. ഈ മുകളിൽ കാണിച്ചിരിക്കുന്ന ചിത്രം കണ്ടാൽ ഒരുപാട് ആളുകൾക്ക് തോന്നുക നാം കുരങ്ങനിൽനിന്നും ചിമ്പാൻസിയും അവിടെ നിന്നും ഗുഹാമനുഷ്യനായും തുടർന്ന് ആധുനിക മനുഷ്യനായും രൂപാന്തരപ്പെട്ടു എന്നാണ്. യഥാർത്ഥത്തിൽ, നമുക്കും കുരങ്ങൻമാർക്കും ഒരു പൊതുപൂർവ്വികനാണ് ഉള്ളത്. അല്ലാതെ നാം കുരങ്ങനിൽ നിന്ന് പുരോഗമിച്ച് വന്നതല്ല – മറിച്ച് നമ്മളും കുരങ്ങൻമാരും ഒരുമിച്ച് ആ പൊതുപൂർവ്വികരിൽ നിന്നും പുരോഗമിച്ചതാണ്. പരിണാമം വിശദീകരിക്കുവാൻ ശ്രമിക്കുന്നവർക്ക് ഈ ചിത്രം (2A) ഗുണത്തേക്കാളേറെ ദോഷമാണ് ചെയ്യുക. ഈ ചിത്രത്തിലെ വരകൾ റുഡോൾഫ് ഫ്രാൻസ് സാലിൻഗറിന്റെ 'March to Progress/Road to *Homo sapiens*' നെ അടിസ്ഥാനമാക്കിയുള്ളതാണ്.

ചിത്രം 2B: പരിണാമസിദ്ധാന്ത പ്രകാരമുള്ള ഒരു മരമാണ് പരിണാമം വരച്ച് കാണിക്കാൻ ഏറ്റവും ഉത്തമം (പരിണാമപരമായ ശിഖരങ്ങളുടെ രേഖാചിത്രത്തിലൂടെ അടുത്ത ബന്ധുക്കളെ ബന്ധിപ്പിക്കുന്ന കണ്ണികൾ കാണിക്കുന്നു). ശാഖകൾ രണ്ടായി പിരിയുന്നു, അവയിൽ ഒരു മുട്ട് (ശാഖകൾ തമ്മിൽ ചേർന്നിരിക്കുന്ന/ആരംഭിക്കുന്ന ബിന്ദു) പങ്കിടുന്നവ പരസ്പരം അടുത്ത ബന്ധമുള്ളവയാണ്. ഇവിടെ ആ വാൽക്കുരങ്ങൻ മറ്റ് അഞ്ച് ആൾക്കുരങ്ങന്മാരുടെയും അടുത്ത ബന്ധുവാണ് – അല്ലാതെ അവരുടെ 'പൂർവ്വിക'നല്ല. പൂർവ്വികരെ കാണിച്ചിരിക്കുന്നത് മുട്ടുകളിലാണ്. മുട്ട് 1-ൽ ആണ് മുകളിൽ കാണിച്ചിരിക്കുന്ന ആറ് ആൾക്കുരങ്ങൻമാരുടെയും (മനുഷ്യരുൾപ്പെടെ) പൊതുപൂർവ്വികൻ. മുട്ട് 2-ൽ ഉള്ളത് ചിമ്പാൻസി + ആധുനിക മനുഷ്യർ + വംശനാശം വന്ന മനുഷ്യവർഗ്ഗം എന്നിവരുടെ പൊതുപൂർവ്വികൻ.

ചിത്രം 2C: ട്വിറ്ററിലുള്ള '#evolution'-ന് ജീവപരിണാമവുമായി യാതൊരു ബന്ധവുമില്ല എന്ന് കണ്ടപ്പോൾ, ഞാൻ ആളുകളെ പരിണാമപരമായ വിഷയങ്ങളെ ആ ഹാഷ് ടാഗ് (#) ഉപയോഗിച്ച് അഭിസംബോധന ചെയ്യാൻ ആഹ്വാനം ചെയ്തു. എന്റെ സമർത്ഥനായ സുഹൃത്ത് ഡോ. ജോൺ മക്കോർമക് (@LAevolving on Twitter) ചിത്രം 2A, 2B-യുടെ വിവിധ അർത്ഥങ്ങളും വിശദീകരണങ്ങളും നൽകാൻ സഹായിക്കുന്ന ഇമോജിയുമായി ('phylo-moji') രംഗത്ത് വന്നു.

പോരാട്ടത്തിലേക്ക് വലിച്ചിഴച്ച

2018-ലെ പരിണാമ-വിരുദ്ധ നിയമം പാസ്സായതിന്ന ശേഷം, ലൂയിസിയാന യിലെ അനേകം ശാസ്ത്രജ്ഞന്മാർ അതിനെതിരെ എന്തെങ്കിലും ചെയ്യണ മെന്ന് തീരുമാനിച്ചു. പരിണാമ-വിരുദ്ധ നിയമങ്ങൾ രാജ്യത്തെല്ലായിടത്തും നിലവിൽ കൊണ്ടുവരാനായി പരിശ്രമിക്കുന്ന സൃഷ്ടിവാദ പ്രസ്ഥാനത്തി നെതിരെ ഉന്നത വിദ്യാഭ്യാസ മേഖലയിൽ നിന്നുള്ള പ്രതിഷേധം രേഖപ്പെടുത്തുവാനായി സൗത്ത് ഈസ്റ്റേൺ ലൂയിസിയാന സർവ്വകലാ ശാലയിലെ ഒരു തത്വശാസ്ത്ര പ്രഫസറായ ഡോ. ബാർബറ ഫോറസ്റ്റ് മുൻകൈയെടുത്തു (അവർ സഹ-രചയിതാവായ *ക്രിയേഷനിസംസ് ട്രോജൻ ഹോഴ്സ് : ദി വെഡ്ജ് ഓഫ് ഇന്റെലിജെൻസ് ഡിസൈൻ* കാണുക). സൃഷ്ടിവാദക്കാർക്കെതിരെ ഏറ്റവും നന്നായി സംസാരിക്കുന്ന ആളായി അറിയപ്പെട്ടത് ആ കാലത്തെ ഒരു ലൂയിസിയാന ഹൈസ്കൂൾ വിദ്യാർ ത്ഥിയായ സാക് കൊപ്ലിൻ ആയിരുന്നു. ട്രോജൻ ഹോഴ്സ് എന്തിന് വേണ്ടിയാണ് നിലകൊള്ളുന്നതെന്ന് ഡോ. ഫോറസ്റ്റ് വെളിപ്പെടുത്തുമ്പോൾ, അകിലീസിനെതിരെ പൊരുതുന്ന യുവരാജകുമാരൻ ഹെക്ടറിനെ പോലെ യായിരുന്നു സാക്. പരിണാമത്തിനും ശാസ്ത്രത്തിനും വേണ്ടി പ്രതിരോധം ചെയ്യുന്നതിന്റെ ഭാഗമായി സ്പഷ്ടമായ വാദപ്രതിവാദങ്ങൾ നടത്തി സാക് ദേശിയ വാർത്തകളിൽ ഇടം നേടി. ഞാൻ പഠിപ്പിക്കുന്ന ലൂയിസിയാന സംസ്ഥാന സർവ്വകലാശാല (LSU) യിൽ ജീവശാസ്ത്രം മുഖ്യപഠനവിഷയ മായി എടുക്കുന്ന എതൊരുവന്റെയും പാഠ്യപദ്ധതിയിൽ പരിണാമം ഉൾപ്പെടുത്താൻ എന്റെ സഹപ്രവർത്തകരായ ഡോ. ക്രിസ്റ്റഫർ ഓസ്റ്റിൻ, ഡോ. ബ്രയൻ കാഴ്സ്റ്റൻസ് തുടങ്ങിയവർ നന്നേ അദ്ധ്വാനിച്ചു. പാഠ്യ പദ്ധതിയിൽ ഉൾപ്പെടുത്തുക എന്നുവെച്ചാൽ ജീവശാസ്ത്രം മുഖ്യപഠന വിഷയമായിട്ടുള്ളവരെല്ലാം പരിണാമം നിർബന്ധമായും പഠിച്ചിരിയ്ക്കണം. ഇത് ബോബി ജിൻദലിന് ബ്രൌണിൽ ചെയ്യേണ്ടിവന്നില്ല. ഒരുപക്ഷേ ബോബി പരിണാമം കോളേജിൽ പഠിച്ചിരുന്നുവെങ്കിൽ, ആ നിയമം നടപ്പാക്കുവാൻ അദ്ദേഹം മുതിരുമായിരുന്നില്ല. പരിണാമം പാഠ്യപദ്ധതി യിൽ ഉൾപ്പെടുത്തിയതിന്ന ശേഷം, ഞാൻ ഒരു പടി മുകളിലേക്ക് കയറി, അത് സ്വയം പഠിപ്പിക്കുവാൻ തീരുമാനിച്ചു. എന്റെ സഹപ്രവർത്തകരുടെ

പോരാട്ടം എന്റെയും പോരാട്ടമായി മാറി, അവരുടെയൊപ്പം ചേരാൻ എന്നെ അനുവദിച്ചതിന് അവരോട് ഞാൻ നന്ദിയുള്ളവനാണ്. ഇപ്പോൾ ഞങ്ങൾ LSU-വിൽ നൂറ് കണക്കിന് വിദ്യാർത്ഥികളെ എല്ലാ സെമസ്റ്ററിലും പരിണാമം പഠിപ്പിക്കുന്നു.

പരിണാമം ക്ലാസ്സിൽ പഠിപ്പിക്കുകയും, സെമിനാറുകളിലും മറ്റും പരിണാമത്തെക്കുറിച്ച് സംസാരിക്കുകയും ചെയ്യുമെങ്കിലും ശാസ്ത്ര വിദ്യാഭ്യാസത്തിനു വേണ്ടി വക്കാലത്ത് പറയുന്ന ഒരാളായി ഞാൻ സ്വയം വിചാരിച്ചിട്ടില്ല. അതിന്റെ ആവശ്യം തോന്നിയില്ല – ഞാൻ വിചാരിച്ചത് മിക്ക പരിണാമ-വിരുദ്ധരും അറിവില്ലായ്മകൊണ്ട് അങ്ങനെയായി എന്നാണ്, അല്ലെങ്കിൽ ഞാൻ അങ്ങനെ ഊഹിച്ചു. എന്റെ ആ ഊഹം ശരിയല്ല എന്ന് തിരിച്ചറിയാനായി എനിക്ക് കുറച്ച് സമയം വേണ്ടിവന്നു. 2018-ലെ TED കോൺഫറൻസിൽ പരിണാമത്തെക്കുറിച്ച് സംസാരിക്കാൻ തയ്യാറെടുക്കുമ്പോഴാണ് ഞാൻ ശ്രദ്ധിച്ചത്, ഞാൻ സാധാരണ പരിണാമത്തെക്കുറിച്ച് സംസാരിക്കുന്നത് ജീവശാസ്ത്രജ്ഞരോടോ ജീവശാസ്ത്രം മുഖ്യവിഷയമായി പഠിച്ചവരോടോ ആണ്, അതായത്, ഞാൻ സംസാരിക്കുന്നത് ജീവശാസ്ത്രത്തിന്റെ അടിസ്ഥാനതത്വങ്ങളെക്കുറിച്ച് ഇതിനകം തന്നെ നല്ല ധാരണയുള്ള ആളുകളോടാണ്; അല്ലാതെ പ്രസംഗത്തിനുള്ള തയ്യാറെടുപ്പിൽ എന്നെ സഹായിച്ചവരോടല്ല (അവർ പ്രസംഗകലയിലും മറ്റു വിഷയങ്ങളിലും പ്രഗത്ഭരാണ്, പക്ഷെ ജീവശാസ്ത്രജ്ഞരല്ല). ഒരുപക്ഷേ അതുകൊണ്ടാകണം പരിണാമം ഒരു സങ്കീർണ്ണമായ വിഷയമാണെന്ന് ഞാൻ ചിന്തിക്കാതിരുന്നത്, പക്ഷെ എനിക്ക് തെറ്റി. ഇത് എന്നെ സംബന്ധിച്ച് ഒരു അന്തർജ്ഞാനപരമായ വിഷയമാണ് കാരണം ഞാൻ ദീർഘകാലമായി ഇത് പഠിക്കുകയും മനനം ചെയ്യുകയും ചെയ്യുന്നു.

എന്റെ ആദ്യകാല പരിണാമ പ്രഭാഷണങ്ങളിൽ മിക്കപ്പോഴും ഞാൻ നിലവാരം കുറഞ്ഞ ഇതുപോലുള്ള തമാശകൾ പറഞ്ഞിരുന്നു, എന്തുകൊണ്ട്-മനുഷ്യ-ശരീരം-നാറുന്നു (ഉദാ. : ഡോൺ റിക്കിൾസിന്റെ ശബ്ദത്തിലുള്ള ആക്ഷേപഹാസ്യം : 'ഹേ, നിങ്ങളുടെ ജനനേന്ദ്രിയം ശരീരത്തിന് ബാഹ്യമായി തൂക്കിയിടുക, ഒരു മേശയിൽ തട്ടാൻ പാകത്തിന് – നല്ല ആശയം!') പക്ഷെ ഞാൻ തിരിച്ചറിഞ്ഞു (പക്വതയുള്ള ആളുകളുടെ സഹായത്തോടെ) നാം പരിണാമത്തിന്റെ ഉച്ചിയിലല്ല എന്ന് വിശദീകരിക്കുവാൻ മനുഷ്യശരീരത്തെ അവഹേളിക്കേണ്ട ആവശ്യമില്ലെന്ന് (തുടർന്ന് വായിക്കുക ഉദാഹരണങ്ങൾ വരുന്നുണ്ട്). പിന്നീട് ഞാൻ ശ്രദ്ധ കേന്ദ്രീകരിച്ചത് പരിണാമത്തെ സാധാരണയായി ചിത്രീകരിക്കുന്ന രീതികൾ തെറ്റിദ്ധാരണാജനകമാണെന്നതും, എന്തുകൊണ്ടാണ് ഒരുപാട് ആളുകൾക്ക് പരിണാമത്തെക്കുറിച്ച് അടിസ്ഥാനപരമായ അറിവ് ഇല്ലാത്തത് എന്നും, എവിടെനിന്നുമാണ് ഈ വസ്തുതകളും സിദ്ധാന്തങ്ങളും വരുന്നതെന്നും തുടങ്ങിയ കാര്യങ്ങളെക്കുറിച്ചാണ്. പരിണാമം കൂടുതൽ സ്വീകാര്യമാക്കണമെന്ന് എനിക്കുണ്ട്. അതുകൊണ്ടാണ് ഞാൻ ഈ പുസ്തകം എഴുതുന്നത് – സ്വയം തീരുമാനമെടുക്കാൻ ആളുകളെ സഹായിക്കുന്നതിനു വേണ്ടി.

ഒരു സാധാരണ സർവ്വകലാശാലാദ്ധ്യാപകൻ എന്നതിലുപരി പരിണാമത്തെ വ്യത്യസ്തമായ കാഴ്ചപ്പാടോടു കൂടി വീക്ഷിക്കുവാൻ എന്റെ കുടുംബം എന്നെ സഹായിച്ചിട്ടുണ്ട്. എന്റെ മക്കൾ സരൂപ ഇരട്ടകളാണ് : എല്ലാ പരിണാമ ജീവശാസ്ത്രജ്ഞന്മാർക്കും സരൂപ ഇരട്ടകളുണ്ടാവണം. എന്റെ പത്ത് വയസ്സ് പ്രായമായ മക്കൾ ഛായയും അഞ്ജലിയും തമ്മിൽ വളരെ വ്യത്യസ്തതകളുണ്ട്. ഞാൻ മിക്കപ്പോഴും പരിണാമത്തെക്കുറിച്ചും അവരുടെ സരൂപ ജനിതകഘടന എങ്ങനെ അവരുടെ ശരീരത്തിലും സ്വഭാവത്തിലും പ്രതിഫലിച്ചിരിക്കുന്ന എന്നും ചിന്തിക്കാറുണ്ട്. ഈ ക്ലോണുകളുടെ മേൽ സഹജഗുണവും വളർത്തുഗുണവും തമ്മിലുള്ള പരീക്ഷണങ്ങൾ നടത്തുന്നതിൽ നിന്ന് എന്റെ ഭാര്യ എന്നെ തടഞ്ഞതിൽ ഞാൻ സന്തുഷ്ടനാണ് (ഒരാളെ മാത്രം സ്കൂളിൽ അയയ്ക്കുക, മറ്റെയാളെ മാത്രം കെട്ടിപ്പിടിക്കുക ആദിയായവ). അതിന് പകരം, ഞങ്ങൾ ഒരു പൊതു പരീക്ഷണമാണ് ചെയ്യുന്നത്, ഒരേ ചുറ്റുപാടിൽ അവരെ വളർത്തുകയും, എന്നിട്ടും അവർ വ്യത്യസ്തരും ഭിന്നരുമായിത്തീരുന്നത് വീക്ഷിക്കുന്നു*. ഞാൻ തമാശ പറഞ്ഞതാണേ... പക്ഷെ ഞാൻ ശാസ്ത്രത്തിന്റെ വഴി ശുപാർശ ചെയ്തിട്ടുണ്ടെങ്കിൽ, അത് അവരുടെ നന്മയ്ക്ക് വേണ്ടിയായിരുന്നു. കൂടുതൽ ശാസ്ത്രീയ സാക്ഷരതയുള്ള ഒരു സമൂഹത്തിൽ അവർ വളരണമെന്ന് ഞാൻ ആഗ്രഹിക്കുന്നു.

നിങ്ങൾക്ക് പരിണാമത്തോട് തത്പരത വേണമെന്ന് ഞാൻ പറയുമ്പോൾ, എനിക്ക് ആദ്യം എങ്ങനെ താത്പര്യമുണ്ടായി എന്ന് വിശദീകരിക്കേണ്ടതുണ്ട്. മക്ഗൽ യൂണിവേഴ്സിറ്റിയിലെ ബോബ് കാരലാണ് ഈ വിഷയം ആദ്യമായും ഔദ്യോഗികമായും എന്നെ പരിചയപ്പെടുത്തിയത് – അതിന്റെ രസകരമായ ഭാഗങ്ങൾ (ഉദാ. : ദിനോസറുകളും വംശനശീകരണവും). എനിക്കും ഒരു നാൾ പരിണാമം പഠിപ്പിക്കണം എന്ന ആഗ്രഹം ഉടലെടുത്തത് അദ്ദേഹത്തിന്റെ രസകരവും പ്രചോദനപരവുമായ അധ്യാപനമാണ്. നിർഭാഗ്യവശാൽ, COVID-19 സംബന്ധമായ സങ്കീർണ്ണതകൾ മൂലം ബോബ് ഏപ്രിൽ 2020-ൽ മരണപ്പെട്ടു. ഞാൻ മക്ഗിലിലുള്ളപ്പോൾ ഡോ. കാരൽ കൊണ്ടുവന്ന അതിഥി പ്രഭാഷകരിലൊരാൾ സ്റ്റീവൻ ജയ് ഗുൾഡ് ആയിരുന്നു, ഒരുപക്ഷേ കഴിഞ്ഞ അമ്പത് വർഷത്തിലെ ഏറ്റവും പ്രചോദനദായകനായ പരിണാമ ജീവശാസ്ത്രജ്ഞൻ. എന്നെപ്പോലെ തന്നെ ഗുൾഡും ബേസൈഡ് ക്വീൻസിലാണ് വളർന്നത് എന്നറിഞ്ഞപ്പോൾ, ഒരുപക്ഷേ തുടർന്നുള്ള എന്റെ പരിണാമ ജീവശാസ്ത്രത്തിൽ ഒരു നിർണ്ണായകമായ പങ്ക് വഹിച്ചില്ല.

എന്റെ ആദ്യത്തെ പരിണാമ സംബന്ധിയായ പ്രായോഗിക അനുഭവം ഞാൻ അമേരിക്കൻ മ്യൂസിയം ഓഫ് നാച്വറൽ ഹിസ്റ്ററിയിൽ ബിരുദത്തിന് വേണ്ടി പ്രവർത്തിക്കുമ്പോൾ ഒരു പുതിയ തരം മത്സ്യക്കൂട്ടത്തെക്കുറിച്ച് വിശദീകരിച്ചു കൊണ്ടായിരുന്നു. അന്ന് ഞാൻ ഡോ. മെലനി സ്റ്റിയാസ്നിയുടെ കീഴിൽ വർഗ്ഗീകരണം പഠിക്കുക മാത്രമല്ലായിരുന്നു, ശരീരവിജ്ഞാനീയത്തോടും മത്സ്യശാസ്ത്രത്തോടും ഉള്ള ഒരു പ്രണയം കൂടിയുണ്ടായിരുന്നു. മിഷിഗൺ യൂണിവേഴ്സിറ്റിയിലെ പരിണാമ ജീവശാസ്ത്രജ്ഞരുടെ ഒരു

ഡിപ്പാർട്ട്മെന്റിലെ ബിരുദ സ്കൂളിൽ, പരിണാമവും ഫൈലോജെനെറ്റിക്സും (ജീവ വൃക്ഷത്തിലെ ബന്ധുത്വത്തെക്കുറിച്ചുള്ള പഠനം) പഠിക്കാൻ എനിക്ക് ദിവസവും പ്രചോദനം ലഭിച്ചു. പരിണാമത്തെപ്പറ്റി ഏറ്റവും പ്രധാനപ്പെട്ട പുസ്തകങ്ങളെഴുതിയ ഡോ. ഡഗ്ലസ് ഫുതുയ്മയാണ് (പുസ്തകത്തിന്റെ പേര് പരിണാമം എന്നായതിനാൽ വാച്യാർത്ഥത്തിൽ പരിണാമത്തെക്കുറിച്ച് പുസ്തകമെഴുതിയയാൾ എന്ന് ഞാൻ തമാശ പറയും) ഭൂമിയിലെ ജീവന്റെ അടിസ്ഥാന തത്വങ്ങളെക്കുറിച്ചുള്ള പഠനം, പ്രത്യേകിച്ച് സൂക്ഷ്മ പരിണാമം ജനതതി തലത്തിലേക്ക് ചിന്തിക്കാൻ എന്നെ സഹായിച്ചത്. മിഷിഗൻ യൂണിവേഴ്സിറ്റിയിലെ 'എക്സ്പ്ലോർ ഇവോല്യൂഷൻ' എന്ന ഹ്രസ്വകാല കോഴ്സിലെ ഒരു സെമസ്റ്ററിൽ ഒരു വിഷയത്തിൽ സഹാദ്ധ്യാപകനായി പഠിപ്പിക്കുവാനുള്ള ഭാഗ്യം എനിക്ക് സിദ്ധിച്ചു. ആ സെമസ്റ്ററിൽ, ചില മികച്ച പരിണാമസംബന്ധ ജീവശാസ്ത്ര പ്രഭാഷകരായ സ്വാൻതെ പേബോ (നിയാണ്ടർത്താൽ ജനിതകഘടന ക്രമാനുഗതമാക്കുകയും, നിങ്ങൾക്ക് COVID-19-ന്റെ ലക്ഷണങ്ങൾ ഗുരുതരമാക്കുന്നത് നിയാണ്ടർത്താലുകളിൽ നിന്ന് ലഭിച്ച ചില ജീനുകളാണെന്ന് കണ്ടെത്തിയയാൾ), റിചാർഡ് ലെവോൻടിൻ** (ജനതതി ജനിതക സിദ്ധാന്തത്തിന് ഒരു ഗണിതശാസ്ത്രപരമായ സ്വാധീനം കൊണ്ടു വന്നയാൾ), യുജിൻ സ്കോട് (പരിണാമവിരുദ്ധ പ്രസ്ഥാനങ്ങളുടെ രഹസ്യകാര്യപരിപാടികൾ വെളിച്ചത്തുകൊണ്ടുവന്നയാൾ) എന്നിവരെയൊക്കെ കാണാൻ എനിക്ക് കഴിഞ്ഞു. അന്ന് ആദ്യമായി ബിരുദവിദ്യാർത്ഥികളെ പരിണാമം പഠിപ്പിക്കാനിടയായത് കണ്ണ് തുറപ്പിക്കുന്ന സംഗതിയായിരുന്നു. ആ ബിരുദധാരികളിൽ ചുരുക്കം പേർക്കേ അന്നുവരെ പരിണാമശാസ്ത്രത്തെക്കുറിച്ച് എന്തെങ്കിലും ധാരണയുണ്ടായിരുന്നുള്ളൂ, പരിമിതമായ ഉപാധികളേ അവർക്ക് സ്വയം പഠിക്കാനായി ഉണ്ടായിരുന്നുള്ളൂ. ഉപാധികളും മാർഗ്ഗനിർദ്ദേശികളും ലഭിക്കുന്ന കാര്യത്തിൽ ഞാൻ അനുഗ്രഹീതനായിരുന്നു.

---

* ഒരുമിച്ച് വളർത്തിയ സരൂപ ഇരട്ടകൾ അന്യോന്യം വ്യത്യസ്തരാകാൻ ശ്രമിച്ചു കൊണ്ടേയിരിക്കുമ്പോൾ, വേറിട്ട് വളർത്തിയവർ വസ്ത്രധാരണത്തിലും സഹജഗുണത്തിലും കൂടുതൽ സമാനതകളുള്ളവരാണ് എന്നൊരു സാങ്കൽപ്പിക സിദ്ധാന്തം എനിക്കുണ്ട് (ഉദാഹരണത്തിനായി 'ജിം ട്വിൻസ്'' അല്ലെങ്കിൽ 'ത്രീ ഐഡന്റിക്കൽ സ്ട്രേൻജേഴ്സ്'' നോക്കുക). ഒരുമിച്ച് വളർത്തിയ ഇരട്ടകളിൽ ഒരു തരം 'സ്വഭാവ വ്യത്യാസം' (ഒരേ വർഗ്ഗത്തിലുള്ളവ സാമീപ്യമായിരിക്കുമ്പോൾ അവരിലെ വ്യത്യസ്തതകൾ തെളിഞ്ഞുവരും) സംഭവിക്കും. ആർക്കെങ്കിലും ഈ വിഷയത്തിൽ സംശയമുണ്ടെങ്കിൽ എന്നെ ബന്ധപ്പെടുക, നമുക്കൊരുമിച്ച് പഠനം നടത്താം (തീർച്ചയായും ധാർമ്മികമായി; നാം കുടുംബങ്ങളെ വേർപിരിക്കില്ല). സന്ദർഭവശാൽ ഇതെഴുതുന്ന സമയത്ത് ഞങ്ങൾക്കൊപ്പം സരൂപ ഇരട്ടകളുടെ രണ്ടാമത്തെ സെറ്റ് ഉണ്ടായിരുന്നു – ഞങ്ങൾ എടുത്തുവളർത്തുന്ന മൂന്ന് വയസ്സുള്ള ആൺകുട്ടികൾ – അവർ എന്റെ സാങ്കൽപ്പിക സിദ്ധാന്തം ശക്തിപ്പെടുത്തുന്നു.

** 2021-ൽ മരണപ്പെട്ട ഡോ. ലെവോൻടിന്റെ ആത്മാവിന് നിത്യശാന്തി നേരുന്നു, ഒപ്പം അദ്ദേഹത്തിന്റെ ഹാർവാർഡ് സഹപ്രവർത്തകനും പ്രതിയോഗിയുമായ ഇ.ഒ. വിൽസനും.

ഇപ്പോൾ LSU-വിൽ, പരിണാമം വിശദീകരിക്കുന്നതിന്റെ അനന്തര ഫലം ഞാൻ മനസ്സിലാക്കുന്നത് ഓരോ തവണ ഞാനെന്റെ ക്ലാസ്സിൽ പഠിപ്പിക്കുമ്പോൾ മാത്രമല്ല, എനിക്ക് ഓരോ ഈമെയിൽ കിട്ടുമ്പോഴും അല്ലെങ്കിൽ എന്റെ പൊതുപ്രഭാഷണങ്ങളെക്കുറിച്ച് സമൂഹ മാധ്യമ കമന്റ് വരുമ്പോഴുമാണ്. (ഈ പുസ്തകം പുറത്ത് വന്നതിന് ശേഷം ഞാൻ ഇനിയും മേടിച്ചുകൂട്ടും എന്നെനിക്കുറപ്പാണ്.) ശാസ്ത്രം മനസ്സിലാക്കാൻ കൂട്ടാക്കാത്ത ചില പരിണാമ വിരുദ്ധർ എന്നെ അത്യാവശ്യം പകയുളവാക്കുന്ന പേരുകൾ വിളിച്ചിട്ടുണ്ട്. മറ്റ് ധാരാളം ആളുകൾ ചെയ്യുന്നത് പോലെ, ഈ വിഷയത്തെപ്പറ്റി ലഭ്യവും ഉത്തമവുമായ അറിവ് അവതരിപ്പിക്കുക മാത്രമാണ് ഞാനും ചെയ്യുന്നതെന്ന് പരിണാമ വിരുദ്ധർ മനസ്സിലാക്കുന്നില്ല. ഈ വിഷയത്തെ എല്ലാവർക്കും കുറച്ചുകൂടി സമീപിക്കാൻ തക്കതാക്കുക എന്നതു മാത്രമാണ് ഞാൻ ചെയ്യാൻ പരിശ്രമിക്കുന്നത്.

വിശ്വാസത്തിൽ

ഞാൻ ആദ്യമായി പരിണാമം പഠിക്കുന്നത് എനിക്ക് പതിമൂന്ന് വയസ്സുള്ളപ്പോൾ ന്യൂ യോർക്ക്, ക്വീൻസ്, 158, മേരി ക്യൂറി മിഡിൽ സ്കൂളിൽ എട്ടാം തരത്തിലായിരിക്കുമ്പോഴായിരുന്നു. അദ്ധ്യാപകൻ പറഞ്ഞു, 'ഞാൻ ഒരു നിമിഷം പരിണാമത്തെക്കുറിച്ച് സംസാരിക്കാൻ പോകുന്നു, ഈശ്വര വിശ്വാസമുള്ളവരോട് ഞാൻ മുൻകൂറായി ക്ഷമ ചോദിക്കുന്നു...' അതിനു ശേഷം അദ്ദേഹം എന്താണ് പറഞ്ഞതെന്ന് ഞാൻ വ്യക്തമായി ഓർക്കുന്നില്ല, ആഫ്രിക്കയിൽ നിന്നുള്ള മനുഷ്യാവശിഷ്ടത്തെക്കുറിച്ചോ മറ്റോ. അങ്ങനെയായിരുന്നു തുടക്കം. പക്ഷെ എന്തിന് ബാദ്ധ്യതാ നിരാകരണം? അദ്ദേഹം തെറ്റായി എന്തെങ്കിലും പറഞ്ഞോ? തെളിയിക്കപ്പെടാത്തതായി? ഭൂഖണ്ഡങ്ങളെയും മഞ്ഞുമലകളെയും പറ്റി അദ്ദേഹം ഞങ്ങളെ പഠിപ്പിച്ച ഭൂമിശാസ്ത്രത്തിൽ നിന്ന് ഇത് വ്യത്യസ്തമാണോ? എനിക്ക് കാലസൂചികയിൽ തിരിച്ചുപോകാൻ കഴിഞ്ഞിരുന്നെങ്കിൽ ഞാൻ എന്റെ കൈയുയർത്തി ചോദിച്ചേനെ, 'എന്നെ ശാസ്ത്രം പഠിപ്പിക്കുന്നതിന് എല്ലാ അദ്ധ്യാപകരും ക്ഷമാപണം നടത്തണോ? ഞാനത് ചെയ്തില്ല. എനിക്ക് ആ അദ്ധ്യാപകനെ ഇഷ്ടമായിരുന്നു, എനിക്കറിയാം അദ്ദേഹത്തിനും മറ്റ് മിക്ക ആളുകൾക്കും പരിണാമം പഠിപ്പിക്കാനുള്ള പരിശീലനം ലഭിച്ചിട്ടില്ലെന്ന്, ജീവശാസ്ത്രം മുഖ്യവിഷയമായി പഠിച്ചവർക്ക് പോലും അതിൽ വേണ്ടത്ര ധാരണയില്ല.*

ഇപ്പോൾ ഞാൻ അദ്ധ്യാപകനാണ്. എനിക്ക് വളരെ നന്നായി അറിയാം എന്തുകൊണ്ടാണ് ആളുകൾ പരിണാമം എന്ന വിഷയത്തോടടുക്കുമ്പോൾ ഭയക്കുന്നതെന്ന്. ഞാൻ ലൂയീസിയാനയിൽ എന്താണ് പഠിപ്പിക്കുന്നതെന്ന് പറയുമ്പോൾ ചിലപ്പോഴെങ്കിലും ആളുകൾ എന്നെ വിചിത്രമായി നോക്കാറുണ്ട്. ചിലപ്പോൾ ആളുകൾ പറയും, ഞാൻ ഒരു രക്ഷാകവചത്തിനുള്ളിൽനിന്ന് തല കുനിച്ച് ഒരു കഷണം പേപ്പറിൽ നിന്ന് വായിക്കുമ്പോൾ കുട്ടികൾ എന്റെ നേരെ ബഹളം വെച്ചു കൊണ്ട് എന്റെ മേൽ തിരുസ്നാനജലം തളിക്കുന്നത് അവർ കണ്ടിട്ടുണ്ടെന്ന് (തെക്കൻ അദ്ധ്യാപനത്തെക്കുറിച്ച് ആളുകൾക്കുള്ള സാധാരണവും സ്ഥിരവുമായ ഒരു തെറ്റിദ്ധാരണ; രക്ഷാകവചം യഥാർത്ഥത്തിൽ COVID കാരണമാണ്). പക്ഷെ ഞാൻ അവരോട് നിരന്തരം പറയും 'അല്ലല്ല, അതങ്ങനെയല്ല.' ഞാൻ

നൂറ് കണക്കിന് കുട്ടികളെ LSU-വിൽ പഠിപ്പിച്ചിട്ടുണ്ട്, എന്നാൽ ഇതു വരെയും എതിരഭിപ്രായമൊന്നും കേട്ടിട്ടില്ല. പൊതുവേ കുട്ടികൾ വളരെ മര്യാദയുള്ളവരും സ്വന്തം താത്പര്യപ്രകാരം പഠിക്കാൻ വരുന്നവരുമാണ്. ഞാൻ പറയുന്നത് അവർക്ക് എപ്പോഴും ഇഷ്ടപ്പെട്ടെന്ന് വരില്ല. ഞാൻ പറയുന്നതിനെ അവർ ചോദ്യം ചെയ്തേക്കാം (ഞാൻ അത് പ്രോത്സാഹിപ്പിക്കുന്നു), പക്ഷെ അതിനെ തുടർന്ന് അവർ മോശമായോ മര്യാദയില്ലാതെയോ ഒരിക്കലും പെരുമാറിയിട്ടില്ല. അദ്ധ്യയനകാലത്തിന്റെ അവസാനമുള്ള അജ്ഞാത മൂല്യനിർണ്ണയത്തിൽ പോലും ശാസ്ത്രത്തെക്കുറിച്ച് എനിക്ക് അഭിപ്രായമൊന്നുമുണ്ടായിരുന്നില്ല (മിക്ക മൂല്യനിർണ്ണയങ്ങളും എന്റെ പരീക്ഷകളും അഭ്യാസങ്ങളും എത്രമാത്രം ബുദ്ധിമുട്ടേറിയതാണെന്നതിനെക്കുറിച്ചാണ്). എനിക്ക് തോന്നുന്നത് പ്രശ്നങ്ങളുണ്ടാകാനുള്ള സാഹചര്യങ്ങൾ ഒഴിവായി പോകാൻ എന്നെ സഹായിക്കുന്നതെന്തെന്നാൽ ഞാൻ വിദ്യാർത്ഥികളോട് പറയും, 'നോക്കൂ, ഞാനൊരിക്കലും നിങ്ങളോട് പറയില്ല എന്ത് വിശ്വസിക്കണമെന്ന്. എനിക്കറിയാം എനിക്ക് നിങ്ങളെ എന്തെങ്കിലും വിശ്വസിപ്പിക്കാൻ കഴിയില്ലെന്ന്. എനിക്ക് കേവലം നിങ്ങളെ ലഭ്യമായ വിവരങ്ങൾ കാണിക്കാൻ കഴിയും, എങ്ങനെയാണ് നാം വസ്തുതകൾ തയ്യാറാക്കുന്നതെന്ന് നിങ്ങളെ കാണിക്കാം, എന്നിട്ട് നിങ്ങൾക്ക് സ്വയം തീരുമാനിക്കാം എന്താണ് കൊള്ളേണ്ടതെന്നും തള്ളേണ്ടതെന്നും. പക്ഷേ ഞാൻ നിങ്ങളെ പഠിപ്പിക്കുകയും നിങ്ങൾ പഠിക്കുമെന്ന് ഞാൻ പ്രതീക്ഷിക്കുകയും ചെയ്യുന്നത് ശാസ്ത്രജ്ഞന്മാർ കഠിനമായി പരീക്ഷിച്ച് സ്വീകരിച്ച വസ്തുതകളാണ്.'

ചന്ദ്രനിൽ മനുഷ്യൻ ഇറങ്ങിയെന്നത് ആരെങ്കിലും വിശ്വസിക്കുന്നില്ലെങ്കിൽ, അവരെ അതിന്റെ വീഡിയോ ചിത്രം കാണിക്കുകയോ അല്ലെങ്കിൽ ബഹിരാകാശ യാത്രികർ ഉപേക്ഷിച്ച പോയ പ്രതിധ്വനി യന്ത്രങ്ങളും മറ്റ് വസ്തുക്കളും നിങ്ങൾക്ക് ഇപ്പോഴും കാണാൻ സാധിക്കുമെന്ന് പറഞ്ഞാലോ അവരെ ബോധ്യപ്പെടുത്താനാവില്ല. ഞാൻ അതിനുതകുന്ന എല്ലാ തെളിവുകളും തരാം, പക്ഷേ അപ്പോഴും വിശ്വസിക്കണോ വേണ്ടയോ എന്നത് അവർ തീരുമാനിക്കണം. ആരെങ്കിലും അത് യഥാർത്ഥമല്ല എന്ന് സ്വയം ദൃഢമായി വിശ്വസിക്കുന്നുണ്ടെങ്കിൽ, പിന്നെ ചന്ദ്രനിൽ കാൽകുത്തി എന്നു പറയുന്ന ആളുകളെ സംശയിക്കുക എന്ന വിശ്വാസപ്രമാണമാണ് അവർക്കുള്ളത്. മാത്രമല്ല അത് വ്യാജമാണെന്ന് പറയുന്ന ശാസ്ത്രവിരുദ്ധ സംഘങ്ങളിൽ അവർ പ്രത്യാശയർപ്പിക്കും. അതാണ് വാസ്തവം : അവർ ശാസ്ത്രത്തിനെ വിശ്വസിക്കില്ല. അങ്ങനെയുള്ള ചങ്ങാതിമാർക്ക് വേണ്ടി, നിങ്ങൾ ഉദ്ദേശിക്കുന്ന വിഷയത്തേക്കാൾ ബഹുദൂരം പിന്നിൽ നിന്ന് തുടങ്ങണം അവരെ ആദ്യം ശാസ്ത്രത്തിന്റെ അടിസ്ഥാനം മനസ്സിലാക്കുവാൻ സഹായിക്കാൻ. ഈ രീതിയിൽ, അവർക്ക് എങ്ങനെ (എന്തുകൊണ്ട്) യാണ് തീരുമാനങ്ങളിലേക്ക് എത്തിയിരിക്കുന്നതെന്ന് കാണുവാൻ കഴിയുകയും പൊതുവേ ശാസ്ത്രത്തിന് മേൽ വിശ്വാസമർപ്പിക്കാൻ അത് അവരെ സഹായിക്കുമെന്നും പ്രത്യാശിക്കാം.

അപ്പോൾ നിങ്ങൾ ആരെയാണ് വിശ്വസിക്കുന്നത്? ആത്യന്തികമായി നാം വിശ്വസിക്കുന്നത് സ്വയം നമ്മിലും, നമ്മുടെ വിശ്വാസം നേടിയെടുത്ത നമ്മുടെ സുഹൃദ് വലയം, കുടുംബം, സഹപ്രവർത്തകർ എന്നിവരിലുമാണ്. അതെ, വിശ്വാസം നേടിയെടുക്കേണ്ടതാണ്. നാം അവരിൽ വിശ്വാസമർപ്പിക്കുന്നു, അങ്ങനെയല്ലാതാവാൻ ഒരു കാരണമുണ്ടാകുന്നത് വരെ. ഹെമിങ്‌വേ പറഞ്ഞതു പോലെ, 'നിങ്ങൾക്ക് ആരെങ്കിലും വിശ്വാസയോഗ്യരാണോയെന്ന് അറിയാനുള്ള ഏറ്റവും നല്ല മാർഗ്ഗം അവരെ വിശ്വസിക്കുക എന്നതാണ്.' പ്രിയ വായനക്കാരോട് ഞാൻ എന്നെ വിശ്വസിക്കണമെന്ന് ആവശ്യപ്പെടുന്നു, ഒപ്പം എന്റെ എഴുത്തിനെ ചോദ്യം ചെയ്യണമെന്നും ഞാൻ ആവശ്യപ്പെടുന്നു. നിങ്ങൾക്ക് വിശ്വസിക്കാൻ ബുദ്ധിമുട്ടുള്ള എന്തെങ്കിലും വിവരങ്ങൾ ഇവിടെയുണ്ടെങ്കിൽ, നിങ്ങൾ അതിനെപ്പറ്റി കൂടുതൽ അന്വേഷിക്കുക, ഞാൻ പറയുന്ന സ്രോതസ്സുകളിലൂടെയോ നിങ്ങൾ കണ്ടെത്തിയ സ്രോതസ്സുകളിലൂടെയോ. കഴിഞ്ഞ കാലങ്ങളിൽ നിങ്ങൾ വിശ്വസിച്ചിട്ടുള്ള വിവരങ്ങൾ നിങ്ങൾ ഒന്ന് ശ്രദ്ധയോടെ പരിശോധിക്കണമെന്ന് മാത്രമാണ് ഞാൻ ആവശ്യപ്പെടുന്നത്.

ഒരു വിഷയം മനസ്സിലാക്കുന്നതിൽ ഏറ്റവും പ്രധാനപ്പെട്ട സംഗതി വിശ്വാസമാണ്. നിങ്ങൾക്ക് സ്രോതസ്സിൽ പ്രത്യാശയില്ലെങ്കിൽ, നിങ്ങൾ ലഭിക്കുന്ന വിവരങ്ങൾ വിശ്വസിക്കില്ല. കുറച്ച് വിശ്വാസമൊക്കെയില്ലെങ്കിൽ നിങ്ങൾക്ക് പരിണാമം മനസ്സിലാക്കിത്തരുവാൻ എനിക്ക് സാധിക്കില്ല. എന്നെ നിങ്ങൾ വിശ്വസിക്കാൻ ഞാൻ എന്താണ് ചെയ്യേണ്ടത്? ചെയ്യാനൊന്നുമില്ല. ഞാൻ നിങ്ങളെ പരിണാമം പഠിപ്പിക്കുമ്പോഴും ഈ പുസ്തകം എഴുതുമ്പോഴും ഈ വിഷയത്തിൽ നമുക്ക് ലഭ്യമായിട്ടുള്ളതും ഏറ്റവും ഉത്തമമായതുമായ ശാസ്ത്രീയ വിവരണങ്ങൾ ഞാൻ വിശദീകരിക്കുകയാണ് എന്ന ഉറപ്പ് തരുക മാത്രമാണ് എനിക്ക് ചെയ്യാൻ കഴിയുന്നത്. ഈ ഭൂമിയിലെ ജീവനെക്കുറിച്ച് എന്നെപ്പോലെയുള്ള ശാസ്ത്രജ്ഞന്മാർ വേണ്ടവണ്ണം പരീക്ഷിച്ച് കണ്ടെത്തിയ വിശദീകരണങ്ങൾ മാത്രമാണ് ഞാൻ നിങ്ങൾക്ക് നൽകുന്നത്, കൂടാതെ നാം എങ്ങനെ ഈ വിശദീകരണങ്ങളിലേക്ക് എത്തിച്ചേർന്നു എന്നും ഞാൻ വെളിവാക്കാം.

---

* പരമ്പരാഗത ഗുണവും ആർജ്ജിത ഗുണവും തമ്മിൽ വേർതിരിക്കാനുള്ള ഒരു ഗൃഹപാഠം (ബാറ്റൺ റൂഷ് പൊതുവിദ്യാലയം മൂന്നാം ക്ലാസ്സ്) എന്റെ കുട്ടികൾക്കുണ്ടെന്ന് കണ്ട എനിക്ക് അതിശയവും സന്തോഷവുമുണ്ടായി. കാലം മാറി, പക്ഷെ ഇനിയും കൂടുതൽ പുരോഗതി കൈവരിക്കേണ്ടതുണ്ട്.

വസ്തുതകളും സത്യവും

ഇപ്പോൾ ഞാൻ നിങ്ങളുടെ വിശ്വാസം സമ്പാദിച്ചിരിക്കുന്നതിനാൽ, അല്ലെങ്കിൽ കുറഞ്ഞപക്ഷം തുടർന്ന് വായിക്കാൻ നിങ്ങൾ സന്നദ്ധമായതിനാൽ – നിങ്ങളോട് ഞാൻ അത് തുറന്ന് പറയട്ടെ, എനിക്ക് 'സത്യം' അറിയില്ല. അതുമല്ലെങ്കിൽ, എന്തോ ഒന്ന് സത്യമാണ് എന്ന് ആത്യന്തികമായി തീർപ്പോടുകൂടി പറയാൻ എനിക്ക് കഴിയില്ല. ('???!' നിലവിളിക്കണമെന്നുള്ള നിങ്ങളുടെ ചിന്ത എനിക്ക് കേൾക്കാം). ഞാൻ നിങ്ങളോട് കള്ളം പറയില്ല, എന്നാൽ അനിശ്ചിതത്വമുള്ളപ്പോൾ ഞാൻ അത് സമ്മതിക്കും. വാസ്തവത്തിൽ, ആരെങ്കിലും ആത്യന്തികമായ തീർപ്പോടു കൂടിയുള്ള പരിപൂർണ്ണ 'സത്യം' അവർക്കറിയാമെന്ന് പറഞ്ഞാൽ നിങ്ങൾ അവരെ മുഖവിലയ്ക്ക് എടുക്കുമോ? തീർച്ചയായും, അറിവിന്റെ സഹജമായ അനിശ്ചിതത്വത്തെ മാനിക്കുന്നത് സത്യം മനസ്സിലാക്കുന്നതിൽ നിന്ന് ശാസ്ത്രജ്ഞന്മാരെ തടയുന്നില്ല : ഞങ്ങൾക്കറിയാം സത്യം അവിടെ നിലനിൽക്കുന്നുണ്ടെന്ന്.

അപ്പോൾ എന്താണ് സത്യമെന്ന് നിങ്ങൾക്ക് എങ്ങനെ കണ്ടെത്താനാകും? ഏതായാലും, അത് കള്ളമല്ല എന്ന് തെളിയിക്കാൻ നിങ്ങൾക്കാവും. ഒരു ശാസ്ത്രജ്ഞൻ എന്ന നിലയിൽ, സാങ്കല്പിക സിദ്ധാന്തങ്ങൾ (ഇവ ചോദ്യങ്ങൾക്കുള്ള ഉത്തരങ്ങളാണ്) ഞാൻ പരിശോധിച്ച് അവ സത്യവിരുദ്ധമാണെന്ന് തെളിയിക്കാൻ പരിശ്രമിയ്ക്കും. കള്ളമല്ലാത്തതിനെ 'സത്യം' എന്ന് നിങ്ങൾക്ക് വിളിക്കാമോ – ഒരുപക്ഷേ? ഇത്രയും കാലത്തിനിടയ്ക്ക് നിങ്ങൾക്കറിയാം ചില കാര്യങ്ങൾ 'ഇപ്പോൾ വരെ കള്ളമല്ല' അല്ലെങ്കിൽ 'ഈ സാഹചര്യത്തിൽ കള്ളമല്ല' എന്ന്. ചില വസ്തുക്കൾ നിരന്തരമായ പരീക്ഷണങ്ങൾക്ക് വിധേയമായി തെളിയിക്കപ്പെട്ടതുകൊണ്ട് നാം അവയെ ചോദ്യം ചെയ്യാറില്ല. ഇവയെ നാം വസ്തുതകൾ എന്നു വിളിക്കുന്നു. ഈ ലോകം എങ്ങനെ പ്രവർത്തിക്കുന്നു എന്നുള്ളതിനെക്കുറിച്ച് കാലം തെളിയിച്ച നിരീക്ഷണങ്ങളും വിശദീകരണങ്ങളുമാണ് വസ്തുതകൾ : ഉദാ. : ഒരു ആപ്പിൾ മരത്തിൽ നിന്ന് വീഴുമ്പോൾ ഭൂഗുരുത്വാകർഷണബലം കാരണം നിലം പതിക്കുന്നു. പരീക്ഷണങ്ങളും നിരന്തരമായ ചോദ്യം ചെയ്യലുകളും വഴി നാം സാങ്കല്പിക സിദ്ധാന്തങ്ങളെ പിൻതാങ്ങുന്ന കൂടുതൽ കൂടുതൽ സംശയാതീതമായ തെളിവുകൾ ശേഖരിക്കുന്നു.

അതുകൊണ്ടാണ് ശാസ്ത്രജ്ഞന്മാർ ജീവശാസ്ത്ര പരിണാമത്തെ ചോദ്യം ചെയ്യാത്തത് : പരിണാമം സംഭവിച്ചു, അതിന്റെ തെളിവ് നമുക്ക് ചുറ്റുമുണ്ട്. പരിണാമം ഒരു വസ്തുതയാണ്. നിങ്ങൾക്ക് പരിണാമം നിരാകരിക്കാനാവില്ല – ജീവൻ മറ്റ് ജീവജാലങ്ങൾക്ക് നിദാനമാകുന്നുവെന്നതിനും സമയവും പരിസ്ഥിതിയും കൊണ്ട് പരിഷ്കരിക്കപ്പെടുന്നുവെന്നതിനും വളരെയധികം തെളിവുകളുണ്ട്.

നാം ജീവിക്കുന്ന കാലത്ത് എല്ലാവരും ചിന്തിക്കുന്നത് അവരവർക്ക് വേണ്ട സ്വന്തം 'വസ്തുതകൾ' അവരുടെ ഫോണിലെ ഒരു ഗൂഗിൾ സെർച്ച് വഴി കിട്ടുമെന്നാണ്. മിക്ക ആളുകളും അവർക്ക് എന്താണോ വിശ്വസിക്കാൻ സൗകര്യം, അതാണവരുടെ വിശ്വാസം. എല്ലാ വർഷവും വാക്സിനുകൾ മൂലം ആയിരക്കണക്കിനാളുകൾ കൊല്ലപ്പെടുന്നു എന്ന വാർത്ത അവർ സമൂഹ മാധ്യമത്തിൽ കാണുന്നു, എന്നിട്ട് അവർ അത് പങ്കിടുന്നു, അവരുടെ സുഹൃത്തുക്കളും അത് പങ്ക് വെക്കുന്നു. അവർ ആ ലേഖനം പല തവണ കാണാനിടയാവുന്നതുകൊണ്ട് അത് നന്നായി ഗവേഷണം ചെയ്യപ്പെട്ട താണെന്ന് കരുതുകയും അവരുടെ സുഹൃത് വലയത്തിലുള്ള എല്ലാവർക്കും അത് സ്വീകാര്യമാവുകയും ചെയ്യുന്നു. അത് സത്യമാണെന്ന് അവർക്ക് അനുഭവപ്പെടും കാരണം ആ സുഹൃത്തുക്കളെല്ലാം തന്നെ അന്ധരും വിവേക ശൂന്യരും ശ്രദ്ധക്കുറവുള്ളവരുമായി കാണപ്പെടുന്നു. നിങ്ങളുടെ വസ്തുതകൾ നിങ്ങൾ എടുക്കേണ്ടത് സമൂഹ മാധ്യമങ്ങളിൽ നിന്ന് മാത്രമല്ല. അവിടെ പലപ്പോഴും വസ്തുതകളുടെ വെള്ളം കലർത്തിയ, പെട്ടെന്ന് ദഹിക്കാൻ പാകത്തിനുള്ള വ്യാഖ്യാനങ്ങളാവും കണ്ടെത്താനാവുക (അല്ലെങ്കിൽ പച്ചക്കള്ളമോ വഴി തെറ്റിക്കാനുദ്ദേശിച്ചു കൊണ്ടുള്ളതോ ആകാം) കാരണം ഈ വസ്തുതകളുടെ ശരിയായ സ്രോതസ്സുകൾ കണ്ടെത്താൻ സാധാരണ ക്കാരന് പ്രയാസമാണ് – ഈ അറിവ് യഥാർത്ഥത്തിൽ എവിടെ നിന്ന് കിട്ടി അല്ലെങ്കിൽ എവിടെയാണ് പ്രസിദ്ധീകരിച്ചിരിക്കുന്നത്. പരീക്ഷിക്ക പ്പെട്ട സാങ്കല്പിക സിദ്ധാന്തങ്ങളുടെ ഫലമാണ് വസ്തുതകൾ. സമകാലികർ അവലോകനം ചെയ്ത ശാസ്ത്ര ഗ്രന്ഥങ്ങളിൽ അവ പൂർണ്ണരൂപത്തിൽ കാണാം. ഒരു എളുപ്പ മാർഗ്ഗം ഗൂഗിളിന് പകരം ഗൂഗിൾ സ്കോളർ ഉപയോ ഗിച്ച് (scholar.google.com സന്ദർശിക്കുക – ഇതും ഗൂഗിളിന്റെ ഭാഗമാണ്, സൂക്ഷ്മവും വ്യക്തവുമായ ശാസ്ത്രീയ ജേർണൽ ലേഖനങ്ങൾ മാത്രം), 'പദ്ധതി'കളും 'ഫല'ങ്ങളുമുള്ള ലേഖനങ്ങളുടെ ഭാഗം കണ്ടെത്തുക എന്നതാണ് (അതിന്റെ അർത്ഥം ആ ഗ്രന്ഥകർത്താക്കൾ എന്തോ പരീക്ഷ ണവിധേയമാക്കുകയും അതിനൊരുത്തരം കിട്ടുകയും ചെയ്തു എന്നാണ്). സമകാലികർ അവലോകനം ചെയ്ത ലേഖനങ്ങളിൽ അവലോകനം കൂടാതെ പുതിയ ആശയത്തിലേക്ക് വഴിവെക്കുന്ന അഭിപ്രായ പ്രകടനങ്ങളുമുണ്ടാകാം. പക്ഷേ നിങ്ങൾ അന്വേഷിക്കുന്നത് ഗ്രീൻലാൻഡ് സ്രാവുകൾക്ക് എങ്ങനെ 400 വർഷങ്ങളിൽ കൂടുതൽ ജീവിക്കാനാവും അല്ലെങ്കിൽ ഏറ്റവും പഴക്കം ചെന്ന ഫോസിലുകളുടെ പ്രായം 3.5 ലക്ഷം കോടി (3,500,000,000) വർഷ ങ്ങളാണ് അല്ലെങ്കിൽ $E=mc^2$, ആണെന്നത് എങ്ങനെ ഒരാൾ കണ്ടെത്തി

എന്നൊക്കെയാണെങ്കിൽ ഈ വസ്തുതകളെ* കണ്ടുപിടിക്കുകയും വിശദീകരിക്കുകയും ചെയ്ത ആദ്യപതിപ്പാണ് (യഥാർത്ഥ പ്രമാണങ്ങൾ) നിങ്ങൾ വായിക്കേണ്ടത്. ഈ പ്രമാണങ്ങൾ വായിക്കുക എളുപ്പമല്ല – ഒരു ശാസ്ത്രജ്ഞൻ മറ്റൊരു ശാസ്ത്രജ്ഞന്റെ ലേഖനങ്ങൾ വായിക്കാൻ പോലും ബുദ്ധിമുട്ടാറുണ്ട്. പക്ഷേ നിങ്ങൾ ഓരോ വാക്കും മനസ്സിലാക്കേണ്ട ആവശ്യമില്ല; നിങ്ങൾക്ക് ഫലങ്ങളെന്താണ് എന്നുള്ളതിന്റെ സാരാംശം കിട്ടിയാൽ മതി, എന്താണ് അതുകൊണ്ട് അർത്ഥമാക്കുന്നതെന്നും എന്തിനുവേണ്ടിയാണ് അത് നിലകൊള്ളുന്നതെന്നും. അവയിൽ മിക്കതും അമൂർത്തമായോ അവതാരികയിലോ ചർച്ചകളിലോ ആകാം. വസ്തുതകളുടെ ഉറവിടം കണ്ടുപിടിക്കാനുള്ള അപസർപ്പക ജോലി നിങ്ങൾ എത്രമാത്രം ആസ്വദിക്കുന്നുണ്ടെന്നത് നിങ്ങളെ അതിശയിപ്പിച്ചേക്കാം.

ഈ പുസ്തകത്തിൽ, എല്ലാ വസ്തുതകളുടെയും യഥാർത്ഥ പ്രമാണം പരാമർശിക്കാൻ ഞാൻ ശ്രമിക്കാം, അതിലൂടെ നിങ്ങൾക്ക് യഥാർത്ഥ ഗവേഷണം സ്വയം കണ്ടെത്താനും അവ എങ്ങനെ ഉണ്ടായി എന്ന് കാണാനും കഴിയും. പരിണാമത്തെക്കുറിച്ചുള്ള ചില വസ്തുതകൾ വർണ്ണക്കടലാസ്സിൽ പൊതിഞ്ഞ് ഒരു ഭംഗിയുള്ള പൊതിയാക്കി കുറച്ച് കൂടി ദഹിക്കാൻ എളുപ്പമുള്ളതാക്കുന്നതോടൊപ്പം ചില പശ്ചാത്തലവും ചരിത്രവും കൂടി പരിചയപ്പെടുത്തുകയാണ് ഈ പുസ്തകത്തിന്റെ ഉദ്ദേശ്യം.

ചില ആളുകൾ അവർക്ക് കാണാൻ പറ്റുന്നതേ വിശ്വസിക്കൂ. അതിനാൽ അവരുടെ ജനനത്തിന് മുമ്പുള്ള ചരിത്രം അവർക്ക് നഷ്ടമാകുന്നു, അവരുടെ കാഴ്ചയ്ക്കപ്പുറമുള്ള എല്ലാത്തിനോടും അവർ അന്ധരാണ്. ചില ആളുകൾ കൈകൾ കഴുകാറില്ലെന്ന് അവകാശപ്പെടും, 'എന്തെന്നാൽ അവർ രോഗാണുക്കളിൽ വിശ്വസിക്കുന്നില്ല, കാരണം അവർക്കതിനെ കാണാൻ കഴിയുന്നില്ലെങ്കിൽ അത് നിലനിൽക്കുന്നില്ല,' അല്ലെങ്കിൽ ഭൂമിയ്ക്ക് എന്തെങ്കിലും വളക്രാകൃതി ഉണ്ടോയെന്നറിയാൻ വീട്ടിൽ ഒരു റോക്കറ്റ് നിർമ്മിക്കാൻ ബാദ്ധ്യസ്ഥത തോന്നുക, കാരണം അവരുടെ വിശ്വാസം ഭൂമി പരന്നതാണെന്നാണ്. എന്തായാലും, അവർക്കത് ഗുണം ചെയ്യട്ടെ. അടിസ്ഥാനപരമായി അവർ സംശയാലുക്കളാണ്, ശാസ്ത്രജ്ഞന്മാരെപ്പോലെതന്നെ. വ്യത്യാസമെന്തെന്നാൽ ഇവർക്ക് സൂക്ഷ്മദർശിനിയും ചുണ്ടുള്ള ഗ്ലാസ് പാത്രവുമുള്ളവരെ, അല്ലെങ്കിൽ നിങ്ങളെ രോഗിയാക്കുന്ന സൂക്ഷ്മാണുക്കളെ കണ്ടെത്തിയവരെ, അല്ലെങ്കിൽ ഭൂമി ഉരുണ്ടതാണെന്ന് തെളിയിച്ച ആളുകളെ വിശ്വാസമില്ല (ഭൂമിക്ക് ചുറ്റുപാടും ആളുകൾ ഇപ്പോഴും പറന്നു കൊണ്ടിരിക്കുന്നു). ചില ആളുകൾക്ക് അവരുടെ സ്വന്തം സത്യം കണ്ടുപിടിക്കണം, എന്നുമാത്രമല്ല അവർക്ക് കാണാനോ സ്പർശിക്കാനോ കഴിയാത്ത ഒന്നിനേയും വിശ്വസിക്കില്ല – ഒരു ശാസ്ത്രജ്ഞനും ഡോക്ടറും അവരോട് എന്താണ് ചെയ്യേണ്ടതെന്ന് പറയാൻ പോകുന്നില്ല. പ്രിയ വായനക്കാരാ, നിങ്ങൾ ആ വിഭാഗത്തിൽ പെട്ട ആളായിരുന്നെങ്കിൽ ഇവിടെ വരുമായിരുന്നില്ല. കുറഞ്ഞപക്ഷം പരിണാമ ജീവശാസ്ത്രജ്ഞന്മാർ എങ്ങനെ അവരുടെ വിശദീകരണങ്ങളിലേക്ക് എത്തിച്ചേർന്നു എന്നറിയാൻ നിങ്ങൾക്ക്

താത്പര്യമുണ്ടെന്ന് ഞാൻ പ്രതീക്ഷിക്കുന്നു. അതെ, നിങ്ങൾ എന്നെ അല്പം വിശ്വസിക്കേണ്ടിവരും, പക്ഷേ നമുക്ക് പതുക്കെ ആരംഭിക്കാം. നമുക്ക് കുറച്ച് ചരിത്രത്തിലേക്ക് കടക്കുകയും പരിണാമത്തെക്കുറിച്ചുള്ള ചില വസ്തുതകൾ എങ്ങനെ കണ്ടെത്തിയെന്നും നോക്കാം.

*ഏതെങ്കിലും പൊതു സർവ്വകലാശാല ലൈബ്രറിയിൽ പോയാൽ അവിടുത്തെ ജീവനക്കാർ അവിടെയുള്ള തടിച്ച പുസ്തക കൂട്ടങ്ങൾക്കിടയിൽ നിന്നും പ്രാഥമിക ഉറവിടങ്ങൾ കണ്ടെത്താൻ നിങ്ങളെ സഹായിക്കും. പരിണാമ ജീവശാസ്ത്രത്തിന്, *എവല്യൂഷൻ, സിസ്റ്റമാറ്റിക് ബയോളജി, നേച്ചർ, സയൻസ്* എന്നിവയും ഓൺലൈനിൽ ഉള്ള മറ്റു പല ജേർണലുകളും പരിശോധിക്കുക. വീണ്ടും, അന്വേഷണം ആരംഭിക്കാൻ ഞാൻ ശുപാർശ ചെയ്യുന്നത് 'ഗൂഗിൾ സ്കോളർ' https://scholar.google.com/.

ഭാഗം 2

പരിണാമ വിപ്ലവം

പരിണാമത്തിന്റെ ആമുഖം

നിങ്ങളുടെ കൈയിൽ നോക്കൂ.

എന്തുകൊണ്ടാണ് നിങ്ങൾക്ക് അഞ്ച് വിരലുകൾ ഉള്ളത്?

എന്തുകൊണ്ട് പത്തോ ഇരുപതോ ഒന്നോ ഇല്ല? എന്തുകൊണ്ടാണ് ഒരുപാട് മൃഗങ്ങൾക്ക് അഞ്ച് വിരലുകൾ ഉള്ളത്? മിക്കവർക്കും അഞ്ച് ഒരു തികഞ്ഞ സംഖ്യയായിട്ട് കാണപ്പെടുന്നു. വിചിത്രമെന്നു പറയട്ടെ, കരയിലേക്ക് ആദ്യമായി വന്ന കശേരുമൃഗങ്ങൾക്ക് കുറച്ചു കൂടുതൽ ഉണ്ടായിരുന്നു – ഏഴോ എട്ടോ. ഈ ആദ്യകാല കര കശേരുമൃഗങ്ങൾ കരയിലേക്ക് ഇഴയുന്ന മത്സ്യങ്ങളായിരുന്നു, ആദ്യം ചുരുക്കമായി, പിന്നെ സ്ഥിരമായി, അത് പുരോഗമിച്ച് നീണ്ട കാലയളവിലേക്ക്. ആ വംശത്തിന്റെ പിന്മുറക്കാർ കരയിൽ സ്ഥിരമായി താമസമായതോടെ, വിരലുകളുടെ എണ്ണം കുറഞ്ഞ്, അതേ രീതിയിൽ നിലനിൽക്കുകയും ചെയ്തു.

എങ്ങനെയാണ് മുടി വന്നത്? ഇത് നിങ്ങളുടെ ശരീരത്തിൽ ഇപ്പോഴുള്ള സ്ഥലത്ത് എങ്ങനെയെത്തി എന്ന് എപ്പോഴെങ്കിലും അത്ഭുത പ്പെട്ടിട്ടുണ്ടോ? അല്ലെങ്കിൽ നിങ്ങൾക്ക് അതെല്ലാം എന്തിനാണ്? അതോ, അടുത്തിടെ ഞാൻ അന്വേഷിക്കുമ്പോൾ നാം സസ്തനികളായിരുന്നു : ആ പൊക്കിൾ നോക്കൂ, പാൽ ഉൽപ്പന്നങ്ങളോടുള്ള ഇഷ്ടം – അതെ, നിങ്ങൾ ഒരു സസ്തനിയാണ്. എന്നാൽ നമ്മൾ മറ്റ് സസ്തനികളിൽ നിന്ന് വ്യത്യസ്തരാണ്. എന്തുകൊണ്ടാണ് നമ്മൾ നിവർന്നു നിൽക്കുന്നത്?

തീർച്ചയായും, കംഗാരു നിവർന്നു നിൽക്കുന്ന ഒരു സസ്തനിയാണ്, പക്ഷേ അതിന് ബാലൻസ് ചെയ്യാൻ ഒരു നല്ല കട്ടിയുള്ള വാൽ ഉണ്ട്, എന്നാൽ നമുക്കതില്ല. നിങ്ങൾ ചോദിക്കും, അപ്പോൾ ഒട്ടകപ്പക്ഷിയോ? അവയ്ക്ക് കരുത്തിനും സ്ഥിരതയ്ക്കും വേണ്ടി കണങ്കാലിനും പാദങ്ങൾക്കുമി ടയിൽ ടാർസോമെറ്റാറ്റാർസസ് പോലെ മനോഹരമായും കാര്യക്ഷമമായും സംയോജിപ്പിച്ച അസ്ഥികളുണ്ട്, അതേസമയം നമ്മൾ മുപ്പത്തിമൂന്ന് സന്ധികളുമായി നമ്മുടെ പാദങ്ങളിൽ ചുറ്റുന്നു. എന്താണ് നമ്മൾ ചെയ്യുന്നത്??! രണ്ടു കാലിൽ നടക്കുക ഒരു മികച്ച ആശയമായിരുന്നില്ല. കുറച്ച് നേരം നിന്നതിന് ശേഷം നിങ്ങളുടെ പുറം, കഴുത്ത്, പാദം എന്നിവ വേദനിക്കില്ലേ? നമ്മുടെ പുറം ഒരു ദണ്ഡ് പോലെ നേരെയിരിക്കേണ്ടതിന്

പകരം എന്തുകൊണ്ടാണ് ഒരു റാലി കാറിന്റെ തകർന്ന ഫെൻഡറിനെക്കാൾ മോശമായി വളഞ്ഞിരിക്കുന്നത്? തന്നെയുമല്ല, എന്തിനാണ് ഈ വലിയ തല വളഞ്ഞ നട്ടെല്ലിന് മുകളിൽ ബാലൻസ് ചെയ്ത് കൊണ്ടു നടക്കുന്നത് – ഒരു മോശം ആശയമായി തോന്നുന്നു. ഉഷ്ണരക്തം ഉണ്ടായിരിക്കുന്നത് തണുപ്പ് കാലത്ത് നല്ലതാണ്, പക്ഷേ അത് നമ്മെ എല്ലായ്പ്പോഴും ഭക്ഷണം കഴിക്കാൻ പ്രേരിപ്പിക്കുന്നു. ഇപ്പോൾ നിങ്ങൾക്ക് വിശക്കുന്നുണ്ടെന്ന് ഞാൻ പന്തയം വെക്കാം, മറിച്ച് ആ തണുത്ത രക്തമുള്ള മലമ്പാമ്പിന് മാസങ്ങളോളം ഭക്ഷണം കഴിക്കേണ്ടതിന്റെ ആവശ്യകതയില്ലാതെ വിശ്രമിക്കാം. പിന്നെ പുരുഷന്മാരുടെ മുലക്കണ്ണുകൾ – അത് എന്താണ് സംഭവം? പരിണാമം, അതാണ് സംഭവം. നന്ദി... ഞാൻ ഊഹിക്കുന്നു.

അപ്പോൾ അങ്ങനെയാണ് പരിണാമം എന്ന സംഗതി : നിങ്ങൾ ഓരോ തവണയും ആദ്യം മുതൽ ആരംഭിക്കരുത്, ഓരോ പുതിയ മോഡലിനും വേണ്ടി ശരീരത്തെ പുനർരൂപകൽപ്പന ചെയ്യുന്നു (അതായത്, വർഗ്ഗം). മുമ്പെന്താണോ ഉണ്ടായിരുന്നത് അതിന്റെ പുറത്ത് നിങ്ങൾ കെട്ടിപ്പടുക്കണം. അതിനാൽ ചിലപ്പോൾ നിങ്ങൾ നേരായ അയഞ്ഞ ബന്ധിതമായ മത്സ്യത്തിന്റെ നട്ടെല്ല് എടുത്ത് ഒരുമിച്ച് ഒട്ടിക്കുകയും കുറച്ച് അധികം വളവുകളും തിരിവുകളും നൽകുകയും വേണം.

ഓരോ തവണയും ഞാൻ മനുഷ്യശരീരത്തിലേക്ക് നോക്കുമ്പോൾ, പ്രത്യേകിച്ച് എന്റെ സ്വന്തം ശരീരത്തിലേക്ക് (പ്രത്യേകിച്ചും ഏതാണ്ട് നഗ്നനായി ഡോക്ടറുടെ ഓഫീസൽ കാത്തിരിക്കുമ്പോൾ), ഞാൻ ഇതിനെ നന്നാക്കാനുള്ള വഴികളെക്കുറിച്ച് ആലോചിക്കും. ഞാൻ നമ്മുടെ ജലജീവികളായിരുന്ന പൂർവ്വികരെക്കുറിച്ച് ആലോചിക്കും, അവയാണ് ആദ്യമായി കശേരു കോളം (അതായത്, നിങ്ങളുടെ 'നട്ടെല്ല്'), ശ്വാസകോശങ്ങൾ, വിരലുകൾ, വലിയ കമ്പാർട്ട്മെന്റലൈസ്ഡ് തലച്ചോറുകൾ, ഹൃദയങ്ങൾ മുതലായവ വികസിപ്പിച്ച മൃഗങ്ങൾ. നമ്മൾ വെള്ളത്തിൽ എത്രത്തോളം സുഖകരമായാണ് കഴിഞ്ഞതെന്ന് ഞാൻ ആലോചിച്ചു, ഗുരുത്വാകർഷണവുമായി മല്ലിടാതെ, ബഹിരാകാശത്ത് ഒരു സന്തോഷവാനായ ചെറിയ ബഹിരാകാശയാത്രികൻ വെറുതെ പൊങ്ങിക്കിടക്കുന്നതു പോലെ. നമ്മുടെ ശരീരഭാഗങ്ങളിൽ പലതും ആദ്യമായി വികസിപ്പിച്ചെടുത്തത് വെള്ളത്തിൽ ഉപയോഗിക്കാനാണ്. നമുക്കുണ്ടായിരുന്ന ചെകിള ഘടനകളെക്കുറിച്ച് ഞാൻ ആലോചിച്ചു, അത് വികസിക്കുന്ന ഒരു മനുഷ്യ ഭ്രൂണത്തിൽ നിങ്ങൾക്ക് ഇപ്പോഴും കാണാൻ കഴിയും, അത് നിങ്ങളുടെ ശ്വാസനാളം, താടിയെല്ലുകൾ, നിങ്ങളെ കേൾക്കാൻ അനുവദിക്കുന്ന ചെറിയ അസ്ഥികൾ എന്നിവയിലേക്ക് രൂപാന്തരപ്പെടുന്നു. സ്രാവിന്റെ ശ്വാസനാളം ഉയർത്താൻ സഹായിക്കുന്ന പേശികളോട് സാമ്യമുള്ള പേശികളാണ് നിങ്ങളുടെ കഴുത്തിലും മുതുകത്തും ഉള്ളതെന്ന് ഞാൻ ആലോചിച്ചു.

സ്രാവുകളിൽ നിന്ന് നമുക്ക് പേശികൾ ലഭിച്ചിട്ടില്ല, നാം അവരിൽ നിന്ന് പരിണമിച്ചവരുമല്ല, പക്ഷേ നാം ഒരു പൊതുവായ ജല പൂർവ്വികനെ പങ്കിടുന്നു, വളരെ വളരെ പണ്ട്, അസ്ഥി, തരുണാസ്ഥി എന്നീ ദിശകളിൽ

മൃഗങ്ങൾ അകന്നു പോകുന്നതിന് മുമ്പ്. നമുക്ക് സമീപകാലത്തായി ഒരു പൂർവ്വികൻ ഉണ്ടായിരുന്നു, അത് ഒരു അസ്ഥി മത്സ്യമായിരുന്നു, അതിന്റെ എല്ലാ പിൻഗാമികളെയും, നമ്മളെപ്പോലെയാക്കി, സാങ്കേതികമായും അസ്ഥി മത്സ്യങ്ങൾ തന്നെ. അസ്ഥിമത്സ്യങ്ങളായ നമ്മളെല്ലാവരും – ശുദ്ധജല മത്സ്യങ്ങൾ, കടൽക്കുതിരകൾ, കഴുതകൾ, മനുഷ്യർ – സ്രാവുകളേക്കാൾ പരസ്പരം കൂടുതൽ അടുത്ത ബന്ധമുള്ളവരാണ്. തരുണാസ്ഥി മത്സ്യങ്ങളും അസ്ഥിമത്സ്യങ്ങളും വളരെക്കാലമായി സ്വതന്ത്രമായി വികസിച്ചുകൊണ്ടിരിക്കുന്നു (എന്നുവരികിലും പുതുതായി കണ്ടെത്തിയ ഫോസിൽ തെളിവുകൾ സൂചിപ്പിക്കുന്നത് തരുണാസ്ഥി മത്സ്യങ്ങൾ അസ്ഥികൾ നഷ്ടപ്പെട്ട അസ്ഥി മത്സ്യങ്ങളായിരിക്കാമെന്നാണ്) എന്നാൽ തരുണാസ്ഥി മത്സ്യങ്ങൾ അസ്ഥി മത്സ്യങ്ങളെ അപേക്ഷിച്ച് അവയുടെ ശരീര തരങ്ങളിൽ താരതമ്യേന സ്ഥിരത പുലർത്തുന്നു (മിക്കപ്പോഴും 'സ്രാവ് പോലെ' അല്ലെങ്കിൽ പരന്നതാണ്, തിരണ്ടിമീനിലും നക്ഷത്രമത്സ്യത്തിലും ഉള്ളതുപോലെ). ആ അസ്ഥി മത്സ്യ വംശത്തിലെ ചില അംഗങ്ങൾ വെള്ളത്തിൽ തങ്ങി, ഇന്നും പരിണമിച്ചുകൊണ്ടേയിരിക്കുന്നു (35,000-ലധികം ഇനം ജീവിക്കുന്ന അസ്ഥി മത്സ്യങ്ങളുടെ ഭാഗമായി); മറ്റുള്ളവർ വെള്ളം ഉപേക്ഷിക്കുകയും അനന്തരം കര കശേരുമൃഗങ്ങളും 'നാല് കാലുള്ള മൃഗങ്ങളും' ഉത്ഭവിച്ചു (ചിത്രം 3).

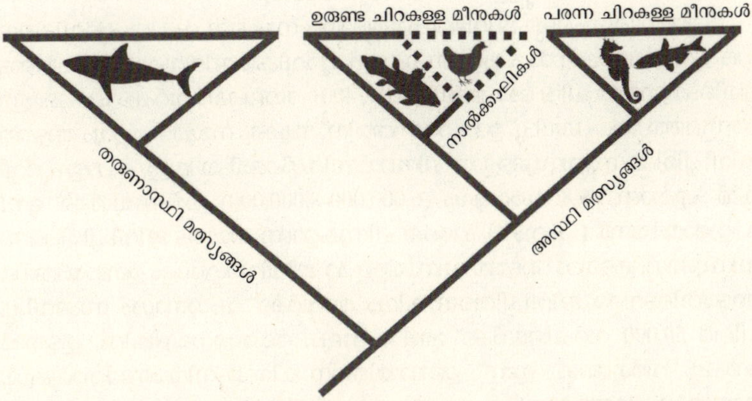

ചിത്രം 3: 'കശേരുമൃഗ ജീവവൃക്ഷം' എന്നത് 'മത്സ്യജീവവൃക്ഷ'ത്തിന് സമാനമാണ് (നിങ്ങൾക്ക് എല്ലാ കശേരുമൃഗങ്ങളെയും 'മത്സ്യം' എന്ന് വിളിക്കാമെന്നതിനാൽ – നാം വംശപരമ്പര പങ്കിടുന്നത് കാരണം); നാൽക്കാലികൾ ഡാഷ് വരകളുള്ള പ്രദേശത്ത് (ഒരു കോഴിയാൽ പ്രതിനിധീകരിക്കുന്നു, എന്നാൽ നിങ്ങൾ അവിടെയും ഉൾപ്പെടുന്നു – മറ്റ് സസ്തനികൾ, പക്ഷികൾ, ഉരഗങ്ങൾ, ഉഭയജീവികൾ എന്നിവരോടൊപ്പം) അസ്ഥി മത്സ്യ വംശത്തിന്റെ ഭാഗമായി; നിയതമായി നിങ്ങൾ ഒരു ഉരുണ്ട ചിറകുള്ള മത്സ്യമാണ് (ഇതിൽ ലംഗ്ഫിഷുകളും സീലകാന്തുകളും ഉൾപ്പെടുന്നു). ഈ മരത്തിൽ അവശേഷിച്ചിട്ടുള്ള കാര്യങ്ങളെയാണ് നമ്മൾ സാധാരണയായി 'മത്സ്യം' എന്ന് വിളിക്കുന്നത് (ചെകിളകളും ചിറകുകളുമുള്ള), മരത്തിന്റെ വരകളുള്ള ഭാഗം മാത്രമാണ് പ്രധാനമായും കരയിൽ കാണപ്പെടുന്ന ഗ്രൂപ്പ് (നിങ്ങളെപ്പോലെ പരിഷ്കരിച്ച ചെകിളകളും ചിറകുകളുമുള്ളവർ).

തരുണാസ്ഥി മത്സ്യങ്ങളും കരയിലേക്ക് ഇരച്ചുകയറിയിരുന്നെങ്കിൽ എന്ത് നന്നായിരുന്നു എന്ന് ഞാൻ ചിലപ്പോൾ അത്ഭുതപ്പെടാറുണ്ട്. ഒന്നാലോചിച്ചു നോക്കൂ – കര സ്രാവുകൾ! പക്ഷേ, അവരുടെ തരുണാസ്ഥി അസ്ഥികൂടം ഒരുപക്ഷേ വേണ്ടത്ര ശക്തമല്ലായിരിക്കാം ഗുരുത്വാകർഷണ ബലത്തെ ദീർഘനേരം ചെറുത്തുനിൽക്കാൻ (നിങ്ങളുടെ മൃദുവായ തരുണാസ്ഥി ചെവിയിൽ നിൽക്കുന്നത് സങ്കൽപ്പിക്കുക), സ്രാവുകൾക്ക് നമുക്കുള്ളതിന്റെ ഇരട്ടി പേശികൾ ഉണ്ടെങ്കിൽ പോലും (75% V/s 30%). നമ്മുടെ പൂർവ്വികജലജീവികൾക്ക് ബലമുള്ള അസ്ഥികൂടങ്ങൾ ഇല്ലായിരുന്നെങ്കിൽ (പിന്നെ ആഴം കുറഞ്ഞ വെള്ളത്തിൽ അതിജീവിക്കാൻ അനുയോജ്യമായ മറ്റ് അവയവങ്ങളും സെൻസറി സംവിധാനങ്ങളും), അവർക്ക് കരയിലേക്ക് കുടിയേറാൻ കഴിയുമായിരുന്നില്ല, എന്നുമാത്രമല്ല നാം ഇവിടെ ഉണ്ടാവുമായിരുന്നില്ല. ചിലപ്പോൾ ആളുകൾ ജീവികളെക്കുറിച്ച് പരാമർശിക്കുമ്പോൾ, പ്രത്യേകിച്ച് മനുഷ്യരെപ്പറ്റി, 'സമ്പൂർണ്ണമായ രൂപകൽപ്പന'യാണെന്ന് പറയും, പക്ഷെ നമ്മുടെ ജലജീവി പൂർവ്വികർക്ക് ഇതിനകം ഉണ്ടായിരുന്നത് വളച്ചുതിരിക്കുക, വലിച്ചുനീട്ടുക തുടങ്ങിയ പണികളെടുക്കേണ്ടിവന്നു. ആ മത്സ്യസംബന്ധമായ തുടക്കത്തിൽ നിന്ന് വന്നതിനാൽ നിങ്ങൾക്ക് ഒരു കരജീവി എന്ന നിലയിൽ സമ്പൂർണ്ണ പരിഹാരം കിട്ടില്ല. (എപ്പോഴെങ്കിലും നടുവേദനയോ ഭക്ഷണം തൊണ്ടയിൽ കുടുങ്ങുകയോ ചെയ്തിട്ടുള്ളവർക്ക് മനസ്സിലാകും).

ഭൂമിയിലെ എല്ലാ ജീവജാലങ്ങളുമായും നാം ഒരു പൊതു പൂർവ്വികനെ പങ്കിടുന്നു, പക്ഷേ നാം പങ്കിടുന്ന പൊതു പൂർവ്വികർ ജീവവൃക്ഷത്തിന്റെ അടുത്തിടെയുണ്ടായ ചില ഭാഗങ്ങളിലാണ്, 400+ ദശലക്ഷം വർഷം പഴക്കമുള്ള മത്സ്യത്തെ അപേക്ഷിച്ച്. ഉദാഹരണത്തിന്, നമുക്കും നമ്മുടെ ഏറ്റവും അടുത്ത ജീവിച്ചിരിക്കുന്ന ബന്ധുക്കളായ ചിമ്പാൻസികൾക്കുമിടയിലുള്ള പൊതു പൂർവ്വികൻ ഏതാണ്ട് 6-8 ദശലക്ഷം (6,000,000-8,000,000) വർഷങ്ങൾക്ക് മുമ്പ് മാത്രമായിരുന്നു. (ചിത്രം 4). പക്ഷേ ചിമ്പുകളാണ് നമ്മുടെ ജീവിച്ചിരിക്കുന്ന ബന്ധുക്കൾ; കൂടുതൽ അടുത്ത ബന്ധമുള്ള മറ്റ് ജീവിവർഗ്ഗങ്ങളും ഉണ്ടായിരുന്നു, അടുത്തിടെവരെ ജീവിച്ചിരുന്നെങ്കിലും അവർക്ക് വംശനാശം സംഭവിച്ചു, ചിലർ 50,000 വർഷങ്ങൾക്ക് മുമ്പ് പോലും. അങ്ങനെയെങ്കിൽ, കൂടുതൽ മനുഷ്യ വർഗ്ഗങ്ങൾ ഇന്ന് ഉണ്ടായിരുന്നെങ്കിലോ-നിയാണ്ടർതാലുകൾ, *ഓസ്ട്രലോപിത്തേക്കസ്, ഹോമോ ഹാബിലിസ്?* അവരുടെ സാന്നിധ്യം മനുഷ്യത്വത്തെക്കുറിച്ചുള്ള നമ്മുടെ വീക്ഷണത്തെ എങ്ങനെ സ്വാധീനിച്ചേനേ? അത് നമ്മൾ പങ്കിടുന്ന സമാനതകളിലേക്ക് നമ്മുടെ കണ്ണുകൾ തുറപ്പിക്കുമെന്നും മനുഷ്യരും മറ്റ് മൃഗങ്ങളും തമ്മിലുള്ള വിടവ് നികത്താൻ അത് നമ്മെ സഹായിക്കുമെന്നും ചിന്തിക്കാനാണ് എനിക്ക് തോന്നുന്നത്. പക്ഷേ വാസ്തവത്തിൽ, നാം വ്യത്യാസങ്ങളിൽ ആയിരിക്കും ശ്രദ്ധ കേന്ദ്രീകരിക്കുന്നതെന്ന് ഞാൻ ഊഹിക്കുന്നു. അതിനെ അഭിമുഖീകരിക്കാം – ഇന്നിവിടെ കൂടുതൽ മനുഷ്യവംശങ്ങൾ ഉണ്ടായിരുന്നെങ്കിൽ, ഖേദകരമെന്നു പറയട്ടെ, വിവേചനത്തിന്റെ പല മുഖങ്ങൾ കൂടി കാണേണ്ടി വന്നേനേ.

നമ്മുടെ വംശം അതിന്റെ സഹിഷ്ണുതയുടെ പേരിലല്ല അറിയപ്പെട്ടിരുന്നത്, ഒരുപക്ഷേ അതും അനേകം ആളുകൾ പരിണാമത്തെ നിരാകരിക്കുന്നതിന്റെ ഘടകങ്ങളിലൊന്നാകാം – അത് നമ്മെ മൃഗങ്ങളുമായി ഒരുപാട് അടുപ്പിച്ച് നിർത്തുന്നു, അത് നമ്മെ ഒരു കുരങ്ങനാക്കുന്നു. ആകസ്മികമായി, നമ്മളെക്കൂടാതെ ജീവനുള്ള മറ്റെല്ലാ കുരങ്ങുകളും – ചിമ്പുകൾ, ഗൊറില്ലകൾ, ഒറംഗുട്ടാനുകൾ, ഗിബ്ബൺസ് – നമ്മൾ കാരണം വംശനാശഭീഷണി നേരിടുന്നു (വേട്ടയാടലിലൂടെയും ആവാസവ്യവസ്ഥ നശീകരണത്തിലൂടെയും). ഒരുപക്ഷേ ഇതേ അസഹിഷ്ണുത കൊണ്ടായിരിക്കാം ഇപ്പോൾ നിലവിലില്ലാത്ത മറ്റ് മനുഷ്യ വർഗ്ഗങ്ങൾ അപ്രത്യക്ഷമായതും ഏതാണ്ട് ഇതേ സമയത്ത് *ഹോമോ സാപിയൻസ്* എണ്ണത്തിൽ പെരുകിയതും. പക്ഷെ ആർക്കറിയാം, നാം നമുക്കും ബാക്കിയുള്ള മൃഗജനതയ്ക്കും ഇടയിലുള്ള രേഖ നേർപ്പിച്ചാൽ, ഒരുപക്ഷേ നമ്മൾ എന്താണെന്ന് സ്വയം കാണാം – ജീവവൃക്ഷത്തിൽ അടുത്തിടെ വികസിച്ച കേവലം മറ്റൊരു ശിഖരം.

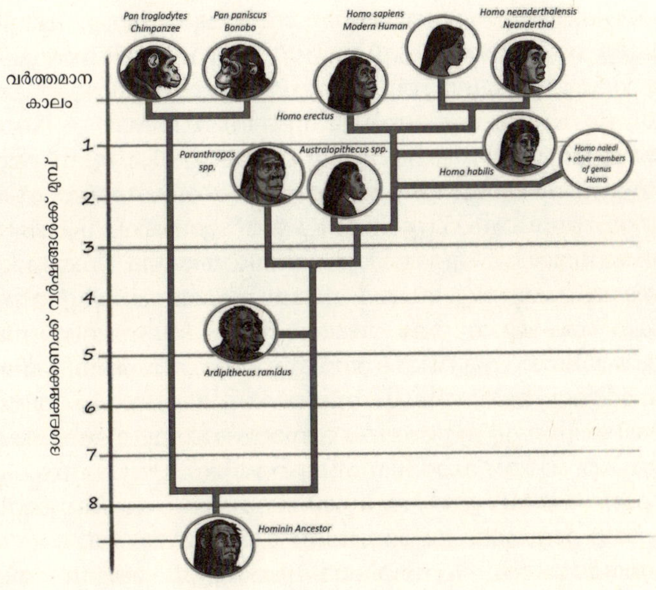

ചിത്രം 4: ജീവിച്ചിരിക്കുന്നതും വംശനാശം സംഭവിച്ചതുമായ മനുഷ്യ സ്പീഷിസുകളുടെ ബന്ധം : ചിമ്പുകൾ നമ്മുടെ ഏറ്റവും അടുത്ത *ജീവിച്ചിരിക്കുന്ന* ബന്ധുക്കളാണ്, എന്നാൽ പണ്ട് നമ്മോട് വളരെ അടുപ്പമുള്ള മറ്റ് ജീവിവർഗ്ഗങ്ങൾ ഉണ്ടായിരുന്നു.

ഒരു പരിണാമ ജീവശാസ്ത്രജ്ഞൻ എന്ന നിലയിൽ, ചരിത്രത്തിന്റെ ദൃഷ്ടിയിലൂടെയും പൂർവിക-സന്തതി ബന്ധങ്ങളിലൂടെയും, എനിക്ക് കഴിയുന്നത്ര

വിശദീകരിക്കാൻ ഞാൻ ആഗ്രഹിക്കുന്നു. ഒരു ചൊല്ലുണ്ട്, 'പരിണാമത്തിന്റെ വെളിച്ചത്തിലല്ലാതെ ജീവശാസ്ത്രത്തിൽ യാതൊന്നിനും അർത്ഥമില്ല.' പരിണാമ ജീവശാസ്ത്രജ്ഞർ ഒരുപാട് കേട്ടിട്ടുള്ള ഈ വാചകം ഇവിടെ വായിക്കുമ്പോൾ അവർക്ക് ഓടി രക്ഷപെടാൻ തോന്നുന്നത് എനിക്ക് ചിത്രീകരിക്കാൻ കഴിയുന്നുണ്ട്, അത് വളരെ മുഷിപ്പിക്കുന്നതായി മാറിയിരിക്കുന്നു (ഏതെങ്കിലും അറിയപ്പെടുന്ന പരിണാമ ജീവശാസ്ത്രജ്ഞർ വെറുതെ ഈ പുസ്തകം തെറ്റുകളുണ്ടോയെന്ന് നോക്കാൻ വായിക്കുന്നുണ്ടെങ്കിൽ). മഹാനായ ജനിതകശാസ്ത്രജ്ഞൻ തിയോഡോഷ്യസ് ഡോബ്ജാൻസ്കിയുടെ വാക്കുകൾ എത്ര ആവർത്തന വിരസമാണെങ്കിലും അവ ഇപ്പോഴും സത്യമാണ്. ജീവികൾ തമ്മിലുള്ള ബന്ധങ്ങൾ കാണാതെ ഭൂമിയിലെ ജീവനെ വെറുതെ വിശദീകരിക്കാൻ കഴിയില്ല, ജീവവൃക്ഷമായി നാം പ്രതിനിധാനം ചെയ്യുന്ന ബന്ധങ്ങൾ (ചിത്രങ്ങൾ 5A, 5B). ഒരു ജീവി മറ്റൊന്നിന് കാരണഭൂതമാകുന്നു, ആ അഞ്ച് വിരലുകൾ പോലുള്ള സ്വഭാവസവിശേഷതകൾ കൈമാറിക്കൊണ്ട്. ചിലപ്പോൾ ആ അഞ്ച് വിരലുകളും വവ്വാലിന്റെ ചിറകായി മാറുന്നു, ചിലപ്പോൾ നീർക്കുതിരയുടെ കാലുകൾ, ചിലപ്പോൾ ഒരു സ്ത്രീയുടെ കൈ. ഉത്പത്തികൾ ഒന്നുതന്നെയാണെന്നാണ് നമ്മുടെ പൊതു പൂർവ്വികരെക്കുറിച്ചുള്ള തെളിവുകൾ കാണിക്കുന്നത്. എന്നാൽ പരിണാമവും അത്ര അർത്ഥവത്തായ കാര്യമല്ല : ആ പുറംവേദന, നമ്മുടെ വിചിത്രമായ കാൽമുട്ട് സന്ധി, ആ പുരുഷ മുലക്കണ്ണുകൾ. നിങ്ങൾ നല്ലതിനൊപ്പം ചീത്തയും സ്വീകരിക്കേണ്ടതുണ്ട്, എന്നുമാത്രമല്ല ഒരു ജീവിയിൽ നിന്ന് മറ്റൊന്നിലേക്കുള്ള മാറ്റത്തിലൂടെ മാത്രമേ നിങ്ങൾക്ക് അത് വിശദീകരിക്കാൻ കഴിയൂ. പരിണാമം വസ്തുക്കളെ പൂർണ്ണമാക്കുന്നില്ല; അത് ഏതെങ്കിലും വ്യക്തിയെയോ സംഘത്തിനെയോ ഏതെങ്കിലും ലക്ഷ്യത്തിലേക്ക് നയിക്കാനുള്ള യാതൊന്നും ചെയ്യുന്നില്ല. നിങ്ങൾ ദീർഘകാലം അതിജീവിച്ച് നിങ്ങളുടെ ജീനുകൾ കൈമാറാൻ തക്ക ആരോഗ്യവാനും ഭാഗ്യവാനുമാണെങ്കിൽ, നിങ്ങൾ പരിണാമ പ്രക്രിയയുടെ നേരിട്ടുള്ള ഒരു ഭാഗഭാക്കാണ്. പരിണാമം കരുണാർദ്രമല്ല; അത് തികച്ചും നിഷ്ഠൂരമാവാം (സ്വാഭാവിക തിരഞ്ഞെടുപ്പുമായി ബന്ധപ്പെട്ട് ഇത്രയധികം മത്സരവും മരണവും നടക്കേണ്ടതിന്റെ ആവശ്യകത ഓർത്ത് ഡാർവിന് അദ്ദേഹത്തിന്റെ പ്രത്യാശ നഷ്ടപ്പെട്ടിരുന്നേക്കാം), പക്ഷേ ഇത് ആസൂത്രിതമല്ല: ഇത് ഭാവിയെക്കുറിച്ചുള്ള കാഴ്ചപ്പാടോ ഉദ്ദേശ്യമോ ഇല്ലാതെയാണ് പ്രവർത്തിക്കുന്നത്.

സന്ദർഭവശാൽ, പുനരുത്പാദിപ്പിക്കാത്തത് കൊണ്ട് നിങ്ങൾ പരിണാമ പ്രക്രിയയിൽ ഉൾപ്പെടുന്നില്ലെന്ന് അർത്ഥമില്ല. ഒരു ജനവിഭാഗത്തിലെ പ്രത്യുൽപ്പാദനശേഷിയില്ലാത്ത അംഗങ്ങൾ പരോക്ഷമായി പരിണാമത്തിൽ ഉൾപ്പെട്ടിരിക്കുന്നു, മറ്റുള്ളവരെ അതിജീവിക്കാൻ സഹായിച്ചുകൊണ്ട്, ഉദാ. : സ്വന്തമായി കുട്ടികളില്ലാത്ത കസിൻ, തൊഴിലാളി തേനീച്ചകൾ മുതലായവർ. പ്രത്യുൽപ്പാദനം നടത്തുന്ന വ്യക്തികളുമായി മേൽപറഞ്ഞവർ പങ്കിടുന്ന ജീനുകൾ കൈമാറാൻ മേൽപറഞ്ഞവർ സഹായകരമാകുന്നു.

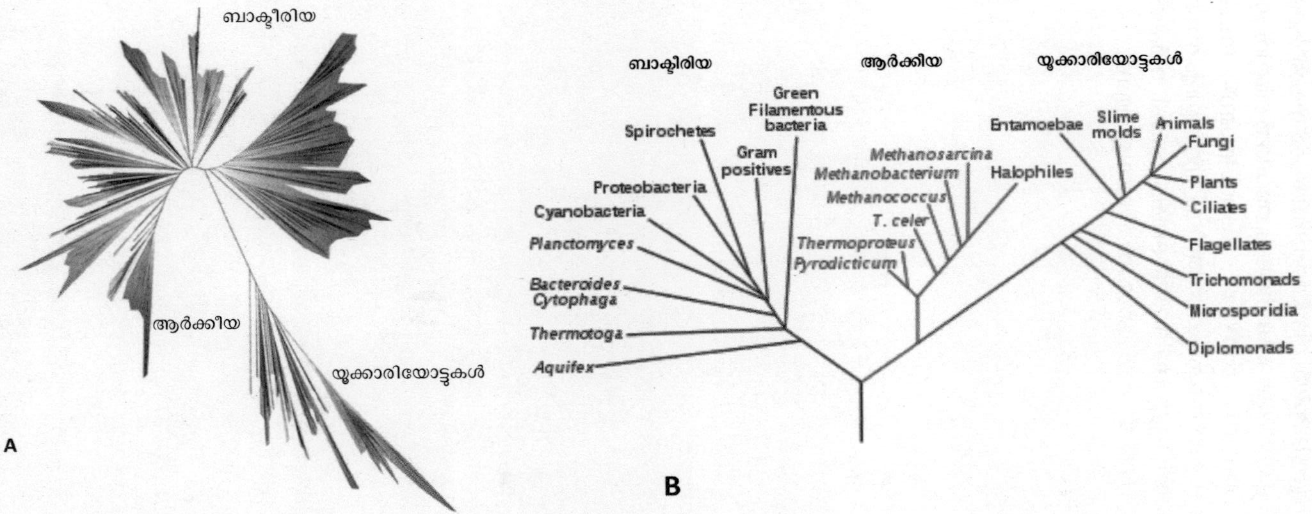

ചിത്രം 5A, 5B: ജീവവൃക്ഷത്തിന്റെ രണ്ട് ചിത്രീകരണങ്ങൾ. (A) Hug et al. 2016 നിന്നുള്ള തന്മാത്രാ തെളിവുകളുള്ള ഫൈലോജെനി; (B) പ്രധാന ഡിവിഷനുകൾ കാണിക്കുന്ന ലളിതമായ പതിപ്പ്.

പരിണാമ പ്രക്രിയയുടെ ഫലമാണ് ഇന്ന് നമ്മൾ ജീവിക്കുന്ന അതിജീവിച്ചവർ, ഒരു പൂർവ്വികനിൽ നിന്ന് മറ്റൊന്നിലേക്ക് നമുക്ക് കണ്ടെത്താനാകുന്ന പരിഷ്കരിച്ച ബിറ്റുകളും കഷണങ്ങളും. അതിന്റെ തെളിവ് ഇരിക്കുന്നത് നാമെല്ലാം പങ്കിടുന്ന ജനിതക കോഡിലാണ് (ഡിഎൻഎയും ആർഎൻഎയും), ഇത് നമുക്ക് മാംസത്തിലും എല്ലുകളിലും സ്വഭാവത്തിലും കാണാം, പിന്നെ ഏതാണ്ട് നാല് ലക്ഷം കോടി വർഷങ്ങളിലായി സംഭവിച്ച മാറ്റങ്ങൾ അസ്ഥിപഞ്ജരാവശിഷ്ടങ്ങളിലുമുണ്ട്.

ജീവന്റെ മഹത്തായ ശൃംഖല/ജീവന്റെ ഗോവണി

പല കാര്യങ്ങളിലും ചെയ്യുന്നത് പോലെ അരിസ്റ്റോട്ടിലിൽ നിന്ന് തുടങ്ങാം. ജീവിതത്തെക്കുറിച്ചുള്ള അദ്ദേഹത്തിന്റെ വീക്ഷണം 'ദി ലാഡർ ഓഫ് ലൈഫ്' (അല്ലെങ്കിൽ *Scala Naturae*) എന്ന വിളിക്കപ്പെട്ട ഒരു ശ്രേണി യായിരുന്നു. അദ്ദേഹം നിർജ്ജീവ ജീവനെ താഴെയും മനുഷ്യരെ മുകളിലും സജ്ജമാക്കി (പിന്നീട് അത് *ദി ഗ്രേറ്റ് ചെയിൻ ഓഫ് ബീയിംഗ്* എന്നതിലേക്ക് രൂപാന്തരപ്പെട്ടപ്പോൾ മാലാഖമാരെയും ദൈവങ്ങളെയും മറ്റും മറ്റുള്ളവർ കൂട്ടിച്ചേർത്തു) (ചിത്രം 6). 1000 വർഷത്തിലേറെ സാധാരണ ലോകത്തെപ്പറ്റിയുള്ള പാശ്ചാത്യരുടെ മനസ്സിലാക്കലിൽ അരിസ്റ്റോട്ടിലിന്റെ കൃതികൾ വളരെ പ്രധാനപ്പെട്ട സ്വാധീനമാണ് ചെലുത്തിയത്, എന്നുമാത്രമല്ല *ദി ലാഡർ ഓഫ് ലൈഫ്/ഗ്രേറ്റ് ചെയിൻ ഓഫ് ബീയിംഗ്* എന്ന ഭാവാർത്ഥത്തിലാണ് ഇപ്പോഴും എത്രയെങ്കിലും പേർ പരിണാമം മനസ്സിലാക്കുന്നത്, അതായത്, ഒരു രേഖീയ പ്രക്രിയയായി ബാക്ടീരിയയും ചെടികളും താഴെ 'ആദിമ'രായും പിന്നെ ഒരു നേർരേഖയായും മത്സ്യങ്ങൾ > ഉഭയജീവികൾ > ഉരഗങ്ങൾ > സസ്തനികൾ, പിന്നെ മനുഷ്യരും ഒരു പ്രത്യേക വിഭാഗമായി മുകളിൽ.

ജീവിതം എങ്ങനെയാണ് ചിട്ടപ്പെടുത്തിയിരിക്കുന്നതെന്ന ആ പഴയ, ഒറ്റവരി കാഴ്ചയുടെ പ്രശ്നം, അത് ജീവിതം ഒരു നേർരേഖയിൽ പരിണ മിക്കുന്നതായി ചിന്തിക്കാൻ നമ്മെ പ്രേരിപ്പിക്കുന്നു എന്നതാണ്. പരിണാമം അംഗീകരിക്കുന്ന ആളുകൾ പോലും ഈ രേഖീയ വീക്ഷണം മൂലം കാര്യ ങ്ങളെ തെറ്റായി മനസ്സിലാക്കാനിടയുണ്ട്. നമ്മളെ കൂടാതെയുള്ള മറ്റെല്ലാ ജീവജാലങ്ങളെയും അവർ കാണുന്നത് മനുഷ്യരിലേക്ക് നയിക്കുന്ന കീഴാള മുൻഗാമികളായാണ്. അവർ ചിമ്പാൻസികളെ കാണുന്നത് മനുഷ്യർക്ക് മുമ്പുള്ള ഒരു പടി എന്ന നിലയിലാണ്, നമ്മൾ അവരിൽ നിന്ന് നേരിട്ട് പരിണമിച്ചതുപോലെ. ആ വീക്ഷണത്തിൽ, അവർ ചിമ്പുകളെയും മറ്റ് കുരങ്ങുകളെയും മനുഷ്യരുടെ 'ആദിമ' മുൻഗാമികളായി കാണുന്നു, എന്നാൽ അവരങ്ങനെയല്ല. അതുപോലെ തന്നെ അവർ ഒരു മത്സ്യത്തെ തവളയുടെ

ഒരു പടി മുമ്പായി കാണുന്നു, പിന്നെ തവളയെ ചീങ്കണ്ണിയുടെയോ മറ്റേതെങ്കിലും ഉരഗത്തിന്റെയോ ഒരു പടി മുമ്പിൽ കാണുന്നു. രേഖീയ ചിന്തകൾ കലാശിക്കുന്നത് പരിണാമത്തെക്കുറിച്ചുള്ള ഒരു വളരെ മോശമായ മനസ്സിലാക്കലിലാണ്, അതുപോലെ തന്നെ നമ്മെക്കുറിച്ച് ഒരു വികലമായ ബോധവും ജനിപ്പിക്കും, പ്രത്യേകിച്ച് മനുഷ്യവർഗ്ഗങ്ങളുടെയും ലിംഗഭേദങ്ങളുടെയും സാമൂഹികമായി നിർമ്മിച്ച വീക്ഷണങ്ങൾ അതിൽ ഉൾപ്പെടുത്താൻ വേണ്ടി നാം യത്നിക്കുമ്പോൾ.

ചിത്രം 6: *Scala Naturae*യുടെ പ്രതിനിധാനം, ശ്രേണിയുടെ മുകളിൽ മനുഷ്യനും താഴെ ചെറിയ രൂപങ്ങളും.

ഏറ്റവും കൂടുതൽ വിറ്റഴിക്കപ്പെടുന്ന, പുരുഷകേസരികളുടെ *ജീവിതത്തിൽ വേണ്ട 12 നിയമങ്ങൾ* എന്ന സ്വയം-സഹായ പുസ്തകത്തിൽ ജോർദൻ ബി. പീറ്റേഴ്സൻ നിയമം 1 ആയി വാദിക്കുന്നത് 'നിങ്ങളുടെ തോളുകൾ പിന്നിലേക്കാക്കി നേരെ നിവർന്ന് നിൽക്കുക' എന്നാണ്, അദ്ദേഹം തന്റെ വാദം പടുത്തുയർത്തിയിരിക്കുന്നത് ഒരു തെറ്റായ ആശയത്തിന്റെ അടിസ്ഥാനത്തിലാണ്, അതായത് നാം ഉരുത്തിരിഞ്ഞു വന്നത് കവച വർഗ്ഗ ജീവികളിൽ നിന്നാണെന്നും, നമ്മൾ എത്രവിധേനയും അവരോടൊപ്പം ചില പൊതു സഹജമായ ചേഷ്ടിതങ്ങൾ നിലനിർത്തേണ്ടതുണ്ടെന്നും. എങ്ങനെയാണ് യുദ്ധത്തിൽ വിജയിക്കുന്ന ഞണ്ടുകൾക്ക് നേരെ നില്ക്കുന്ന രീതികളുള്ളതെന്ന് പീറ്റേഴ്സൻ വിശദീകരിക്കുന്നു : പരാജിതർ മാത്രമാണ് കുനിഞ്ഞു നിൽക്കുന്നത്. ശരി, കുനിയുന്നത് മോശമാണെന്ന് ഞാൻ സങ്കൽപ്പിക്കാം, പക്ഷെ നമ്മൾ ഞണ്ടുകളല്ല, എന്നുമാത്രമല്ല നമ്മൾ അവരിൽ നിന്ന് പരിണമിച്ചവരുമല്ല. നാം അവരുമായി ഒരു പൊതു പൂർവ്വികനെ പങ്കിടുന്നുണ്ട്, നാം ഭൂമിയിലെ മറ്റെല്ലാ ജീവജാലങ്ങളോടൊപ്പവും ചെയ്യുന്നത് പോലെ, പിന്നെ ആ പൂർവ്വികൻ സെറോടോണിൻ (നമുക്കും മറ്റെല്ലാ മൃഗങ്ങൾക്കും പൊതുവായി ഉള്ളത്) പോലുള്ള ചില പൊതു ഹോർമോണുകൾ നമുക്ക് തന്നു. പീറ്റേഴ്സന്റെ രചന സൂചിപ്പിക്കുന്നതു പോലെ നമുക്ക് ആ സ്വഭാവവിശേഷങ്ങൾ ലഭിച്ചത് ഏതോ ഞണ്ട് പൂർവ്വികനിൽ നിന്നല്ല. മാത്രമല്ല എന്തിന് പെരുമാറ്റങ്ങൾ ഏതെങ്കിലും വിധത്തിൽ തിരഞ്ഞെടുക്കണം? നീണ്ട ഒറ്റനിര കുടിയേറ്റങ്ങളുമായി നടന്നുകൊണ്ടിരിക്കുന്ന ചിലയിനം ഞണ്ടുകൾ എങ്ങനെ രസകരമായ 'കോംഗ ലൈനുകൾ' രൂപീകരിച്ചു എന്നദ്ദേഹം വിവരിക്കുന്നില്ല. പ്രത്യക്ഷത്തിൽ, അവരുടെ പെരുമാറ്റങ്ങളുടെ ആ ഭാഗം ആധുനിക-പുരുഷ മനുഷ്യാവസ്ഥക്ക് പ്രസക്തമായ എന്തെങ്കിലുമാണ് എന്നദ്ദേഹത്തിന് തോന്നിയില്ല.

അതേ പുസ്തകത്തിൽ, പീറ്റേഴ്സൺ വാദിക്കുന്നു ലൈംഗികതയും ലിംഗഭേദവും അവശ്യമായും നിശ്ചയിച്ചിട്ടുള്ളതാണ്, കാരണം ലിംഗഭേദവും വ്യതിരിക്തമായ ലൈംഗികതയും ദശലക്ഷക്കണക്കിന് വർഷങ്ങൾക്ക് മുമ്പ് കണ്ടുപിടിച്ചതാണ്, പിന്നെ അമ്മ/അച്ഛൻ/കുട്ടികൾ എന്ന ബന്ധുത്വം ചരിത്രത്തിലെ ഏറ്റവും പഴക്കമുള്ളതാണ്. പക്ഷെ, നമ്മുടെ പരിണാമ ചരിത്രത്തിലോ ജീവവൃക്ഷത്തിലുടനീളമോ സൂക്ഷിച്ചു നോക്കിയാൽ, അവിടെ പെണ്ണുങ്ങൾ മാത്രമുള്ള വംശങ്ങളുണ്ട് (ആമസോൺ മോളീസ് പോലെ, *പോസിലിയ ഫോർമോസ*), ബഹുലിംഗ/മിശ്രലിംഗ/ലിംഗമില്ലാത്ത വംശങ്ങളുമുണ്ട് (പല കുമിളുകൾക്കും 'ഇണചേരൽ തരങ്ങൾ' ഉള്ളതു പോലെ അല്ലെങ്കിൽ നൂറുകണക്കിന് ലിംഗങ്ങൾ ഉള്ള സ്ലൈം പൂപ്പൽ പോലെ), ലിംഗഭേദം മാറ്റുന്ന ജീവികളുണ്ട് (പല മത്സ്യ ഇനങ്ങൾ), പിന്നെ അതേ വിഭാഗത്തിലെ ഒരു ഇണയെ കണ്ടെത്തേണ്ട ആവശ്യകതയില്ലാതെ പുനരുത്പാദിക്കുന്ന വർഗ്ഗങ്ങളുമുണ്ട്. നിങ്ങൾക്ക് തീർച്ചയായും വാദിക്കാം ചിലതരം ലൈംഗികതകൾ പഴഞ്ചനാണെന്ന്. ജീവിതത്തെക്കുറിച്ചുള്ള

ആ വഴിതെറ്റിക്കുന്ന രേഖീയ വീക്ഷണം വെള്ളക്കാരാണ് പരിണാമ ഗോവണിയുടെ മുകളിലുള്ളതെന്ന ചിന്തയിലേക്ക് ആളുകളെ നയിക്കുന്നു, 'കീഴ്ത്തരമായ' ജീവികളെ അടിമയാക്കാനോ സ്ത്രീജനങ്ങളെ വീട്ടിൽ നഗ്നപാദയും ഗർഭിണിയുമായി വെയ്ക്കാനോ യുക്തമായ ഒരു വാദമാണിത്. അത്തരത്തിലുള്ള ചിന്തയാണ് ദളിതരെ താഴ്ന്നതും ബ്രാഹ്മണരെ ഉയർന്നതും ആക്കിയത്. ഇങ്ങനെ ചിന്തിക്കുന്നത് വഞ്ചനാപരമാണ്, പിന്നെ ഒരു കപടമായ ശ്രേണി കാരണം മറ്റ് ജീവജാലങ്ങളേക്കാൾ മെച്ചപ്പെട്ടതാണ് തങ്ങൾ എന്ന് ആളുകളെ ബോധിപ്പിക്കാൻ പരിണാമത്തിനെ നാം ആധികാരികതയോടെ ഒരു തെറ്റായ ഉദ്ദേശ്യത്തിനായി ഉപയോഗിക്കരുത്. അതിന്റെ ഏറ്റവും മോശമായ രൂപത്തിൽ, ഇത്തരത്തിലുള്ള ചിന്താഗതി എല്ലാ മനുഷ്യരാശിയിലേക്കും വ്യാപിക്കുകയും വംശീയത, വർഗീയത, ലിംഗവിവേചനം, ട്രാൻസ്ഫോബിയ, ഹോമോഫോബിയ തുടങ്ങിയവയിലേക്ക് നയിക്കുകയും ചെയ്യുന്നു. വാസ്തവത്തിൽ, ഗുണകാംക്ഷിയായ ആളുകളുടെ ജീവവൃക്ഷത്തെക്കുറിച്ചുള്ള സൂക്ഷ്മമായ ഒരുപാട് ചിത്രീകരണങ്ങളിൽ ഇപ്പോഴും മനുഷ്യകുലത്തിനെ കാണിക്കുന്ന ശാഖയിൽ മനുഷ്യവർഗ്ഗത്തെ മുഴുവൻ പ്രതിനിധാനം ചെയ്യാൻ ഉപയോഗിച്ചിരിക്കുന്നത് ഏതോ ഒരു പ്രായം ചെന്ന വെളുത്ത മനുഷ്യന്റെ ചിത്രമാണ്, ഒരു കുട്ടിയെയോ, ബ്രൂസ്‌ലിയെയോ അല്ലെങ്കിൽ കമല ഹാരിസിനെയോ പോലും 'മനുഷ്യനെ' പ്രതിനിധീകരിക്കാൻ വേണ്ടി എളുപ്പത്തിൽ തിരഞ്ഞെടുക്കാമായിരുന്നു. അത് തിരുത്തപ്പെടേണ്ട പ്രാതിനിധ്യത്തിന്റെ പ്രശ്നമാണ്. വയസ്സായ വെള്ളക്കാരനെതിരെ യാതൊന്നുമില്ല, പക്ഷേ പ്രാതിനിധ്യം പ്രധാനമാണ്; ഏതാണ്ട് പരിണാമ വൃക്ഷത്തിനടുത്ത് ഒരേ ഉപഗ്രൂപ്പിനെ ഉത്തമ മനുഷ്യനായി പ്രതിനിധീകരിച്ച് കാണുന്നത് ദോഷകരമാണ്.

നമുക്ക് അരിസ്റ്റോട്ടിലിന്റെ ശ്രേണിയിലേക്ക് മടങ്ങാം. ഇന്ന് മിക്ക ആളുകളും മനുഷ്യൻ സസ്യങ്ങളിൽ നിന്നോ ഫംഗസിൽ നിന്നോ പരിണമിച്ചതായി കരുതുന്നില്ല, അതിനാൽ പരിണാമത്തെ സങ്കൽപ്പിക്കുന്നവർ ജീവന്റെ വിവിധ രൂപങ്ങളിൽ നിന്ന് ചില ശിഖരങ്ങളുടെ വ്യക്തമായ വഴിപിരിയലുകൾ കുറഞ്ഞപക്ഷം ഉണ്ടായതായി കാണുന്നു. ഞങ്ങൾ പലപ്പോഴും ജീവിതത്തെ ശാഖിതമായ ഒരു വൃക്ഷമായിട്ടാണ് സങ്കൽപ്പിക്കുന്നത്, 'ജീവവൃക്ഷ'ത്തിലുള്ളതു പോലെ, പക്ഷേ മറ്റ് വഴികളും ഉണ്ട് (ചിത്രം 7A). പല ആളുകളും തെറ്റായ രേഖീയ വീക്ഷണത്തിലേക്ക് മടങ്ങുന്നു, കാരണം നമ്മോടൊപ്പം ജീവിതം അതിന്റെ അവസാനം ക്രമീകരിക്കാനും, ബാക്കിയെല്ലാം നമ്മുടെ പിന്നിലായി ക്രമീകരിക്കാനും എളുപ്പമാണ്. (ചിത്രം 7B #1). ഒരു കേന്ദ്രത്തിൽ നിന്ന് വികസിക്കുന്ന ഒരു കുറ്റിച്ചെടിയായോ അല്ലെങ്കിൽ പൊട്ടിത്തെറിക്കുന്ന ഒരു പടക്കമായോ ജീവിതത്തെ നാം സങ്കൽപ്പിച്ചാൽ അത് കൂടുതൽ കൃത്യതയുള്ളതായിരിക്കും. ഇന്ന് നമുക്ക് ചുറ്റുമുള്ള ജീവൻ കോടിക്കണക്കിന് വർഷങ്ങൾക്ക് മുമ്പ് ആരംഭിച്ച ഒരു പ്രക്രിയയുടെ ഭാഗമാണ്, മാത്രമല്ല ഇന്ന് ജീവിച്ചിരിക്കുന്ന സകലതും ഒരു മധ്യബിന്ദുവിൽ നിന്ന് തുല്യ അകലത്തിലാണ്. ജീവന്റെ ഉത്ഭവത്തെ 'ആ

വലിയ ജനന'മായി ചിന്തിക്കാം നമ്മുടെ പ്രപഞ്ചം രൂപീകരിച്ച മഹാ വിസ്ഫോടനം പോലെ, അതിന്റെ മധ്യത്തിൽ നിന്ന് ജീവൻ പ്രസരിച്ച എന്നതൊഴിച്ച് (ആദ്യ ജീവൻ), പിന്നെ നമ്മളും മറ്റ് ജീവജാലങ്ങളും പുറത്തുള്ള അറ്റത്ത് നിലവിലുണ്ട് (ചിത്രം 7B).

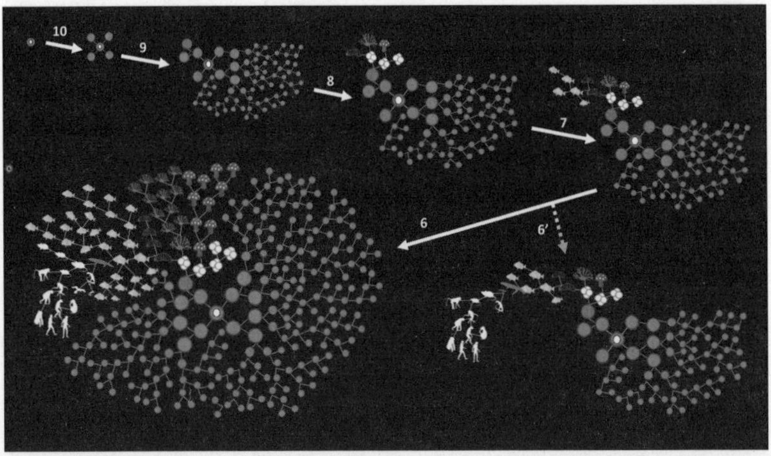

ചിത്രം 7A: എല്ലാ ജീവജാലങ്ങളെയും ബന്ധിപ്പിക്കുന്ന പ്രക്രിയയാണ് പരിണാമം. ഭൂമിയിലെ ജീവൻ പലപ്പോഴും ചിത്രീകരിക്കപ്പെടുന്നത് ഒരു വൃക്ഷം പോലെയുള്ള രൂപമായിട്ടാണ് (ചിത്രം 5-ൽ ഉള്ളത് പോലെ). എന്നാൽ നിങ്ങൾക്ക് ഇതിനെ ഒരു വലയായും സങ്കൽപ്പിക്കാം, പരസ്പരബന്ധിതമായ പൂർവ്വികരും പിൻഗാമികളും തമ്മിലുള്ള ബന്ധുത്വം ഒരു അവിഭാജ്യമായ പരന്നുകിടക്കുന്ന ശ്രേണിയായി പ്രദർശിപ്പിക്കുന്ന വല (മുകളിലെ ചിത്രത്തിലെന്നപോലെ). പ്രധാനമായി, വംശനാശം ഇവിടെ ചിത്രീകരിച്ചിട്ടില്ല (എന്നാൽ ചിത്രം 7B കാണുക). ആദ്യ ജീവനിൽ നിന്നുള്ള ആരംഭം, ഒരൊറ്റ കോശം (വെളുത്ത മുട്ടയുടെ ആകൃതിയിലുള്ള കേന്ദ്രം) കൂടുതൽ വികസിക്കുന്നതായി പ്രതിനിധീകരിക്കുന്നു, പുതിയ തരത്തിലുള്ള ഏകകോശ ജീവനെ (മധ്യത്തിൽ ദ്വാരങ്ങളില്ലാതെ) മറ്റ് സർക്കിളുകൾ പ്രതിനിധീകരിക്കുന്നു, ഓരോന്നും വ്യത്യസ്ത ഇനം (ഘട്ടങ്ങൾ #10 മുതൽ #9 വരെ). ആ ഏകകോശ ജീവിതം വികസിച്ചുകൊണ്ടേയിരിക്കുന്നു, ഒപ്പം ബഹുകോശവും (ഘട്ടം 8) ഫംഗസ്, സസ്യങ്ങൾ, മൃഗങ്ങൾ എന്നിവ വലയുടെ അതത് ഭാഗങ്ങളിൽ നിന്നുള്ള ആ ഗുണങ്ങൾ നേടുന്നു (ബഹുകോശം ഒന്നിലധികം തവണ പരിണമിക്കും സ്വതന്ത്രമായി). നാം ആ വലയിലെ മൃഗങ്ങളുടെ ഭാഗത്ത് മാത്രം ശ്രദ്ധ കേന്ദ്രീകരിക്കുകയാണെങ്കിൽ, മത്സ്യങ്ങൾ പ്രതിനിധീകരിക്കുന്ന കശേരു ജീവികളുടെ ഒരു വൈവിധ്യവൽക്കരണം നമുക്ക് ലഭിക്കും (ഘട്ടം #7), എന്നിട്ട് നമ്മൾ കശേരുക്കളുടെ രേഖ പിന്തുടരുകയാണെങ്കിൽ മത്സ്യങ്ങൾ വികസിക്കുകയും വൈവിധ്യവത്കരിക്കുകയും ചെയ്യുന്നത് തുടരുന്നതായി നിങ്ങൾക്ക് കാണാം, എന്നാൽ ആ ഒരു മത്സ്യ വംശം വികസിക്കുകയും മനുഷ്യരുൾപ്പെടെയുള്ള സസ്തനികളിൽ കലാശിക്കുന്ന രേഖയ്ക്ക് കാരണമാവുകയും ചെയ്യുന്നു (ഘട്ടം #6). എന്നിരുന്നാലും, നമ്മൾ പരിണമിച്ചത് പോലെ, ബാക്കിയുള്ള ജീവനുകളും ചെയ്തു (പൂർണ്ണമായ ഘട്ടം 6), ഒപ്പം കൂടുതൽ ഏകകോശ രൂപങ്ങളും, എല്ലാം വൈവിധ്യവൽക്കരിച്ച് ജീവന്റെ സമ്പൂർണ്ണ വലയിലേക്ക് പരിണമിക്കുകയും ചെയ്യുന്നു (ഘട്ടം 6). നമ്മുടെ പ്രവണത കേവലം നമ്മുടെ വംശാവലിയിൽ മാത്രം ശ്രദ്ധ കേന്ദ്രീകരിക്കാനാണ് (#6-ന്റെ പുതിയ ഭാഗത്തിലെന്നപോലെ), എന്നാൽ ആ പൂർണ്ണമായ ചരിത്രം വളരെ സങ്കീർണ്ണമാണ്.

നിങ്ങൾ പ്രപഞ്ചത്തിന്റെ അറ്റത്തുള്ള ഒരു നക്ഷത്രം മാത്രമാണ്, നിങ്ങളുടെ പൂച്ച, നിങ്ങളുടെ കുടലിലെ ബാക്ടീരിയകൾ, ആഴക്കടൽ ജലവൈദ്യുത വെന്റുകൾക്ക് സമീപം ജീവിക്കുന്ന ഭീമൻ കുഴൽ വിരകൾ ഇവയെല്ലാം അതുപോലെതന്നെ. ദശലക്ഷക്കണക്കിനും ശതകോടിക്കണക്കിനും വർഷങ്ങൾക്ക് മുമ്പ് രൂപപ്പെട്ട ഫോസിൽ രൂപങ്ങൾ ആ കേന്ദ്രത്തിന്റെ അടുത്താണ്; അവ ദീർഘകാലം മുമ്പ് നാമാവശേഷമായി, മറ്റ് ഭൂതകാലത്തിലുണ്ടായിരുന്ന അനേകം രൂപങ്ങളെ പോലെ അടയാളങ്ങളൊന്നും അവശേഷിപ്പിക്കാതെ അന്യംനിന്നുപോയി. ആകാശത്ത് മങ്ങിപ്പോകുന്ന വെടിക്കെട്ട് പോലെ, കേന്ദ്രം പൊട്ടിത്തെറിച്ച് ഇരുട്ടിലേക്ക് മറയുമ്പോൾ അവശേഷിക്കുന്നത് പുറത്തേക്ക് വികസിക്കുന്ന അരികുകളാണ് : അതാണ് നമ്മൾ കാണുന്ന സജീവമായ ജീവൻ, ചരിത്രത്തിന്റെ കേവലം ഒരു ചെറിയ സ്നാപ്പ്ഷോട്ട് (ചിത്രം 7B #4).

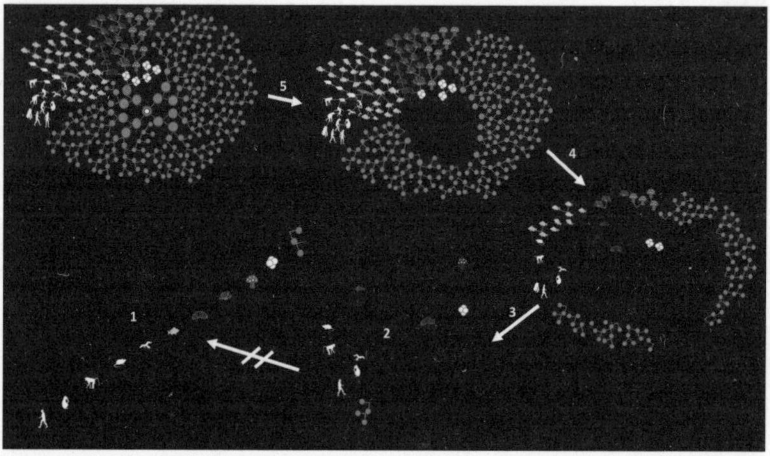

ചിത്രം 7B: ചിത്രം 7A-യിൽ ഇല്ലാത്തത് വംശനാശമാണ്. ആദ്യകാല ജീവജാലങ്ങൾ മറ്റ് ജീവജാലങ്ങൾക്ക് കാരണമായി, പക്ഷേ വഴിയിൽ വംശനാശം സംഭവിച്ചുവെന്ന് ഘട്ടം #5 ഇവിടെ കാണിക്കുന്നു (ഉഴുന്ന് വടയിലെ ദ്വാരം). ചില ഫോസിൽ അവശിഷ്ടങ്ങളോ മറ്റ് മൂലകങ്ങളോ ഉണ്ടാകാം, പക്ഷേ ഈ ജീവവലയത്തിന്റെ കേന്ദ്രം വളരെ പഴക്കമുള്ളതാണ്, ഒരു ഇമ്പ് എന്ന നിലയിൽ ആകെ അവശേഷിച്ച പിൻഗാമികളെ ഇളയ പുറം വളയമായി ചിത്രീകരിച്ചിരിക്കുന്നു, പിന്നെ കുറച്ച് ഫോസിൽ അവശിഷ്ടങ്ങളും (വളയത്തിനുള്ളിലെ വ്യതിരിക്തമായ ഇനങ്ങൾ). ഭൂമിയിൽ നിലനിന്നിരുന്ന സകലമാന ജീവനുകളുടെയും കേവലം ഒരു ഭാഗം മാത്രമാണ് ഇന്ന് നമുക്ക് ചുറ്റും ചിതറിക്കിടക്കുന്ന ജീവനുകൾ (#2). മനുഷ്യചരിത്രത്തിലുടനീളം, നാം ഏറ്റവും പുരോഗമിച്ചതായി കാണുന്ന ജീവിതം നാം നിരത്തി വയ്ക്കുന്നു, അതായത് നമ്മെത്തന്നെ, വരിയുടെ അവസാനമെന്നവണ്ണം, ഒപ്പം നമ്മൾ കൂടുതൽ 'പ്രാകൃത' രൂപങ്ങളായി കാണുന്നവ നമ്മെ പിന്തുടർന്നു പുറകിൽ (#1) : ആ പരിണാമപരമായി നമ്മൾ ചിത്രീകരിക്കുന്ന വരി ഒരു കൃത്രിമ നിർമ്മിതിയല്ലാതെ മറ്റൊന്നുമല്ല, ഒരുപക്ഷേ അരിസ്റ്റോട്ടിലിന്റെ അബദ്ധമായിരിക്കാം നമ്മളെ അങ്ങനെ ചിന്തിക്കാൻ പ്രേരിപ്പിച്ച ഘടകങ്ങളിൽ പ്രഥമ സ്ഥാനത്ത് (ചിത്രം 6 കാണുക).

ബോക്സ് 1 : എന്താണ് പരിണാമം?

ഭൂമിയുടെ മുഴുവൻ ഭൂതകാലത്തെയും നിലവിലുള്ളതുമായ ജീവനുകളെ ബന്ധിപ്പിക്കുന്ന, പൂർവ്വികരും പിൻഗാമികളും തമ്മിലുള്ള ബന്ധങ്ങളുടെ ഇഴപിരിയാത്ത കണ്ണികളിലേക്ക് നയിച്ച മഹത്തായ പ്രക്രിയയാണ് പരിണാമം. പല്ലുകൾ, ഇണചേരൽ നൃത്തങ്ങൾ അല്ലെങ്കിൽ ഡിഎൻഎ തുടങ്ങിയ പാരമ്പര്യ സവിശേഷതകളിൽ മാറ്റം വരുത്തുന്നതും, ആ മാറ്റങ്ങൾ ചങ്ങലയിലെ പുതിയ കണ്ണികളിലേക്ക് നയിക്കുന്നതുമാണ് പരിണാമം (അതായത്, പുതിയ തരം ജീവനുകൾ). പരിണാമം എന്നത് ഒരൊറ്റ ഉത്ഭവത്തിൽ നിന്നുള്ള പൊതുവായ വംശാവലിയുടെ ആശയവും, ഭൂമിയിലെ ജീവിതത്തെ വിശദീകരിക്കുന്ന മാറ്റത്തിന്റെ ചരിത്രവുമാണ്. ഒരൊറ്റ വലിയ വിശദീകരണം അല്ലെങ്കിൽ ഒരു സാങ്കൽപ്പിക സിദ്ധാന്തം എന്നപോലൊക്കെ മൂടിപ്പൊതിഞ്ഞതാണ് പരിണാമം; അത് ഒരു സിദ്ധാന്തവും ഒരു വസ്തുതയുമാണ്. മറ്റ് സിദ്ധാന്തങ്ങൾക്കും വസ്തുതകൾക്കും ഉള്ളിൽ കൂട്ടുകെട്ടിയ ഒരു സിദ്ധാന്തമാണ് ഇത്. നമ്മൾ ഇതിനെ എങ്ങനെ വിഭാവനം ചെയ്യുന്നു എന്നത് അത്ര പ്രസക്തമല്ല, പക്ഷെ പരിണാമം 'വെറും ഒരു സിദ്ധാന്തം' എന്ന നിലയിൽ തള്ളിക്കളയുന്നത് നാം പലപ്പോഴും കേൾക്കാറുണ്ട്. എന്തുകൊണ്ട് ഇതിനെ അത്ര എളുപ്പത്തിൽ വലിച്ചെറിഞ്ഞ്കൂടാ എന്നതിലേക്കൊന്ന് ഊളിയിടാം.

പരിണാമ സിദ്ധാന്തങ്ങൾ

ഞാൻ പരിണാമത്തെക്കുറിച്ച് എപ്പോഴും ചിന്തിക്കും. ഒന്നുകിൽ എന്റെ കയ്യിലേക്ക് നോക്കി എന്തുകൊണ്ട് പന്ത്രണ്ടിനു പകരം അഞ്ച് വിരൽ എന്ന് ആശ്ചര്യപ്പെടും, അല്ലെങ്കിൽ ഈ കൈയ്യും അതിനപ്പുറവും കാണുവാൻ പാകത്തിന് എന്റെ കണ്ണുകൾ എങ്ങനെ പരിണമിച്ചു, അതുമല്ലെങ്കിൽ എന്റെ സരൂപ ഇരട്ടകളെ നോക്കി അവരുടെ സമാന ജനിതകഘടനയെപ്പറ്റി ചിന്തിക്കും. അല്ലെങ്കിൽ പൂന്തോട്ടത്തിൽ കള പറിക്കുമ്പോൾ ഒരു റോസ് മുൾപ്പടർപ്പിൽ നിന്ന് ഒരു കുത്ത് കിട്ടുമ്പോഴോ അതുമല്ലെങ്കിൽ കഴിഞ്ഞയാഴ്ച ഞാൻ ഒഴിവാക്കി എന്ന് ഞാൻ വിചാരിച്ച സ്ഥിരമായി കളകളുള്ള വള്ളിച്ചെടികളിൽ നിന്ന് ഒട്ടിപ്പിടിക്കുന്ന സ്രവം പുരളുമ്പോഴോ. എന്റെ പുൽത്തകിടിയിൽ ഞാൻ പുല്ലരിയുമ്പോൾ ഞാൻ പരിണാമത്തെക്കുറിച്ച് ചിന്തിക്കുന്നു : എന്തുകൊണ്ടാണ് നീ എല്ലാ ആഴ്ചയും തിരിയേ വളർന്ന് വരുന്നത്? ഞാൻ എന്റെ പുല്ലിനു നേരെ മുറുമുറുക്കും. 'ഞാൻ നിന്നെ ഇപ്പോൾ വീണ്ടും അരിയാൻ പോവുകയാണെന്ന് നിനക്കറിയാം.'

നമ്മുടെ പുൽത്തകിടികൾ വളരുന്നത് നിർത്തിയാൽ, ആ വിചിത്രവും എന്നാൽ പ്രകൃതി പ്രതിഭാസവുമായതിനെ നമുക്ക് ശാസ്ത്രീയമായ പദങ്ങളിൽ വിശദീകരിക്കേണ്ടതുണ്ട്. ഒരുപക്ഷേ നമുക്ക് കാണാൻ കഴിയും ഒരു പ്രത്യേകതരത്തിലെ പുല്ലരിയുന്ന യന്ത്രം ഉപയോഗിക്കുമ്പോൾ മാത്രമാണ് വളർച്ച നിന്നതെന്ന്, അല്ലെങ്കിൽ പുൽത്തകിടിയിൽ പുല്ലരിയുന്നത് മൂലം മാറിയ മണ്ണിന്റെ രാസഘടന വളർച്ചയെ തടഞ്ഞതാകാം, അതുമല്ലെങ്കിൽ ആ പുല്ല് എന്തോ 'പഠിക്കുകയോ' അഥവാ സ്പർശബോധമുള്ളതോ ആയതാകാം. ആ അനുമാനങ്ങളിൽ ചിലത് കൂടുതൽ വിശ്വസനീയമാണ് മറ്റുള്ളവയെ അപേക്ഷിച്ച്, ചിലത് മറ്റുള്ളവയെ അപേക്ഷിച്ച് പരീക്ഷിക്കാൻ എളുപ്പമാണ്. അത്തരം പ്രതിഭാസങ്ങളെ ഇപ്പോൾ വിശദീകരിക്കാൻ സാധ്യമായ ഉത്തരങ്ങളാണ് അനുമാനങ്ങൾ. അനുമാനങ്ങളെ പൊതിഞ്ഞ് ഭംഗിയായി അവതരിപ്പിക്കുന്നതിന് നിങ്ങൾക്ക് വേണ്ട അടിസ്ഥാന പശ്ചാത്തല വിവരങ്ങളാണ് ഒരു സിദ്ധാന്തം.

ഒരു സിദ്ധാന്തം, ശാസ്ത്രീയമായി പറഞ്ഞാൽ, സാധാരണമായി കാല

ത്തിന്റെ പരീക്ഷണത്തിന് വിധേയമായ ഒരു സമഗ്രമായ ആശയമാണ്. ശാസ്ത്രജ്ഞർക്ക് ഒരു സിദ്ധാന്തം പലപ്പോഴും 'നിയമം' എന്നതിന് പകരം ഉപയോഗിക്കാവുന്നതാണ് (ഉദാ. : ഗുരുത്വാകർഷണ സിദ്ധാന്തം) പക്ഷേ ദൈനംദിന ഭാഷയിൽ, 'സിദ്ധാന്തം' എന്നത് ചോദ്യം ചെയ്യപ്പെടേണ്ടതെന്തോ ആണ് അല്ലെങ്കിൽ അത് തെളിയിക്കപ്പെടേണ്ടിയിരിക്കുന്നു. എന്നാൽ ആ പ്രയോഗത്തിന് കീഴിലും പരിണാമം ഒരു സിദ്ധാന്തമല്ല.

പരിണാമത്തിനെക്കുറിച്ച് ഒരൊറ്റ സിദ്ധാന്തമല്ല ഉള്ളത് – ധാരാളം സിദ്ധാന്തങ്ങൾ ഉണ്ട്. മാത്രമല്ല ആ സിദ്ധാന്തങ്ങളിൽ ഒന്നിലധികം ഒരേ സമയം ശരിയാണുതാനും. ആ സിദ്ധാന്തങ്ങളിൽ ഒന്നാണ് പ്രകൃതി നിർദ്ധാരണം, അതിനെ ചാൾസ് ഡാർവിൻ തന്റെ 1859-ലെ *ഓൺ ദി ഒറിജിൻ ഓഫ് സ്പീഷീസ്* എന്ന പുസ്തകത്തിലൂടെ പ്രശസ്തമാക്കി, ഒരുപക്ഷേ മനുഷ്യരാശി അനുഭവിച്ച ഏറ്റവും വലിയ ബൗദ്ധിക വിപ്ലവം.* മറ്റൊന്ന്, അതേ പുസ്തകത്തിൽ ഡാർവിൻ അവതരിപ്പിച്ച ലൈംഗിക തിരഞ്ഞെടുപ്പിലൂടെയുള്ള പരിണാമ സിദ്ധാന്തമാണ്, അത് *ദ ഡിസന്റ് ഓഫ് മാൻ, ആൻഡ് സെലക്ഷൻ ഇൻ റിലേഷൻ ടു സെക്സ്* (ഉള്ളടക്കത്തിനെക്കാൾ കാമഭാവവും ആകർഷകവുമായ തലക്കെട്ടുള്ള ഒരു പുസ്തകം; ക്ഷമിക്കണം ചക്ക് – അവർക്കെല്ലാം വിജയിക്കാനാവില്ല) എന്നതിൽ അദ്ദേഹം വിപുലീകരിച്ചിട്ടുണ്ട്. ഇതിനുപുറമേ മോടോ കിമുറ അവതരിപ്പിച്ച 'തന്മാത്രാ പരിണാമത്തിന്റെ നിഷ്പക്ഷ സിദ്ധാന്തം' കൂടിയുണ്ട്. ഈ മൂന്ന് ആശയങ്ങളും ശരിയും പൂരകവുമാണ്, പരസ്പര വിരുദ്ധമല്ല.

മറ്റ് പരിണാമ സിദ്ധാന്തങ്ങളും ലഭ്യമാണ്, അവയെ ഒന്നുകിൽ നാം അംഗീകരിക്കുന്നില്ല (കാരണം അവ അനുഭവപരമായ തെളിവുകൾക്ക് അനുയോജ്യമല്ല) അല്ലെങ്കിൽ ചില പ്രത്യേക സാഹചര്യങ്ങളിൽ അനുകൂലിക്കുന്നു (ഉദാ.: അലൈംഗിക ജീവികൾക്ക് മാത്രം ബാധകമായുള്ളത്). ആളുകൾ 'പരിണാമ സിദ്ധാന്തത്തെ' 'ചാൾസ് ഡാർവിന്റെ സ്വാഭാവിക തിരഞ്ഞെടുപ്പിലൂടെയുള്ള പരിണാമ സിദ്ധാന്തവുമായി' തുലനം ചെയ്യുന്ന പ്രവണത കാണിക്കുന്നു, എന്നാൽ ഇത് പരിണാമം എങ്ങനെ പ്രവർത്തിക്കുന്നു എന്നതിന്റെ കേവലം ഒരു സിദ്ധാന്തവും ഒരു ഘടകവും മാത്രമാണ്. ഡാർവിന്റെ വീക്ഷണഗതിയെ ചിലപ്പോൾ 'ഡാർവിനിസം' എന്നു വിളിക്കാറുണ്ട്, പരിണാമത്തിനെതിരായ ആക്രമണങ്ങൾ പലതും ഏകദേശം 200 വർഷം പഴക്കമുള്ള ആ വിശദീകരണം കേന്ദ്രീകരിച്ചാണ്, അതിനുശേഷം വന്നതെല്ലാം വിസ്മരിച്ചുകൊണ്ട്.

ഡാർവിന്റെ സ്വാഭാവിക തിരഞ്ഞെടുപ്പ് സിദ്ധാന്തത്തിൽ എന്താണ് ഇത്ര വലിയ കാര്യം? അത് ലളിതവും, സഹജവും, പിന്നെ പ്രായോഗികവുമാണ്. പ്രകൃതി മാതാവ് സ്വാഭാവിക തിരഞ്ഞെടുപ്പ് പാർലമെന്ററി മീറ്റിംഗിൽ ഒരു പ്രമേയമായി എഴുതിയിരുന്നെങ്കിൽ, അത് ഇങ്ങനെയായിരുന്നേനെ : 'സന്തതികൾക്കിടയിൽ വലിയ വ്യതിയാനങ്ങൾ ഉള്ളതിനാൽ, വിഭവങ്ങൾക്കായി ധാരാളം മത്സരങ്ങൾ ഉള്ളതിനാൽ, തന്മൂലം ഇതിനാൽ തീരുമാനിച്ചിരിക്കുന്നത് ഒരു പരിതസ്ഥിതിയിൽ ഏറ്റവും മികച്ച രീതിയിൽ

അതിജീവിക്കാൻ കഴിയുന്ന ആ ജീവികൾ മാത്രമേ പുനർനിർമ്മിക്കാനായി ത്തുനിയാവൂ' (ചിത്രം 8). ഒരു ചുരുക്കെഴുത്ത് ഇതായിരിക്കാം : 'മുതിർന്നവർ കുഞ്ഞുങ്ങളെ ഉണ്ടാക്കുന്നു, ചില കുഞ്ഞുങ്ങൾ മാത്രം പ്രകൃതിയുടെ ശക്തികളെ പ്രായപൂർത്തിയാകുന്നതുവരെ അതിജീവിച്ചിട്ട് കൂടുതൽ കുഞ്ഞുങ്ങളെ ഉണ്ടാക്കുന്നു; ഇത് നിരന്തരം ആവർത്തിക്കുന്നു.' അല്ലെങ്കിൽ ഒരുപക്ഷേ ഇതിലും നല്ലത്, പ്രകൃതിനിർദ്ധാരണത്തെ 'അർഹതയുള്ളവരുടെ അതിജീവനം' എന്ന് നാം വിശദീകരിക്കുന്നതായിരിക്കും. രസകരമായ വസ്തുത : ഡാർവിൻ 'സർവൈവൽ ഓഫ് ദി ഫിറ്റസ്റ്റ്' എന്നത് സ്വാഭാവിക തിരഞ്ഞെടുപ്പിന് ഒരു ചെറിയ വിശദീകരണമായി ഉപയോഗിച്ചത് മറ്റൊരു ജീവശാസ്ത്രജ്ഞൻ (ഹെർബർട്ട് സ്പെൻസർ) ആ പദപ്രയോഗം ഉണ്ടാക്കിയതിനു ശേഷമാണ്; ഡാർവിൻ ഈ പദപ്രയോഗം ഉപയോഗിച്ചത് *ഒറിജിൻ ഓഫ് സ്പീഷീസ്*-ന്റെ അഞ്ചാം പതിപ്പിൽ അത് അദ്ദേഹവുമായി ബന്ധപ്പെട്ടു തുടങ്ങിയപ്പോഴാണ്.

'ഫിറ്റസ്റ്റ്', ഞങ്ങൾ ആധുനിക പരിണാമ ബയോളജിസ്റ്റുകൾ ഉപയോഗിക്കുന്നതുപോലെ, പുനർനിർമ്മിക്കാനുള്ള അല്ലെങ്കിൽ വിജയത്തിലേക്കുള്ള 'ഫിറ്റ്നസ്'-മായി ബന്ധപ്പെട്ടതാണ്, നിങ്ങൾ ശാരീരികമായി എത്ര ശക്തനാണെന്നുള്ളതല്ല. പലരും സ്വാഭാവിക തിരഞ്ഞെടുപ്പ് 'സർവൈവൽ ഓഫ് ദ സ്ട്രോങ്ങസ്റ്റ്' ആണെന്ന് ദുർവ്യാഖ്യാനം ചെയ്തതിനാൽ മോശമായ അനന്തരഫലങ്ങൾ നാം പരസ്പരവും ഭൂമിയിലെ മറ്റ് ജീവനുകളോടും എങ്ങനെ പെരുമാറുന്നു എന്നതിൽ പ്രതിഫലിക്കുന്നു. യൂജെനിക്സ്/വംശീയ മേധാവിത്വം/നാസി പ്രസ്ഥാനങ്ങളുടെ പ്രിയപ്പെട്ട തീം ആയ 'സർവൈവൽ ഓഫ് ദ സ്ട്രോങ്ങസ്റ്റ്' എന്നത് നിർഭാഗ്യവശാൽ പലപ്പോഴും 'സോഷ്യൽ ഡാർവിനിസം' എന്ന പേരിൽ ഡാർവിനുമായി തെറ്റായി ബന്ധപ്പെടുത്തിയിരിക്കുന്നു. ആ ധാരണയുടെ ഉത്ഭവത്തിന് ഡാർവിനുമായി സംബന്ധമില്ലെന്നു മാത്രമല്ല പരിണാമം എങ്ങനെ പ്രവർത്തിക്കുന്നു എന്നതുമായി യോജിക്കുന്നുമില്ല. (നിർഭാഗ്യവശാൽ, ഡാർവിന്റെ കസിൻ സർ ഫ്രാൻസിസ് ഗാൽട്ടൺ ഒരു യൂജെനിക്സ് നേതാവായിരുന്നു, ഹെർബർട്ട് സ്പെൻസറെ പോലെ, ഭാഗികമായി ആ ബന്ധങ്ങളാകാം ഡാർവിനെ ഈ മോശമായ ആശയങ്ങളുമായി കൂട്ടിച്ചേർത്തത്, അദ്ദേഹം ഈ വാദങ്ങൾ ഒരിക്കൽ പോലും ഉന്നയിച്ചിട്ടില്ലെങ്കിലും : എന്നാൽ അദ്ദേഹത്തെ പൂർണ്ണമായി മോചിതനാക്കാനും പറ്റില്ല.)

പരിണാമത്തെ മുഴുവനായും വിശദീകരിക്കാൻ പ്രകൃതിനിർദ്ധാരണം മാത്രം കൊണ്ട് സാധിക്കില്ല; ഡാർവിൻപോലും അത് തിരിച്ചറിഞ്ഞിരുന്നു. അതുകൊണ്ടാണ് അദ്ദേഹം മറ്റൊരു വിശദീകരണവുമായി വന്നത്, മയിലിന്റെ മനോഹരമായ വാൽ തൂവലുകളും ചില മൃഗങ്ങളുടെ തിളക്കമുള്ള നിറവും, അവയെ വേട്ടക്കാരുടെ ദൃഷ്ടിയിൽ പെട്ടെന്ന് പെടുവാനിടയാക്കുന്നു (അവരുടെ നിലനിൽപ്പിനെ തടസ്സപ്പെടുത്തിക്കൊണ്ട്). അതിനാലാണ് 'ലൈംഗിക തിരഞ്ഞെടുപ്പിന്റെ' പരിണാമ സിദ്ധാന്തം കൂട്ടിച്ചേർക്കപ്പെട്ടത് – അത് വിശദീകരിക്കുന്നത് ചിലപ്പോൾ നിങ്ങൾക്ക് സ്വാഭാവിക

തിരഞ്ഞെടുപ്പ് വഴി അതിജീവിക്കാൻ സാധ്യത കുറവുള്ള സ്വഭാവവിശേഷങ്ങളുണ്ടാകും എന്നാൽ അതേ സ്വഭാവവിശേഷങ്ങൾ നിങ്ങളെ എതിർ ലിംഗത്തിലുള്ളവരുടെ മുന്നിൽ കൂടുതൽ ആകർഷകമാക്കുകയും പുനരുൽപ്പാദനത്തിനുള്ള സാധ്യത വർദ്ധിപ്പിക്കുകയും ചെയ്യുന്നു.

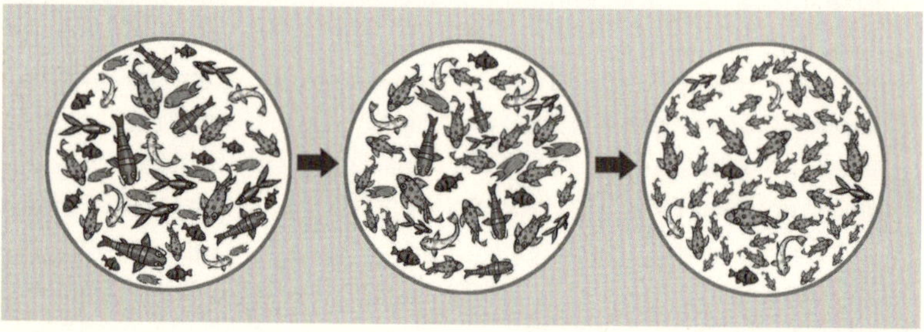

ചിത്രം 8: സ്വാഭാവിക തിരഞ്ഞെടുപ്പ്—**ഘട്ടം 1:** കുഞ്ഞുങ്ങളെ ഉണ്ടാക്കുക; **ഘട്ടം 2:** കുഞ്ഞുങ്ങൾ അതിജീവിക്കാൻ പാടുപെടുന്നു എന്തുകൊണ്ടെന്നാൽ വിഭവങ്ങൾ പരിമിതമാണ്, ചിലത് മരിക്കുന്നു; **ഘട്ടം 3:** ഏറ്റവും യോഗ്യരെന്ന് തെളിയിക്കുന്ന കുഞ്ഞുങ്ങൾ പ്രായപൂർത്തി വരെ അതിജീവിച്ച് കൂടുതൽ കുഞ്ഞുങ്ങളെ ഉണ്ടാക്കുന്നു.

ഇവിടെ ആ പുള്ളികളുള്ള മത്സ്യം ഏറ്റവും യോഗ്യമായി, വളർന്ന്, കൂടുതൽ പുള്ളികളുള്ള മത്സ്യങ്ങളെ ഉണ്ടാക്കുന്നു. എല്ലാ വ്യതിയാനങ്ങളും നഷ്ടപ്പെടുന്നില്ല എന്നത് ശ്രദ്ധിക്കുക, പരിസ്ഥിതിയിലെ മാറ്റം അടുത്ത സീസണിൽ വരകളുള്ള മത്സ്യത്തിന് അനുകൂലമായേക്കാം. [അകത്തുള്ള വർണ്ണചിത്രങ്ങൾ കാണുക]

എന്തുകൊണ്ടാണ് ലൈംഗിക തിരഞ്ഞെടുപ്പ് ചിലപ്പോഴെങ്കിലും സ്വാഭാവിക തിരഞ്ഞെടുപ്പിന്റെ കുടക്കീഴിൽ പെടുന്നത് എന്ന് നിങ്ങൾക്ക് കാണാൻ കഴിയും (ചിലപ്പോൾ അങ്ങനെയല്ലാതെയും). നിങ്ങൾക്ക് അവ തമ്മിൽ വേർതിരിച്ചറിയണമെങ്കിൽ, ഇങ്ങനെ സങ്കൽപ്പിക്കാം, ലൈംഗിക തിരഞ്ഞെടുപ്പ് ഇണകൾക്കുള്ള മത്സരം കൈകാര്യം ചെയ്യുമ്പോൾ സ്വാഭാവിക തിരഞ്ഞെടുപ്പ് തികച്ചും അതിജീവനത്തെക്കുറിച്ചാണ്. ഇവയെല്ലാം ഡാർവിന്റെ സംക്ഷിപ്തവും എന്നാൽ ഉചിതവുമായ പരിണാമത്തിന്റെ നിർവ്വചനമായ *ഡിസന്റ് വിത് മോഡിഫിക്കേഷൻ*-ന്റെ കീഴിൽ യോജിക്കുന്നു.

എന്തുകൊണ്ട് ജീവികൾ വ്യത്യാസപ്പെട്ടിരിക്കുന്നു എന്ന് വിശദീകരിക്കാൻ നമുക്ക് ഇനിയും മറ്റ് പരിണാമ സിദ്ധാന്തങ്ങൾ ആവശ്യമായി വരുന്നു (അതായത്, എന്തുകൊണ്ടാണ് ജനിതക വ്യതിയാനം ഉള്ളത്; ഒരേ മാതാപിതാക്കൾ ഉണ്ടായിരുന്നിട്ടു കൂടി എന്തുകൊണ്ട് നിങ്ങളുടെ സഹോദരങ്ങളെക്കാൾ നിങ്ങൾ വ്യത്യസ്തനാണ്; ഒരേ ഡിഎൻഎ ഉള്ള ക്ലോണുകളാണെങ്കിലും എന്തുകൊണ്ടാണ് സരൂപ ഇരട്ടകൾ വ്യത്യസ്തമായി പെരുമാറുന്നത്), അതിൽ ചില സിദ്ധാന്തങ്ങൾക്കു വേണ്ടി നാം ജനിതകശാസ്ത്രം മനസ്സിലാക്കേണ്ടതുണ്ട് – ഈ ഒരു കാര്യം ഡാർവിനും പ്രകൃതിനിർദ്ധാരണത്തിന്റെ മറ്റ് ആദ്യകാല വക്താക്കൾക്കും മനസ്സിലാക്കാനുള്ള ഉപാധികളില്ലായിരുന്നു. നമുക്ക് കൂടുതൽ സിദ്ധാന്തങ്ങളും അനുമാനങ്ങളും ഊഹങ്ങളും

ആവശ്യമായി വരുന്നു, ജീവിതത്തിന്റെ പല സൂക്ഷ്മതകളും വ്യതിയാനങ്ങളും വിശദീകരിക്കുന്നതിന് (ജനിതകമല്ലാത്ത വികസനത്തെക്കുറിച്ചുള്ള പാരി സ്ഥിതിക സ്വാധീനങ്ങൾ ഉൾപ്പെടെ). ഞാൻ ആ സൂക്ഷ്മതകളിൽ ചിലതി ലേക്ക് ഉടനെ കടക്കാം, പക്ഷേ 'പരിണാമം ഒരു സിദ്ധാന്തം മാത്രമാണ്' എന്ന് ആരെങ്കിലും പറയുമ്പോൾ, ഞാൻ പറയും, 'അല്ല, അത് നന്നായി പിന്താങ്ങപ്പെട്ട സിദ്ധാന്തങ്ങളുടെ ഒരു കൂട്ടമാണ്. പരിണാമം ഒരു വസ്തു തയാണ്. *ഡിസന്റ് വിത് മോഡിഫികേഷൻ* ഒരു വസ്തുതയാണ്'. പരിണാമ മില്ലാതെ നമുക്ക് ലോകത്തെയും ജീവജാലങ്ങളുടെ വൈവിധ്യത്തെയും വിശദീകരിക്കാൻ കഴിയില്ല. സ്വാഭാവിക ലോകത്തെ നമ്മുടെ നിരീക്ഷണ ത്താൽ പരിണാമം തെറ്റാണ് എന്ന് നമുക്ക് തെളിയിക്കാൻ കഴിയില്ല.

പരിണാമത്തിന്റെ ഏറ്റവും മികച്ച തെളിവുകളിലൊന്ന് നമ്മൾ എല്ലാ വരും ജീവന്റെ നിർമ്മാണ ഘടകങ്ങളായ ഡിഎൻഎ പങ്കിടുന്നു എന്നതാണ്. നമുക്ക് ഡിഎൻഎ ഉപയോഗിച്ച് ജീവവൃക്ഷം നിർമ്മിച്ച് ഭൂമിയിലെ നാം ഉൾപ്പെടെയുള്ള എല്ലാ ജീവജാലങ്ങൾക്കും ഇടയിലുള്ള ബന്ധങ്ങൾ കാണിക്കാനാവും. ജീവവൃക്ഷം നിർമ്മിക്കാൻ കഴിയുന്ന ഒരേയൊരു ജീവി നമ്മൾ മാത്രം ആയതുകൊണ്ട് നമ്മൾ അതിൽ നിന്ന് വേറിട്ടു നിൽക്കുന്നു എന്നർത്ഥമില്ല. നാം ഇപ്പോഴും ആ മരത്തിലെ ഒരു കഷണമാണ്, ഒരു ഭൂപടത്തിലെന്ന പോലെ, നാം എവിടെയാണെന്നും എവിടെ നിന്നാണ് വന്നതെന്നും കാണാൻ അത് ഉപയോഗിക്കാം.

അവസാനമായിട്ട് ഓർക്കാം, സ്വാഭാവിക തിരഞ്ഞെടുപ്പ് ആയിരു ന്നില്ല പരിണാമത്തിന്റെ ആദ്യ സിദ്ധാന്തം, അതുമാത്രമായിരുന്നില്ല ലഭ്യമായിരുന്ന ഒരേയൊരു സിദ്ധാന്തം, പിന്നെ അത് പരിണാമത്തിന്റെ അവസാന സിദ്ധാന്തവുമല്ല; അതിനാൽ ആ മുഷിപ്പിക്കുന്നതും കപടവുമായ വാദത്തെ പുറത്തെറിയാം. മറ്റ് പരിണാമ സിദ്ധാന്തങ്ങൾ നിലവിലു ണ്ടെങ്കിലും, സ്വാഭാവിക തിരഞ്ഞെടുപ്പ് ജീവൻ എങ്ങനെ പരിണമിച്ചു എന്നതിന്റെ പ്രവർത്തനവിധങ്ങളിലേക്കുള്ള ഒരു പ്രധാന ഉൾക്കാഴ്ചയാണ്, ഒരുപക്ഷേ ഏറ്റവും പ്രധാനപ്പെട്ട ഉൾക്കാഴ്ച. പല രീതിയിലും ആ സിദ്ധാന്തം പരിണമിച്ച വഴികൾ, അത് വിശദീകരിക്കാൻ ശ്രമിക്കുന്ന മെക്കാനിസ ത്തിന് സമാനമായാണ്, അത് മറ്റ് സിദ്ധാന്തങ്ങളുമായി മത്സരിച്ച് അതിജീവിക്കുകയും കാലം കടന്നു പോകുന്നതനുസരിച്ച് രൂപാന്തര പ്പെടുകയും ചെയ്യുന്നു. അതിന്റെ ഉത്ഭവത്തിലേക്ക് കൂടുതൽ വിശദമായി നോക്കാം.

---

*ആ ഉദ്ധരണി ഒരുപക്ഷെ ഇരുപതാം നൂറ്റാണ്ടിലെ ഏറ്റവും ആദരണീയരായ പരിണാമ ജീവശാസ്ത്രജ്ഞരിലൊരാളായ ഏണസ്റ്റ് മേയറിന്റെ *വാട്ട് ഇവോല്യൂഷൻ ഈസ്* എന്ന പുസ്തകത്തിൽ നിന്നാണ്, അത് 2001-ൽ പ്രസിദ്ധീകരിക്കുമ്പോൾ അദ്ദേഹത്തിന് 97 വയസ്സായിരുന്നു. (ആ പുസ്തകം അരിസ്റ്റോട്ടിലിന് സമർപ്പിക്കപ്പെട്ടതാണ്, അവർ പരസ്പരം അറിയാൻ സാധ്യതയുണ്ടോയെന്ന് അത്ഭുതപ്പെട്ടത് ഞാൻ ഓർക്കുന്നു, അത്രയും ദൈർഘ്യ മേറിയതും വലുപ്പമുള്ളതുമായിരുന്നു മേയറുടെ ഔദ്യോഗിക ജീവിതം.)

വളരെ ലളിതമായ ഒരു തുടക്കത്തിൽ നിന്ന്

ചിത്രീകരണം ഏഥൻ കൊഷക്

ചാൾസ് ഡാർവിന്റെ ജീവിതത്തെക്കുറിച്ച് ഒരു നല്ല ചലച്ചിത്രമില്ല, അത് ലജ്ജാകരമാണ്, അതുകൊണ്ട് ഞാൻ പ്രശസ്ത ചിത്രകാരനായ ഏഥൻ കൊഷകിനോട് ചോദിച്ചു, ഞാൻ ഒരു ഡാർവിൻ സിനിമയ്ക്ക് വേണ്ടി എഴുതിയ കഥയ്ക്ക് രേഖാചിത്രം വരയ്ക്കാമോയെന്ന്. തലക്കെട്ട് ഏഥന്റെ ആശയമായിരുന്നു, അതും അവസാനത്തെ വരിയും ഒറിജിൻ ഓഫ് സ്പീഷീസിൽ നിന്നുള്ള ഉദ്ധരണികളാണ്.

രംഗം 1: നമ്മൾ ഒരു അസ്വസ്ഥനായ ക്യാപ്റ്റൻ പ്രിങ്കിൾ സ്റ്റോക്സിനെ കാണുന്നു, എച്ച്എംഎസ് ബീഗിളിന്റെ ആദ്യ ക്യാപ്റ്റൻ, കപ്പലിനെ ടിയറ ഡെൽ ഫ്യൂഗോയിൽനിന്ന് അതിന്റെ കന്നി യാത്രയ്ക്കായി എടുക്കുന്നു, അനന്തരം തന്റെ സ്വന്തം ജീവനും എടുക്കുന്നു.

രംഗം 2, 3 (മുകളിൽ): വണ്ടുകളെ ശേഖരിക്കുന്നതിൽ ഉത്സുകനായ ചെറുപ്പക്കാരൻ മിസ്റ്റർ ഡാർവിൻ ഓരോ കൈയ്യിലും ഓരോ വണ്ടുകളെ പിടിച്ചുകൊണ്ട് മൂന്നാമത്തെ വണ്ടിനെ നോക്കുന്നു. സുരക്ഷിതമായി വെയ്ക്കാൻ വേണ്ടി ഒന്നിനെ വായിലേയ്ക്ക് ഇടുമ്പോൾ, അത് ചൊറിച്ചിലുണ്ടാക്കുന്ന ഒരു ദ്രാവകം പുറപ്പെടുവിക്കുകയും വായിൽ നര ഉണ്ടാവുകയും ചെയ്തു. അവന് കയ്യിലുണ്ടായിരുന്ന മൂന്നും നഷ്ടപ്പെടുന്നു. വീട്ടിൽ, അവന്റെ പിതാവ് ലക്ഷ്യബോധമില്ലാത്ത തന്റെ മകനോട് അസ്വസ്ഥനാണ് (അത് അച്ഛനിൽ നിന്നുള്ള ഒരു യഥാർത്ഥ ഉദ്ധരണിയാണ്). ഡാർവിൻ തന്റെ പിതാവിനെപ്പോലെ ഒരു മുഷിഞ്ഞ വൈദ്യനാകാൻ ആഗ്രഹിക്കുന്നില്ല, മറിച്ച് പ്രകൃതിയുടെ തത്ത്വചിന്തകനായിരുന്ന (അതുപോലെ തന്നെ ഒരു ഡോക്ടറും) തന്റെ മുത്തച്ഛൻ ഇറാസ്മസിനെ പ്പോലെയാണ്.

രംഗം 4: ഡാർവിൻ വീട്ടുവിട്ടിറങ്ങി *എച്ച്എംഎസ് ബീഗിളിൽ* കയറുന്നു, ഒരു രണ്ട് വർഷത്തെ യാത്രയ്ക്ക് വേണ്ടി, എന്നാൽ അത് വാസ്തവത്തിൽ അഞ്ച് വരെ നീണ്ടു! അവന് മിക്കപ്പോഴും കടൽ ഛർദ്ദിയുണ്ടായിരുന്നു, പക്ഷെ അവർ കരയിൽ തെക്കൻ അർദ്ധഗോള പ്രദക്ഷിണത്തിന് ഇറങ്ങുമ്പോൾ (തെക്കേ അമേരിക്കയെ കേന്ദ്രീകരിച്ച്), ചെറുതും വലുതുമായ മൃഗങ്ങളുടെ ഫോസിലുകൾ അദ്ദേഹം കണ്ടെത്തി, ഭൂകമ്പങ്ങൾക്ക് സാക്ഷ്യം വഹിച്ചു, പുതിയ വംശങ്ങളെ കണ്ടെത്തി; അദ്ദേഹത്തിന് ക്യാപ്റ്റൻ ഫിറ്റ്സ്റോയിയുമായി അൽപ്പം സങ്കീർണ്ണമായ ബന്ധമായിരുന്നു, ബൈബിൾ സംബന്ധമായ സംഭവങ്ങളുടെ തെളിവുകൾ അന്വേഷിക്കലാണ് ക്യാപ്റ്റന്റെ താത്പര്യം. ഡാർവിൻ കണ്ടെത്തിയത് ഒരു വളരെ പഴക്കം ചെന്ന ഗ്രഹത്തിന്റെ തെളിവുകളാണ് അല്ലാതെ ബൈബിൾ നിർദ്ദേശപ്രകാരം ഫിറ്റ്സ്റോയി ചിന്തിച്ച വിഷയങ്ങളല്ല. അതിശയമെന്ന് പറയട്ടെ, ഫിറ്റ്സ്റോയ് ഡാർവിന് ലീലിന്റെ *പ്രിൻസിപ്പിൾസ് ഓഫ് ജിയോളജി*-യുടെ ഒരു പകർപ്പ് നൽകി, ഒരു വളരെ പഴയ ഭൂമിയെപ്പറ്റി വാദിക്കുന്ന ആദ്യ ഗ്രന്ഥങ്ങളിലൊന്ന്.

രംഗം 5: ഡാർവിൻ ഇംഗ്ലണ്ടിലേക്ക് മടങ്ങുകയും ഒരു പ്രശസ്ത പ്രകൃതിശാസ്ത്രജ്ഞനാകുകയും ചെയ്യുന്നു. അദ്ദേഹം ഉയർന്ന ശാസ്ത്ര സമാജങ്ങളിൽ അംഗമാകുന്നു, പിന്നെ അദ്ദേഹത്തിന്റെ മാതൃകകൾ ഉപദേഷ്ടാക്കൾ വിശകലനം ചെയ്യുന്നു, പക്ഷിശാസ്ത്രജ്ഞനായ ജോൺ ഗൂഡ്, ഗാലപ്പഗോസ് പക്ഷികളുടെ മോശം ഫീൽഡ് കാറ്റലോഗിങ്ങിന്റെ പേരിൽ ഡാർവിനെ വഴക്കു പറഞ്ഞു. എന്നാൽ ഈ ദ്വീപുകളിലെ പക്ഷികൾ (മറ്റ് ഗാലപ്പഗോസ് മൃഗങ്ങളും) തെക്കേ അമേരിക്കൻ പൂർവ്വികരിൽ നിന്ന് വിഭിന്നരാണെന്ന് ഡാർവിൻ സങ്കൽപ്പിച്ചു. ഈ സങ്കൽപ്പങ്ങൾ അദ്ദേഹത്തിന് പരിണാമത്തെക്കുറിച്ച് ചിന്തിക്കാനുള്ള വഴികാട്ടി, എന്നിട്ട് അദ്ദേഹം എഴുതിത്തുടങ്ങിയ വിത്തുകളാണ് പിന്നീട് *ഒറിജിൻ ഓഫ് സ്പീഷീസ്* ആയി വളർന്നത്. 1839-ൽ അദ്ദേഹം *വോയേജ് ഓഫ് ദി ബീഗിൾ*-ന്റെ ആദ്യ പതിപ്പ് പ്രസിദ്ധീകരിച്ചു, കൂടാതെ തന്റെ കസിൻ അഗാധ മതവിശ്വാസിയായ എമ്മ വെഡ്ജ്വുഡിനെ വിവാഹം കഴിച്ചു.

രംഗം 6: അദ്ദേഹം വീട്ടിൽ കടൽജീവികൾ, സസ്യങ്ങൾ, പക്ഷികൾ മുതലായവയിൽ ഉത്സാഹത്തോടെ പ്രവർത്തിക്കുന്നു – അദ്ദേഹത്തിന് പത്ത് കുട്ടികൾ, പക്ഷേ അവരിൽ പലരും മരിക്കുന്നു, അവരുടെ മരണം തന്റെ രക്തബന്ധത്തിൽ നിന്നുള്ള വിവാഹം മൂലമാണോയെന്ന് അദ്ദേഹം വ്യാകുലപ്പെടുന്നു. അങ്ങനെയിരിക്കെ, മറ്റൊരു പ്രകൃതിശാസ്ത്രജ്ഞനായ മലയയിൽ ഫീൽഡ് വർക്ക് ചെയ്യുന്ന ആൽഫ്രഡ് റസ്സൽ വാലസിൽ നിന്ന് അദ്ദേഹത്തിന് ഒരു കത്ത് ലഭിക്കുന്നു. കത്തിനുള്ളിലെ കയ്യെഴുത്ത് പ്രതിക്ക് സ്വാഭാവിക തിരഞ്ഞെടുപ്പിനെക്കുറിച്ച് വർഷങ്ങളായി ഡാർവിൻ രഹസ്യമായി പ്രവർത്തിച്ചുകൊണ്ടിരുന്ന ആശയങ്ങളുമായി വളരെ സമാനതയുണ്ടായിരുന്നു.

രംഗം 7: അദ്ദേഹം തന്റെ ശാസ്ത്ര സഹപ്രവർത്തകരുമായി വാലസിന്റെ കത്ത് പങ്കുവെച്ചതിന് ശേഷം, അവർ ഡാർവിന്റെയും വാലസിന്റെയും കൃതികൾ സംയുക്തമായി അവതരിപ്പിച്ച് പ്രകൃതിനിർദ്ധാരണത്തിലൂടെയുള്ള പരിണാമ സിദ്ധാന്തം ലോകത്തോട് പ്രഖ്യാപിക്കുന്നു. ഈ സമയത്ത്, ഡാർവിൻ തന്റെ ഏറ്റവും ഇളയ മകൻ ചാൾസിനെ അടക്കം ചെയ്യുന്നു, വാലസ് അപ്പോഴും ഫീൽഡിലാണ്, എന്താണ് സംഭവിക്കുന്നതെന്ന് തെല്ലും അറിയാതെ (അവൻ ഏത് സാഹചര്യത്തിലും സമചിത്തനാണ്).

രംഗം 8: ഒടുവിൽ ഡാർവിൻ തന്റെ മഹത്തായ രചന പൂർത്തിയാക്കുന്നു, *ഓൺ ദ ഒറിജിൻ ഓഫ് സ്പീഷീസ്*, അത് വലിയ കോളിളക്കം സൃഷ്ടിക്കുന്നു, തോമസ് ഹെൻറി ഹക്സ്‌ലിയും ബിഷപ്പ് സാമുവൽ 'സോപ്പി സാം' വിൽബർഫോഴ്സും തമ്മിലുള്ള വലിയ വാദപ്രതിവാദം ഉൾപ്പെടെ.

രംഗം 9: *എച്ച്എംഎസ് ബീഗിൾ*-ൽ നിന്നുള്ള ഡാർവിന്റെ പഴയ സഹയാത്രികൻ, ക്യാപ്റ്റൻ ഫിറ്റ്സ്റോയിയും ബൈബിളിനെക്കുറിച്ചുള്ള വാദപ്രതിവാദത്തിലുണ്ട്, പിറുപിറുത്ത് കൊണ്ട്; അദ്ദേഹം പിന്നീട് ആ വിശ്രുതമായ കപ്പലിന്റെ ആദ്യ ക്യാപ്റ്റൻ കടന്നു പോയ അതേ ശോകപാത പിന്തുടർന്നു.

രംഗം 10: ഡാർവിൻ വളരെ വർഷങ്ങൾക്ക് ശേഷം (1882), എഴുപത്തിമൂന്നാം വയസ്സിൽ മരിക്കും – അവൻ DarWIN ആണ്, DarLOSE അല്ല (പ്രശസ്ത ഡാന കേറി കോമഡി സ്കെച്ച് ഉദ്ധരിക്കുമ്പോൾ)

ഞങ്ങൾ ഇവിടെ ചില സംഭവങ്ങൾ നാടകീയമാക്കിയെങ്കിലും (ഹേയ്, ഇതൊരു സിനിമയാണ്), ഇത് ഡാർവിന്റെ ജീവിത യാഥാർത്ഥ്യങ്ങളെ അടിസ്ഥാനമാക്കിയുള്ളതാണ്, അദ്ദേഹത്തിന്റെ ഉൾപ്പെടെ പല ജീവ ചരിത്രങ്ങളിലും പറഞ്ഞിരിക്കുന്നതു പോലെ.

സ്വാഭാവിക തിരഞ്ഞെടുപ്പിന്റെ തിരഞ്ഞെടുപ്പ്

ഒരുപക്ഷേ *ഒറിജിൻ ഓഫ് സ്പീഷീസ്*-ലെ ഏറ്റവും വിവാദപരമായ വാദം പ്രകൃതിനിർദ്ധാരണമല്ല എന്നാൽ ഭൂമിയിലെ ജീവന് ഒരു ഏക ഉത്ഭവമുണ്ടെന്നുള്ളതാണ്. ഡാർവിൻ പറഞ്ഞതുപോലെ : ഈ ഭൂമിയിൽ 'എന്നെങ്കിലും ജീവിച്ചിരുന്ന എല്ലാ ജൈവ ജീവികളും ഏതെങ്കിലുമൊരു ആദിമരൂപത്തിൽനിന്നാണ് അവതരിച്ചത്.' അത് ചിന്തയിലെ ഒരു വലിയ കുതിച്ചുചാട്ടമായിരുന്നു; അത് വിശേഷിച്ചും ശക്തിമത്തായിരുന്നു, ജീവൻ ആ ഏക ഉത്ഭവത്തിൽ നിന്നായിട്ടും എങ്ങനെ നമുക്ക് വൈവിധ്യം ലഭിച്ചുവെന്ന് വിശദീകരിക്കുമ്പോൾ, സ്വാഭാവിക തിരഞ്ഞെടുപ്പാണ് അതിന് കാരണഭൂതമായത് എന്ന് വീക്ഷിക്കുമ്പോൾ. ഭൂമിയിലെ ഓരോ ജീവജാലങ്ങളും തമ്മിൽ ബന്ധപ്പെട്ടിരിക്കുന്നു എന്ന് ഡാർവിൻ പറയുമായിരുന്നു. അക്കാലത്ത് നിരവധി ആളുകൾ, ലൂയിസ് അഗാസിസ് ഉൾപ്പെടെയുള്ള വലിയ ശാസ്ത്രജ്ഞർ, മനുഷ്യരാശിക്ക് ഒരു ഏക ഉത്ഭവമുണ്ടെന്ന് ചിന്തിക്കുക പോലുമുണ്ടായില്ല (ഡാർവിൻ ചെയ്തു, അതൊരു വലിയ കാര്യമാണ്), മുമ്പുണ്ടായിരുന്ന പരിണാമത്തിന്റെ സിദ്ധാന്തങ്ങളൊക്കെ ജീവന് പല ഉത്ഭവങ്ങൾ ഉണ്ടെന്ന് അനുമാനിച്ചു.

പരിണാമത്തെക്കുറിച്ചുള്ള ആദ്യത്തെ പ്രധാന ശാസ്ത്ര സിദ്ധാന്തം ജീൻ ബാപ്റ്റിസ്റ്റ് ലാമാർക്കിന്റേതായിരുന്നു (1744-1829), അതിന്റെ ചുരുക്കെഴുത്തായി 'ആർജ്ജിതമായ സ്വഭാവവിശേഷങ്ങളുടെ ശേഖരണം' നാം പലപ്പോഴും ഉപയോഗിക്കുന്നു. (ആർജ്ജിത സ്വഭാവവിശേഷം സംസാരിക്കുമ്പോൾ അറിയണം, അദ്ദേഹത്തിന്റെ വിവിധ സഞ്ചിത ബഹുമതി പദവികൾ കാരണം, അദ്ദേഹത്തിന്റെ മുഴുവൻ പേര് ജീൻ-ബാപ്റ്റിസ്റ്റ് പിയറി അന്റോയിൻ ഡി മോനെറ്റ് ഷെവലിയർ ഡി ലാമാർക്ക് എന്നായിരുന്നെന്ന്.) ഓരോ വ്യത്യസ്ത ഇനങ്ങൾക്കും വേറിട്ട സ്വതന്ത്രമായ ഉത്ഭവമുണ്ടെന്ന് ലാമാർക്ക് കരുതി, എന്നിട്ട് അവ ജീവിതത്തിലൂടെ സവിശേഷതകൾ തിരഞ്ഞെടുത്ത്, ലളിതത്തിൽ നിന്ന് സങ്കീർണ്ണതയിലേക്ക് പോയി, ആ സവിശേഷതകൾ അവ സന്തതികൾക്ക് കൈമാറി.

ഇതിലേക്കുള്ള പോസ്റ്റ്‌ക്രിപ്റ്റ്:

'വളരെ ലളിതമായ ഒരു തുടക്കത്തിൽ നിന്ന്'

ഇതും ഏഥൻ കൊഷക് വരച്ചത്

ഡാർവിന്റെ ആദ്യകാല ഉപദേഷ്ടാവായ ജോൺ എഡ്മൺസ്റ്റോണിനെ കുറിച്ച് കൂടുതൽ അറിയാൻ കഴിഞ്ഞിരുന്നെങ്കിൽ എന്ന് ഞാൻ ആഗ്രഹിച്ചുപോകുന്നു. എഡ്മൺസ്റ്റോണിന്റെ പശ്ചാത്തലവും അനുഭവവും ഡാർവിന്റെ അന്വേഷണാത്മകതയും കണക്കിലെടുക്കുമ്പോൾ, ഇത് ഡാർവിന്റെ ജീവിതത്തിലെ ഒരു പ്രധാന ബന്ധമാണെന്ന് തോന്നുന്നു. എഡ്മൺസ്റ്റോൺ തെക്കേ അമേരിക്കയിൽ ഒരു പ്രകൃതിശാസ്ത്രജ്ഞനോടൊപ്പം ജോലി ചെയ്യുന്ന അടിമത്തത്തിലായിരുന്നു; എഡ്മൺസ്റ്റോണിൽ നിന്ന് ചർമ്മപ്രസാധനം പഠിച്ചതിനാൽ ഡാർവിൻ ഈ കഥകളിൽ ആകൃഷ്ടനാകുന്നത് ഒരാൾക്ക് സങ്കൽപ്പിക്കാൻ കഴിയും. വർഷങ്ങൾക്ക് ശേഷം *എച്ച്എംഎസ് ബീഗിൾ*-ന്റെ ക്രൂവിൽ ചേരാനുള്ള തീരുമാനം എടുക്കാൻ ഈ കഥകൾ അദ്ദേഹത്തെ സഹായിച്ചിരിക്കാം.

ഡാർവിന്റെ ഏറ്റവും പ്രധാനപ്പെട്ട ആദ്യകാല സ്വാധീനങ്ങളിലൊന്ന് ജോൺ എഡ്മൺസ്റ്റോൺ എന്ന പേരുള്ള മുൻപ് അടിമത്തത്തിലായിരുന്ന ഒരു മനുഷ്യനായിരുന്നു — ഒരു പ്രകൃതിവാദി എന്ന നിലയിൽ തന്റെ ഉഷ്ണമേഖലാപ്രദേശത്തുള്ള സാഹസികങ്ങൾ പറയുകയും ചർമ്മപ്രസാധനം പഠിപ്പിക്കുകയും ചെയ്തയാൾ. ഒരുപക്ഷേ എഡ്മൺസ്റ്റോൺ ഇല്ലായിരുന്നുവെങ്കിൽ ഡാർവിൻ ഒരിക്കലും ബീഗിളിൽ പോവുകയോ, നമുക്ക് 'ദ ഒറിജിൻ ഓഫ് സ്പീഷീസ്' കിട്ടുകയോയില്ലായിരുന്നു.

എല്ലാവരും ഉപയോഗിക്കുന്ന ഉദാഹരണം ഒരു ജിറാഫ് അതിന്റെ കഴുത്ത് നീട്ടുന്നതാണ്, അത് കഴുത്തിന്റെ നീളം കൂടാൻ കാരണമാകുന്നു; തൽഫല മായി ആ വ്യക്തിയുടെ സന്തതികൾക്ക് മാതാപിതാക്കളേക്കാൾ നീളമുള്ള

കഴുത്തുകൾ ഉണ്ടായിരിക്കും. പല പരീക്ഷണങ്ങളിലൂടെയും നമുക്കറിയാം വംശങ്ങൾ അവർ ജീവിതത്തിലൂടെ നേടിയെടുക്കുന്ന സ്വഭാവവിശേഷങ്ങൾ എല്ലാം താഴേയ്ക്ക് കൈമാറുന്നില്ലെന്ന്. ഉദാഹരണത്തിന്, ഒരു ശാസ്ത്രജ്ഞൻ ലാബ് എലികളുടെ ഓരോ തലമുറയുടെയും വാലുകൾ മുറിച്ചു മാറ്റുന്നു, എന്നിട്ടും ഓരോ തലമുറയ്ക്കും അവർ ജനിക്കുമ്പോൾ ഒരു സാധാരണ വാൽ ഉണ്ടായിരുന്നു (ലാമാർക്കിന്റെ സിദ്ധാന്തത്തിന് കീഴിൽ ചുരുക്കിയതോ അല്ലെങ്കിൽ വാലില്ലാത്തതോ ആയ എലികളുടെ ഒരു വംശം നിങ്ങൾ പ്രതീക്ഷിച്ചിരിക്കും). എന്നാൽ നേടിയ സ്വഭാവ സവിശേഷതകൾ കൈമാറുന്നില്ലെന്ന് ഇപ്പോൾ നമുക്ക് അവബോധപൂർവ്വം അറിയാം – നിങ്ങളുടെ കാഴ്ചശക്തി നഷ്ടപ്പെട്ടതിനാൽ നിങ്ങൾക്ക് അന്ധരായ കുട്ടികളുണ്ടാകുന്നില്ല; നിങ്ങൾ എല്ലാ ആഴ്ചയും ക്രോസ്ഫിറ്റിന് പോകുന്നത് കാരണം നിങ്ങളുടെ ദൃഢകായമായ ആകാരം നിങ്ങൾ താഴേയ്ക്ക് കൈമാറുന്നില്ല, മൈക്കൽ ഫെൽപ്സിന്റെ കുട്ടികൾക്ക് വലയുള്ള പാദങ്ങളില്ല.

ഒരിക്കൽ ഞാൻ ഒരു വാക്സിൻ-വിരുദ്ധ സോഷ്യൽ മീഡിയ പോസ്റ്റ് കണ്ടു, എങ്ങനെയാണ് ഒരു ഭാവിയിലെ രക്ഷിതാവ് തനിക്ക് പനിയും അഞ്ചാംപനിയും വരാൻ ആഗ്രഹിച്ചതെന്ന്, അതുവഴി തന്റെ കുട്ടികൾക്ക് ആ രോഗത്തിൻമേൽ പ്രതിരോധശേഷി നേടാൻ വേണ്ടി – അത് ലാമാർക്കിയൻ ആണ്, അത് തെറ്റാണ്. നിങ്ങൾ ഈ രീതിയിൽ നിങ്ങളുടെ രോഗപ്രതിരോധ പ്രതികരണം നിങ്ങളുടെ കുട്ടികൾക്ക് കൈമാറുന്നില്ല; അങ്ങനെയായിരുന്നെങ്കിൽ, ആദ്യമായി പനി പിടിപെടുന്നവരുടെ തലമുറകളോട് കൂടെത്തന്നെ പനി മരിക്കുമായിരുന്നു. വാക്സിൻ-വിരുദ്ധരുടെ കൂട്ട പ്രതിരോധ ഭാഷ്യത്തിൽ, നാം വാക്സിനുകൾ എടുക്കാതെ രോഗങ്ങളോട് 'സ്വാഭാവികമായി' പൊരുതുന്നു, ഇത് യഥാർത്ഥത്തിൽ ഡാർവിനിയൻ ആണ്, കാരണം ഇതിന് അനവധി മരണം ആവശ്യമാണ്. വാക്സിൻ-വിരുദ്ധ കൂട്ട പ്രതിരോധ ഭാഷ്യപ്രകാരം രോഗങ്ങളെ ചെറുക്കാൻ കഴിയാത്തവരെല്ലാം മരിച്ചു പോകേണ്ടതുണ്ട് (സ്വാഭാവിക പ്രതിരോധ ശേഷിയുള്ളവരെ അവശേഷിപ്പിച്ചുകൊണ്ട്), നമ്മളിൽ മിക്കവരും അവരുടെ അരാജക യാഥാർത്ഥ്യത്തിൽ ജീവിക്കാൻ ആഗ്രഹിക്കുന്നില്ല. ഈ വാക്സിൻ-വിരുദ്ധ ഭാഷ്യം ആധുനിക ശാസ്ത്രജ്ഞർ വാദിക്കുന്ന യഥാർത്ഥ കൂട്ട പ്രതിരോധശേഷിയിൽ നിന്നും തികച്ചും വ്യത്യസ്തമാണ്, ഇതിൽ നമ്മളിൽ ഭൂരിഭാഗത്തിനും വാക്സിൻ സഹായത്തോടെയുള്ള പ്രതിരോധശേഷി ഉണ്ടായിരിക്കുകയും മാരകമായ രൂപത്തിൽ രോഗം വരാതിരിക്കുകയും ചെയ്യുന്നു. കൂട്ട പ്രതിരോധത്തിന്റെ ശാസ്ത്രീയ ഭാഷ്യം രോഗം പടരുന്നത് തടയും, വാക്സിൻ-വിരുദ്ധർ ശുപാർശ ചെയ്യുന്നതിലും വളരെ കുറഞ്ഞ മരണനിരക്കോടെ.

ഡാർവിന്റെ കാലത്ത് ഒരു അജ്ഞാത പുസ്തകം പുറത്തിറങ്ങി *വെസ്റ്റിജിസ് ഓഫ് ദ നാച്ചുറൽ ഹിസ്റ്ററി ഓഫ് ക്രിയേഷൻ.* ആ രസകരമായ പുസ്തകം ദൈവിക ഇടപെടൽ ഒരു രൂപത്തെ മറ്റൊന്നിലേക്ക് പരിവർത്തനം ചെയ്യുന്നതായി സ്ഥാപിച്ചു (പാറകളും നക്ഷത്രങ്ങളും പോലെയുള്ള നിർജീവ

വസ്തുക്കൾ ഉൾപ്പെടെ). ആ ആശയത്തോട് അദ്ദേഹം വിയോജിച്ചുവെങ്കിലും, തന്റെ സിദ്ധാന്തവും ഒരു വലിയ ആശയവുമായ 'പരിണാമം' (ഇപ്പോഴുള്ള അർത്ഥത്തിൽ ആയിരുന്നില്ല ഈ പദം അക്കാലത്ത് നിലനിന്നിരുന്നത്) പൊതുജനങ്ങളിലേക്ക് എത്തിക്കാൻ കുറഞ്ഞപക്ഷം *വെസ്റ്റിജിസ്* നിലമൊരുക്കി എന്ന് ഡാർവിൻ തിരിച്ചറിഞ്ഞു. ഡാർവിൻ 'പരിണമിച്ച്' എന്ന പദമാണ് ഉപയോഗിച്ചിരുന്നതെങ്കിലും, ഡാർവിന്റെ കാലത്തെ പണ്ഡിതന്മാർ 'പരിവർത്തനം' എന്ന പദമാണ് പരിണാമത്തിനു പകരം ഉപയോഗിച്ചത്, മാത്രമല്ല അക്ഷരാർത്ഥത്തിൽ അതാണ് *ഒറിജിൻ ഓഫ് സ്പീഷീസ്*-ലെ അവസാനത്തെ വാക്ക്.

ഡാർവിൻ അദ്ദേഹത്തിന്റെ 'അമൂർത്തം' എന്ന് വിളിക്കപ്പെടുന്ന *ദ ഒറിജിൻ ഓഫ് സ്പീഷീസ്* ഒരിക്കലും പ്രസിദ്ധീകരിക്കുകയോ പൂർത്തികരിക്കുകയോ ചെയ്യുമായിരുന്നില്ല, ഒരു സഹ ജീവശാസ്ത്രജ്ഞനായ ആൽഫ്രഡ് റസ്സൽ വാലസിൽ നിന്ന് ഞെട്ടിക്കുന്ന ഒരു കത്ത് ലഭിച്ചില്ലായിരുന്നുവെങ്കിൽ. ഇപ്പോഴത്തെ ഇന്തോനേഷ്യയിൽ ആയിരുന്നു വാലസ് അന്ന്, താൻ കഴിവ് തെളിയിച്ച മേഖലയായ മൃഗ വിന്യാസത്തിൽ പണിയെടുക്കുകയായിരുന്നു (അതായത്, ബയോജ്യോഗ്രഫി), മലേറിയ പനി സ്വപ്നങ്ങൾക്കിടയിൽ ഒരു വലിയ ഉൾക്കാഴ്ച അദ്ദേഹത്തിനുണ്ടായി. അദ്ദേഹം തിടുക്കത്തിൽ ഡാർവിന് ഒരു കത്തും ഒരു കരട് കൈയെഴുത്തുപ്രതിയും എഴുതി, ജീവിവർഗ്ഗങ്ങൾ എങ്ങനെ പരിണമിച്ചു എന്നതിനെക്കുറിച്ചുള്ള അദ്ദേഹത്തിന്റെ സ്വന്തം ആശയങ്ങൾ, ആ ആശയങ്ങൾ ഏതാണ്ട് ഡാർവിന്റേത് പോലെ തന്നെ ആയിരുന്നു. ഇരുപത് വർഷമായി പ്രശ്നം നീട്ടിക്കൊണ്ടു പോവുകയും, തെളിവുകൾ ശേഖരിക്കുകയും, പരീക്ഷണങ്ങൾ നടത്തുകയും, മനനം ചെയ്യുകയുമായിരുന്ന ഡാർവിൻ സ്തംഭിച്ചുപോയി. നിലനിൽപ്പിനും സ്ഥിരതയ്ക്കും വേണ്ടിയുള്ള പോരാട്ടത്തിലൂടെ ഒരു വംശം മറ്റൊരു വംശത്തിൽ നിന്ന് ഉരുത്തിരിഞ്ഞ് വരുന്നതാണെന്ന് വാലസും ഡാർവിനും തിരിച്ചറിഞ്ഞു (ചിത്രം 8 കാണുക). ഡാർവിൻ വർഷങ്ങൾക്ക് മുമ്പ് ഇത് മനസ്സിലാക്കി, പക്ഷേ അദ്ദേഹം ഉൾവലിഞ്ഞു, കാരണം അദ്ദേഹത്തിന് കൂടുതൽ തെളിവുകൾ വേണമായിരുന്നു. അദ്ദേഹം ഒരു ബൃഹത്തായ എൻസൈക്ലോപീഡിക് മൾട്ടി-വോളിയം ഗ്രന്ഥം ആഗ്രഹിച്ചു, ഒരുപക്ഷേ അത് മരണാനന്തരം പ്രസിദ്ധീകരിക്കാനാണ് അദ്ദേഹം ഇഷ്ടപ്പെട്ടത്. എന്നാൽ ഇതായിരുന്നു അദ്ദേഹത്തിന്റെ മഹത്തായ ആശയം, ഒരു ഏക ഉത്ഭവത്തിൽ നിന്നുള്ള ജീവന്റെ നിലനിൽപ്പിനു വേണ്ടിയുള്ള പോരാട്ടം കാലാനുഗുണവും പരിണാമവുമുള്ള വംശങ്ങളിലേക്ക് നയിക്കുന്നു : ഇത് മുഴുവനായും തട്ടിയെടുത്ത് പെട്ടെന്ന് വാലസ് കേമനാവാൻ അദ്ദേഹം അനുവദിച്ചില്ല. ഡാർവിന്റെ പ്രമുഖ ശാസ്ത്ര സുഹൃത്തുക്കളായ ജോസഫ് ഹുക്കറും ചാൾസ് ലിയലും, വാലസിന്റെ പ്രബന്ധവും ഡാർവിന്റെ ദീർഘകാലം മറച്ചുവെച്ച പഠനങ്ങളും ശാസ്ത്രീയ ഉന്നതരുടെ അടുത്ത് അവതരിപ്പിച്ചു (ഒന്നും അറിയാതെ വാലസ് അപ്പോഴും മലയയിലാണ്, അതേ സമയം തന്റെ കൊച്ചു കുഞ്ഞ് ചാൾസിനെ അടക്കം ചെയ്യുകയായിരുന്ന ഡാർവിന്റെ മൗനാനുഗ്രഹത്തോടെ).

അടുത്ത വർഷം, 1859, പൂർത്തിയാകാനിടയില്ലായിരുന്ന ഒന്ന് പ്രസിദ്ധീകരിച്ചു, അൽപ്പം തിടുക്കത്തിൽ തട്ടിക്കൂട്ടിയ മാസ്റ്റർപീസ് *ഓൺ ദ ഒറിജിൻ ഓഫ് സ്പീഷീസ് ബൈ മീൻസ് ഓഫ് നാച്ചുറൽ സെലക്ഷൻ, ഓർ ദ പ്രിസർവേഷൻ ഓഫ് ഫേവേർഡ് റേസസ് ഇൻ ദ സ്ട്രഗിൾ ഫോർ ലൈഫ്* (എന്തുകൊണ്ടാണ് ഞാൻ ഒറിജിൻ ഓഫ് സ്പീഷീസ് എന്ന ചുരുക്കെഴുത്ത് ഉപയോഗിക്കുന്നത് എന്ന് നിങ്ങൾക്ക് കാണാൻ കഴിയും). ഇത് ഒരുപാട് പരിണതഫലങ്ങളുള്ള പടിഞ്ഞാറ്* നിന്ന് വന്ന എക്കാലത്തെയും വായിക്കാൻ കൊള്ളാവുന്ന നോൺ-ഫിക്ഷൻ പുസ്തകമാണ്, കൂടാതെ ഇതിന്റെ ആറ് പതിപ്പുകൾ പുറത്തിറങ്ങി. പോരായ്മകൾ ഉണ്ടായിരുന്നെങ്കിലും വാദിക്കാം, ആദ്യ പതിപ്പാണ് ഏറ്റവും മികച്ചതെന്ന്, കാരണം അത് ഏറ്റവും എളിമയുള്ളതും നേർവഴിക്കുള്ളതുമായ പതിപ്പാണ്: കൂടുതൽ ഡാറ്റ ഇല്ലാത്തതിന് ഡാർവിൻ ക്ഷമാപണം നടത്തി, പ്രത്യേകിച്ചും വ്യതിയാനത്തിന്റെ ഉറവിടത്തിനും ഫോസിൽ തെളിവുകളുടെ അഭാവത്തിനും (അവ പിന്നീട് വരുന്നുണ്ട്). പിന്നീടുള്ള പതിപ്പുകളിൽ, അദ്ദേഹം പ്രശ്നങ്ങളിലേക്ക് വളരെ ആഴത്തിലിറങ്ങി വ്യതിയാനത്തിന്റെ ഉറവിടവും പാരമ്പര്യത്തിന്റെ സ്വഭാവവും വിശദീകരിക്കാൻ പരിശ്രമിക്കുന്ന (ജീനുകൾ

---

* ന്യൂട്ടൺ ആരാധകർ എന്റെയടുത്ത് വന്ന് *പ്രിൻസിപ്പിയ*യെക്കുറിച്ച് സംസാരിക്കരുത് – ഇനി ആരും അതിന്റെ ഒറിജിനൽ പുസ്തകം വായിക്കില്ല, അന്ന് കുറച്ച് പേർ വായിച്ചു, പക്ഷേ ഇപ്പോഴും ആളുകൾ വായിക്കുകയും പരാമർശിക്കുകയും ചെയ്യുന്നത് *ഒറിജിൻ ഓഫ് സ്പീഷീസ്* ആണ്. നിർഭാഗ്യവശാൽ, പാശ്ചാത്യമല്ലാത്ത ജൈവ പരിണാമ ചിന്തകളെക്കുറിച്ച് ഞങ്ങൾക്ക് അത്രയധികം വിവരങ്ങൾ ഇല്ല. ചൈനയിലോ ഇന്ത്യയിലോ പടിഞ്ഞാറൻ ആഫ്രിക്കയിലോ സ്വാഭാവിക തിരഞ്ഞെടുപ്പ് സ്വതന്ത്രമായി കണ്ടെത്തിയിരുന്നെങ്കിൽ അതിൽ അതിശയിക്കാനില്ല. മഹാനായ ഇറാനിയൻ പണ്ഡിതൻ അബൂ റയ്ഹാൻ അൽ-ബീറൂനീ ഒരു അസ്തിത്വത്തിനായുള്ള പോരാട്ടം വഴി ഒരു പരിണാമ പ്രക്രിയയെക്കുറിച്ച് ചിന്തിച്ചിരിക്കാം എന്നതിന് ചില തെളിവുകളുണ്ട്, പക്ഷേ അദ്ദേഹം ഈ വിഷയത്തെക്കുറിച്ച് കൂടുതൽ എഴുതിയില്ല. സ്ഥലം, സമയം, മതം, വൈദ്യശാസ്ത്രം, പാശ്ചാത്യരുടേതിന് മുമ്പുള്ളതോ സമാന്തരമോ ആയ പ്രകൃതിലോകം എന്നിവയെക്കുറിച്ചുള്ള മദ്ധ്യേഷ്യൻ പണ്ഡിതന്മാരിൽ നിന്നുള്ള ചില കണ്ടെത്തലുകളുടെ ഒരു മനോഹരവും പണ്ഡിതോചിതവുമായ വീക്ഷണത്തിന് എസ്. ഫ്രെഡറിക് സ്റ്റാറിന്റെ മികച്ച *ലോസ്റ്റ് എൻലൈറ്റൻമെന്റ്* വായിക്കുക. ഒന്നാം നൂറ്റാണ്ടിൽ അൽ ജാഹിസ് എന്ന ഇറാഖി പണ്ഡിതൻ *ദ ബുക്ക് ഓഫ് ആനിമൽസ്* എഴുതി, അതിൽ ഡാർവിനു മുമ്പുള്ള പരിണാമപരമായ ആശയങ്ങളുണ്ട്. അദ്ദേഹത്തിന്റെയും കൂടെയുണ്ടായിരുന്നവരുടെയും സംഭാവനകളെക്കുറിച്ച് റെബേക്ക സ്കോട്ട് വളരെ നന്നായി വിശദീകരിക്കുന്നു, ഡാർവിനെ സ്വാധീനിച്ച അല്ലെങ്കിൽ അതിനുമുൻപേയുള്ളതോ ആയ ഈ കാര്യം *ഡാർവിൻസ് ഗോസ്റ്റ്*-ലാണ് പ്രതിപാദിച്ചിരിക്കുന്നത്. ആദ്യകാല പ്രകൃതി ചരിത്രത്തിന് പാശ്ചാത്യേതര പണ്ഡിതന്മാരിൽ നിന്നുള്ള സംഭാവനകൾ ഞാൻ ഇവിടെ നൽകുന്നതിനേക്കാൾ ദീർഘമായ ചർച്ചയ്ക്ക് അർഹമായ ഒന്നാണ്.

എങ്ങനെ പ്രവർത്തിക്കുന്നു എന്നതിനെക്കുറിച്ച് യാതൊരു ധാരണയുമില്ലാതെ)*, കൂടാതെ അസംബന്ധ സൃഷ്ടിവാദ ആശയങ്ങളോട് പോരാടുകയും ചെയ്യുന്നു. നിർഭാഗ്യവശാൽ, അദ്ദേഹത്തിന് ജനിതക വ്യതിയാനത്തിന്റെ ഉറവിടം മനസ്സിലാക്കാനുള്ള സ്രോതസ്സുകൾ ഇല്ലായിരുന്നു, എന്നാൽ (ഭാഗികമായി) ഉണ്ടായിരുന്നു താനും, ഏതാണ്ട് അതേ സമയത്ത് തന്നെ പ്രവർത്തിച്ചുകൊണ്ടിരുന്ന ഒരു എളിയ ഓസ്ട്രിയൻ സന്യാസിയുടെ രചനകളിൽ നിന്ന്, പക്ഷെ ഡാർവിന് അദ്ദേഹത്തെ അറിയില്ലായിരുന്നു.

* കാൾ സിമ്മറിന്റെ മികച്ച പുസ്തകം *ഷീ ഹാസ് ഹെർ മദേഴ്സ് ലാഫ്* വായിക്കുക, അതിൽ അദ്ദേഹം ഡാർവിന്റെ 'ജെമ്മ്യൂൾ' സിദ്ധാന്തത്തിന്റെ ചില വിശദാംശങ്ങളിലേക്ക് കടക്കുന്നുണ്ട്, എങ്ങനെയാണ് പാരമ്പര്യ സ്വഭാവഗുണങ്ങൾ ശാരീരികമായി കൈമാറ്റം ചെയ്യപ്പെടുന്നുവെന്നുള്ളത്. CRISPR, ജീൻ ഡ്രൈവുകൾ തുടങ്ങിയ ജീൻ എഡിറ്റിംഗ് ടൂളുകളാൽ ഒരുപക്ഷേ ഡാർവിന്റെ ജനിതക സിദ്ധാന്തങ്ങളും ലാമാർക്കിയൻ പരിണാമവും വരെ യാഥാർത്ഥ്യങ്ങളായി മാറിക്കൊണ്ടിരിക്കുന്നു – ഭാഗം IV-ൽ അതിനെക്കുറിച്ച് കൂടുതൽ വിവരിച്ചിരിക്കുന്നു. ഒരു പൂരിത ശാസ്ത്രീയ ഗവേഷണത്തിന്, മേരി ജെയ്ൻ വെസ്റ്റ്-എബർഹാർഡിന്റെ *ഡെവലപ്മെന്റൽ പ്ലാസ്റ്റിസിറ്റി ആൻഡ് എവല്യൂഷൻ* നിങ്ങൾ വായിക്കണമെന്ന് ഞാൻ ശുപാർശ ചെയ്യുന്നു, ഫിനോടൈപ്പിലെ വ്യതിയാനങ്ങൾ എങ്ങനെയാണ് സ്പീഷിയേഷനിലും പരിണാമത്തിലും ഒരു പങ്ക് വഹിക്കുന്നുവെന്നതിനെപ്പറ്റി ഒരു വിശദമായ അക്കാദമിക് പരിശോധന ആ പുസ്തകം നൽകുന്നുണ്ട്.

മെൻഡലും വ്യതിയാനത്തിന്റെ പരിപാലനവും

ഭൂമിയിലെ എല്ലാ ജീവജാലങ്ങളും ഒരൊറ്റ പൂർവ്വിക രൂപത്തിൽ നിന്ന് ഉത്ഭവിച്ചതാണെന്ന് ഡാർവിൻ വിശദീകരിച്ചപ്പോൾ – മിക്ക ജീവശാസ്ത്രജ്ഞരും വേഗത്തിൽ അത് അംഗീകരിക്കാനായി വന്നു – എന്നാൽ മിക്ക ജീവിവർഗ്ഗങ്ങളുടെയും സന്തതികൾക്ക് അവയുടെ മാതാപിതാക്കളെ അപേക്ഷിച്ച് വലിയ പരിവർത്തനം ഉണ്ടാകില്ല എന്ന വസ്തുതയിൽ നിന്ന് അകലാൻ ചില ജീവശാസ്ത്രജ്ഞർക്ക് കഴിഞ്ഞില്ല. അതിനാൽ അവർ കരുതി പരിണാമം ഡാർവിന് ശരിയായി കിട്ടി, പക്ഷേ അതിന്റെ എല്ലാ മെക്കാനിസങ്ങളും ഒരുപക്ഷേ അത്ര ശരിയായിട്ടില്ല എന്ന്. അക്കാലത്ത് തുടർന്നുകൊണ്ടിരുന്ന സിദ്ധാന്തം സന്തതികൾ അവരുടെ മാതാപിതാക്കളുടെ ഒരു മിശ്രിതമാണെന്നാണ്, തൽഫലമായി അതിനെ 'ബ്ലെൻഡിംഗ് ഇൻഹെറിറ്റൻസ്'' എന്ന് വിളിക്കുന്നു. ബ്ലെൻഡിംഗ് ഇൻഹെറിറ്റൻസ് വഴി, ഒരു പർപ്പിൾ അമ്മയും വെളുത്ത പിതാവും ആ സ്വഭാവവിശേഷങ്ങളുടെ ഒരു 'മിശ്രിത'മായ സന്തതികളെ ഉണ്ടാക്കും, അതായത് പിങ്ക് നിറത്തിലുള്ള പെൺമക്കളും ആൺമക്കളും. ബ്ലെൻഡിംഗ് ഇൻഹെറിറ്റൻസ് നടക്കുകയാണെങ്കിൽ, അതിനർത്ഥം ഓരോ തലമുറയിലും വ്യതിയാനം നഷ്ടപ്പെടുന്നു എന്നാണ് (അതായത്, വ്യത്യസ്ത രൂപത്തിലുള്ള രണ്ട് മാതാപിതാക്കൾ സമാന രൂപഭാവമുള്ള ഇന്റർമീഡിയറ്റ് സന്തതികളെ ഉണ്ടാക്കും). ഗ്രിഗർ മെൻഡെലിലേക്ക് പ്രവേശിക്കാം, ശാസ്ത്രത്തോടും പയറുവർഗ്ഗങ്ങളോടും സ്നേഹമുള്ള ഒരു ഓസ്ട്രിയൻ സന്യാസി.

ശാസ്ത്രത്തിന്റെ മഹത്തായ ഉൾക്കാഴ്ചകളിലൊന്നിൽ, വ്യതിയാനങ്ങൾ തലമുറകളായി നിലനിർത്തപ്പെട്ടത് എങ്ങനെയെന്ന് മെൻഡൽ കണ്ടെത്തി. അദ്ദേഹം ശുദ്ധമായ ഇനം പയർ ചെടികൾ (പർപ്പിളും വെള്ളയും പൂക്കൾ പോലെ) വ്യത്യസ്ത സ്വഭാവസവിശേഷതകളുള്ള ഇനങ്ങളുമായി സങ്കരണം ചെയ്തപ്പോൾ, ആദ്യ തലമുറയിൽ അദ്ദേഹത്തിന് ലഭിച്ചത് മുഴുവനും പർപ്പിൾ പൂക്കളാണെന്നത് ശ്രദ്ധിച്ചു. (ഉം, വ്യത്യാസം നഷ്ടപ്പെട്ടു, പക്ഷേ മിശ്രിതം അല്ല). അതിലും പ്രധാനം, രണ്ടാം തലമുറയിൽ, അദ്ദേഹം ആദ്യ തലമുറ

യിലെ പർപ്പിൾ പൂക്കളെയെല്ലാം ഇണചേർത്തപ്പോൾ, ഫലമായുണ്ടായ സന്താനങ്ങളിൽ ഏകദേശം മുക്കാൽ ഭാഗവും പർപ്പിൾ പൂക്കളും നാലിലൊന്ന് ഭാഗം വെള്ളയും ആയിരുന്നു (ഉം, നഷ്ടപ്പെട്ട സ്വഭാവം തിരിച്ചെത്തി). ഈ ഫലത്തിൽ നിന്നും മറ്റ് സ്വഭാവഗുണങ്ങളെക്കുറിച്ചുള്ള വിശേഷാൽ പരീക്ഷണങ്ങളിൽ നിന്നും, സ്വഭാവസവിശേഷതകൾ ജോഡികളായാണ് താഴേയ്ക്ക് കൈമാറുന്നതെന്ന് മെൻഡൽ അനുമാനിച്ചു, ഒരു പ്രബലമായതും (നമുക്ക് ഇതിനെ സ്ത്രീയിൽ നിന്നുള്ള വലിയ 'B' എന്ന് വിളിക്കാം) ഒരു നിഷ്ക്രിയമായതുമായ (പുരുഷനിൽ നിന്നുള്ള ചെറിയ 'b' എന്ന് വിളിക്കാം) പകർപ്പ്. ആദ്യ തലമുറയിൽ, ആൺ, പെൺ ഭാഗങ്ങൾ സന്തതികളിൽ കൂടിച്ചേരുമ്പോൾ, ഒരു സ്വഭാവഗുണത്തിന്റെ പ്രബലമായ പകർപ്പുകളെല്ലാം ('B') എല്ലാ നിഷ്ക്രിയമായ പകർപ്പുകളെയും ('b') സാക്ഷാത്കരിക്കുന്നതിൽ നിന്ന് തടയുന്നു (സന്തതിയിൽ ബിഗ് 'B', ചെറിയ 'b' എന്നിവ ഒന്നിച്ച് 'Bb' ആകുന്നു, എന്നാലും നിങ്ങൾ വലിയ 'B' സ്വഭാവം മാത്രമേ കാണൂ). എന്നാൽ രണ്ടാം തലമുറയിൽ 'Bb' അമ്മമാരും 'Bb' അച്ഛന്മാരും കണ്ടുമുട്ടി, സ്വഭാവസവിശേഷതകൾ വലിയ 'B', ചെറിയ 'b' എന്നിങ്ങനെ രണ്ടായി വിഭജിക്കപ്പെട്ടുമ്പോൾ, രണ്ട് നിഷ്ക്രിയമായ ചെറിയ 'b'-യുടെ സ്വഭാവവിശേഷങ്ങൾ ഒരുമിച്ച് സന്തതിയുടെ നാലിലൊന്ന് ഭാഗത്തോളം പ്രത്യക്ഷപ്പെടാം (പ്രബലമായ 'B' പകർപ്പ് ഇല്ലാതെ) (ചിത്രം 9), തൽഫലമായി ആ നിഷ്ക്രിയ സ്വഭാവഗുണം വീണ്ടും പ്രത്യക്ഷപ്പെടുന്നു (ഇവിടെ, അത് വെള്ള പൂക്കളാണ്).

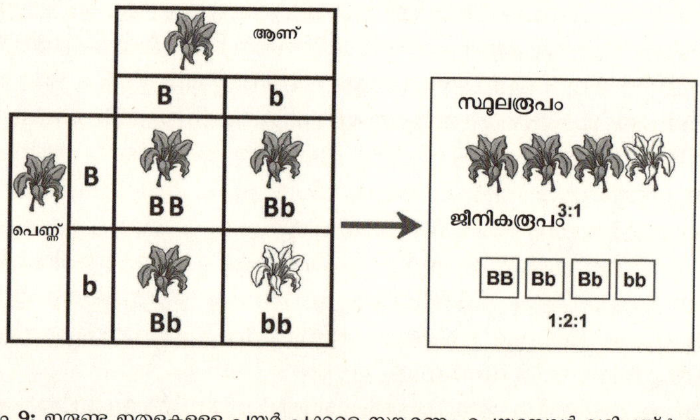

ചിത്രം 9: ഇരുണ്ട ഇതളുകളുള്ള പയർ പൂക്കളെ സങ്കരണം ചെയ്യുമ്പോൾ ലഭിച്ചത് ¾ ഇരുണ്ട പൂക്കളുള്ള ചെടികളും നാലിലൊന്ന് വെള്ളയും. എന്തുകൊണ്ട്? നമുക്ക് ഇപ്പോൾ അറിയാവുന്ന ജനിതക അല്ലീലുകളുടെ ജോഡികൾ അവിടെ ഉണ്ടായിരിക്കുകയും അവ പുനരുൽപ്പാദന സമയത്ത് വേർപെടുകയും ചെയ്തു എന്ന് മെൻഡൽ അനുമാനിച്ചു (പ്രബല 'B'-യും നിഷ്ക്രിയ 'b'-യും). 'B' ഹാജരുണ്ടായിരുന്നപ്പോഴൊക്കെ ഒരു ഇരുണ്ട പുഷ്പം ഉദിച്ചു വന്നു, തന്നെയുമല്ല, ചെറിയ 'b' ¼ ഭാഗത്തോളമായിരുന്ന സമയത്ത് അവിടെ 'B' ഇല്ലായിരുന്നു ആ ജോഡിയൊരുമിച്ച വിത്തിനുള്ളിൽ. വ്യതിയാനത്തിന്റെ പരിപാലനം വിശദീകരിക്കാൻ ജനിതകരൂപത്തെ എങ്ങനെ സ്ഥൂലരൂപത്തിൽ നിന്ന് വേർതിരിക്കാം എന്ന് നമ്മെ കാണിച്ചു എന്നതാണ് ഈ പരീക്ഷണം ചെയ്തത്.

കൂടാതെ മെൻഡൽ ശ്രദ്ധിച്ചത് താൻ പഠിക്കുന്ന എല്ലാ സ്വഭാവ സവിശേഷതകളും (വിത്തിന്റെ നിറം, ചെടിയുടെ ഉയരം മുതലായവ) ഒരേ അനുപാതത്തിലാണുള്ളത് (¾ പ്രബലം, ¼ നിഷ്ക്രിയം) ശുദ്ധമായ ഇനങ്ങളെ സങ്കരണം ചെയ്തതിന് ശേഷമുള്ള രണ്ടാം തലമുറയിലെ സന്തതികളിൽ, എന്നാൽ ആ സ്വഭാവവിശേഷതകൾ പരസ്പരം ബന്ധിപ്പിച്ചിട്ടില്ല (ഉദാഹരണത്തിന്, പച്ച വിത്തുകളും ഉയരമുള്ള ചെടികളും എല്ലായ്പ്പോഴും ഒരുമിച്ച് വന്നിട്ടില്ല). ആ സ്വഭാവവിശേഷങ്ങൾ വരും തലമുറകളിലേക്ക് കൈമാറ്റം ചെയ്യപ്പെടുമ്പോൾ എങ്ങനെയോ അവ മിശ്രിതവും ഭാഗിക്കപ്പെട്ടതും ആകുന്നു എന്ന് അദ്ദേഹം തിരിച്ചറിഞ്ഞു (നാം ഇപ്പോൾ ഇതിനെ 'പുനഃസംയോജനം' എന്ന് വിളിക്കുന്നു). എന്നെ സംബന്ധിച്ച്, മെൻഡലിന്റെ ജനിതക പാരമ്പര്യ പാറ്റേണുകളുടെ കണ്ടെത്തലും – ഇപ്പോൾ 'വേർതിരിക്കൽ നിയമം' എന്നറിയപ്പെടുന്നതും (ഓരോ സ്വഭാവവും ഒരു ജോടി ജീനുകൾ പ്രതിനിധീകരിക്കുന്നു) 'സ്വതന്ത്ര ശേഖരണ നിയമ'വും (ഓരോ സ്വഭാവവും സ്വതന്ത്രമായി അടുക്കിയിരിക്കുന്നു) ചരിത്രത്തിലെ ഏറ്റവും ശ്രദ്ധേയമായ ഗ്രഹണാത്മകമായ ഉൾക്കാഴ്ചകളിലൊന്നാണ്. ഞാൻ ഉദ്ദേശിച്ചത്, ക്രോമസോമുകളും ജീനുകളും എങ്ങനെ വ്യത്യസ്തത നിലനിർത്തുന്നു എന്ന് അദ്ദേഹം കണ്ടെത്തിയത് മൈക്രോസ്കോപ്പുകളും ഡിഎൻഎ സീക്വൻസറുകളും കൊണ്ടല്ല, മറിച്ച് പയറ് വളർത്തുന്നതിലൂടെയാണ്!* പയറ്! ഇപ്പോൾ, എല്ലാ സ്വഭാവങ്ങളും തുറന്ന് വേർപിരിക്കുക അത്ര എളുപ്പമല്ല (എല്ലാവർക്കും ഒരു വലിയ മൂക്കോ ഒരു ചെറിയ മൂക്കോ ഇല്ല) കാരണം അവയ്ക്ക് 'തുടർച്ചയുള്ളതാണ്'' (അവയെ ഒരു വിഭാഗമായി കാണപ്പെടുന്നു, മൂക്ക് അളവുകൾ പോലെ, അല്ലാതെ 'വേറിട്ട്'' നില കൊള്ളുന്നില്ല). മെൻഡൽ ചെയ്തതെന്താണെന്നു വെച്ചാൽ ശാരീരിക വ്യതിയാനം (ഫിനോടൈപ്പിൽ) നിലനിർത്തുന്നതിന് ജനിതക നിയന്ത്രണങ്ങൾ (ജീനോടൈപ്പിൽ) ഉണ്ടെന്നും പരിണാമം വിശദീകരിക്കുന്നതിനുള്ള ഒരു മാരകമായ പിഴവായിരുന്നില്ല പൈതൃക സമ്മിശ്രണം എന്നും സ്ഥാപിക്കാൻ സഹായിക്കുകയായിരുന്നു.

വ്യതിയാനങ്ങൾ ഉണ്ടാക്കുന്നതിനും നിലനിർത്തുന്നതിനും മെൻഡൽ വെളിപ്പെടുത്തിയ സംവിധാനങ്ങൾ എത്ര പ്രധാനമാണ്? നാം അനശ്വരതയാണ് അതിന് പകരം വെച്ചത്. ലൈംഗികമായി പുനർനിർമ്മിക്കുന്ന ജീവികൾ മാത്രമേ ഈ മെൻഡലിയൻ നിയമങ്ങൾ പിന്തുടരുന്നുള്ളൂ; ലൈംഗിക ബന്ധത്തിലൂടെ അല്ലാതെ പുനരുൽപ്പാദിപ്പിക്കുന്ന ജീവികൾക്ക് (പല സൂക്ഷ്മാണുക്കളും സസ്യങ്ങളും, കൂടാതെ ചില കശേരു മൃഗങ്ങളും) അവരെ സ്വയം ക്ലോൺ ചെയ്യാൻ കഴിയും : അവരുടെ ഡിഎൻഎ അതിന്റെ സമ്പൂർണ്ണതയിൽ ഓരോ തലമുറയിലേക്കും പകർത്തിക്കൊണ്ട്. ഇത് അലൈംഗികമായി പുനരുൽപ്പാദിപ്പിക്കുന്ന ജീവികളെ അവരുടെ എല്ലാ ജീനുകളെയും താഴേയ്ക്ക് ക്ലോണുകളിലേയ്ക്ക് കൈമാറാൻ അനുവദിക്കുന്നു, പക്ഷേ ഇത് അവരെ മാറുന്ന പാരിസ്ഥിതിക അവസ്ഥകളുടെ ഇരയാക്കും

കാരണം അവരെ മാറ്റവുമായി പൊരുത്തപ്പെടാൻ സഹായിക്കുന്നതിനുള്ള ജനിതക വ്യതിയാനം അവർക്കില്ല. മെൻഡൽ ലൈംഗികതയ്ക്ക് അർത്ഥതലങ്ങൾ നൽകി! ഒരു സന്യാസിയാണ് അത് ചെയ്തതെന്നോർക്കണം. ദുഃഖകരമെന്നു പറയട്ടെ, മനുഷ്യരാശിക്ക് എത്ര മഹത്തായ ബൗദ്ധിക ഉന്നതിയാണ് താൻ ഉണ്ടാക്കിയതെന്ന് അദ്ദേഹം ഒരിക്കലും കണ്ടില്ല.

ഡാർവിൻ ഒരിക്കലെങ്കിലും മെൻഡലിന്റെ രചനകൾ വായിച്ചിരുന്നെങ്കിൽ, വ്യതിയാനം എങ്ങനെ നിലനിർത്തി എന്നതിന് ഉത്തരം നൽകുന്ന ശരിയായ പാതയിലേക്ക് അദ്ദേഹത്തെ നയിച്ചേക്കുമായിരുന്നു. ഈ എളിയ സന്യാസിയുടെ ലളിതവും എന്നാൽ ഗംഭീരവുമായ ജനിതക കൃതികൾ ആരെങ്കിലും ശ്രദ്ധിക്കുന്നതിനു മുമ്പ് ഡാർവിനും മെൻഡലും മരിക്കും. ഇരുപതാം നൂറ്റാണ്ടിന്റെ ആരംഭത്തിലാണ് ആളുകൾ പാരമ്പര്യത്തിന്റെ നിഗൂഢത പരിഹരിക്കുന്നതിനുള്ള കണ്ണിയാണ് ജനിതകശാസ്ത്രം എന്ന് മനസ്സിലാക്കിയത്. മെൻഡൽ സൂചിപ്പിച്ച ഓരോ സ്വഭാവത്തിന്റെയും രണ്ട് പകർപ്പുകൾ സഹോദരി ജോഡി ക്രോമസോമുകളിലെ ജോഡി ജീനുകളായിരുന്നു എന്നും ക്രോമസോമിലെ വിവിധ സ്ഥലങ്ങളിൽ സ്വതന്ത്ര സ്വഭാവസവിശേഷതകൾ ഉണ്ടായിരുന്നു എന്നും (അല്ലെങ്കിൽ മറ്റൊരു സെറ്റിൽ), അതിനാലാണ് അവർ വെവ്വേറെ വേർപിരിഞ്ഞത് എന്നും. മെൻഡലിന്റെയും പിന്നാലെ വന്നവരുടെയും പ്രവർത്തനങ്ങൾ മൂലമാണ് നാം അറിഞ്ഞത് ഒരു ജീനിന് പ്രബലമായ ഒരു സ്ട്രെയിനും നിഷ്ക്രിയമായ ഒരു സ്ട്രെയിനും ഉണ്ടെന്നും അവയെ പലപ്പോഴും കാണാൻ പറ്റാറില്ലെന്നും മറ്റുള്ളവർ കണ്ടെത്തിയേനെ. എങ്ങനെ നിരവധി തലമുറകൾക്ക് നഷ്ടപ്പെട്ട ശേഷം ആ നിഷ്ക്രിയ സ്വഭാവം 'വീണ്ടും പ്രത്യക്ഷപ്പെടാം' എന്ന് ഇവരുടെ പ്രവർത്തനം കാണിച്ചുതന്നു, ഹീമോഫീലിയപോലുള്ള ചില രോഗങ്ങളിലെന്നപോലെ. പ്രവചിക്കാവുന്ന 'മെൻഡലിയൻ അനുപാതങ്ങളിൽ' രക്തഗ്രൂപ്പുകൾ പ്രത്യക്ഷപ്പെട്ടത് എന്തുകൊണ്ടാണെന്നും ഇത് വിശദീകരിക്കുന്നു. മെൻഡലിന്റെ കണ്ടുപിടിത്തങ്ങൾ ഒരു തുടക്കമായിരുന്നു, കുറച്ചുകൂടി കഴിഞ്ഞാണ് നമ്മുടെ ഡിഎൻഎയിലെ ജനിതക വ്യതിയാനത്തിന്റെ യഥാർത്ഥ ഉറവിടം

---

* താൻ കണ്ടെത്തിയ കാര്യങ്ങളെക്കുറിച്ചുള്ള മെൻഡലിന്റെ ധാരണ അൽപ്പം കൂടുതലാണോ? ഒരുപക്ഷേ. അദ്ദേഹം ഒരു സൗകര്യപ്രദമായ നായകനാണ്, പക്ഷേ അദ്ദേഹം ചെയ്ത ജോലി കാലത്തിന്റെ പരീക്ഷണത്തെ അതിജീവിച്ച് നിലകൊള്ളുന്നു. ചരിത്രത്തിലെ പശ്ചാത്താപമില്ലാത്ത തിന്മ നിറഞ്ഞ ക്രൂരന്മാരെയും നമ്മുടെ മറന്നുപോയ ദുരന്ത നായകന്മാരുടെ കെട്ടുകഥകളെ ശക്തിപ്പെടുത്താനും ശാസ്ത്രജ്ഞർ പോലും ഇഷ്ടപ്പെടുന്നു. എന്നിരിക്കിലും, മെൻഡലിന്റെ ഉൾക്കാഴ്ചകൾ ഐൻസ്റ്റൈൻ ആപേക്ഷികത ലോകത്തിന് കൊടുത്തതിനു സമമായി ഞാൻ കാണും, അതും ഒരു താഴ്ന്ന പേറ്റന്റ് ഗുമസ്തനായി ജോലി ചെയ്യുമ്പോൾ.

ആളുകൾ കണ്ടെത്തിയത്. മാത്രമല്ല മറ്റ് ജീവജാലങ്ങളിൽ പ്രവർത്തിക്കുമ്പോൾ മെൻഡൽ സ്വയം കണ്ടെത്തി, എല്ലാം ഒരു പയർചെടി പോലെ ലളിതമല്ലെന്ന്.*

* ഞാൻ ഇവിടെ ഉപയോഗിക്കുന്ന മെൻഡലിയൻ ജനിതകശാസ്ത്രത്തിന്റെ വിശദീകരണം മിക്കവാറും എല്ലാ ജീവശാസ്ത്രം പരിചയപ്പെടുത്തുന്ന പാഠപുസ്തകത്തിലും കാണാം. 'വ്യതിരിക്ത'മായ സവിശേഷതകൾ (പുഷ്പത്തിന്റെ നിറം പോലെ) ഉള്ളതും ഭംഗിയായി വേർതിരിക്കാൻ കഴിയുന്നതുമായ പയറുകളിൽ പ്രവർത്തിക്കാൻ മെൻഡൽ ഭാഗ്യവാനായിരുന്നു. വളരെ എളുപ്പമുള്ള പയറുകൾ പോലെയല്ലാതെ, തേനീച്ചകൾക്ക് ഒരു കൂടുതൽ സങ്കീർണ്ണമായ പാരമ്പര്യ സ്വഭാവസവിശേഷതകളുടെ പാറ്റേൺ ഉണ്ട് (തുടർച്ചയായ സ്വഭാവസവിശേഷതകളുടെ ക്വാണ്ടിറ്റേറ്റീവ് ജനിതകശാസ്ത്രത്തെക്കുറിച്ച് വായിക്കുക), അതുകൊണ്ടാണ് പ്രോട്ടോ-ജനിതകശാസ്ത്രജ്ഞനായ തേനീച്ച വളർത്തുന്നയാളെന്ന നിലയിൽ, മെൻഡൽ ഏന്തെങ്കിലും ശാസ്ത്രീയ കണ്ടുപിടുത്തങ്ങൾ അവതരിപ്പിക്കാഞ്ഞത്. (അത് ശരിക്കും കുത്തിയിട്ടുണ്ടാവണം.) പരാജയപ്പെട്ട പല പണ്ഡിതന്മാരെയുംപോലെ, ഒരു അവ്യക്തമായ നിർവ്വാഹകന്റെ ജീവിതമായിപ്പോയി അദ്ദേഹത്തിന്റേത്.

ജനിതക വ്യതിയാനവും (മ്യൂട്ടന്റ്) പരിവർത്തനവും (മ്യൂട്ടേഷൻ)

വ്യതിയാനങ്ങൾ നിലനിർത്തുന്നത് ഒരു കാര്യമാണ്, എന്നാൽ മെൻഡലും ഡാർവിനും അറിയാതിരുന്നത് തെറ്റുകൾ കൂടാതെ നിങ്ങൾക്ക് പുതിയ വ്യതിയാനം ഉണ്ടാകില്ല എന്നതാണ്. നിങ്ങളുടെ ഡിഎൻഎ കോഡിലെ തെറ്റുകളെ മ്യൂട്ടേഷനുകൾ എന്ന് വിളിക്കുന്നു, ഇവയാണ് ജനിതക വ്യതിയാനത്തിന്റെ വേരുകൾ. പലർക്കും, 'മ്യൂട്ടേഷൻ' എന്ന വാക്ക് വികലമായ ജീവികളുടെ പ്രതിച്ഛായ ഉണ്ടാക്കുന്നു. കുട്ടികൾക്ക്, ഒരു 'മ്യൂട്ടന്റ്' ഒരു ലേസർ – കണ്ണുള്ള പറക്കുന്ന സൂപ്പർഹീറോയായിരിക്കാം. പക്ഷേ നിങ്ങൾക്ക് കുട്ടികളിൽ മതിപ്പുളവാക്കണമെങ്കിൽ, അവരും മ്യൂട്ടന്റുകളാണെന്ന് അവരോട് പറയുക. വാസ്തവത്തിൽ, നാമെല്ലാവരും മ്യൂട്ടന്റുകളാണ് : മ്യൂട്ടേഷനുകൾ ഡിഎൻഎയിലെ സ്വാഭാവിക വ്യതിയാനം മാത്രമാണ്. ഡിഎൻഎ പകർത്തുമ്പോൾ സംഭവിക്കുന്ന പിഴവുകളാണവ, അത് ഈ നിമിഷം സംഭവിക്കുന്നുണ്ട്, നിങ്ങളുടെ കോശങ്ങൾ വിഭജിക്കുമ്പോഴെല്ലാം അത് സംഭവിക്കുന്നു. *ന്യൂയോർക്കർ*-ലെ ഏറ്റവും മികച്ച പ്രൂഫ് റീഡർമാർ പോലും ഇടയ്ക്കൊക്കെ ഒരു 'dessert'-നു പകരം 'desert' പോകാൻ സാഹചര്യവശാൽ അനുവദിക്കാറുണ്ട്, അതുപോലെ ഡിഎൻഎ റെപ്ലിക്കേഷൻ മെഷീനും ചിലപ്പോൾ 'ACTTG'-ക്ക് പകരം 'ACTG' എന്ന് എഴുതുന്നു. *ന്യൂയോർക്കർ*-ലെ പിശക് ഒരു വാക്കിന്റെ അർത്ഥം 'സ്വാദിഷ്ടമായ, മധുരമുള്ള ഭക്ഷണം' എന്നതിൽ നിന്ന് 'ഒരു തരിശായ ഭൂപ്രകൃതി' എന്നാക്കി മാറ്റുന്നത് പോലെ കോഡിംഗ് പിശക് ഒരു സാധാരണ ശരീരത്തെ വികലമായ ഒന്നാക്കി മാറ്റും. പക്ഷേ ലൈംഗികകോശങ്ങളിലെ (മുട്ടയും ബീജവും) മൂന്ന് ബില്യൺ ന്യൂക്ലിയോടൈഡ് ബേസ് ജോഡികളെ പ്രതിനിധീകരിക്കുന്ന ഒരു മനുഷ്യ ജീനോമിനെ നിർമ്മിച്ചിരിക്കുന്നത് As, Cs, Ts, Gs (അഡിനൈൻ, സൈറ്റോസിൻ, തൈമിൻ, ഗ്വാനിൻ എന്നീ തന്മാത്രകളുടെ ചുരുക്കരൂപം) എന്നിവയാലാണ്, മാതാപിതാക്കളിൽ നിന്ന് പാരമ്പര്യമായി ലഭിക്കാത്ത ഏതാണ്ട് 10 മുതൽ 100 വരെ പിശക് കോപ്പികൾ മാത്രമേ കുട്ടിക്ക് ലഭിക്കൂ.

ഏകദേശം 10^{-8} (അല്ലെങ്കിൽ 0.00000001%) എന്ന നിരക്കിലുള്ള പ്രൂഫ് റീഡിംഗ് ഏതൊരു മാഗസിൻ എഡിറ്ററേയും അസൂയപ്പെടുത്തും.

നിങ്ങളെ നിർമ്മിക്കുകയും നിങ്ങൾ ചെയ്യുന്ന മിക്ക കാര്യങ്ങളും നിയന്ത്രിക്കുകയും പ്രവർത്തിപ്പിക്കുകയും ചെയ്യുന്ന പ്രോട്ടീനുകളുടെ രൂപരേഖയായ ജനിതക കോഡാണ് DNA. കോഡിലെ ഒരു പിശക് മൂലം സാധാരണയായി സംഭവിക്കുന്നത്... തീർത്തും ഒന്നും സംഭവിക്കുന്നില്ല—nada, zilch, zero. മ്യൂട്ടേഷനേയും പരിണാമത്തേയും കുറിച്ച് നാം മനസ്സിലാക്കിയ കണ്ടെത്തലുകളിൽ ഏറ്റവും ആശ്ചര്യപ്പെടുത്തുന്ന ഒന്ന്, മിക്ക ജനിതകപരിവർത്തനങ്ങളും ഒരു ജീവിയുടെ അതിജീവനമോ അല്ലെങ്കിൽ പ്രത്യുൽപ്പാദന കഴിവുകളോ മാറ്റാൻ ഒന്നും ചെയ്യുന്നില്ലെന്നുള്ള മൂട്ടൂ കിമുറയുടെ കണ്ടെത്തലാണ്, അങ്ങനെ ബാഹ്യ പ്രതിഭാസം (നിങ്ങളുടെ രൂപം ഉൾപ്പെടെയുള്ള ഡിഎൻഎ കോഡിന്റെ ഉൽപ്പന്നങ്ങൾ) മാറ്റമില്ലാതെ തുടരുന്നു. കിമുറ തന്റെ ആശയത്തെ 'തന്മാത്രാ പരിണാമത്തിന്റെ നിഷ്പക്ഷ സിദ്ധാന്തം' എന്നു വിളിച്ചു. ജീവിവർഗ്ഗങ്ങൾ വ്യതിചലിക്കുന്ന ഒരു മാർഗ്ഗമെന്ന നിലയിലും (ഡിഎൻഎ സീക്വൻസുകളിൽ സാവധാനത്തിലുള്ള 'ഡ്രിഫ്റ്റിംഗ്' നോൺ-അഡാപ്റ്റീവ് മാറ്റത്തിലൂടെ) പ്രകൃതിനിർദ്ധാരണത്തിന്റെ പൂരകമെന്ന നിലയിലും ഇന്ന് നാം അദ്ദേഹത്തിന്റെ ആശയത്തെ 'ജനറ്റിക് ഡ്രിഫ്റ്റ്'മായി ബന്ധപ്പെടുത്തുന്നു.

എല്ലാ മ്യൂട്ടേഷനുകളും 'പോയിന്റ്' എന്നു വിളിക്കപ്പെടുന്ന മ്യൂട്ടേഷനുകളല്ല, അതായത് ഒരു ഡിഎൻഎ ന്യൂക്ലിയോടൈഡിൽ നിന്ന് മറ്റൊന്നിലേക്കുള്ള മാറ്റം (ഉദാ.: ഒരു A ഒരു C ആകുന്നു). മേൽപ്പറഞ്ഞ 'ACTTG' → 'ACTG' ഉദാഹരണത്തെ ഒരു 'ഇല്ലാതാക്കൽ' എന്ന് വിളിക്കുന്നു, അവിടെ ഒരു ന്യൂക്ലിയോടൈഡ് 'T' ഇല്ലാതാക്കപ്പെടുന്നു; അതുപോലെ 'കൂട്ടിച്ചേർക്കലുകളും' ഉണ്ട്, അവിടെ ഒരു അധിക ന്യൂക്ലിയോടൈഡ് ചേർക്കപ്പെടുന്നു. ഈ 'indels' (ഇൻഡെൽ) ('insertion/deletion' എന്നതിന്റെ ചുരുക്കം) എവിടെ മ്യൂട്ടേഷൻ സംഭവിക്കുന്നു എന്നതിനെ ആശ്രയിച്ച് വലിയ പ്രത്യാഘാതങ്ങൾ ഉണ്ടാക്കാം. ഒരു പ്രോട്ടീൻ കോഡ് എങ്ങനെ വായിക്കപ്പെടണം എന്നത് മാറ്റാൻ ഒരു ഇൻഡെലിന് കഴിയും, അങ്ങനെ ആ പ്രോട്ടീനിന്റെ ഉത്പാദനം നിലക്കും. ഒരു പ്രത്യേകതരം പ്രോട്ടീൻ ഉത്പാദനം നിലക്കുന്നത് ഫിനോടൈപ്പിന് ഭീകരമായ പ്രത്യാഘാതങ്ങൾ ഉണ്ടാക്കാം.

നിങ്ങൾ പഠിച്ചത് എന്താണെന്നുവരികിലും, *പരിണാമം യാദൃശ്ചികമല്ല.** മുകളിൽ വിവരിച്ച മ്യൂട്ടേഷന്റെ ഉദാഹരണങ്ങൾ യാദൃശ്ചികമായി കാണപ്പെടുന്നില്ല. ജീനോമിന്റെ ചില ഭാഗങ്ങൾ മറ്റുള്ള ഭാഗങ്ങളേക്കാൾ മാറ്റത്തിന് കൂടുതൽ വിധേയമാണ് – നിങ്ങളുടെ ജീനോമിന്റെ ഭൂരിഭാഗത്തിലും എന്ത് മാറ്റമുണ്ടായാലും പ്രശ്നമില്ല കാരണം അവ നടക്കുന്നത് ജീനുകളുടെ വായന ഫ്രെയിമുകളുടെ പുറത്തുള്ള നോൺ-കോഡിംഗ് പ്രദേശങ്ങളിലാണ്; മറ്റ് ഭാഗങ്ങൾ 'തിരഞ്ഞെടുപ്പ് ശുദ്ധീകരണത്തിന്'

* കുറഞ്ഞത് മരണത്തേക്കാൾ യാദൃശ്ചികമല്ല.

വിധേയമാകുന്നു, പിന്നെ ഏത് മ്യൂട്ടേഷനുകളും പെട്ടെന്ന് നീക്കം ചെയ്യപ്പെടുന്നു. കോശങ്ങൾ വിഭജിക്കുമ്പോൾ മ്യൂട്ടേഷനുകൾ സ്വയമേവയും ആകസ്മികമായും സംഭവിക്കാം, പക്ഷേ അത് ബീജത്തിലേക്കോ അണ്ഡത്തിലേക്കോ എത്തിയില്ലെങ്കിൽ, അവ ഓരോ തലമുറയിലൂടെയും കൈമാറുന്ന ഡിഎൻഎയുടെ ഭാഗമാകില്ല. ഈ സ്വതസിദ്ധമായ മാറ്റങ്ങൾ ഒരു ജീവിവർഗ്ഗത്തിന്റെ പരിണാമ ചരിത്രത്തിന്റെ ഭാഗമായിത്തീരുന്നത് ഒരു ജനസംഖ്യയിലെ വ്യക്തികളുടെ മ്യൂട്ടേഷൻ ഒരു പ്രതിനിധി സംഖ്യയിലേക്ക് വ്യാപിക്കുമ്പോൾ മാത്രമാണ്. ഇത് എങ്ങനെയാണ് വ്യാപിക്കുന്നത്? വ്യക്തികൾ പുനരുൽപ്പാദിപ്പിക്കുമ്പോൾ, ജനിതക വ്യതിയാനം (നിഷ്പക്ഷമാണെങ്കിൽ) അല്ലെങ്കിൽ സ്വാഭാവിക തിരഞ്ഞെടുപ്പ് (യോജിച്ചതാണെങ്കിൽ) വഴി സാഹചര്യങ്ങൾ അനുകൂലമാണെങ്കിൽ ഇവ അവരുടെ ഡിഎൻഎയിലൂടെ കടന്നുപോകുന്നു (മ്യൂട്ടേഷനുകൾ ഉൾപ്പെടെ). അല്ലെങ്കിൽ മ്യൂട്ടേഷൻ പ്രയോജനകരമാണെങ്കിൽ, ഇതിന് വളരെ വേഗത്തിൽ വ്യാപിക്കാനോ അല്ലെങ്കിൽ ഞൊടിയിടയിൽ അപ്രത്യക്ഷമാകാനോ കഴിയും.

മാത്രമല്ല, നിങ്ങൾ ഒരുപക്ഷേ കേട്ടതുപോലെ, മിക്ക മ്യൂട്ടേഷനുകളും നിങ്ങളെ കൊല്ലില്ല... എന്നാൽ അങ്ങനെ ചെയ്യുന്ന മ്യൂട്ടേഷനുകളെക്കുറിച്ച് നിങ്ങൾ ചിന്തിച്ചേക്കാം. (എല്ലാവരും ഒരു നല്ല മാരകമായ മ്യൂട്ടേഷൻ സ്റ്റോറി ഇഷ്ടപ്പെടുന്നു.) ഒരു മ്യൂട്ടേഷൻ വളരെ മോശവും മരണത്തിലേക്ക് നയിക്കുകയും ചെയ്യുന്നുണ്ടെങ്കിൽ, എന്തുകൊണ്ട് ആ മ്യൂട്ടേഷൻ നിലനിൽക്കുന്നു? പല കാരണങ്ങളുണ്ടാകാം. ഉദാഹരണത്തിന്, ചില മ്യൂട്ടേഷനുകൾ പിന്നീടുള്ള ജീവിതത്തിലാണ് പ്രകടമാകുന്നത്, നാം ഇതിനകം തന്നെ അവയെ അടുത്ത തലമുറയിലേക്ക് കൈമാറിയതിനുശേഷം (ഉദാ.: ഹണ്ടിംഗ്ടൺസ് രോഗം). നമ്മുടെ മ്യൂട്ടേഷൻ ലോഡ് പ്രായത്തിനനുസരിച്ച് വളരുന്നു, കോശങ്ങൾ ചെറുപ്പത്തിൽ ചെയ്തതുപോലെ കാര്യക്ഷമമായി ആവർത്തിക്കുന്നത് നിർത്തുന്നു (വാർദ്ധക്യം പ്രാപിക്കുന്ന സ്വാഭാവിക ഘട്ടങ്ങളുടെ ഭാഗം 'സെനെസെൻസ്'), പുകവലി, മദ്യപാനം, ധാരാളം മധുരമുള്ള ലഘുഭക്ഷണങ്ങൾ കഴിക്കൽ എന്നിവ അതിനെ സഹായിക്കുന്നു, ജീവിതത്തെ വിലമതിപ്പിക്കുന്നതാക്കുന്ന എല്ലാ രസകരമായ കാര്യങ്ങളും, അതിനെ ഹ്രസ്വമാക്കുന്നുണ്ടെങ്കിലും. പക്ഷേ അപ്പറഞ്ഞ അവസാനത്തെ ഉദാഹരണങ്ങൾ പരിണാമമല്ല, ആ മാറ്റങ്ങൾ പൈതൃകമായി ലഭിച്ചതല്ല. ആ മ്യൂട്ടേഷനുകൾ സംഭവിക്കുന്നത് നിങ്ങളുടെ സാധാരണ ശരീരകോശങ്ങളിലാണ് (സോമാറ്റിക് സെല്ലുകൾ) അല്ലാതെ നിങ്ങളുടെ ബീജത്തിലും മുട്ടയിലും (ലൈംഗിക കോശങ്ങൾ അഥവാ 'ഗാമെറ്റ്സ്') നിന്ന് അടുത്ത തലമുറയിലേക്ക് കൈമാറുന്നവയിലല്ല.

ഒരു പ്രയോജനപ്രദമായ അല്ലെങ്കിൽ ആവശ്യമുള്ള ജീനിനടുത്തുള്ള ഒരു ക്രോമസോമിൽ സ്ഥിതിചെയ്യുന്നത് വഴി ചില സമയത്ത് മാരകമായ ഒരു മ്യൂട്ടേഷൻ താഴേക്ക് കൈമാറാം – ഇതിനെ 'ജനിതക ഹിച്ച്ഹൈക്കിംഗ്' എന്ന് വിളിക്കുന്നു. ജീനുകൾ ഓരോന്നും സ്വതന്ത്രമായാണ് തരംതിരിക്കുന്നതെന്ന് മെൻഡൽ പറഞ്ഞത് ശരിയായിരുന്നെങ്കിലും അവ ഒരു

ക്രോമസോമിൽ എവിടെ ഇരിക്കുന്നു എന്നതിനെ ആശ്രയിച്ചിരിക്കുന്നു : ഒരു ക്രോമസോമിൽ ശാരീരികമായി അടുത്തിരിക്കുന്ന ജീനുകൾ ഒരുമിച്ച് തലമുറതലമുറയായി പാരമ്പര്യമായി ലഭിക്കാനുള്ള സാധ്യത കൂടുതലാണ്. ഒരു കുത്ത് ചീട്ട് അയഞ്ഞ രീതിയിൽ കശക്കുന്നത് പോലെ ചിന്തിക്കുക – നിങ്ങൾ കുറച്ച് തവണ മാത്രം കശക്കിയാൽ, പരസ്പരം അടുത്തിരിക്കുന്ന ചീട്ടുകൾ ഒരുമിച്ച് തന്നെയുണ്ടാകും. ആ കശക്കൽ പൊരുത്തമുള്ള (ഹോമോലോഗസ്) ക്രോമസോം ജോഡികൾക്കിടയിൽ സംഭവിക്കുന്നു, അവ പിന്നെ വേർപിരിയുകയും ചെയ്യുന്നു. കശക്കിയതിന് ശേഷം, നിങ്ങളുടെ ഡിഎൻഎയുടെ പകുതിയോളം (രണ്ട് സെറ്റ് ക്രോമസോമുകളിൽ ഒന്നായി) പുനഃക്രമീകരിക്കപ്പെട്ട് മാറ്റിവെക്കപ്പെടുന്നു, ബീജം അല്ലെങ്കിൽ അണ്ഡം ഉണ്ടാക്കുന്നതിന് വേണ്ടി. നിങ്ങൾ ഈ ഗാമെറ്റുകൾ ധാരാളം ഉണ്ടാക്കുകയും, അവയോരോന്നിനും നിങ്ങളുടെ ക്രോമസോമുകളുടെ പകുതിയോളം വരുന്നവ പ്രതിനിധാനം ചെയ്യുന്ന ജീനുകളുടെ ഒരു സവിശേഷമായ സംയോജനം ഉണ്ടായിരിക്കുകയും ചെയ്യും. ഈ മുഴുവൻ പ്രക്രിയയേയും 'പുനഃസംയോജനം' എന്ന് വിളിക്കപ്പെടുന്നു. ആ പ്രക്രിയയാണ് നിങ്ങളാകുന്ന, നിങ്ങളുടെ മാതാപിതാക്കളുടെ ഡിഎൻഎയുടെ സവിശേഷമായ മിശ്രിതം (അവരുടെ മുട്ടയും ബീജവും ഒരുമിച്ച് വരുമ്പോൾ) ഉണ്ടാകുന്നതിന്റെ ഉത്തരവാദി. അവ രണ്ട് കുത്ത് ചീട്ടുകളാണെന്നു കരുതുക (ഒന്ന് അമ്മയും ഒന്ന് അച്ഛനും) : ഓരോ കുത്തുകളും കശക്കി രണ്ടിൽ നിന്നും പകുതി വീതം എടുക്കുന്നു (ഇവ അണ്ഡവും ബീജവും ആണെന്ന് കരുതുക), ഒരു പുതിയ കുത്ത് ഉണ്ടാക്കുവാൻ വേണ്ടി (ചിത്രം 10). കുഞ്ഞുങ്ങളെ സൃഷ്ടിക്കുന്ന കാര്യം വരുമ്പോൾ ആരും 'ഒരു കുത്ത് ചീട്ട് കൊണ്ട് കളിക്കുന്നില്ല', പക്ഷേ നിങ്ങൾക്ക് ശരിയായ എണ്ണത്തിൽ A-കൾ, രാജാക്കന്മാർ, രാജ്ഞികൾ മുതലായവ വേണം താനും. മിക്ക മ്യൂട്ടേഷനും ഒരു കുത്ത് ചീട്ട് കാലക്രമേണ ശേഖരിക്കപ്പെട്ട നിരവധി ചെറിയ വരകളും അടയാളങ്ങളും ആകാമെന്ന് ചിന്തിക്കാം, അവയിൽ മിക്കതിനും നിങ്ങൾ കളിക്കുന്ന ഏത് ഗെയിമിനും അനന്തരഫലങ്ങളൊന്നുമുണ്ടാക്കുന്നില്ല. കശക്കുമ്പോൾ നിങ്ങൾക്ക് ഒരു കാർഡ് നഷ്ടപ്പെട്ടാൽ, അത് വളരെ വലിയൊരു പ്രശ്നമായിരിക്കും, പക്ഷേ അത് ഒരു പുതിയ കുത്ത് (നിങ്ങൾ) ഉണ്ടാക്കാനുപയോഗിക്കുന്ന അര കുത്തിനുള്ളിൽ (അമ്മയുടെ മുട്ട അല്ലെങ്കിൽ അച്ഛന്റെ ബീജം) പെടുന്നില്ലെങ്കിൽ കുഴപ്പമില്ല.**

മ്യൂട്ടേഷനുകൾ നീക്കം ചെയ്യുന്നതിനുള്ള ഉത്തരവാദിത്തം പുനഃസംയോജിപ്പിക്കലിനാണ് (അഡാപ്റ്റീവ് ആയവ പോലും), ചിലപ്പോൾ കശക്കുന്നതിനിടയിൽ മോശമായവയെപ്പോലെ നല്ല മ്യൂട്ടേഷനുകളും എളുപ്പത്തിൽ പുറന്തള്ളപ്പെടാം. ആ രീതിയിൽ, ജനിതക വ്യതിയാനം (അതാ

** നിങ്ങൾക്ക് ചീട്ടുകൾ ഇഷ്ടപ്പെടുന്നില്ലെങ്കിൽ, പുനഃസംയോജനത്തിന്റെ സമാനമായ ഒരു അനന്തരഫലം വിശദീകരിക്കാൻ ഞാൻ പിന്നീട് ഉപയോഗിക്കുന്ന സാലഡ് രൂപകം നിങ്ങൾക്ക് പരിഗണിക്കാം.

യത്, മ്യൂട്ടേഷനുകൾ) സൃഷ്ടിക്കുന്നതിനും നീക്കം ചെയ്യുന്നതിനുമുള്ള ഒരു ശക്തിയാണ് പുനഃസംയോജനം.

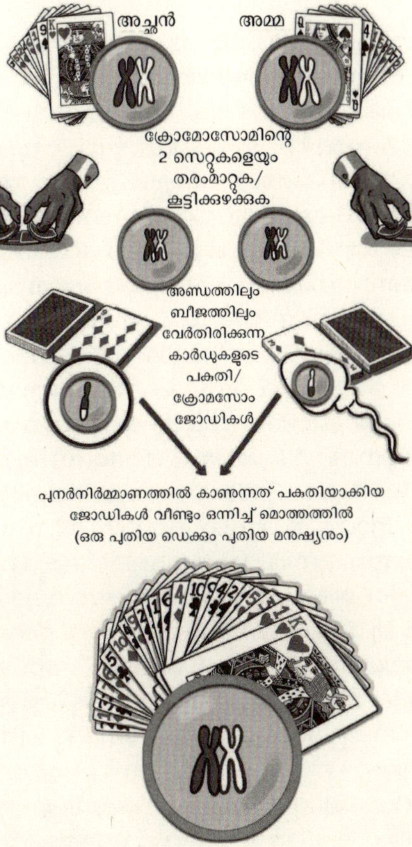

ചിത്രം 10: പുനഃസംയോജനത്തിനായുള്ള 'ചീട്ട് കുത്ത്' രൂപകത്തിന്റെ ഒരു വിശദീകരണം. നിങ്ങളുടെ മാതാപിതാക്കൾക്ക് ഓരോരുത്തർക്കും ഇരുപത്തിമൂന്ന് ജോഡി ക്രോമസോമുകൾ വീതം ഉണ്ട് (ആകെ നാല്പത്തിയാറ്). നിങ്ങളുടെ അമ്മയിൽ നിന്നുള്ള ഓരോ അണ്ഡത്തിനും നിങ്ങളുടെ പിതാവിൽ നിന്നുള്ള ബീജത്തിനും പകുതി സെറ്റ് ഉണ്ട് (ആകെ ഇരുപത്തിമൂന്ന്). മയോസിസ് വഴി ഒരു ബീജം/അണ്ഡം ഉണ്ടാക്കാൻ, മാതാപിതാക്കളുടെ സെറ്റ് ജനിതക ക്രോസ്ഓവർ വഴി 'കശക്കുന്നു', അവിടെ വ്യത്യസ്ത സെറ്റുകളിൽ നിന്നുള്ള ചീട്ടുകൾ പുനഃസംയോജിപ്പിക്കുന്നു. ഈ പുനഃസംയോജന സമയത്ത്, ഡെക്ക് പകുതിയായി വിഭജിക്കപ്പെടുന്നു, അങ്ങനെ പുനഃസംയോജിപ്പിച്ച ക്രോമസോമുകളുടെ പകുതി മാത്രമേ ഓരോ ബീജത്തിലും അണ്ഡത്തിലും ഉള്ളൂ. പ്രത്യുൽപ്പാദന വേളയിൽ അണ്ഡവും ബീജവും കൂടിച്ചേർന്ന് മൊത്തം ക്രോമസോമുകളുടെ എണ്ണം നാൽപ്പത്തിയാറിലേക്ക് തിരികെ കൊണ്ടുവരുന്നു. പുനഃസംയോജനം നടക്കുമ്പോൾ, ചില മ്യൂട്ടേഷനുകൾ നഷ്ടപ്പെടും (പ്രയോജനകരമായവയോ അല്ലാത്തവയോ), എന്നാൽ ഈ പ്രക്രിയ നിങ്ങളെയും നിങ്ങളുടെ സഹോദരങ്ങളെയും

പരസ്പരവും, പിന്നെ നിങ്ങളുടെ മാതാപിതാക്കളിൽ നിന്നും വ്യത്യസ്തരാക്കുന്ന അദ്വിതീയ സവിശേഷതകളുടെ സംയോജനവും സൃഷ്ടിക്കുന്നു (ഈ പ്രക്രിയയിൽ നിങ്ങൾ നേടിയ അദ്വിതീയ മ്യൂട്ടേഷനുകൾക്ക് പുറമേ). (ബീജവും അണ്ഡവും നിർമ്മിക്കുന്ന മയോസിസിന്റെ പ്രക്രിയ ഇവിടെ സംഗ്രഹിച്ചതിനേക്കാൾ വളരെ സങ്കീർണമാണെന്നത് ദയവായി ശ്രദ്ധിക്കുക.)

ഇത് ഓർക്കേണ്ടത് പ്രധാനമാണ്, ഒട്ടുമിക്ക ജനിതകമാറ്റങ്ങളും പരിണാമത്തിന് വലിയ പ്രത്യാഘാതങ്ങൾ ഉണ്ടാക്കില്ല, പക്ഷേ ചെറിയ മാറ്റങ്ങൾക്ക് ഫിനോടൈപ്പിൽ വലിയ വ്യത്യാസങ്ങൾ ഉണ്ടാക്കാനും സാധിക്കും. ഉദാഹരണത്തിന്, *അക്കോൺഡ്രോപ്ലാസ്റ്റിക് ഡ്വാർഫിസം* (Achondroplastic dwarfism) ഒരൊറ്റ ഡിഎൻഎ തന്മാത്രയുടെ മാറ്റമാണ്, ഒരു A-യിൽ നിന്ന് ഒരു G-യിലേക്ക്, തരുണാസ്ഥിയിൽ നിന്ന് അസ്ഥിയിലേക്കുള്ള രൂപീകരണത്തിന്റെ അപര്യാപ്തതക്ക് കാരണമാകുന്നു. മറിച്ചുള്ള ഒരു ഉദാഹരണമാണ് ജോസഫ് മെറിക് അഥവാ 'ദി എലിഫന്റ് മാൻ'. അദ്ദേഹത്തിന് പ്രോട്ടിയസ് സിൻഡ്രോം ഉണ്ടായിരുന്നു, AKT1 ജീനിൽ ഒരു മ്യൂട്ടേഷൻ ഉണ്ടാവുകയും അത് ക്യാൻസർ പോലെ പടരുന്നതിന് മുമ്പ് വെറും ഒരു കോശത്തിൽ ദൃശ്യമാകുകയും അസ്ഥികളുടെ അസാധാരണമായ വളർച്ചക്ക് കാരണമാകുകയും ചെയ്തു. ഈ മ്യൂട്ടേഷനുകളിൽ ചിലതിന് മറ്റുള്ളതിനെക്കാൾ പ്രാധാന്യം കുറവാണ്; എനിക്ക് പ്രിയപ്പെട്ട ഒന്ന് ഇതാണ്, ഡിഎൻഎ കോഡിംഗ് മേഖലയിലെ ഒരൊറ്റ മാറ്റം നിങ്ങളുടെ ഘ്രാണ റിസപ്റ്ററുകളിൽ ഒന്നിന് ശതാവരി ആസിഡിന്റെ സൾഫർ മാതിരിയുള്ള ദുർഗന്ധം മണക്കാനുള്ള കഴിവ് നഷ്ടപ്പെടുത്തുന്നു, അത് ശതാവരി കഴിച്ചതിന് ശേഷം മൂത്രമൊഴിക്കുമ്പോൾ ദുർഗന്ധമില്ല എന്ന പ്രതീതി നൽകുന്നു. എന്തുപറ്റി എന്ന് ഊഹിക്കാമോ? അവരുടെ മൂത്രത്തിന് നാറ്റമുണ്ട്, മറ്റെല്ലാവരെയും പോലെ – അവർക്ക് അത് മണക്കാൻ കഴിയുന്നില്ല! അതുപോലെ ഒരു ന്യൂക്ലിയോടൈഡ് മ്യൂട്ടേഷൻ ഉണ്ട്, അത് ചിലരിൽ മല്ലിയിലക്ക് സോപ്പിന്റെ രുചി തോന്നിപ്പിക്കും. എന്നാൽ അവർക്ക് ഭാഗ്യമുണ്ട്, അവരുടെ പരമാർത്ഥത പരിണാമപരമായി അനൗചിത്യപരമായ അനന്തരഫലങ്ങളിലേക്ക് നയിക്കുന്നില്ല, അങ്ങനെ മൂത്രം മണക്കാത്ത – സോപ്പ് രുചിയുള്ള ആളുകൾ അജ്ഞതയിലാണെങ്കിലും, അവർ ജീവിതം സാധാരണമായി മറ്റുള്ളവരെപ്പോലെ തന്നെ നയിക്കുന്നു.

ഈയവസരത്തിൽ, എനിക്ക് ഒരു കുറ്റസമ്മതം നടത്താനുണ്ട് : എനിക്ക് ഒരു അപൂർവമായ, അനന്തരഫല സാധ്യതയുള്ള മ്യൂട്ടേഷൻ ഉണ്ട്. കുഞ്ഞുങ്ങൾ ഉണ്ടാകാനായി പരിശ്രമിക്കുമ്പോൾ, ഞാനും എന്റെ ഭാര്യയും ഫെർട്ടിലിറ്റി പ്രശ്നങ്ങൾ നേരിട്ടു, പല ദമ്പതികൾക്കും ഉള്ളതുപോലെ. എട്ട് ആഴ്ച പ്രായമുള്ള ഒരു ഗർഭപിണ്ഡത്തിന്റെ അലസൽ ഞങ്ങളെ ദുഃഖിപ്പിക്കുകയും ആശങ്കാകുലരാക്കുകയും ചെയ്തു, അതിനാൽ ഞങ്ങൾ അതിന്റെ കാരണമന്വേഷിച്ചു. അതൊരു ട്രൈപ്ലോയിഡായിരുന്നു : മൂന്ന് സെറ്റ് ക്രോമസോമുകൾ (രണ്ടിന് പകരം) – അത് നല്ലതല്ല. ഒരു അധിക ക്രോമസോം ഡൗൺ സിൻഡ്രോം പോലെയുള്ള രോഗങ്ങൾക്ക് കാരണമാകും, എന്നാൽ ഒരു പൂർണ്ണമായ അധിക സെറ്റ് മിക്കപ്പോഴും ജനനത്തിനു

മുമ്പ് നാശകരമാണ്. എന്തുകൊണ്ടാണ് ഇത് സംഭവിച്ചതെന്ന് മനസ്സിലാക്കാൻ, എന്റെ ഭാര്യയും ഞാനും ഡിഎൻഎ ടെസ്റ്റ് ചെയ്തു. എനിക്ക് ക്രോമസോം #8-ൽ ഒരു 'വൈപരീത്യം' ഉണ്ടെന്ന് കണ്ടെത്തി : ആ ക്രോമസോമിന്റെ ഒരു ഭുജത്തിന്റെ ഭാഗം പിന്നിലേക്കാണ്. 'അതുകൊണ്ടാണ് ഞാൻ ഇങ്ങനെയായത്,' ഞാൻ വികാരഭാവങ്ങൾ ഒന്നും കാട്ടാതെ എന്റെ വിദ്യാർത്ഥികളോട് പറയുമ്പോൾ അവർക്ക് മനസ്സിലാകുന്നുണ്ടോ എന്ന് ശ്രദ്ധിച്ചു (എന്നാലാവും വിധം ഞാൻ വൈപരീത്യത്തിന്റെ അടയാളങ്ങളൊന്നും കാണിച്ചില്ല). ആ വൈപരീത്യം ഞങ്ങളുടെ ഗർഭം അലസിയതിന് കാരണമായോ? മിക്കവാറും അല്ല, പക്ഷേ ആ കണ്ടെത്തൽ ബീജസങ്കലനം ചെയ്ത മുട്ടയുടെ അധിക ജനിതക പരിശോധനയ്ക്ക് കാരണമാവുകയും, തത്ഫലമായി അവ എന്റെ സമാന ഇരട്ടകളായി മാറുകയും ചെയ്തു (അവരെക്കുറിച്ച് കൂടുതൽ പിന്നീട്).

ക്രോമസോം കഷണങ്ങളുടെ വലിയ മാറ്റങ്ങളും ചലനങ്ങളും, എന്റെ വൈപരീത്യം പോലെ, അപൂർവ്വമാണെന്നാണ് കരുതിയിരുന്നത്. 1940-കളിൽ, ഡോ. ബാർബറ മക്ലിൻടോക്ക് 'ജമ്പിംഗ് ജീനുകൾ' (അല്ലെങ്കിൽ ജനിതക ശകലങ്ങളുടെ ട്രാൻസ്പോസിഷൻ) കണ്ടെത്തി, ഇത് സ്ഥൂലരൂപ മാറ്റങ്ങളിലേക്ക് നയിച്ചേക്കാം – ഇത് പൈതൃകമായ മാറ്റം മനസ്സിലാക്കുന്നതിനുള്ള ഒരു പുതിയ വഴിയിലേക്ക് നയിക്കുകയും ചെയ്തു. ഡിഎൻഎയിലുള്ള ഈ മാറ്റങ്ങൾ, അവ എവിടെ സംഭവിക്കുന്നു എന്നതിനെ ആശ്രയിച്ച്, ഒരു സ്വാധീനവും ചെലുത്താതിരിക്കുകയോ അല്ലെങ്കിൽ വലിയ സ്വാധീനം ചെലുത്തുകയോ ചെയ്യുമെന്ന് മനസ്സിലാക്കാൻ മക്ലിൻടോക്ക് നമ്മെ സഹായിച്ചു. കൂടാതെ, ജനിതക വ്യതിയാനം ശരീരത്തിനുള്ളിൽ നിന്ന് മാത്രമല്ല വരുന്നത്, മറിച്ച് പുറത്ത് നിന്നുമാവാം എന്നും നമ്മൾ പഠിച്ചു.

1960-കളിൽ, ഡോ. ലിൻ മർഗുലിസ് ഈ സിദ്ധാന്തം ജനകീയമാക്കി, അതായത് ചിലപ്പോഴെല്ലാം ജീവികൾ തമ്മിലുള്ള സഹവർത്തിത്വമാണ് അല്ലാതെ മത്സരമല്ല പരിണാമത്തിൽ വലിയ മാറ്റങ്ങൾക്ക് കാരണമാകുന്നതെന്ന്. അവർ വിശദീകരിച്ചു എങ്ങനെ മറ്റ് തരം കോശങ്ങളിലേക്ക് മൈറ്റോകോൺഡ്രിയയുടെയും ക്ലോറോപ്ലാസ്റ്റുകളുടെയും കൂട്ടിക്കലർത്തൽ ഒരു 'സഹജീവാവസ്ഥ'യിലേക്ക് നയിക്കുന്നുവെന്നും, അത് തികച്ചും പുതിയ തരത്തിലുള്ള ജീവികളുടെ രൂപാന്തരത്തിനിടയാക്കുന്നുവെന്നും. ഈ പുതിയ ജീവികൾ ആത്യന്തികമായി സസ്യങ്ങളും ഫംഗസുകളും മൃഗങ്ങളും ആയിത്തീരുന്നവയിൽ പെടുന്നു. കോശങ്ങളിലെ ഊർജ്ജം ഉൽപ്പാദിപ്പിക്കുന്ന ഈ 'പവർഹൗസുകളുമായി' സഹവർത്തിത്വ ബന്ധങ്ങൾ ഉണ്ടാക്കുന്നതിലൂടെ, മറ്റ് ജീവജാലങ്ങളെ അവക്ക് മറികടക്കാൻ കഴിഞ്ഞു; അതിനാൽ, ആ പരിണാമപരമായ മാറ്റം ഇപ്പോഴും ഒരു ഡാർവിനിയൻ മാതൃകയ്ക്ക് അനുയോജ്യമാണ്. ജീവവൃക്ഷത്തിന് ചുറ്റും വൈറസുകൾ വഴി ചാടുകയും വിവിധ ജീവികളിൽ സംയോജിത പ്രതിഭാസങ്ങളിലേക്ക് നയിക്കുകയും ചെയ്യുന്ന ജീനുകൾ പോലും ഉണ്ടാകാം, വ്യത്യസ്ത മത്സ്യങ്ങളും സസ്തനികളും മറ്റ് ചില ജീവികളും മറുപിള്ള പോലുള്ള അവയവങ്ങളെ സ്വതന്ത്രമായി

എങ്ങനെ പരിണമിച്ചു എന്നതിനെക്കുറിച്ചുള്ള ഒരു സാങ്കൽപ്പിക സിദ്ധാന്ത മാണിത്. മറ്റ് പ്രധാന അവയവ സംവിധാനങ്ങളും വൈറസുകളുടെ സഹായ ത്തോടെ പരിണമിച്ചതാണെന്ന് ഒരുപക്ഷേ നമ്മൾ കണ്ടെത്തും. (കശേരുക്ക ളുടെയും വിവിധ അകന്ന ബന്ധമുള്ള അകശേരു വംശങ്ങളുടെയും കണ്ണുകൾ ഇത്തരത്തിൽ സ്വതന്ത്രമായി പരിണമിച്ചതാണെന്ന് പഠിക്കാനിടയായാൽ എനിക്കതിൽ ആശ്ചര്യമില്ല.)

ആശ്ചര്യകരമെന്നു പറയട്ടെ, നിങ്ങളുടെ ജനിതകത്തിൽ കൂടുതലും 'ഫങ്ഷണൽ' (അതായത്, പ്രോട്ടീനുകൾക്കുള്ള കോഡുകളാണ് യഥാർ ത്ഥത്തിൽ) എന്നതിനേക്കാൾ വൈറസുകളിൽ നിന്നാണ് ഉത്ഭവിച്ചത്. കുറഞ്ഞത് നിങ്ങളുടെ 9 ശതമാനത്തോളം ജീനോമിന് വൈറസിൽ നിന്ന് ഉത്ഭവമുണ്ട്, അതേസമയം ഏകദേശം 1.5% മാത്രമാണ് പ്രോട്ടീൻ കോഡിംഗ്. അതിലും അതിശയം, നമ്മുടെ പക്കലുള്ള ഇപ്പറഞ്ഞ പ്രവർ ത്തനപരമായ ജീനുകളിൽ ഭൂരിഭാഗവും അകശേരുക്കളുടെ ജീനോമുകളിലും ഉണ്ട്, സസ്യങ്ങളുടെയും ഫംഗസുകളുടെയും ജീനോമുകളിൽ പോലും കാണാം. (ഇവ നമുക്ക് വംശപരമ്പര പങ്കിട്ടതിൽ നിന്ന് ലഭിച്ചതാണ്). ലിൻ മാർഗുലിസ് ജീനോമിക് യുഗത്തിന് സാക്ഷ്യം വഹിക്കാൻ ഇന്നുണ്ടാ യിരുന്നെങ്കിൽ, എനിക്ക് ഉറപ്പാണ്, മനുഷ്യനായിരിക്കുക അല്ലെങ്കിൽ കേവലം ഒരു 'വ്യക്തി' എന്നതിന്റെ അർത്ഥമെന്താണെന്ന് നാം പുനരവ ലോകനം ചെയ്യണമെന്ന് അവൾ ആഗ്രഹിക്കും. അവൾ ഒരു 'ഹോലോബി യോണ്ടിനു' വേണ്ടി വാദിച്ചു – ഈ വീക്ഷണത്തിൽ ഒരു ജീവി എന്നത് വ്യക്തി + അതിന്റെ സഹജീവികൾ (നിങ്ങളുടെ കുടലിലും ചർമ്മത്തിലും നിങ്ങൾ വഹിക്കുന്ന ബാക്ടീരിയകൾ പോലെ) ആണ്. സഹജീവികൾ തമ്മിലുള്ള ഇടപെടലുകൾ പുതിയ ജീവിവർഗ്ഗങ്ങളുടെ രൂപീകരണത്തിന് ഉത്തരവാദിയാകുന്നുണ്ടെന്നും, താൻ 'സിംബിയോജെനിസിസ്' എന്ന് വിളിക്കുന്ന ഒരു പ്രക്രിയ വഴിയാണതെന്നും അവൾ വാദിക്കുക പോലും ചെയ്തു. ഈ ആശയങ്ങൾ ഒരിക്കലും പ്രചാരത്തിലായില്ല, പക്ഷെ കൂടുതൽ സംവാദങ്ങൾക്ക് എഡ് യോങ്ങിന്റെ ആകർഷകമായ പുസ്തകം *ഐ കണ്ടെയ്ൻ മൾടിട്യൂഡ്സ്* വായിക്കാം, അതിൽ ആധുനിക സിംബയോ സിസ് ഗവേഷകരായ ഡോ. നാൻസി മോറൻ, ഡോ. മാർഗരറ്റ് മക്ഫാൾ-എൻഗായ് പോലെയുള്ളവരുടെ മഹത്തായ സൃഷ്ടികളെക്കുറിച്ചുള്ള ചർച്ചകളും ഉൾപ്പെടുന്നു. (ഇരുവരും സൂക്ഷ്മതയും തെളിവും അടിസ്ഥാന മാക്കിയുള്ള ഒരു വിശദീകരണമാണ് സഹജീവനവും പരിണാമവും എന്നതിനെപ്പറ്റി നൽകുന്നത്).

ജനിതക വ്യതിയാനത്തെക്കുറിച്ചുള്ള നമ്മുടെ ധാരണ മെൻഡലിന്റെ കാലത്തേക്കാൾ തീർച്ചയായും വലിയ രീതിയിൽ പുരോഗമിച്ചിരിക്കുന്നു. മെൻഡലിന് പഠിക്കാനുള്ള ഭാഗ്യം ലഭിച്ചത് പയറുചെടികളിലെ ജീനുക ളാണ്, അത് 'ഉയരം', 'കുറിയ', 'പർപ്പിൾ', 'വെളുപ്പ്' എന്നിങ്ങനെയുള്ള വ്യതിരിക്ത സ്വഭാവങ്ങൾക്ക് കാരണമായി. പക്ഷേ മെൻഡൽ പയറിൽ കണ്ടെത്തിയതുപോലെ ഓരോ സ്വഭാവവിശേഷത്തിനും ഒരൊറ്റയായ ജീൻ

എന്നത് സാധാരണയായി കാണാറില്ല. മുകളിലുള്ള ഉദാഹരണങ്ങളിൽ കാണിച്ചിരിക്കുന്നതുപോലെ, വ്യതിയാനത്തിന്റെ ജനിതകശാസ്ത്രം ഡാർവിനോ മെൻഡലിനോ സങ്കല്പിക്കാനാകുന്നതിന് അപ്പുറം വളരെ സങ്കീർണ്ണമാണ്. എന്നാൽ ശാസ്ത്രം ക്രമാനുഗതമായി നീങ്ങുന്നു, സ്വാഭാവിക തിരഞ്ഞെടുപ്പിലൂടെ പരിണാമം നടക്കുന്നത് പോലെ, 'ഒരു സമയം ഒരു ശവസംസ്കാരം'.* ഭാഗ്യവശാൽ, ശാസ്ത്ര സങ്കൽപ്പങ്ങളുടെ പരിണാമത്തിന്റെ ഒട്ടുമിക്ക ചുവടുകളുടെയും തെളിവുകൾ നമ്മുടെ പക്കൽ ജേർണൽ ലേഖനങ്ങളിലും പുസ്തകങ്ങളിലുമായി സംരക്ഷിച്ചിരിക്കുന്നു; എന്നാൽ ജൈവ പരിണാമത്തിന്റെ കാര്യത്തിൽ അത് അങ്ങനെയല്ല.

* ജർമ്മൻ ഭൗതികശാസ്ത്രജ്ഞനായ മാക്സ് പ്ലാങ്കിന്റെ 1950-ലെ തന്റെ ആത്മകഥയിലെ ഉദ്ധരണിയുടെ പലപ്പോഴും വ്യാഖ്യാനം ചെയ്യപ്പെട്ടിട്ടുള്ള പതിപ്പാണിത് – 'ഒരു പുതിയ ശാസ്ത്രീയ സത്യം അതിന്റെ എതിരാളികളെ ബോധ്യപ്പെടുത്തി അവരെ വെളിച്ചം കാണിക്കുന്നതു കൊണ്ട് വിജയിക്കുന്നില്ല, മറിച്ച് അതിന്റെ എതിരാളികൾ പിന്നീട് മരിക്കുകയും, അതിന്റെ പരിചിതമായ ഒരു പുതിയ തലമുറ വളരുകയും ചെയ്യുന്നതിനാലാണ്.'

സ്പീഷ്യേഷൻ : പുതിയ ജീവിവർഗ്ഗങ്ങളുടെ രൂപീകരണം

അപ്പോൾ ലിൻ മാർഗുലിസിന്റെ സിംബിയോജെനിസിസ് സൂചിപ്പിച്ചത് പോലെ നിങ്ങളുടെ സഹജീവികൾ പുതിയ ജീവിവർഗ്ഗങ്ങളുടെ രൂപീകരണത്തിന് ആതിഥേയനിൽ നിർബന്ധിക്കുന്നില്ലെങ്കിൽ, ജീവിവർഗ്ഗങ്ങളെ ഉണ്ടാക്കാൻ ഒരു മാർഗ്ഗം ഇപ്പോഴും ഉണ്ടോ? ഉണ്ട് : ഒറ്റപ്പെടൽ + സമയം. നിങ്ങൾ ജനസംഖ്യയുടെ ഒരു ഭാഗം എടുത്ത്, അവരെ ബാക്കിയുള്ളവരിൽ നിന്ന് വേർതിരിക്കുക. കാലക്രമേണ, വേർതിരിക്കുന്ന ഓരോ ഗ്രൂപ്പിലെയും തനതായ ജീൻ പൂൾ, ആ ജനവിഭാഗങ്ങൾ സ്വയം കണ്ടെത്തുന്ന വ്യത്യസ്ത പരിതസ്ഥിതികൾ കാരണം അഡാപ്റ്റീവ് അല്ലാത്ത ശക്തികളിലൂടെയും (ന്യൂട്രൽ മ്യൂട്ടേഷനുകൾ, ജനറ്റിക് ഡ്രിഫ്റ്റ്) അഡാപ്റ്റീവ് ഫോഴ്സുകളിലൂടെയും (സ്വാഭാവിക തിരഞ്ഞെടുപ്പ്) വ്യതിചലിക്കും. തുടക്കത്തിൽ, ഒരു ചെറിയ ജനസംഖ്യക്ക് ഒരു വലിയ ജനസംഖ്യയേക്കാൾ ജനിതക വൈവിധ്യം കുറവായിരിക്കും, അതിനാൽ അത് ഇതിനകം തന്നെ ഒരു ചെറിയ ജീൻ പൂളിനെ പ്രതിനിധീകരിക്കുകയും, അത് വലിയ ജനസംഖ്യയേക്കാൾ വേഗത്തിൽ ചില ജീൻ വകഭേദങ്ങളെ 'പരിഹരിക്കും' (ഇത് ഉള്ള 100% വ്യക്തികൾക്ക്) അല്ലെങ്കിൽ നഷ്ടപ്പെടുത്തും (0% വരെ). മെൻഡൽ കണ്ടെത്തിയ വ്യത്യസ്ത സ്വഭാവസവിശേഷതകളുടെ പതിപ്പുകൾ (ഉദാഹരണത്തിനു വേണ്ടി) കാലക്രമേണ ഒന്നോ അല്ലെങ്കിൽ മറ്റൊന്നോ ആയിത്തീരുന്നത് ഈ പ്രക്രിയയാണ്. ഇടകലരാൻ ചുരുങ്ങിയ വ്യക്തികൾ ഉള്ളപ്പോൾ, ജനസംഖ്യയുടെ ഘടന കാരണം നിങ്ങൾക്ക് എല്ലാം പർപ്പിളോ അല്ലെങ്കിൽ എല്ലാം വെള്ളയോ ആയ പൂക്കൾ ലഭിക്കും. വാസ്തവത്തിൽ, മെൻഡൽ തന്റെ പരീക്ഷണങ്ങൾക്കായി സങ്കരം തുടങ്ങുന്നതിനു മുമ്പ്, ചില പ്രത്യേക സ്വഭാവസവിശേഷതകൾക്ക് വേണ്ടി ശുദ്ധമായ സ്ട്രെയിനുകളുള്ള പയർ ചെടികൾ ഉണ്ടാക്കാൻ, കുറച്ച് ചെടികളിൽ കൃത്രിമ തിരഞ്ഞെടുപ്പ് ഉപയോഗിച്ചിരുന്നു. ഒരു യഥാർത്ഥ പരിതസ്ഥിതിയിൽ, ജനസംഖ്യയുടെ വലുപ്പത്തിൽ മാത്രമല്ല, സ്വതന്ത്ര ജനസംഖ്യയുള്ള പ്രദേശങ്ങളിൽ വ്യത്യസ്ത വേട്ടക്കാരോ സൂക്ഷ്മ കാലാവസ്ഥകളോ ഉണ്ടാകാം, ഇത് വേർപിരിഞ്ഞ

ഗ്രൂപ്പുകൾ തമ്മിലുള്ള പൊരുത്തപ്പെടുത്തലിൽ വ്യത്യാസങ്ങൾ നിർബന്ധിതമാക്കുന്നു, അത് ആത്യന്തികമായി പുതിയ ജീവിവർഗ്ഗങ്ങളിൽ കലാശിച്ചേക്കാം.

ഒരു ജീവിവർഗ്ഗത്തിനെക്കുറിച്ച് ചിന്തിക്കുക (മാണിക്യം തൊണ്ടയുള്ള ഹമ്മിംഗ് ബേഡ്, മരണ തൊപ്പി കൂൺ, ചെന്നായ കൽപ്പായൽ ഏതെങ്കിലുമാകട്ടെ). സാധാരണയായി ഒന്നിലധികം കൂട്ടങ്ങൾ അവിടെ ചുറ്റും ചിതറിക്കിടപ്പുണ്ടാവും. അവയിൽ ചിലതെങ്കിലും പരസ്പരം സഞ്ചരിച്ച് പ്രജനനത്തിൽ ഏർപ്പെടുന്നുണ്ടായിരിക്കും അതല്ലെങ്കിൽ ഏതെങ്കിലും ഒറ്റയാന്മാർ മറ്റു വിഭാഗങ്ങളിലേക്ക് എത്തുന്നതിലൂടെ. അവയിൽ ഒരു വിഭാഗം കൂടുതൽ ഒറ്റപ്പെട്ടാൽ – ഗതി മാറി ചലിക്കുന്ന ഒരു നദിയുണ്ടെന്ന് എടുക്കാം, അത് ഒരു ഭൂപ്രദേശം രണ്ടായി വിഭജിക്കും – ആ ജനവിഭാഗങ്ങൾ തമ്മിലുള്ള പ്രജനനം പുതിയ ഭൂമിശാസ്ത്രപരമായ തടസ്സം കാരണം പരിമിതമായിരിക്കും. കുറേ നാളുകൾക്കു ശേഷം, ശേഖരിക്കപ്പെട്ട മാറ്റങ്ങൾ കുന്നുകൂടി, നദി അതിന്റെ പൂർവ്വ സ്ഥാനത്തേക്ക് മാറിയാൽ പോലും, ആ രണ്ട് ജനവിഭാഗങ്ങൾ പരസ്പരം ഒരേ വർഗ്ഗമായി തിരിച്ചറിയാനാവാത്ത വിധം മാറിയിട്ടുണ്ടാകാം, കൂടാതെ അവർ സ്വന്തം ഗ്രൂപ്പിന്റെ ഉള്ളിലുള്ളവർ മാത്രമായേ ഇണചേരുകയും ചെയ്യുന്നുള്ളൂ, ഭൂമിശാസ്ത്രപരമായ തടസ്സം മാറിയിട്ടും (ചിത്രം 11). അങ്ങനെ, ഒരു പുതിയ വർഗ്ഗം ജനിക്കുന്നു.

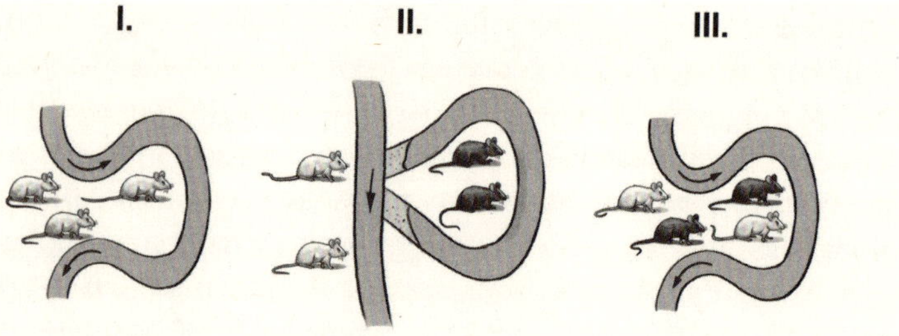

ചിത്രം 11: വളഞ്ഞുപുളഞ്ഞ് ഒഴുകുന്ന നദിയുടെ (I.) തൊട്ടടുത്ത് എലികളുടെ ജനവാസമുണ്ട്; നദിയിൽ നിന്ന് പിന്നീട് കാളയുടെ പുരികത്തിന്റെ ആകൃതിയിലുള്ള ഒരു തടാകമുണ്ടാകുന്നു (II.) കാള-പുരിക തടാകത്തിനുള്ളിലെ എലികളുടെ ജനസംഖ്യ ബാക്കിയുള്ള ജനസംഖ്യയിൽ നിന്ന് വിച്ഛേദിക്കപ്പെട്ടിരിക്കുന്നു. അൽപ്പം ഈർപ്പവും തണുപ്പം കൂടുതലാണ് ദ്വീപിൽ, പരുന്ത് വേട്ടക്കാർ കുറവാണ്, അതുപോലെ ഭക്ഷണവും കൂടുണ്ടാക്കുന്ന സ്ഥലങ്ങളും കുറവാണ്. അവിടെ ചെളി കൂടുതലുണ്ട്, ഇത് വേട്ടക്കാരുടെ ശ്രദ്ധയിൽ പെടാതിരിക്കാനായുള്ള ഇരുണ്ട രോമങ്ങളുണ്ടാകുന്നതിലേക്ക് സ്വാഭാവിക തിരഞ്ഞെടുപ്പ് നയിക്കുന്നു. ഒടുവിൽ നദി അതിന്റെ സാധാരണ രൂപത്തിലേക്ക് മടങ്ങുന്നു (III.) എന്നാൽ അതിന് മുമ്പ് തന്നെ എലികൾ തങ്ങളെ വ്യത്യസ്ത ഇനങ്ങളായി കണക്കാക്കാൻ ആവശ്യമായ ശാരീരികവും ജനിതകവുമായ മാറ്റങ്ങൾ ശേഖരിച്ചു കഴിഞ്ഞു.

ഒരു പുതിയ ഭൂമിശാസ്ത്രപരമായ തടസ്സത്തിന്റെ രൂപീകരണം മൂലമുള്ള ജീവിവർഗ്ഗങ്ങളുടെ ഉത്ഭവത്തിനെ 'അലോപാട്രിക് സ്പെഷ്യേഷൻ' എന്ന് വിളിക്കപ്പെടുന്നു, ഇത് സ്പീഷീസ് രൂപപ്പെടുന്ന ഏറ്റവും സാധാരണമായ രീതിയാണെന്ന് കരുതപ്പെടുന്നു. ഒരു സ്പീഷീസ് രൂപീകരിക്കാൻ മറ്റു പല വഴി

കളുണ്ടെങ്കിലും, 'ഒറ്റപ്പെടൽ + സമയം' രീതി വളരെ വിശ്വസനീയമായതാണ്. എന്നിരുന്നാലും, ഭൂമിശാസ്ത്രപരമായ തടസ്സങ്ങളില്ലാതെ ചെറിയ കാലയളവിൽ സംഭവിക്കുന്ന 'സിംപാട്രിക് സ്പെഷ്യേഷനും', സാധ്യമാണ്. (എന്തുചെയ്യണമെന്ന് നിർദ്ദേശിക്കുന്നത് പരിണാമത്തിന് ഇഷ്ടമല്ല.) സിംപാട്രിക് സ്പെഷ്യേഷൻ മറ്റ് ഗ്രൂപ്പുകളെ അപേക്ഷിച്ച് സാധാരണയായി കൂടുതലും സസ്യങ്ങളിലായിരിക്കാം. സസ്യങ്ങളിൽ, ഡ്യൂപ്ലിക്കേറ്റഡ് ജീനോമുകൾ അടുത്തുള്ള വ്യക്തികൾക്കിടയിൽ പോലും ഉണ്ടാകാം (പോളിപ്ലോയിഡി), അവ ആദ്യം ബാഹ്യരൂപത്തിൽ വ്യത്യസ്തമായി കാണപ്പെടില്ലെങ്കിലും, വ്യത്യസ്ത എണ്ണം ക്രോമസോമുകളുള്ള സസ്യങ്ങൾക്ക് സാധാരണയായി പരസ്പരം പ്രജനനം നടത്താൻ കഴിയില്ല (പ്രത്യുൽപ്പാദന സമയത്ത് ക്രോമസോമുകൾക്ക് യോജിപ്പിക്കാൻ കഴിയില്ല) – ബൂം, പുതിയ വർഗ്ഗം. സിംപാട്രിക് സ്പീഷിയേഷൻ വംശനാശം ഉണ്ടായ മനുഷ്യവർഗ്ഗങ്ങളിൽ (*ഹോമോ* ജനുസിൽ) പോലും സംഭവിച്ചിരിക്കാം, രാസപരമായ ഫെർട്ടിലിറ്റി തടസ്സം സൃഷ്ടിക്കുകയും, 'മോശം രസതന്ത്രം' ഉള്ള രണ്ട് ഇണകൾക്ക് പുതിയ അർത്ഥം നൽകുകയും ചെയ്യുന്ന ഇമ്മ്യൂണോകെമിസ്ട്രിയിലെ മാറ്റമാണ് (സിയാലിക് ആസിഡിന്റെ സമന്വയം) കാരണം. (കൂടാതെ, മസ്റ്റഡോൺ മാംസത്തിലെ സിയാലിക് ആസിഡ് എത്ര സ്വാദിഷ്ടമാണെന്നതിനെപ്പറ്റി വായ തോരാതെ സംസാരിക്കുന്ന ഒരാളുമായി ഡേറ്റ് ചെയ്യുവെന്ന് സങ്കൽപ്പിക്കുക, നിങ്ങൾക്ക് സാലഡ് ഒഴികെ മറ്റൊന്നും രുചിക്കാൻ പോലുമാവുന്നില്ല.)

എന്നാൽ എന്താണ് 'സ്പീഷീസ്' എന്നതിന്റെ നിർവ്വചനം, നിങ്ങൾ ചോദിച്ചേക്കാം. ഒരു കൃത്യമായ സ്പീഷീസിന്റെ നിർവ്വചനം സങ്കീർണ്ണമാണ്, കാരണം ഭൂമിയിലെ ജീവന് (ഭൂതകാലവും വർത്തമാനവും) പല വ്യതിയാനങ്ങളുണ്ട്, അതിനാൽ പാരമേഷ്യ മുതൽ ദിനോസറുകൾ വരെയുള്ള എല്ലാ ജന്തുക്കൾക്കും എല്ലാ *സമയത്തും* പ്രാവർത്തികമായ, നാം എല്ലാവരും അംഗീകരിക്കുന്ന ഒരു കാര്യത്തിലേക്ക് എത്താനാവില്ല. നമുക്ക് ഒരിക്കലും എല്ലാത്തിനും ഉതകുന്ന ഒരു ഉത്തരം ഉണ്ടാകില്ല – ഇത് ഞങ്ങൾ ശാസ്ത്രജ്ഞരിൽ ഏറെപ്പേർക്കും തൃപ്തികരമല്ലാത്ത ഒരു സാഹചര്യമാണ് (അല്ലാഞ്ഞാൽ നിങ്ങൾ ഒരു ക്വാണ്ടം ഭൗതികശാസ്ത്രജ്ഞനായിരിക്കണം : ആ കണികാതരംഗങ്ങളെല്ലാം പരിശോധിക്കണം, ഒപ്പം അനിശ്ചിതത്വ തത്വവും ഷ്രോഡിംഗറുടെ പൂച്ചയും). ജീവശാസ്ത്രജ്ഞർക്ക് രാജ്യങ്ങൾക്കുള്ളതുപോലുള്ള അതിർത്തികൾ വേണം : കൃത്യമായ അതിരുകളോടെ. എന്നാൽ പകരം, ജീവിവർഗ്ഗങ്ങൾ പലപ്പോഴും രൂപരഹിതമായി നിർവ്വചിക്കപ്പെടുന്നു, മരുഭൂമികളുടെ അതിരുകൾ പോലെ അല്ലെങ്കിൽ ഒരു 'സാൻഡ്‌വിച്ച്' നിർവ്വചിക്കുന്നത് പോലെ (ഉദാ.: ഒരു ബണ്ണിന്റെ ഉള്ളിൽ ഒരു ഹോട്ട് ഡോഗ് ഉണ്ടെങ്കിൽ അതാണോ സാൻഡ്‌വിച്ച്?).

സാധാരണഗതിയിൽ, രണ്ട് ജനവിഭാഗങ്ങൾക്ക് ഇനി പ്രജനനം നടത്താനും പ്രാപ്യമായ സന്താനങ്ങളെ ഉണ്ടാക്കാനും കഴിയുന്നില്ലെങ്കിൽ, ഞങ്ങൾ അവരെ ഒരേ ഇനത്തിന്റെ ഭാഗമായി കണക്കാക്കില്ല. എന്നിരു

ന്നാലും, ആ 'നിയമത്തിന്' നിരവധി അപവാദങ്ങളുണ്ട്. വ്യത്യസ്ത ജീവിവർഗ്ഗങ്ങൾ തമ്മിൽ ശരിക്കും ഇണചേരാൻ കഴിയുമോ എന്ന് ഞങ്ങൾ അപൂർവ്വമായേ പരിശോധിക്കാറുള്ളൂ. ഞങ്ങൾ പരിശോധിക്കുന്ന ഒരു മാർഗ്ഗം സങ്കരയിനങ്ങളെക്കുറിച്ചുള്ള കുറിപ്പ് ഉണ്ടാക്കുക എന്നതാണ്, ഹൈബ്രിഡൈസ് ചെയ്യാനുള്ള കഴിവുണ്ടെന്നത് കൊണ്ട് അവർ വ്യത്യസ്തമായ പരിണാമ വംശപരമ്പരകളിൽ ഉള്ളവരല്ല എന്ന് സ്വയമേവ അത് അർത്ഥമാക്കുന്നില്ല. മറ്റ് പലർക്കും ഒപ്പം, 2020-ൽ 'സ്റ്റർഡിൽഫിഷിനെ' പഠിച്ചപ്പോൾ ഞാൻ ആശ്ചര്യപ്പെട്ടു പോയി – ഒരു കടൽക്കുരിയും ഒരു പാഡിൽ ഫിഷും കൃത്രിമമായി ഇണചേർന്നുണ്ടായ സങ്കരയിനം, ഈ രണ്ട് ഗ്രൂപ്പുകളും ഏകദേശം 200 ദശലക്ഷം (200,000,000) വർഷത്തെ പരിണാമം കൊണ്ട് വേർതിരിക്കപ്പെട്ടിരുന്നതാണ്. (കംഗാരുക്കൾക്കും മനുഷ്യർക്കും ഉള്ളതിനേക്കാൾ നീളം കൂടിയ വേർതിരിവ്). ഇത് കേവലം കാണിക്കുന്നത് സങ്കരയിനങ്ങൾ, പ്രായോഗികമായവ പോലും, ജീവിവർഗ്ഗങ്ങളെ അല്ലെങ്കിൽ വ്യത്യസ്ത ടാക്സോണമിക് കുടുംബങ്ങളിലെ അംഗങ്ങളെ പോലും വേർതിരിച്ചറിയാൻ എല്ലായ്പ്പോഴും സഹായകരമല്ല എന്നതാണ്!

വംശങ്ങളുടെ പേരിടാനും വിവരിക്കാനും വംശങ്ങൾ വ്യത്യസ്തമാണെന്ന തന്മാത്രാ തെളിവുകൾക്കൊപ്പം പാരമ്പര്യ സ്വഭാവത്തിലുള്ള (ഉദാ.: നീല സ്കെയിലുകളും ചുവപ്പ് സ്കെയിലുകളും) വ്യത്യാസങ്ങൾ ടാക്സോണമിസ്റ്റുകൾ സാധാരണയായി ഉപയോഗിക്കുന്നു. പാലിയന്റോളജിസ്റ്റുകൾ പ്രതിവർഷം ആയിരക്കണക്കിന് ജീവിവർഗ്ഗങ്ങളെ വിവരിക്കുന്നു, എന്നാൽ പരിമിതവും പലപ്പോഴും അപൂർണ്ണവുമായ ഫോസിൽ സാമ്പിളുകളിലെ വ്യത്യസ്ത സവിശേഷതകളെ ആശ്രയിക്കണം, കൂടാതെ അലൈംഗിക പുനരുൽപ്പാദനത്തോടുകൂടിയ സൂക്ഷ്മാണുക്കളെ പഠിക്കുന്ന ആളുകൾ, കശേരുക്കൾക്ക് പ്രവർത്തിക്കാത്ത, ജീവിവർഗ്ഗങ്ങൾക്കിടയിൽ സംഭവിക്കുമെന്ന് അവർ പ്രതീക്ഷിക്കുന്ന വ്യത്യാസങ്ങളുടെ ഒരു കൂട്ടത്തെ ആശ്രയിക്കുന്നു. സമീപനത്തിലെ ഈ വ്യത്യാസങ്ങൾക്കിടയിലും, ജീവശാസ്ത്രജ്ഞർ പൊതുവെ സ്പീഷിസുകൾ യഥാർത്ഥമാണെന്നും പരിണാമത്തിന്റെ ഫലമാണെന്നും സമ്മതിക്കുന്നു, 'സ്വതന്ത്ര ജനസംഖ്യയും' 'വ്യതിരിക്തമായ ജീവികളും' തമ്മിൽ വിച്ഛേദിക്കുന്നതിന് ആവശ്യമായ വ്യത്യാസങ്ങൾ സഞ്ചിതമാകുമ്പോൾ ചിലപ്പോൾ അവർ വിയോജിക്കുന്നുണ്ടെങ്കിൽ പോലും (ചിത്രം 12).

പരിണാമത്തിന്റെ ജന്മസ്ഥലമായി ഗലാപഗസ് ദ്വീപുകൾ പരിഗണിക്കപ്പെടുന്നതിനുള്ള ഒരു കാരണം ആ പ്രത്യേക ദ്വീപുകളിലെ ആമകളും പക്ഷികളും പരസ്പരം അല്പം വ്യത്യസ്തരാണെന്ന് ഡാർവിൻ തിരിച്ചറിഞ്ഞതുകൊണ്ടാണ് (അദ്ദേഹം പോയ ശേഷം ഒരുപാട് വർഷത്തെ ടാക്സോണമിസ്റ്റുകളുടെ സഹായത്തോടെ), എന്നാൽ അവയെല്ലാം തെക്കേ അമേരിക്കൻ വൻകരയിലെ ഒരു ഏക ഉത്ഭവത്തിൽ നിന്നുള്ളവരാണ്. ഈ മൃഗങ്ങളിൽ വ്യത്യസ്തതയുണ്ടായത്, ഓരോ ദ്വീപും വ്യതിരിക്തവും പിന്നെ പാരിസ്ഥിതികമായി വ്യത്യസ്ത ആവാസ വ്യവസ്ഥകളും പൊരുത്തപ്പെട്ട

ത്തലുകൾ നിർബന്ധിതമാക്കിയ താമസക്കാരും ഉണ്ടായിരുന്നത് കൊണ്ടാണ്. കാലാനുസൃതമായ ഉണക്കൽ അല്ലെങ്കിൽ തണുപ്പിക്കൽ ചില ഭക്ഷണങ്ങളെ മറ്റുള്ളവയേക്കാൾ സമൃദ്ധമായി നൽകുന്നതിനാൽ ദ്വീപുകൾക്കുള്ളിൽ പോലും ചില ജനസംഖ്യ വ്യത്യാസപ്പെട്ടിരിക്കുന്നുവെന്ന് അദ്ദേഹം (പിൽക്കാലത്ത്) തിരിച്ചറിഞ്ഞു, അങ്ങനെ അതിജീവനത്തി നായുള്ള പോരാട്ടം കാലക്രമേണ 'ഏറ്റവും അനുയോജ്യൻ' (അതായത്,

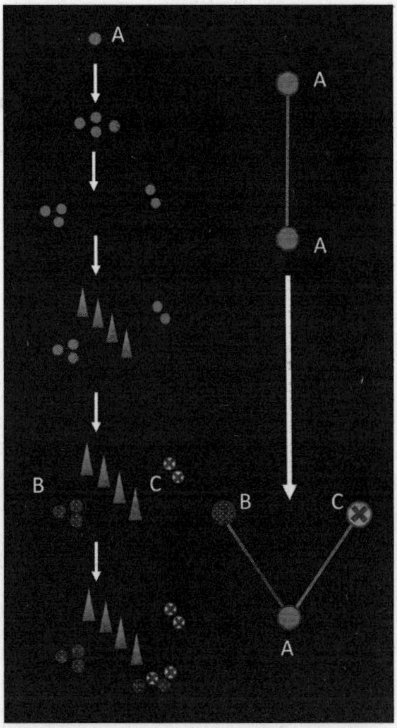

ചിത്രം 12 : സ്പെഷ്യേഷന്റെ ഒരു സാങ്കൽപ്പിക ഉദാഹരണം. എല്ലാ സ്പീഷീസുകളെയും പോലെ സ്പീഷീസ് 'A' വ്യത്യസ്ത വ്യക്തികളാൽ നിർമ്മിതമാണ്, കൂടാതെ പല സ്പീഷീസുകളും പോലെ വ്യത്യസ്ത പ്രദേശങ്ങളിലുള്ള നിവാസികളാലാണ് നിർമ്മിതമായിരിക്കുന്നത് (ഇടത് വശം). ഒരു തടസ്സത്താൽ മതിയായ കാലയളവിലേക്ക് വേർതിരിക്കുകയാണെങ്കിൽ (കൂർത്ത ത്രികോണാകൃതിയിലുള്ള പർവ്വതനിര പോലെ), ആ ജനസംഖ്യ ഭിന്നമായ വർഗ്ഗമായി മാറിയേക്കാം ('B'-യും 'C'-യും). സ്പെഷ്യേഷന് എത്രമാത്രം മാറ്റം ആവശ്യമാണെന്ന് അറിയുക ബുദ്ധിമുട്ടാണ്. അത് A → B മുതൽ A → C (താഴെ വലത്) തുടങ്ങിയ ശാഖകളിൽ എവിടെയോ നടക്കുന്നു. ഈ വേർപിരിയൽ സമയത്ത് അടിഞ്ഞുകൂടുന്ന മാറ്റങ്ങൾ അഡാപ്റ്റീവ് ആയിരിക്കണമെന്നില്ല – അവ ഡിഎൻഎക്ക് സംഭവിക്കുന്ന നിഷ്പക്ഷമായ മാറ്റങ്ങളാകാം. ആത്യന്തികമായി, മതിയായ മാറ്റങ്ങൾ വന്നതിനു ശേഷം, ജീൻ കൈമാറ്റത്തിന്റെ സാധ്യത കുറയും, ഇപ്പോൾ വ്യത്യസ്തമായിരിക്കുന്ന സ്പീഷിസുകൾ കൂടിച്ചേരുമ്പോൾ പോലും (താഴെ ഇടത്). ഈ സഞ്ചിത മാറ്റങ്ങളിൽ, പുതിയ ഫിനോടൈപ്പിക് വ്യത്യാസങ്ങളും ഇണകളുടെ സ്വഭാവഗുണങ്ങളിലെ മുൻഗണനകൾ പോലുള്ള കാര്യങ്ങളും ഉൾപ്പെടുന്നു, അതിനാൽ 'X' ആകൃതിയിലുള്ള വർണ്ണ പാറ്റേൺ C സ്പീഷിസ് അംഗങ്ങൾക്കിടയിൽ പ്രിയങ്കരമാണ്, അതിനാൽ അവർ 'X' എന്നതിന് പകരം പാടുകളുള്ള B സ്പീഷിസുമായി പ്രജനനം നടത്താൻ ശ്രമിക്കുന്നില്ല. അല്ലെങ്കിൽ ഒരുപക്ഷേ B-യിലെയും C-യിലെയും അംഗങ്ങൾക്കിടയിൽ മതിയായ ജനിതക വ്യത്യാസങ്ങൾ ഉണ്ടായത് കൊണ്ട്, അവർ ഇണചേരാൻ ശ്രമിച്ചാൽ പോലും, അവർക്ക് ജീവനക്ഷമമായ സന്താനങ്ങളെ ഉത്പാദിപ്പിക്കാൻ കഴിയില്ല.

ആരാണോ പ്രത്യുൽപ്പാദനപരമായി മുന്നോട്ടുപോയത്) എന്നപോലെ മാറി – ആയതുകൊണ്ട് ഡാർവിന്റെ ഫിഞ്ചുകളുടെ പ്രശസ്തമായ ഉദാഹരണം.* ഈ ഉദാഹരണങ്ങളെ നാം സൂക്ഷ്മപരിണാമം എന്ന് വിളിക്കുന്നു : ജീവജാലങ്ങൾക്കിടയിൽ ചുരുങ്ങിയ സമയത്തിനുള്ളിൽ സംഭവിക്കുന്ന ചെറിയ വ്യത്യാസങ്ങൾ. ഈ മാറ്റങ്ങൾ കാലക്രമേണ അടിഞ്ഞുകൂടി വലിയ വ്യത്യാസങ്ങളിലേക്ക് നയിക്കുന്നതിനെ നാം സ്ഥൂലപരിണാമം എന്ന് വിളിക്കുന്നു. (ഉദാ.: പൂച്ചെടികളുടെയും അനുബന്ധ പ്രാണികളുടെയും പരിണാമം).

* ഗാലപ്പഗോസ് ഫിഞ്ചുകൾ, ഡാർവിൻ സ്വന്തം രചനയിൽ അധികം ഉൾക്കൊള്ളിച്ചിട്ടില്ലാത്ത ഒരു ഗ്രൂപ്പാണെങ്കിലും പിന്നീട് അഡാപ്റ്റീവ് പരിണാമത്തിന്റെ മാതൃകാ ഉദാഹരണമായി. ഇംഗ്ലണ്ടിലുള്ള മറ്റ് ജീവശാസ്ത്രജ്ഞരാണ് ഡാർവിനെ താൻ അശ്രദ്ധമായി ലേബൽ ചെയ്ത (അവ ഏത് ദ്വീപിൽ നിന്നാണെന്നു പോലും ട്രാക്ക് ചെയ്തില്ല) ചെറിയ പക്ഷികൾ വ്യത്യസ്ത തരം ഫിഞ്ചുകളാണെന്ന് തിരിച്ചറിയാൻ സഹായിച്ചത്, എന്നാൽ അവയ്ക്ക് ഒരു ഏകമായ പൂർവ്വികനാണ് വൻകരയിൽ ഉണ്ടായിരുന്നതെന്ന് ഡാർവിൻ തിരിച്ചറിഞ്ഞു. ഈ ഫിഞ്ചുകളെപ്പറ്റിയുള്ള റോസ് മേരിയുടെയും പീറ്റർ ഗ്രാൻസിന്റെയും രചനകൾ കാണുക. അവയെ 'ഗ്രാൻസിന്റെ' ഫിഞ്ചുകൾ' എന്ന് വിളിക്കണം, 'ഡാർവിന്റെ' എന്നല്ല. ജോനാഥൻ വീനറിന്റെ *ദി ബീക്ക് ഓഫ് ദി ഫിഞ്ച്: എ സ്റ്റോറി ഓഫ് എവല്യൂഷൻ ഇൻ ഔർ ടൈം*-ൽ ഗ്രാൻസിനെക്കുറിച്ച് വായിക്കാം. ശ്രദ്ധേയമായി, വിനോദസഞ്ചാരികൾ എത്തുന്ന സ്ഥലങ്ങളിൽ നിന്ന് ഭക്ഷണം മോഷ്ടിക്കുന്ന അവരുടെ ശീലത്തിന് നന്ദി, ചില ഗാലപ്പഗോസ് ഫിഞ്ചുകൾ ഫ്രഞ്ച് ഫ്രൈ ഇഷ്ടപ്പെടുന്ന രീതിയിലാവണം പരിണമിച്ചിരിക്കുന്നത് (അവരുടെ കൊക്കുകൾ ഒരു ആയിരം വർഷത്തിൽ എങ്ങനെയാവും എന്നെനിക്കറിയില്ല).

ഫോസിലുകളെക്കുറിച്ചും ജീവന്റെ പുസ്തകത്തെക്കുറിച്ചും

ഡാർവിൻ വിവരിച്ച ക്രമാനുഗതമായ മാറ്റം ചിത്രീകരിക്കാൻ, ഫോസിൽ രേഖകളിൽ നിന്ന് മതിയായ തെളിവുകൾ ഇല്ലാത്തതിനാൽ, താൻ ശരിക്കും വിമർശിക്കപ്പെട്ടതായി അദ്ദേഹം തന്നെ *ഒറിജിൻ ഓഫ് സ്പീഷീസ്*-ൽ കുറിച്ചിട്ടുണ്ട് (അതായത്, എങ്ങനെ നിങ്ങൾ സൂക്ഷ്മപരിണാമത്തിൽ നിന്ന് സ്ഥൂലപരിണാമത്തിലേക്ക് പോകും?). ഒന്നിൽ നിന്ന് മറ്റൊന്നിലേക്ക്, ചെറിയ ഘട്ടങ്ങളിലൂടെ ജീവൻ പരിണമിക്കുമ്പോഴുള്ള, നിങ്ങൾ പ്രതീക്ഷിക്കുന്ന ഫോസിലുകൾ ഡാർവിന്റെ കാലത്ത് അപര്യാപ്തമായിരുന്നു. അന്ന് (ഇന്നും) അറിയാവുന്നത് ഇതുവരെ ജീവിച്ചിരുന്ന ജീവികളിൽ ഭൂരിഭാഗവും ഫോസിൽ അവശിഷ്ടങ്ങൾ അവശേഷിപ്പിക്കാതെ വംശനാശം സംഭവിച്ചു എന്നതാണ്.

ഭൂമിയിലെ ജീവന്റെ ചരിത്രം ഒരു പുസ്തകത്തിൽ രേഖപ്പെടുത്തിയിട്ടുണ്ടെങ്കിൽ, ഓരോ പേജും ഓരോ സ്പീഷിസാണ്, മിക്ക പേജുകളും കീറിപ്പോയിട്ടുണ്ട്, ചിലത് വായിക്കാൻ കഴിയാത്തതും, മറ്റ് ചിലത് കൂടിക്കുഴഞ്ഞിരിക്കുന്നു. നമുക്ക് വലിയ വിഭാഗങ്ങളെക്കുറിച്ച് നല്ല ധാരണയുണ്ട് – നമുക്കറിയാവുന്ന അധ്യായങ്ങളാണവ – മൃഗങ്ങളുടെ പ്രധാന ഗ്രൂപ്പുകളെ പ്രതിനിധീകരിക്കുന്ന, ഒരുപക്ഷേ 'ഫൈല' പോലെയുള്ള ഒന്നിന്റെ തലം വരെ (ചിത്രം 13). എന്നാൽ ഭൂതകാലത്തിൽ നിന്ന് നമുക്ക് അറിയാവുന്നത് മിക്കതും, ഇന്ന് നമുക്കിടയിൽ നടക്കുകയും നീന്തുകയും ഇഴയുകയും ചെയ്യുന്ന പിൻഗാമികളിൽ നിന്ന് നമുക്ക് വായിക്കാൻ കഴിയുന്നവ മാത്രമാണ്. ഈ ജീവിച്ചിരിക്കുന്ന പിൻതുടർച്ചക്കാർ – വിശ്രുതമായ ജീവിതത്തിന്റെ പുസ്തകത്തിലെ അവസാനത്തെ ഏതാനും പേജുകളിലെ അധ്യായങ്ങളുടെ ഉപവിഭാഗങ്ങളെ ('വർഗ്ഗങ്ങൾ' അല്ലെങ്കിൽ 'വർഗ്ഗീകരണങ്ങൾ' വിവരിക്കുന്ന തലത്തിലുള്ള ഉപവിഭാഗങ്ങൾ) പ്രതിനിധീകരിച്ചിരിക്കുന്നു, താരതമ്യേന നല്ല രീതിയിൽ അവശേഷിക്കുന്ന ഇവർ – മുഴുവൻ പുസ്തകത്തിന്റെയും ആഖ്യാനം നിർമ്മിക്കാൻ നമ്മെ അനുവദിക്കുന്നു.

കിംഗ്ഡം : അനിമാലിയ

ഫൈലം : കോർഡേറ്റ

ക്ലാസ് : സസ്തനി

ഓർഡർ: പ്രൈമേറ്റ്

കുടുംബം: ഹോമിനിഡേ

ജനുസ്സ്: *ഹോമോ*

ജനുസ്സ്: *സാപിയൻസ്*

ചിത്രം 13 : ആ പഴയ കീറിപ്പറിഞ്ഞ 'ജീവിതത്തിന്റെ പുസ്തകം'. ജീവന്റെ ഉത്ഭവം വിശദീകരിക്കുന്ന ആമുഖം ഉൾപ്പെടെയുള്ള നിരവധി പേജുകൾ നഷ്ടപ്പെട്ടുപോയി. ചില പേജുകൾ മാറിമറിഞ്ഞ്, അത് വളരെ അപൂർണ്ണമായി ഇരിക്കുന്നു. ജീവിച്ചിരിക്കുന്ന വർഗ്ഗങ്ങളെ നന്നായി വിശദീകരിച്ചിട്ടുണ്ട്, അവയാണ് ഭൂമിയിലെ ജീവന്റെ പ്രധാന വിഭാഗങ്ങളെ പ്രതിഫലിപ്പിക്കുന്ന ഓരോ ഉപവിഭാഗത്തിന്റെയും അവസാന പേജുകൾ ആയിത്തീർന്നിരിക്കുന്നത്. പ്രധാന ടാക്സോണമിക് ഗ്രൂപ്പിങ്ങുകൾ അൽപ്പം ഏകപക്ഷീയമാണെങ്കിലും, ഏറ്റവും വലുത് മുതൽ ഏറ്റവും ചെറുത് വരെയുള്ളത് ഇവയാണ്: രാജ്യം, വിഭാഗം, വർഗ്ഗം, ക്രമം, കുടുംബം, ജനുസ്സ്, ഗണം. നമ്മൾ മനുഷ്യർ, *ഹോമോ സാപ്പിയൻസ്*, *ഹോമോ* ജനുസിൽ അവശേഷിക്കുന്ന അവസാന ഇനമാണ്, ഈ ജനുസിലെ *ഹോമോ നിയാണ്ടർത്തലൻസിസ്*, നിയാണ്ടർത്താലുകൾ തുടങ്ങി ഏതാണ്ട് ഒരു ഡസനോളം സ്പീഷീസുകൾക്ക് വംശനാശം സംഭവിച്ചു. നമ്മുടെ കുടുംബത്തിലെ മറ്റ് അംഗങ്ങളിൽ ചിമ്പാൻസികളും ഒറാങ്ങുട്ടാനുകളും ഉൾപ്പെടുന്നു, കൂടാതെ നമ്മുടെ ആദ്യകാല സസ്തനി ക്രമത്തിൽ കുരങ്ങുകളും ലീമസുകളും പെടുന്നു. ഒരു ഉയർന്ന തലത്തിൽ നാം സസ്തനി നിലവാരത്തിലുള്ള അംഗങ്ങളാണ്—ഡോൾഫിനുകൾ, പ്ലാറ്റിപസുകൾ, വാലാബികൾ എന്നിവയോടൊപ്പം; നമുക്ക് അനുരൂപമാണ് ഹാഗ് മീനും കടൽക്കണവയും, പിന്നെ ഏതെങ്കിലും ഘട്ടത്തിൽ ഒരു നാഡി ചരടുണ്ടായിരുന്ന എല്ലാ കശേരുമൃഗങ്ങളും, ഒരു പാഗ്കശേരു, അന്നനാളത്തിലെ ചെകിള വിടവുകൾ, മലദ്വാരത്തിനു ശേഷമുള്ള വാൽ എന്നിവ നമ്മെ കോർഡാറ്റ വിഭാഗത്തിലെ അംഗങ്ങളാക്കുന്നു; അങ്ങനെ ആത്യന്തികമായി, നാം മറ്റ് എല്ലാ മൃഗങ്ങൾക്കുമൊപ്പം അനിമാലിയ രാജ്യത്തിന്റെ ഭാഗമാണ്.

*ജീവന്റെ പുസ്തക*ത്തിലെ ചില അധ്യായങ്ങൾ മറ്റുള്ളവയെക്കാൾ മികച്ച രൂപത്തിലായതിനാൽ, അവ നമ്മുടെ വീക്ഷണത്തെ സ്വാധീനിക്കുന്നു. വളരെ കുറച്ച് സൂക്ഷ്മാണുക്കൾ മാത്രമേ അവരുടെ അസ്തിത്വത്തിന്റെ തെളിവുകൾ അവശേഷിപ്പിക്കുന്നുള്ളൂ, എന്നിരിക്കിലും ഭൂമിയിലെ ജീവന്റെ ഏറ്റവും പഴയ തെളിവുകൾ സൂക്ഷ്മാണുക്കളിൽ നിന്നാണെന്നത് ശ്രദ്ധേയമാണ്, ബില്യണിലധികം (3,500,000,000) വർഷങ്ങൾക്ക് മുമ്പ് (സയനോബാക്ടീരിയ അവശേഷിപ്പിച്ച സ്ട്രോമാറ്റോലൈറ്റുകളും, ഹൈഡ്രോതെർമൽ വിടവുകളിൽ നിന്നുള്ള സൂക്ഷ്മജീവികളുടെ അവശിഷ്ടങ്ങളും), അതിനാൽ പുസ്തകത്തിന്റെ ആഖ്യാനം എത്ര കാലം മുമ്പാണ് ഭൂമിയിൽ ആരംഭിച്ചതെന്ന് നമുക്ക് ഏകദേശ ധാരണയുണ്ട് (ഭൗമശാസ്ത്രപരമായ തെളിവുകൾ ഉപയോഗിച്ച് നമുക്ക് നമ്മുടെ ഗ്രഹത്തിന്റെ ഉത്ഭവം 4.5 ബില്യൺ (4,500,000,000)

വർഷങ്ങൾക്ക് മുമ്പാണെന്ന് കാണാം, അങ്ങനെ ജീവൻ പ്രത്യക്ഷപ്പെട്ടിട്ട് ഒരു ബില്യൺ വർഷത്തിൽ താഴെയേയായുള്ളൂ എന്ന് നമുക്കറിയാം). നിർഭാഗ്യവശാൽ, *ജീവന്റെ പുസ്തക*ത്തിന്റെ ആദ്യ അധ്യായം നഷ്ടപ്പെട്ടു; ആദ്യ ജീവൻ നമുക്ക് വായിക്കാൻ ഒരു 'ആമുഖം' അവശേഷിപ്പിച്ചില്ല.

*ജീവന്റെ പുസ്തക*ത്തിലെ അധ്യായങ്ങളുടെ ആദ്യ പേജുകളിൽ ഭൂരിഭാഗവും, ഫോസിലൈസേഷൻ അനുവദിക്കുന്ന ചുറ്റുപാടുകളിൽ ജീവിച്ചിരുന്ന സൂക്ഷിച്ചുവെക്കാനുതകുന്ന തരത്തിലുള്ള കഠിനമായ ഭാഗങ്ങളുമുള്ള (അസ്ഥി അല്ലെങ്കിൽ പുറംതോട് പോലുള്ളവ) ജീവനുകളോട് ചേർന്ന് നിൽക്കുന്നതാണ്. കരയിൽ ഈർപ്പമുള്ളതും ചൂടുള്ളതുമായ അന്തരീക്ഷത്തിൽ ജീവിക്കുന്ന മിക്ക വസ്തുക്കളെയും, അവ ഫോസിലുകളായി മാറും മുമ്പ് ഒന്നുകിൽ വിഘടിപ്പിക്കുകയോ അല്ലെങ്കിൽ ഭക്ഷിക്കപ്പെടുകയോ ചെയ്യുന്നു. സമുദ്ര ഫോസിലുകൾ കരയിൽ നിന്നുള്ളവയേക്കാൾ വളരെ കൂടുതലാണ്; ഒരു നല്ല ഫോസിൽ ലഭിക്കാൻ, നമുക്ക് സാധാരണയായി വേണ്ടത് ഒരു അനോക്സിക് പരിതസ്ഥിതിയിൽ വേഗത്തിൽ കുഴിച്ചിടുകയാണ്. അങ്ങനെ പെട്ടെന്ന് ശ്വാസംമുട്ടി മരിക്കാനുള്ള അവസരങ്ങൾ കടലാണ് കരയേക്കാൾ കൂടുതൽ നൽകുന്നത്. ഫോസിൽ രേഖകളിൽ പക്ഷപാതങ്ങളെല്ലാം ഉണ്ടെങ്കിലും, ഡാർവിന്റെ കാലം മുതൽക്ക് ദശലക്ഷക്കണക്കിന് ഫോസിലുകൾ നാം കണ്ടെത്തി. വാസ്തവത്തിൽ, എല്ലാ വർഷവും ജീവനുള്ള രൂപങ്ങളേക്കാൾ കൂടുതൽ ഫോസിൽ സ്പീഷീസ് വിവരിക്കപ്പെടുന്നു. ഒരു ശരാശരി ദിവസം, അഞ്ചിനും പത്തിനും ഇടയിൽ ഫോസിൽ സ്പീഷീസുകൾ വിവരിക്കപ്പെടുന്നു.

ഡാർവിൻ ജീവിച്ചിരുന്നപ്പോൾ അങ്ങനെയായിരുന്നില്ല; അന്നത്തെ ആളുകൾ ഈ വിചിത്രമായ ശിലാരൂപങ്ങൾ എന്തിനെ പ്രതിനിധീകരിക്കുന്നു എന്നതിനെച്ചൊല്ലി തർക്കിച്ചുകൊണ്ടിരുന്നു. സ്പീഷീസുകൾക്ക് വംശനാശം സംഭവിച്ചു എന്നതിന്റെ തെളിവായിരുന്നു പലർക്കും അക്കാലത്ത് ഫോസിലുകൾ. ഇത് ഇപ്പോൾ വ്യക്തമാണെന്ന് കാണാം, പക്ഷേ ഒരു നീണ്ട കാലം ആളുകൾ കരുതിയത് ഭൂമിയിലെ എല്ലാ ജീവജാലങ്ങളും എല്ലായ്പ്പോഴും നിലനിന്നിരുന്നവയാണെന്നും, വംശനാശം അസാധ്യമാണെന്നുമാണ്. മേരി ആനിങ്ങിനെപ്പോലുള്ളവർ (1799-1847) ചെറിയ, പുറംതോടുള്ള ഫോസിലുകളെ ('She sells seashells by the seashore' എന്ന പ്രാസമൊപ്പിച്ച ചൊല്ല് പലപ്പോഴും ആനിങ്ങുമായി ബന്ധപ്പെട്ടിരിക്കുന്നു) മാത്രമല്ല പുറത്തു വലിച്ചെടുത്തത്, പക്ഷേ അവൾ ആദ്യമായി റ്റെറോസോഴ്സും ഇക്തിയൊസോറും പോലെ നീന്താൻ കഴിവുള്ള ഭീമൻ ഉരഗങ്ങളെയും പറക്കുന്ന രാക്ഷസന്മാരെയും കണ്ടെത്തിയപ്പോൾ അത് വിശ്വസിക്കാൻ പ്രയാസമായിരുന്നു. ഒരു ഭീമൻ ഉരഗം വിക്ടോറിയൻ യൂറോപ്പിന് മുകളിൽ പറന്നിരുന്നുവെങ്കിൽ, ആളുകൾ ശ്രദ്ധിച്ചിട്ടുണ്ടാവണം. മേരിയുടെ മൃഗങ്ങൾ ധാരാളം ആളുകളെ ബോധ്യപ്പെടുത്തി, ഈ ഫോസിലൈസ് ചെയ്ത ജീവികൾ വളരെക്കാലം മുമ്പ് ജീവിച്ചിരുന്നതായും, ഇപ്പോൾ നിലവിലില്ലെന്നും.

ചില 'ദൈവത്തിന്റെ സൃഷ്ടികൾ'ക്ക് വംശനാശം സംഭവിച്ചു എന്ന

വസ്തുത ആളുകളുടെ മതപരമായ വീക്ഷണങ്ങളെ ആഴത്തിൽ വെല്ലുവിളിച്ചു : അതിന് അനുരഞ്ജനം ആവശ്യമാണ്. എന്നുവരികിലും, ചില കാര്യങ്ങൾക്ക് വംശനാശം സംഭവിച്ചുവെന്ന നിഗമനം ആളുകളെ പരിണാമം അംഗീകരിക്കുന്നതിലേക്ക് നയിച്ചില്ല. പകരം അവർ ഒരു ബദലുമായി വന്നു – 'പ്രത്യേക സൃഷ്ടി'യുടെ കാലഘട്ടങ്ങൾ ഉണ്ടായിരുന്നു, ഒരു സ്രഷ്ടാവ് ഇടക്കിടെ ഭൂമിയെ നശിപ്പിക്കുകയും ജനവാസം പുനഃസ്ഥാപിക്കുകയും ചെയ്തു – ചിലപ്പോൾ 'മഹാദുരന്തം' എന്ന് വിളിക്കപ്പെടുന്ന ഒരു അവസ്ഥ. പിന്നെ വാസ്തവം പറഞ്ഞാൽ, അഞ്ച് വലിയ വംശനാശ സംഭവങ്ങൾ ഉണ്ടായിരുന്നു, അവ ഭൂമിയിലെ ജീവന്റെ ഭൂരിഭാഗത്തിനും മഹാദുരന്തമായിരുന്നു. പ്രത്യേക സൃഷ്ടി വിവരിക്കുന്നത് പോലെ സ്വതന്ത്രമായി മൊത്തത്തിൽ പുതിയ ജീവന്റെ ഉത്ഭവങ്ങളെ ഭൂമിയിൽ പുനരുജ്ജീവിപ്പിച്ചതിന് തെളിവില്ല എന്നതാണ് വിഷയം; മറിച്ച്, എല്ലാ തെളിവുകളും സൂചിപ്പിക്കുന്നത് വംശനാശം അതിജീവിച്ചവർ ഈ ഗ്രഹത്തെ പുനരുജ്ജീവിപ്പിച്ചതായാണ് (ക്രിറ്റേഷ്യസ് കൂട്ടവംശനാശത്തിന് ശേഷം പക്ഷികൾ അല്ലാത്ത ദിനോസറുകളെ സസ്തനികൾ മാറ്റിസ്ഥാപിച്ചതുപോലെ).* പ്രത്യേക സൃഷ്ടി വാദം ഡാർവിന്റെ പല ശാസ്ത്രശത്രുക്കളുടെയും മുൻനിര വീക്ഷണമായിരുന്നു, അക്കാലത്തെ അമേരിക്കയിലെ ഏറ്റവും പ്രമുഖ ശാസ്ത്രജ്ഞൻ ലൂയിസ് അഗാസിസ് ഉൾപ്പെടെ. യുഎസിൽ ഡാർവിന്റെ സ്വാഭാവിക തിരഞ്ഞെടുപ്പ് സ്വീകരിക്കുന്നതിൽ നിന്നും പലരെയും കഠിനമാക്കുന്നതിൽ അഗാസിസിന് ചെറിയ പങ്കല്ല ഉള്ളത്, പിന്നെ നിലവിലുള്ള സൃഷ്ടിവാദ, യൂജെനിക്സ് പ്രസ്ഥാനത്തിൽ അദ്ദേഹത്തിന്റെ പിന്തുടർച്ചക്കാരുടെ പങ്ക് വലുതാണ്.**

തെക്കേ അമേരിക്കയിൽ വച്ച് ഡാർവിൻ സ്വയം ചില ഫോസിൽ സ്പീഷീസുകൾ കണ്ടെത്തി, ഇവ അദ്ദേഹത്തെ ബോധ്യപ്പെടുത്തിയത്, ജീവിവർഗ്ഗങ്ങൾക്ക് വംശനാശം സംഭവിച്ചുവെന്ന് മാത്രമല്ല, പക്ഷേ അവ ഒന്നിൽ നിന്ന് മറ്റൊന്നിലേക്ക് പരിണമിക്കുകയും ചെയ്തുവെന്നതാണ്. അദ്ദേഹം ഭീമൻ അർമഡില്ലോയുടെയും സ്ലോത്തിന്റെയും ഫോസിലുകൾ തെക്കേ അമേരിക്കയിൽ കണ്ടെത്തി, അവ അതേ പ്രദേശങ്ങളിലുള്ള വളരെ ചെറിയ രൂപങ്ങളുള്ള ജീവനുള്ള മൃഗങ്ങളുടെ ബന്ധുക്കളാണെന്ന് തിരിച്ചറിഞ്ഞു. ഭീമൻമാർ ജീവിച്ചിരുന്ന ചുറ്റുപാട്, താൻ ചുറ്റും സാക്ഷ്യം വഹിക്കുന്നതിൽ നിന്ന് വളരെ വ്യത്യസ്തമായിരിക്കണമെന്ന് അദ്ദേഹം അനുമാനിച്ചു. അദ്ദേഹം ഒരു പരിണമിക്കുന്ന ഭൂമിയും, അതോടൊപ്പം പരിണമിച്ച ജീവജാലങ്ങളെയും കണ്ടു.

പ്രത്യേക സൃഷ്ടിക്ക് പകരം, ഡാർവിൻ 'യൂണിഫോർമിറ്റേറിയനിസം' എന്ന ആശയത്താൽ വളരെയധികം സ്വാധീനിക്കപ്പെട്ടിരുന്നു – ഈ ആശയം എന്താണെന്നുവെച്ചാൽ ഇന്ന് സംഭവിക്കുന്ന അതേ ഭൂമിശാസ്ത്രപരമായ സംഭവങ്ങൾ ഭൂതകാലത്തിലും സംഭവിച്ചു, പിന്നെ ഈ മന്ദഗതിയിലുള്ള ക്രമാനുഗതമായ മാറ്റങ്ങൾ കാലക്രമേണ കുന്നുകൂടിയതിന്റെ ഫലമാണ് നമ്മൾ ഇന്ന് കാണുന്ന പ്രധാന മാറ്റങ്ങളും ഘടനകളും (പർവ്വത

നിരകൾ, മലയിടുക്കകൾ). ദക്ഷിണ അമേരിക്കയിൽ ഒരു ഭൂകമ്പത്തിന് ഡാർവിൻ സ്വയം സാക്ഷിയാവുകയും അത് ഭൂമിയെ മാറ്റിമറിച്ച രീതി വച്ച് ചെറിയ (പൊട്ടുന്നനെയുള്ളവ പോലും) ഭൂമിശാസ്ത്രപരമായ മാറ്റങ്ങൾ കുന്നുകൂട്ടുന്നത് വലിയ ഭൂപ്രകൃതി മാറ്റങ്ങൾക്ക് കാരണമാകുമെന്ന് അദ്ദേഹത്തിന് എളുപ്പം കാണാൻ കഴിഞ്ഞു. ഡാർവിന്റെ സ്വാഭാവിക തിരഞ്ഞെടുപ്പിലൂടെയുള്ള ക്രമാനുഗതമായ മാറ്റത്തിന്റെ സിദ്ധാന്തം അടിസ്ഥാനപരമായി ജീവശാസ്ത്രത്തിനായുള്ള ഒരു ജിയോളജിക്കൽ ആശയത്തിന്റെ (അതായത്, യൂണിഫോർമിറ്റേറിയനിസം) പരസ്പര സംയോജനമാണ്. അദ്ദേഹം നിരീക്ഷിച്ച ജനസംഖ്യകളിലെ (ആമകളും ഫിഞ്ചുകളും പോലെ ഭക്ഷണത്തിൽ നേരിയ വ്യത്യസ്ത പൊരുത്തപ്പെടലുകളുള്ള) സൂക്ഷ്മപരിണാമ മാറ്റങ്ങൾ നയിച്ചത്, ദശലക്ഷക്കണക്കിന് വർഷങ്ങൾക്കിപ്പുറം, സ്ഥൂല പരിണാമപരമായ വ്യത്യാസങ്ങളിലേക്കാണ്, അദ്ദേഹം അത് ഫോസിൽ രൂപങ്ങളിലും മഹത്തായ വൈവിധ്യമാർന്ന ജീവനുകളിലുടനീളവും പ്രതിനിധീകരിക്കുന്നതായി കാണുകയും 'ടാങ്കിൾഡ് ബാങ്ക്' എന്ന് വിളിക്കുകയും ചെയ്തു.

ഒറിജിൻ ഓഫ് സ്പീഷിസ്-ൽ ഫോസിലുകളുടെ അഭാവത്തിൽ ഡാർവിൻ ക്ഷമാപണം നടത്തിയതിന്റെ കാരണം, ചില യഥാർത്ഥ 'ഇന്റർമീഡിയറ്റ്' ഫോസിലുകളെക്കുറിച്ച് – ഒരു പക്ഷിക്കും ഉരഗത്തിനും ഇടയിലുള്ള കാര്യങ്ങൾ, ഒരു തിമിംഗലത്തിനും ഒരു കരയിലെ സസ്തനിക്കും ഇടയിൽ അല്ലെങ്കിൽ മത്സ്യത്തിനും കര മൃഗത്തിനും ഇടയിൽ – അറിയപ്പെടാനുള്ള ഒരു പ്രതീക്ഷയുണ്ടായിരുന്നതുകൊണ്ടാണ്. അദ്ദേഹത്തിന് ഈ ഇടനിലക്കാരുടെ ആവശ്യമുണ്ടായിരുന്നു, 'പ്രത്യേക സൃഷ്ടി' വിശ്വാസികൾക്ക് മുന്നിൽ, ജീവിതം മാറ്റത്തിന്റെ തുടർച്ചയാണെന്നും അല്ലാതെ സൃഷ്ടിയുടെ പ്രത്യേക കാലഘട്ടങ്ങളല്ലെന്നും തെളിയിക്കുന്നതിനായി. ഈ ഇന്റർമീഡിയറ്റ് ഫോസിലുകളിൽ ശ്രദ്ധേയമായ ആദ്യത്തേത് വന്നത് *ഒറിജിൻ ഓഫ് സ്പീഷീസ്* പ്രസിദ്ധീകരിച്ച് കേവലം രണ്ട് വർഷത്തിന് ശേഷമാണ്, അതിനെ കുറച്ച് കാലത്തേക്ക് അങ്ങനെതന്നെ പൂർണ്ണമായും അംഗീകരിക്കപ്പെട്ടിരുന്നില്ലെങ്കിലും. ഈ ഫോസിൽ, ഇപ്പോൾ ലോകത്തിലെ ഏറ്റവും പ്രശസ്തമായ, 'ആദ്യ പക്ഷി' എന്ന് വിളിക്കപ്പെടുന്ന ആർക്കിയോപ്റ്റെറിക്സിന്റേതായിരുന്നു, അതിന് ഉരഗങ്ങളുടെ സവിശേഷതകളായ പല്ലുകൾ, നഖങ്ങൾ തുടങ്ങിയവ മാത്രമല്ല, തൂവലുകളും ഉണ്ടായിരുന്നു. അക്കാലത്ത്, ഈ കണ്ടെത്തൽ ഒരു ഞെട്ടിക്കുന്ന കണ്ടെത്തലായിരുന്നു കാരണം തൂവലുകൾ പക്ഷികൾക്ക് മാത്രമുള്ളതായിരുന്നു, എന്നാൽ ഈ ജീവി ഒരു ദിനോസറിനെ പോലെ കാണപ്പെട്ടു, കാരണം അത് പക്ഷികളുടെയിടയിൽ ഏകമായതായിരുന്നു. നിർഭാഗ്യവശാൽ, ഡാർവിന്റെ മറ്റൊരു എതിരാളി, റിച്ചാർഡ് ഒവൻ, ആർക്കിയോപ്ടെറിക്സ് ഫോസിൽ വാങ്ങുകയും, അത് എന്തായിരുന്നുവെന്ന് (ഒരു പരിവർത്തന ഫോസിൽ) തിരിച്ചറിയാതിരിക്കുവാൻ വേണ്ടി മനപ്പൂർവം സൂക്ഷിക്കുകയും ചെയ്തതിനു കാരണം ഒരു

പ്രൊഫഷണൽ അസൂയയാവണം. 'ദിനോസർ' എന്ന പദം കണ്ടുപിടിക്കുകയും, 'ജീവിവർഗ്ഗങ്ങളുടെ പരിവർത്തനം' എന്നതിനെക്കുറിച്ച് നേരത്തെ തന്നെ എഴുതുകയും, പക്ഷേ പിന്നീട് *ഒറിജിൻ ഓഫ് സ്പീഷീസ്*-ന്റെ ഒരു പരുഷമായ 'അജ്ഞാത' അവലോകനവും എഴുതിയ ഒവനുമായി ഡാർവിന് ഒരു സങ്കീർണ്ണമായ ചരിത്രമാണുണ്ടായിരുന്നത്. *ഒറിജിൻ ഓഫ് സ്പീഷീസ്*-ന്റെ പിന്നീടുള്ള പതിപ്പുകളിൽ (മൂന്നാമത്തേത് മുതൽ ആരംഭിക്കുന്നു) തന്റെ 'ഹിസ്റ്റോറിക്കൽ സ്കെച്ചിൽ' ഒവന്റെ പേര് നൽകി ഡാർവിൻ പകരം വീട്ടി; ആ സ്കെച്ച് അദ്ദേഹത്തെ പരിവർത്തന സിദ്ധാന്തത്തിന് സ്വാധീനിച്ച ആളുകളുടെ പട്ടികയാണ്, ഒവൻ തന്റെ പേരുമായി ബന്ധപ്പെടുത്താൻ ഇഷ്ടപ്പെടാത്ത ഒന്നാണിത്. അത് നമ്മുടെ പഴയ പയ്യൻ ചാൾസിൽ നിന്നുള്ള തികച്ചും കടുത്ത അധിക്ഷേപമായിരുന്നു.

ഇന്ന് നമുക്ക് ധാരാളം ഇന്റർമീഡിയറ്റ് ഫോസിലുകളെക്കുറിച്ച് അറിയാം, ആർക്കിയോപ്റ്റെറിക്സിലെ മറ്റ് നിരവധിയെണ്ണങ്ങളുടേത് ഉൾപ്പെടെ, മാത്രമല്ല മറ്റ് അനവധി തൂവലുകളുള്ള ദിനോസറുകളും ജീവന്റെ പുസ്തകത്തിന്റെ നഷ്ടപ്പെട്ട ഭാഗങ്ങൾ വായിക്കുന്നത് വളരെ എളുപ്പമാക്കി. പക്ഷികളുടെ വിഭാഗം ദിനോസറുകളുടേതിൽ നിന്നും മറ്റ് ഉരഗങ്ങളിൽ നിന്നും സ്വതന്ത്രമാണെന്നാണ് നാം ഒരിക്കൽ കരുതിയത്, എന്നാൽ നമുക്ക് ഇപ്പോൾ കാണാം പക്ഷികളുടെ വിഭാഗം യഥാർത്ഥത്തിൽ തെറോപോഡ് ദിനോസറുകളെക്കുറിച്ചുള്ള ഒരു ഉപ-അധ്യായത്തിന്റെ ഭാഗമാണെന്ന്, ഇന്ന് നാം കാണുന്ന പറക്കുന്ന പക്ഷികൾ ആ ദിനോസറുകളുടെ ജീവിക്കുന്ന പ്രതിനിധികൾ മാത്രമാണ്. നമുക്ക് തിമിംഗലങ്ങൾക്കും മറ്റ് സസ്തനികൾക്കും നടുവിലുള്ള ഇടനിലക്കാരുമുണ്ട്, നമുക്ക് പിന്തുടർന്ന് കാണാം കാലക്രമേണ ഒരു ഹിപ്പോ പോലുള്ള സസ്തനി ജലജീവിയായി പരിവർത്തനം ചെയ്യുന്നത് : നാസാരന്ധ്രങ്ങൾ പടിപടിയായി തലയുടെ പിൻഭാഗത്തേക്ക് നീങ്ങി ബ്ലോഹോൾ ആകുകയും എങ്ങനെയാണ് ആ കൈകാലുകൾ ഫ്ലിപ്പറുകളും ആ വാൽ ഒരു ഫ്ലൂക്കും ആവുന്നതെന്ന് കാണാം. നമുക്ക് തിക്താലിക് പോലുള്ള സ്പീഷിസുകൾ ഉണ്ട് – ഈ 'ഫിഷാപോഡ്' കാണിക്കുന്നത് ഒരു തരം മത്സ്യത്തിന്റെ കരയിലെ എല്ലാ മൃഗങ്ങളിലേക്കുമുള്ള പരിവർത്തനവും, ഒപ്പം ഗുരുത്വാകർഷണത്തെ ചെറുക്കുന്നതിനായി പരിണമിച്ച കട്ടിയുള്ള ചിറകിന്റെ അസ്ഥികളും, ആഴം കുറഞ്ഞ വെള്ളത്തിൽ ഭക്ഷണം കഴിക്കുമ്പോൾ അന്തരീക്ഷ വായു ശ്വസിക്കാൻ അനുവദിക്കുന്ന *choana* വികസിപ്പിച്ചെടുത്തതുമാണ് (*choana*-യാണ് മൂക്കിൽ കൂടി ശ്വസിക്കാൻ നിങ്ങളെ അനുവദിക്കുന്നത്). തിക്താലിക്കിനെ അപേക്ഷിച്ച് ഭൗമോപരിതല ജീവിയായ ഫോസിൽ രൂപങ്ങളുടെ ഒരു പരമ്പര പോലും നമുക്കുണ്ട്, അവയുടെ ശരീരഘടന മത്സ്യാകൃതിയോട് അധികം ചേർന്ന് നിൽക്കുന്നില്ല. ആമക്ക് എങ്ങനെ അതിന്റെ പുറംതോട് ലഭിച്ചു എന്ന് തുടങ്ങി മനുഷ്യർക്ക് എങ്ങനെ അവരുടെ മികവില്ലാത്ത ശരീരം ലഭിച്ചു എന്നതുവരെ എല്ലാം വിശദീകരിക്കാൻ സഹായിക്കുന്ന ഫോസിലുകൾ നമുക്കുണ്ട്.

എല്ലാ പേജുകളും പുനഃസ്ഥാപിച്ച ഒരു പൂർണ്ണമായ *ജീവിത പുസ്തകം* നമുക്ക് ഒരിക്കലും ലഭിക്കില്ലെങ്കിലും, കഥയുടെ പ്രധാന പോയിന്റുകൾ ബന്ധിപ്പിക്കാൻ ആവശ്യമായ പേജുകൾ നമ്മുടെ പക്കലുണ്ട്. നമുക്ക് എല്ലാ പേജുകളും ഉണ്ടായിരുന്നെങ്കിൽ, കേവലം നമുക്ക് അറിയാവുന്നതിനെ പ്രതിനിധീകരിക്കുന്ന അപൂർണ്ണമായ 'ജീവന്റെ വൃക്ഷം' എന്നതിനുപകരം, ഇതുവരെ ജീവിച്ചിട്ടുള്ള എല്ലാറ്റിന്റെയും എല്ലാ ശാഖകളും കാണിക്കുന്ന പൂർണ്ണമായ കാഴ്ച നമുക്ക് കാണാൻ കഴിയുമായിരുന്നു (ചിത്രം 7-ലേക്ക് മടങ്ങുക). *ജീവിത പുസ്തക*ത്തിലെ പേജുകൾക്ക് തീർച്ചയായും അക്കമിട്ടിട്ടില്ല, പക്ഷേ ജീവജാലങ്ങളുടെ ഡിഎൻഎ വിശകലനം, ആര് ആരുമായി ബന്ധപ്പെട്ടിരിക്കുന്നുവെന്ന് കാണാൻ ഇന്ന് നമ്മെ സഹായിക്കുന്നു, കൂടാതെ നമുക്ക് അധ്യായങ്ങളുടെ രൂപരേഖയും, സൂചികയുടെ ഭൂരിഭാഗവും നൽകുന്നു. *ജീവന്റെ പുസ്തകം* തുടക്കം മുതൽ അവസാനം വരെ ഒരൊറ്റ കാലക്രമത്തിൽ വായിക്കാനാവില്ലെന്നും നമുക്കറിയാം. ഓരോ അധ്യായവും (ഒരുപക്ഷേ അതിന്റേതായ അളവിൽ) ഇപ്പോഴും പരിണമിക്കുകയും മാറുകയും ചെയ്യുന്നു, ഓരോ ഭാഗവും സ്വതന്ത്രമായ പാതയിലായിരിക്കാം : അതായത്, കേവലം ഒരു മത്സ്യം കരയിലേക്ക് വന്നത് കാരണം മത്സ്യത്തിന്റെ അധ്യായം അവസാനിക്കുന്നില്ല – അവ ഇപ്പോഴും പരിണമിക്കുകയും വൈവിധ്യവൽക്കരിക്കുകയും ചെയ്യുന്നു. അതുപോലെ, കേവലം ചില സസ്തനി വംശപരമ്പര മനുഷ്യർക്ക് ജന്മം നൽകിയതുകൊണ്ട് എലികളുടെയോ, കരടികളുടെയോ അല്ലെങ്കിൽ മറ്റ് പ്രൈമേറ്റുകളുടെയോ വിഭാഗങ്ങൾ പോലും പുതിയ പേജുകൾ (സ്പീഷീസ്) ചേർക്കുന്നത് തുടരില്ല എന്നതിനർത്ഥമില്ല. പുസ്തകത്തിലെ ഓരോ ഭാഗത്തിന്റെയും അവസാനം ഏറ്റവും അടുത്ത കാലത്തുണ്ടായ സ്പീഷീസ് ആണ്; വംശനാശം സംഭവിക്കുകയും ജീവിച്ചിരിക്കുന്ന പിൻഗാമികളെ അവശേഷിപ്പിക്കാതെ കടന്നു പോവുകയും ചെയ്തവർ മാത്രമാണ് പൂർത്തിയായ ഭാഗങ്ങൾ. ഖേദകരമെന്നു പറയട്ടെ, അക്കൂട്ടത്തിൽ ഒരുപാട് പേരുണ്ട്, നമ്മുടെ പ്രവൃത്തികൾ കാരണം ആ അവസാനങ്ങളിൽ ചിലത് ഇന്നും എഴുതപ്പെടുന്നു.

* ഈ വിഷയത്തിൽ പ്രസിദ്ധീകരണങ്ങൾ ഉണ്ട്, എന്നാൽ ഞാൻ കരുതുന്നത് ലോറൻ സല്ലന്റെ 2017-ലെ TED സംഭാഷണമാണ് ഇന്നത്തെ ജീവിതം എങ്ങനെ ഇന്നലത്തെ കൂട്ടവംശനാശത്തിനെ ജയിച്ചവർ കെട്ടിപ്പടുത്തു എന്നതിന്റെ ഏറ്റവും മികച്ച വിശദീകരണം. https://www.ted.com/talks/lauren_sallan_how_to_win_at_evolution_and_survive_a_mass_extinction

** അഗാസിസ് ഭയങ്കര വംശീയവാദിയായിരുന്നു, യുഎസിലും യൂറോപ്പിലും യൂജെനിക്സ് പ്രസ്ഥാനം സൃഷ്ടിക്കുന്നതിൽ വലിയ സ്വാധീനം ചെലുത്തിയ ഡേവിഡ് സ്റ്റാർ ജോർദൻ അദ്ദേഹത്തിന്റെ ശിഷ്യന്മാരിൽ ഉൾപ്പെടുന്നു. അദ്ദേഹം ദരിദ്രർ, വികലാംഗർ, മദ്യപാനികൾ മുതലായവരെ പോലെ 'അയോഗ്യരായവരെ' ഒഴിവാക്കാൻ ആഗ്രഹിച്ചു. ലൂലു മില്ലറുടെ *Why Fish Don't Exist*-ൽ ജോർദനെക്കുറിച്ച് കൂടുതൽ വായിക്കുക. ജോർദന്റെ അക്കാദമിക് വംശപരമ്പരയിൽ ഞാനുൾപ്പെടെ യുഎസിലെ മിക്കവാറും എല്ലാ ഇക്ത്യോളജിസ്റ്റുകളും പെടും, പക്ഷേ അദ്ദേഹത്തിന്റെ ടാക്സോണമിയോടും മത്സ്യത്തോടുമുള്ള പ്രതിപത്തി മാത്രമാണ് ഞങ്ങൾക്ക് പാരമ്പര്യമായി ലഭിച്ചത്, വംശീയ സ്വഭാവം കിട്ടിയിട്ടില്ല (എന്ന് ഞാൻ വിചാരിക്കുന്നു). ആധുനിക സൃഷ്ടിവാദ പ്രസ്ഥാനം ശാസ്ത്ര തത്ത്വചിന്തയിലെ വ്യത്യാസങ്ങളേക്കാൾ വ്യത്യസ്തമായ മതപരമായ വീക്ഷണത്താൽ പ്രചോദിപ്പിക്കപ്പെട്ടതാണ്, പക്ഷേ അത് അഗാസിസിന്റെ പ്രചോദനങ്ങളുടെ കാര്യത്തിലും സത്യമായിരിക്കാം.

ഭാഗം 3

ചോദ്യങ്ങളും തെറ്റിദ്ധാരണകളും

ആരെയാണ് നിങ്ങൾ പ്രാകൃതരെന്ന് വിളിക്കുന്നത്?

ഒരു ചെറിയ നാഭി അവലോകനം നടത്താം. മറുപിള്ളയുള്ള സസ്തനിയായിരുന്ന നിങ്ങളുടെ അമ്മ കാരണം നിങ്ങൾക്ക് നാഭിയുണ്ട് (നിങ്ങൾക്ക് പൊക്കിൾ ആണ് ഇഷ്ടമെങ്കിൽ അങ്ങനെ വിളിക്കാം). ആ പൊക്കിളിൽ ഘടിപ്പിച്ചിരിക്കുന്ന പൊക്കിൾക്കൊടിയിലൂടെ മറുപിള്ള നിങ്ങൾക്ക് പ്രദാനം ചെയ്ത ഓക്സിജനും പോഷകങ്ങളും കൊണ്ട് നിങ്ങൾ അവളുടെ ഗർഭപാത്രത്തിൽ വികസിച്ചു. നിങ്ങൾ ജനിച്ചപ്പോൾ, ആ ചരട് മുറിച്ച്, ആ ഔട്ട്ലെറ്റിന്റെ ഉപയോഗശൂന്യമായ ചർമ്മത്തിന്റെ അവശിഷ്ടങ്ങൾ നിങ്ങളിൽ അവശേഷിപ്പിച്ചു, അമ്മ അവളുടെ അവയവങ്ങൾ ഞെക്കിപ്പിഴിഞ്ഞ അവസ്ഥയിൽ അവശേഷിക്കുന്നു, അവളുടെ ശരീരത്തിന് ക്ഷതമേറ്റിട്ടുണ്ട്, വിശക്കുന്ന ഒരു ചെറിയ രാക്ഷസൻ എപ്പോഴും അവളുടെ പാൽ ആവശ്യപ്പെടുന്നു, അവളെ ഉറങ്ങാൻ അനുവദിക്കാതെ.

ഒരു കംഗാരുവിനെ നോക്കാം. ഈ വലിയ ഇരുകാലി – നമ്മളെപ്പോലെതന്നെ, ഒരു വാലിന്റെ സഹായമുണ്ടെന്നതൊഴിച്ചാൽ – അവളുടെ മൂന്ന് യോനികളിൽ ഒന്നിൽ നിന്ന് പാതി രൂപപ്പെട്ട് പുറത്തുവരുന്ന ഒരു ചെറിയ ഗർഭപിണ്ഡത്തിന് ജന്മം നൽകുന്നു (അതെ). ആ ചെറിയ ഗർഭപിണ്ഡം മുലക്കണ്ണുകളുള്ള ഒരു പറ്റിച്ചേർന്നു കിടക്കുന്ന സഞ്ചിയിലേക്ക് സ്വയം ഇഴഞ്ഞുകയറുന്നു; തനിയെ പുറത്തേക്ക് വരാൻ കഴിയുന്നതുവരെ അത് അവിടെത്തന്നെ തുടരും. എനിക്ക് അത് കേട്ടിട്ട് മനുഷ്യ പ്രസവത്തേക്കാൾ വളരെ സുഖകരമായ രീതിയായി തോന്നി. നമ്മുടെ വലിയ മസ്തിഷ്കത്തിന് വലിയ തലകൾ ആവശ്യമാണ്, സഞ്ചിമൃഗങ്ങളേക്കാൾ വളരെ അപകടകരമായ സാഹചര്യങ്ങളിൽ മനുഷ്യ ശിശുക്കളെ ഞെരുക്കിയെടുക്കേണ്ടതുണ്ട്. നമ്മുടെ ഭീമാകാരമായ തലകൾ കാരണം നാം നേരത്തെ ജനിക്കേണ്ടതുണ്ട് (നമ്മൾ കൂടുതൽ സമയം കാത്തിരുന്നാൽ നമ്മുടെ തല ജനന കനാലിലൂടെ കടന്നുപോകാൻ കഴിയാത്തത്ര വലുതാവും), ഇത് ജീവിതത്തിന്റെ ആദ്യ വർഷത്തിൽ നമ്മെ വളരെ ആശ്രിതരാക്കുന്നു. ജീവിതത്തിന്റെ ആദ്യ ആറു മാസങ്ങളിൽ എഴുന്നേറ്റിരിക്കാൻ പോലും

കഴിയാത്ത, ഭക്ഷണം കഴിക്കാൻ കഴിയാത്ത മറ്റേതെങ്കിലും മൃഗ ശിശുക്കളെക്കുറിച്ച് നിങ്ങൾക്ക് ചിന്തിക്കാനാകുമോ? ഒരു നവജാത ശിശുവിനെ ഓരോ തവണ കൈയിലെടുക്കുമ്പോഴെല്ലാം ഞാൻ വിചാരിക്കും, 'ഇതിന് കുറച്ചുകൂടി സമയം ഓവനിൽ ചിലവഴിക്കാമായിരുന്നു' എന്ന്.

കംഗാരുക്കളെപ്പോലുള്ള സഞ്ചിമൃഗങ്ങളെ നമ്മൾ 'പ്രാകൃതർ' എന്ന് വിളിക്കാനുള്ള പ്രവണത കാണിക്കുന്നു – അവയെ അങ്ങനെ വിളിക്കാൻ പാടില്ല, അല്ലെങ്കിൽ ഇന്നു ചുറ്റുമുള്ള ഏത് ജീവജാലത്തെയും പാടില്ല – അവയെല്ലാം അതിജീവിച്ചവരും ജീവവൃക്ഷത്തിന്റെ വളർന്നുവരുന്ന അരികുകളുടെ (നിങ്ങൾക്ക് വേണമെങ്കിൽ 'ഇലകൾ' ആയി കാണാം) ഭാഗങ്ങളുമാണ്. ജീവവൃക്ഷത്തിൽ, നമ്മൾ മറുപിള്ളയുള്ള സസ്തനികളുടെ 'സഹോദരി ഗ്രൂപ്പ്' ആണ് സഞ്ചിമൃഗങ്ങൾ; ഒരേ പൂർവ്വികനിൽ നിന്ന് ഒരേ സമയം വ്യതിചലിച്ച ഒരേ പ്രായത്തിലുള്ള വംശപരമ്പരകളാണ് സഹോദരി ഗ്രൂപ്പുകൾ, മറ്റൊരു വിധത്തിൽ പറഞ്ഞാൽ 'അടുത്ത ബന്ധുക്കൾ'.* അതായത് പ്ലാറ്റിപസുകളും എക്കിഡ്നകളും പോലെയുള്ള മുട്ടയിടുന്ന 'മോണോട്രീമുകൾ' എന്ന സസ്തനികളുടെ മൂന്നാമത്തെ പ്രധാന ഗ്രൂപ്പിനേക്കാൾ, മറുപിള്ളയുള്ള സസ്തനികളെല്ലാം സഞ്ചിമൃഗങ്ങളുടെ വംശവുമായി ഒരു സമീപകാല പൂർവ്വികനെ പങ്കിടുന്നു. എന്നാൽ പ്ലാറ്റിപസുകളെ 'പ്രാകൃതർ' എന്ന് വിളിക്കുന്നതിന് മുമ്പ്, ഇരക്ക് ചുറ്റുമുള്ള ഒരു വൈദ്യുത മണ്ഡലം കണ്ടെത്താനുള്ള കഴിവ് നൽകുന്ന താറാവ് കൊക്ക് പോലെ അവയ്ക്കുള്ള എല്ലാ രസകരമായ വസ്തുക്കളെയും കുറിച്ച് ചിന്തിക്കുക. നീന്തലിനായി അവർക്ക് സൗകര്യപ്രദമായ വിരലുകൾ ഒച്ചിച്ചേർന്ന പാദങ്ങളും ഉണ്ട്; രണ്ട് ലൈംഗിക ക്രോമസോമുകൾ മാത്രമുള്ള മിക്ക സസ്തനികളിൽ നിന്നും വ്യത്യസ്തമായി, അവക്ക് പത്തെണ്ണം ഉണ്ട് (!); ആൺ പ്ലാറ്റിപസുകൾക്ക് അവയുടെ പിൻകാലുകളിൽ വിഷാംശമുണ്ട്, പെണ്ണുങ്ങൾ പാൽ ഉണ്ടാക്കുന്നു, പക്ഷേ മുലക്കണ്ണുകളില്ല. ഓ, 2020-ൽ, ബയോഫ്ലൂറസെന്റ് (വായിക്കുക : അവ 'ഇരുട്ടിൽ തിളങ്ങുന്ന്', കുറഞ്ഞപക്ഷം അൾട്രാവയലറ്റ് പ്രകാശത്തിൻ കീഴിലെങ്കിലും) ഉണ്ടെന്ന് അറിയപ്പെട്ട കേവലം മൂന്ന് സസ്തനികളിൽ ഒന്നാണിവയെന്ന് നമ്മൾ മനസ്സിലാക്കി. ഒരു പ്ലാറ്റിപസ് നിങ്ങളെ നോക്കുകയാണെങ്കിൽ, മൃദുവായ മെലിഞ്ഞ സൂര്യനാൽ പൊള്ളലേൽക്കുന്ന മനുഷ്യൻ, പ്ലാറ്റിപസ് വിചാരിക്കും തങ്ങളാണ് വികസിതർ എന്ന്. മുട്ടയിടുന്നത് പോലെയുള്ള ഒരു മൃഗത്തിന്റെ ചില സവിശേഷതകളെ 'പ്രാകൃതം' എന്ന് വിളിക്കാൻ നിങ്ങൾ ആഗ്രഹിക്കുന്നുവെങ്കിൽ, അത് നമ്മുടെ പരിണാമ പൂർവ്വികരിൽ സംഭവിച്ചതാണ് – അത് ഒരു തരത്തിൽ ശരിയാകും, എന്നാൽ അപ്പൻഡിക്സോ ജ്ഞാന പല്ലുകളോ ഉള്ള മനുഷ്യരോടും നിങ്ങൾക്ക് ഇതേ വാദം ഉന്നയിക്കാം (നിങ്ങൾക്കറിയാമല്ലോ ആ വൈകി വികസിക്കുന്ന നമ്മുടെ വായിൽ കൊള്ളാത്ത, പല്ലുകൾ). ജീവശാസ്ത്രത്തിൽ നമ്മൾ അത്തരത്തിലുള്ള സ്വഭാവത്തെ 'പ്ലീസിയോമോർഫിക്' എന്ന് വിളിക്കുന്നു, മറ്റുള്ളവർ 'വെസ്റ്റിജിയൽ' എന്നും; എന്നാൽ നാം ഒരു ജീവജാലത്തെയും പൂർണ്ണമായും 'പ്രാകൃതർ' എന്ന് വിളിക്കരുത്. അതെ, നിങ്ങൾ ചിന്തിക്കുന്ന ചില

ഏകകോശ ജീവികൾക്ക് പോലും യുറേനിയം ദഹിപ്പിക്കാനും ക്രൂഡ് ഓയിൽ വിഘടിപ്പിക്കാനും സുഷുപ്താവസ്ഥയിൽ ദീർഘകാലം ജീവിക്കാനും കഴിയുന്ന വികസിതമായ സവിശേഷതകൾ ഉണ്ട്. അല്ലെങ്കിൽ കുഞ്ഞൻ *E. coli* അവരുടെ CRISPR-അധിഷ്ഠിത രോഗപ്രതിരോധ സംവിധാനത്തിലൂടെ വൈറസുകളെ എങ്ങനെ ചെറുക്കുന്നു എന്ന് ഞാൻ വിശദീകരിക്കുന്നത് വരെ കാത്തിരിക്കുക (കൊറോണ വൈറസ് പകർച്ചവ്യാധി കാരണം അവർക്ക് വീട്ടിലിരിക്കേണ്ട ആവശ്യമില്ല).

വിനീതനായ മത്സ്യത്തിന്റെ കാര്യമോ? നട്ടെല്ലുകളും താടിയെല്ലുകളും എല്ലാ കശേരുക്കളുടെയും അടിസ്ഥാന ശരീര പദ്ധതികളും വികസിപ്പിച്ച ആദ്യത്തെ മൃഗങ്ങളായിരുന്നു അവ, കാരണം അവരായിരുന്നു ആദ്യത്തെ കശേരുക്കൾ. നമ്മുടെ ശരീര പദ്ധതി ആദ്യം വെള്ളത്തിലാണ് പരിണമിച്ചത്, വലിയ തലച്ചോർ ഉൾക്കൊള്ളുന്ന തലയോട്ടി, നാസാരന്ധ്രങ്ങൾ, ശ്വാസകോശങ്ങൾ എന്നിയോടൊപ്പം.** നമ്മുടെ പൊതുവായ കശേരുക്കളുടെ ശരീര പദ്ധതിയെ ഒരു നീരാളി എന്ന് പറയുന്ന ജീവിയുമായി താരതമ്യം ചെയ്യാം. നീരാളികളിൽ നിന്നാണ് നാം പരിണമിച്ചിരുന്നതെങ്കിൽ, നമുക്ക് മൃദുവായ കൈകാലുകളും ശരീരത്തിലുടനീളം വ്യാപിച്ചുകിടക്കുന്ന ഒന്നിലധികം തലച്ചോറുകളും ഹൃദയങ്ങളും ഉണ്ടായിരുന്നേനെ. എല്ലാ കശേരുക്കളും സാങ്കേതികമായി മത്സ്യങ്ങളാണ് (കാരണം എല്ലാ കശേരുക്കളും ഒരു മത്സ്യമായിരുന്ന സമീപകാല പൊതു പൂർവ്വികനെ പങ്കിടുന്നു). മത്സ്യങ്ങളുടെ ഒരു ശാഖ 400 ദശലക്ഷം (400,000,000) വർഷങ്ങൾക്ക് മുമ്പ് കരയിലേക്ക് വന്നു : ഇവയാണ് സാർകോപ്റ്ററിജിയൻസ്, അല്ലെങ്കിൽ ലോബ്ഫിൻഡ് മത്സ്യങ്ങൾ, അനന്തരം തിക്താലിക്കിനും മറ്റ് ടെട്രാപോഡുകൾക്കും ഉത്ഭവം കൊടുത്തു. (ഏകദേശം 40,000 ജീവിക്കുന്ന – കൂടാതെ നിരവധി വംശനാശം സംഭവിച്ച – സസ്തനികളുടെയും, ഉരഗങ്ങളുടെയും വംശങ്ങൾ, പക്ഷികളും ഉഭയജീവികളുമുൾപ്പെടെ). മറ്റ് സാർകോപ്റ്ററിജിയൻമാർ വെള്ളത്തിൽ താമസിക്കുന്ന വംശങ്ങളുടെ ഭാഗമായിരുന്നു. സീലകാന്തും ലംഗ് മീനും പോലെയുള്ള ജീവജാലങ്ങൾ ഇതിൽ ഉൾപ്പെടുന്നു. ലംഗ് മീനുകൾക്ക് ശ്വാസകോശമുണ്ട് (ആശ്ചര്യം, ആശ്ചര്യം), നിങ്ങൾ അവയെ വെള്ളത്തിനടിയിൽ പിടിച്ചാൽ മുങ്ങിമരിക്കും. സീലകാന്തുകൾ നായ തുഴയുന്നത് പോലെയാണ് നീന്തുന്നത്, മിക്ക മത്സ്യങ്ങളിലുമുള്ള നേർത്ത വഴക്കമുള്ള ചെകിളകളുണ്ടാവുമെന്നാണ് നമ്മൾ കരുതുന്നത്. പകരം, നിങ്ങൾക്കും എല്ലാ കര കശേരുക്കൾക്കും ഉള്ള റേഡിയസിന്റെയും അൾനയുടെയും അനുരൂപമായ ഘടനയുള്ള കട്ടിയുള്ള അവയവ അസ്ഥികളാണ് അവയ്ക്കുള്ളത്. സീലകാന്തുകളും ലംഗ് മീനുകളും നമ്മളോട് (നമ്മളും സാർകോപ്റ്ററിജിയൻമാർ ആയതിനാൽ) മറ്റേത് സാർകോപ്റ്ററിജിയൻ അല്ലാത്തവരേക്കാളും വളരെ അടുത്ത ബന്ധമുള്ളവരാണ്, കാരണം ഈ ലോബ്-ഫിൻഡ് മത്സ്യങ്ങളുടെ അംഗങ്ങളുമായി നമുക്ക് ഒരു സമീപകാല പൊതു പൂർവ്വികൻ ഉണ്ട്. അതിനാൽ, ഒരു പുഴമീനിനെയോ ഗോൾഡ് ഫിഷിനെയോ അപേക്ഷിച്ച് ഒരു സീലകാന്ത് നിങ്ങളുമായി അടുത്ത ബന്ധത്തിലുമാണുള്ളത്.

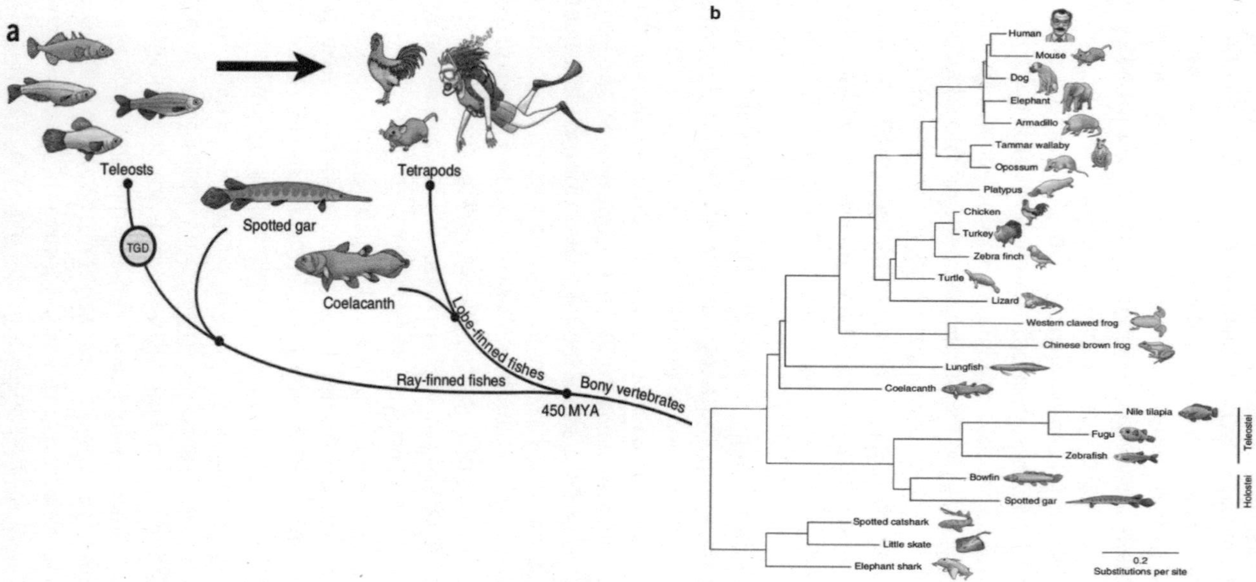

ചിത്രം 14 : ടെട്രാപോഡുകൾ ഉൾപ്പെടെയുള്ള മത്സ്യജീവ വൃക്ഷത്തിലെ (കശേരുക്കൾ എന്നും അറിയപ്പെടുന്ന) കണക്കുകൾ ചിത്രീകരിച്ചിരിക്കുന്നു. രണ്ട് മരങ്ങളുടേയും 'ലോബ്ഫിൻഡ് മത്സ്യ' വംശത്തിലെ സീലകാന്തുകളുമായി നമ്മൾ എങ്ങനെ കൂടുതൽ അടുത്ത് ബന്ധപ്പെട്ടിരിക്കുന്നുവെന്ന് ശ്രദ്ധിക്കുക. Brasch et al 2016-ൽ നിന്ന് പുനർമുദ്രണം ചെയ്തത്.

കൂടുതൽ പിന്നോട്ട് പോകുമ്പോൾ, നിങ്ങൾ ഒരു സ്രാവിനേക്കാൾ ഒരു ഗോൾഡ് ഫിഷുമായി കൂടുതൽ അടുത്ത് ബന്ധപ്പെട്ടിരിക്കുന്നു, കാരണം നിങ്ങൾ ഒരു അസ്ഥിമൃഗമാണ് (എല്ലാ അസ്ഥി മത്സ്യങ്ങളും ഗോൾഡ് ഫിഷും പോലെ) അല്ലാതെ തരുണാസ്ഥിയല്ല (സ്രാവുകളെപ്പോലെ). നിങ്ങൾ ഒരു സ്രാവിനെ ഒരു മത്സ്യമായി കണക്കാക്കിയേക്കും, നിങ്ങൾ ശരിയാണ്; എന്നാൽ സമുദ്രങ്ങളിലും നദികളിലുമെല്ലാം നീന്തുന്ന എല്ലാ മത്സ്യങ്ങളും പരസ്പരം കൂടുതൽ അടുത്ത് ബന്ധപ്പെട്ടിരിക്കുന്നുവെന്ന് നിങ്ങൾ കരുതിയേക്കാം, പക്ഷേ ആ പോയിന്റിൽ നിങ്ങൾക്ക് തെറ്റി. സ്രാവുകൾ പോലെയുള്ള തരുണാസ്ഥി മത്സ്യങ്ങൾക്ക് പരസ്പരം ഒരു സമീപകാല പൊതുപൂർവ്വികൻ ഉണ്ട്, കൂടാതെ അസ്ഥി മത്സ്യങ്ങളെല്ലാം മറ്റേതൊരു ഗ്രൂപ്പിനെക്കാളും പരസ്പരം ബന്ധപ്പെട്ടിരിക്കുന്നു. അതിനെക്കുറിച്ച് ആലോചിക്കാനുള്ള മറ്റൊരു മാർഗ്ഗം, തരുണാസ്ഥി മത്സ്യങ്ങൾക്ക് അസ്ഥി മത്സ്യങ്ങളെ അപേക്ഷിച്ച് വ്യത്യസ്തമായ ഒരു അധ്യായമാണ് *ജീവിതത്തിന്റെ പുസ്തകത്തിൽ* ഉള്ളത് (ചിത്രം 14 കാണുക) എന്നതാണ്. തരുണാസ്ഥി മത്സ്യ അധ്യായത്തിൽ അസ്ഥി മത്സ്യ അധ്യായത്തിനേക്കാൾ സ്പീഷീസ് പേജുകൾ കുറവാണ്, കൂടാതെ അസ്ഥി മത്സ്യ അധ്യായത്തിൽ ചൂരയും പാലാൻകണ്ണിയും മാത്രമല്ല എല്ലാ കര കശേരുക്കളും ഉൾപ്പെടുന്നു, കാരണം വീണ്ടും എല്ലാ ടെട്രാപോഡുകളും ഒരു പൊതു മത്സ്യ പൂർവ്വികനിൽ നിന്നാണ് വന്നത്. അതെ—നിങ്ങളൊരു മത്സ്യമാണ് എന്റെ സുഹൃത്തേ (ഏത് കശേരുക്കളും ഒരു 'മത്സ്യം' തന്നെ)... വെള്ളത്തിൽ നിന്ന് പുറത്തുവന്ന ഒരു മത്സ്യം, അതുകൊണ്ടാണ് നിങ്ങളുടെ ശരീരം ഒരു പരാജയമായത്.

---

* നിങ്ങൾ എന്താണ് ചിന്തിക്കുന്നതെന്ന് എനിക്കറിയാം—അനാവശ്യമായ സാങ്കേതിക ഭാഷ കൂട്ടിച്ചേർക്കുന്നതിനുപകരം എന്തുകൊണ്ട് ലളിതമായി 'അടുത്ത ബന്ധുക്കൾ' എന്ന് മാത്രം പറഞ്ഞുകൂടാ. ശരി, സാധാരണയായി ഞാൻ പദപ്രയോഗം ഒഴിവാക്കാൻ ശ്രമിക്കാറുണ്ട്, എന്നാൽ ഈ സാഹചര്യത്തിൽ നിങ്ങൾ ഒരൽപ്പം 'വൃക്ഷ ചിന്തകൾ' (എനിക്കറിയാം വീണ്ടും പദപ്രയോഗങ്ങൾ വരുന്നെന്ന്) ചെയ്യണമെന്നെനിക്കുണ്ട്, നിങ്ങളുടെ മനസ്സിൽ ജീവ വൃക്ഷം കാണുകയും, അടുത്ത ബന്ധുക്കൾ ഒരു അമ്മയിൽ നിന്നുള്ള ഇരട്ടകളെപ്പോലെ തുല്യരാണെന്ന് ചിന്തിക്കുവാനും ഞാൻ ആഗ്രഹിക്കുന്നു. പൂർവ്വികരെ തിരയുന്നതിലെ അനിശ്ചിതത്വം വിശദീകരിക്കാനും, വർത്തമാനത്തിലും ഭൂതകാലത്തും പുതിയ ബന്ധങ്ങളുടെ കണ്ടെത്തലുകൾക്ക് നമ്മൾ ഇടം നൽകുന്നത് എങ്ങനെയെന്ന് കാണിക്കാനും സഹായിക്കുമെന്ന് ഞാൻ കരുതുന്നു. ജീവ വൃക്ഷം പഠിക്കുന്നതിന്റെ സൗന്ദര്യം ഇതാണ്—അനിശ്ചിതത്വം അവിഭാജ്യമാണ്, മുന്നോട്ടുമുണ്ടാവും.

** വീണ്ടും, നീൽ ഷുബിന്റെ *യുവർ ഇന്നർ ഫിഷ്* വായിക്കുക—*യുവർ ഇന്നർ ഫിഷ്* എന്ന പേരിൽ ഒരു പുസ്തകം എഴുതണമെന്ന് ഞാൻ ആഗ്രഹിച്ചിരുന്നു, അതൊരു നിലവാരം കുറഞ്ഞ പണിയായിരുന്നു. സത്യത്തിൽ, ഒരിക്കൽ അത് ചെയ്യാനാണ് അടിസ്ഥാനപരമായി എന്നോട് ആവശ്യപ്പെട്ടിരുന്നത്, പക്ഷേ പകരം ഈ പുസ്തകം എഴുതി.

നമ്മുടെ വൃത്തികെട്ട-വിചിത്രമായ ശരീരങ്ങൾ

നിങ്ങളുടെ ശരീരം ഒരു ദുരന്തമാണ്. നിങ്ങളെ കാണാൻ പത്മലക്ഷ്മിയെപ്പോലെയോ മൈക്കൽ ജോർദനെപ്പോലെയോ ആണെങ്കിൽപോലും ഞാൻ കാര്യമാക്കുന്നില്ല. എണ്ണമയമുള്ള ഒരു സഞ്ചിയിൽ പൊതിഞ്ഞ, രക്തചരടുകളാൽ പിടിച്ച് ബന്ധിപ്പിച്ചിരിക്കുന്ന, ബാക്ടീരിയകൾ തിങ്ങി നിറഞ്ഞ കീശകളാൽ നിർമ്മിതമായ, കൊളാജന്റെയും കാൽസ്യത്തിന്റെയും വടികൾ തൂങ്ങിക്കിടക്കുന്ന, വെള്ളം കെട്ടിനിൽക്കുന്ന മാംസത്തിന്റെ പിണ്ഡങ്ങളാണ് നാമെല്ലാവരും. പത്തുമിനിറ്റ് നിശ്ചലമായി നിന്നാൽ തളർന്നു പോകുന്ന തരത്തിൽ, ജീവിതത്തിന് സജ്ജമല്ലാത്ത അനാവൃതമായതും സുരക്ഷിതമല്ലാത്തതുമായ തൂങ്ങിക്കിടക്കുന്ന കഷണങ്ങളുള്ള, ഭീമാകാരമായ ലോലിപോപ്പ് തലകളുള്ള ദുർബ്ബലമായ നഗ്നക്കുരങ്ങുകളാണ് നമ്മൾ. എന്തുകൊണ്ട്? വീണ്ടും, നമ്മൾ അക്ഷരാർത്ഥത്തിൽ വെള്ളത്തിൽ നിന്ന് പുറത്തെത്തിയ മത്സ്യമാണ്.

നാം മനുഷ്യർ പൂർണ്ണരാണെന്ന് ചിന്തിക്കാനാണ് നമ്മെ പഠിപ്പിച്ചിരിക്കുന്നത്: പരിണാമത്തിന്റെ പരകോടി എന്നതിൽ നിന്ന് തെല്ലും താഴെയല്ലാത്തത്. അസംബന്ധം. നമ്മെ മുന്നോട്ടു കൊണ്ടുപോകുന്ന ഒരേ ഒരു കാര്യം നമ്മുടെ വലിയ മസ്തിഷ്കങ്ങളാണ്, എന്നാൽ ആ മസ്തിഷ്കം നാം ഉപയോഗിക്കുന്നത് നാം മറ്റെല്ലാറ്റിനേക്കാളും മികച്ചവരാണെന്ന് കരുതാനും നാം പ്രധാനപ്പെട്ടവരാണെന്ന് തോന്നിപ്പിക്കുന്ന കാര്യങ്ങൾ നിർമ്മിക്കുന്നതിനും വേണ്ടിയാണ്, പക്ഷേ അത് ഈ ഗ്രഹത്തെയും ആത്യന്തികമായി നമ്മെത്തന്നെയും നശിപ്പിക്കും – കുറച്ച് വിനയമാണ് ഈ സമയത്ത് വേണ്ടത്.

നിങ്ങളുടെ മണ്ടൻ കാൽമുട്ടുചിരട്ടകൾ നോക്കൂ. എന്തുകൊണ്ടാണ് നമുക്ക് തോളിൽ ഉള്ളത് പോലൊരു ball-joint ഇല്ലാത്തത്, അല്ലെങ്കിൽ വാർദ്ധക്യത്തിൽ ഒരുമിച്ച് ഉരസുന്ന തൊട്ടടുത്ത അസ്ഥികളോട് ഘടിപ്പിച്ചിരിക്കുന്ന ടെൻഡോണുകളും ലിഗമെന്റുകളും പോലുള്ള റബ്ബർ-ബാൻഡ് ശൃംഖലയുള്ള വിചിത്രമായ ആകൃതിയിലുള്ള എല്ല് ഗ്യാപ്പിനേക്കാൾ

ലളിതമായ എന്തെങ്കിലും ഇല്ലേ?* എന്തുകൊണ്ടാണ് നമ്മൾ നിവർന്നു നടക്കുന്നത്? ഓഹ്. നിൽക്കുന്നതിനെപ്പറ്റി ചിന്തിക്കുമ്പോൾതന്നെ ഞാൻ തളർന്നു പോകുന്നു. ഇപ്പോൾ നിങ്ങൾ ഇരിക്കുകയാവും അല്ലെങ്കിൽ ഇനി എപ്പോൾ ഇരിക്കുകയോ കിടക്കുകയോ ചെയ്യാനാവുമെന്ന് സന്ദേഹപ്പെട്ടു ന്നുണ്ടാവും. നമ്മൾ നിരന്തരമായി ഗുരുത്വാകർഷണത്തോട് പോരാടുന്ന താണ് അതിന്റെ കാരണം. ആ ഗുരുത്വാകർഷണ പ്രശ്നം ആർക്കാണ് ഇല്ലാത്തതെന്ന് നിങ്ങൾക്കറിയാമോ? വെള്ളത്തിൽ ഉള്ള ഒരു മത്സ്യത്തിന്.

ടെലിയോസ്റ്റിനെ പരിഗണിക്കുക – അവരുടെ 'അവസാനത്തെ അസ്ഥി' അല്ലെങ്കിൽ 'പൂർണ്ണ അസ്ഥി' – ഈ വികസിത അസ്ഥി മത്സ്യങ്ങൾ 500 ദശലക്ഷം (500,000,000) വർഷത്തെ മത്സ്യ പരിണാമത്തിന്റെ ഫലമാണ് (ജീവിക്കുന്ന മിക്ക മത്സ്യ ഇനങ്ങളും പരിണാമപരമായി വളരെ ചെറുപ്പമായ വംശപരമ്പരകളിൽ പെട്ടതാണ്). ഈ 20,000 സ്പീഷീസുകൾ അസ്ഥി മത്സ്യ പരിണാമത്തിന്റെ യഥാർത്ഥ പരകോടിയാണ് (മാത്രമല്ല 400 ദശലക്ഷം (400,000,000) വർഷങ്ങൾക്ക് മുമ്പ് വെവ്വേറെ വേർപിരിഞ്ഞ് കരയിൽ വന്ന് നിങ്ങളെ സൃഷ്ടിച്ച സാർകോപ്റ്ററിജിയന്മാരുടെ വംശവു മായി യാതൊരു ബന്ധവുമില്ല). മിക്ക ടെലിയോസ്റ്റുകൾക്കും ഒരു ബലൂൺ പോലെയുള്ള നീന്തൽ സഞ്ചി ഉണ്ട്, അത് അവയെ ശാന്തമായി പൊങ്ങി ക്കിടക്കാൻ അനുവദിക്കുകയും അവയെ വെള്ളത്തിൽ നിഷ്പക്ഷമായി ചലി പ്പിക്കുകയും ചെയ്യുന്നു. ബഹിരാകാശത്തുള്ള ഒരു ഉല്ലാസവാനായ കെട്ടിയിട്ടി രിക്കുന്ന ബഹിരാകാശയാത്രികനെപ്പോലെ വെള്ളത്തിലെ ഇലകളുള്ള ഒരു ചെടിയിൽ വാലുകൾ കൊണ്ട് പിടിച്ച് വിശ്രമിക്കുന്ന കടൽക്കുതി രയെക്കുറിച്ചാണ് ഞാൻ ചിന്തിക്കുന്നത്.

ടെലിയോസ്റ്റുകൾക്ക് വൃത്തിയുള്ള ചെറിയ ചക്രാകൃതിയിലുള്ള കശേരുക്കളുണ്ട്, അവ ഏതാണ്ട് നേർരേഖയിൽ പരസ്പരം അയഞ്ഞ് ബന്ധിതമാണ്; ഈ 'നട്ടെല്ല്' അവരുടെ മുതുകിന് വേദനയെടുക്കുമെന്നോ അല്ലെങ്കിൽ കാൽമുട്ട് വളക്കണമെന്നോ വിഷമിക്കാതെ, വാലുകൊണ്ട് ഒന്ന് ആട്ടുമ്പോൾ വെള്ളത്തിലൂടെ അവരെ മുന്നോട്ട് കൊണ്ടുപോകാൻതക്ക ശക്തമാണ്. അവരുടെ ഹൃദയം അവരുടെ തലയുടെ അടുത്താണ്, അതി നാൽ അവർക്ക് ചെകിളകളിലൂടെ ഓക്സിജൻ വേഗത്തിൽ ലഭിക്കുന്നു തുടർന്ന് ആ രക്തം ശരീരത്തിൽ എല്ലായിടത്തും ചംക്രമണം ചെയ്യുന്നു, ഒരു സംതൃപ്തനായ മനുഷ്യന്റെ ശാന്തമായ രക്തസമ്മർദ്ദ നിരക്കിനോടൊപ്പം. അവയ്ക്ക് പരിക്കേറ്റാലും, അവ വേഗത്തിൽ സുഖം പ്രാപിക്കുന്നു, ചില മത്സ്യങ്ങൾക്ക് പരിക്കേറ്റ ഹൃദയം, തലച്ചോറ്, സുഷുമ്നാ നാഡി ടിഷ്യു എന്നിവ പുനരുജ്ജീവിപ്പിക്കാൻ കഴിയും.

ടെലിയോസ്റ്റുകൾക്ക് ഉള്ളതുപോലെ ജലലോകത്തിലെ ആദ്യകാല മത്സ്യസംവിധാനം പരിപൂർണ്ണമാക്കുന്നതിനു പകരം നമുക്ക് ആദ്യകാല ലോബ്-ഫിൻഡ് മത്സ്യസംവിധാനം എടുത്ത് കരയിൽ ജീവിക്കാൻ വേണ്ട രൂപത്തിലാക്കേണ്ടിവന്നു; അന്നുമുതൽ വെള്ളത്തിൽ നിന്ന് പുറത്തിറങ്ങി യതിന്റെ അനന്തരഫലങ്ങൾ നമ്മൾ അനുഭവിക്കുന്നു. ഗുരുത്വാകർഷണ

ബലത്തിനെതിരെ പമ്പ് ചെയ്യാൻ നമുക്ക് ഉയർന്ന രക്തസമ്മർദ്ദമുണ്ട്, ഇത് നമ്മുടെ ദുർബ്ബലമായ ഹൃദയത്തിന് മേൽ വളരെയധികം സമ്മർദ്ദം ചെലുത്തുന്നു, അങ്ങനെയുള്ള ഹൃദയത്തിന് വെറും ഒരു കൊറോണറി ധമനി മാത്രമാണ് രക്തം നൽകാനായി ഉള്ളത് : ആ ചെറിയ ഓവുചാൽ അടഞ്ഞു പോയാൽ (എല്ലാ ദിവസവും ഒരുപാട് ആളുകൾ അവർക്ക് 'കൊറോണറി' ഉള്ളപ്പോൾ കണ്ടെത്തുന്നത് പോലെ), നിങ്ങൾ ആകെ പ്രശ്നത്തിലാകും. ഏതാണ്ട് ഒരു മിനിറ്റിനുള്ളിൽ നിങ്ങളുടെ മുഴുവൻ രക്തവും കാര്യക്ഷമമായി ചംക്രമണം ചെയ്യുന്ന ഹൃദയം, അതിന്റെ സ്വന്തം ആവശ്യത്തിന് രക്തം എടുക്കുന്നത് ഒരു ചെറിയ ധമനിയിലൂടെയാണെന്നത് വിചിത്രമാണ്. നിവർന്നു നിൽക്കുന്നത് സമ്മർദ്ദത്തെ കൂടുതൽ വഷളാക്കുന്നു, കാരണം നമ്മൾ നിൽക്കുമ്പോൾ ഗുരുത്വാകർഷണത്തോട് കൂടുതൽ പോരാടേണ്ടതുണ്ട്. അതുകൊണ്ടാണ് നിങ്ങളുടെ ഹൃദയമിടിപ്പ് പരിശോധിക്കേണ്ടി വരുമ്പോൾ, കിടക്കാൻ ശുപാർശ ചെയ്യുന്നത് (വിഷമുള്ള പാമ്പിന്റെ കടിയേറ്റതിന് ശേഷമോ കൊറോണറിക്ക് ശേഷമോ). വലിയ രക്തക്കുഴലുകളുള്ള മത്സ്യ ഹൃദയങ്ങൾ കൂടുതൽ വിശ്വാസയോഗ്യമാണ് (വലിയ സൈനസ് വെനോസസിൽ ഉള്ളത് പോലെ), കൂടാതെ ധാരാളം ഫാറ്റി ജെല്ലിഫിഷ് സാൻഡ്‌വിച്ചുകൾ കഴിച്ചതുകൊണ്ട് അവ അടഞ്ഞുപോകുന്നില്ല.

നമ്മുടെ വിചിത്രമായ കര-അധിഷ്ഠിത രക്തചംക്രമണ സംവിധാനം രക്തത്തിൽ ഓക്സിജൻ നൽകുന്നത് ബുദ്ധിമുട്ടാക്കുക മാത്രമല്ല, നമ്മുടെ ശരീരഘടനയിലെ ഏറ്റവും വിചിത്രമായ ഭാഗങ്ങളിലൊന്നിലേക്ക് നയിക്കുകയും ചെയ്തു : ലാറിഞ്ചിയൽ നാഡി. ആ നാഡി ശ്വാസനാളത്തെ അല്ലെങ്കിൽ 'വോയ്സ് ബോക്സിനെ' ഉണർത്തുന്നു, ഇത് നമ്മുടെ മത്സ്യ പൂർവ്വികരുടെ ചെകിള കമാനങ്ങളിൽ നിന്ന് ഉരുത്തിരിഞ്ഞ് തൊണ്ടയിലെ കമാനങ്ങളിൽ വികസിച്ചതാണ്. മത്സ്യങ്ങളിൽ വാഗസ് നാഡി (അനാട്ടമി ലാബിൽ സ്രാവ്, ചെമ്മരിയാട്, മനുഷ്യ മസ്തിഷ്കം എന്നിവയെ വേർപെടുത്തുന്നവർക്കായി ക്രാനിയൽ നാഡി പത്ത് അല്ലെങ്കിൽ 'X') തലച്ചോറിനെ ഹൃദയവുമായി ബന്ധിപ്പിക്കുകയും ഹൃദയമിടിപ്പും ശ്വസന വേഗതയും നിർണ്ണയിക്കാൻ സഹായിക്കുകയും ചെയ്യുന്നു (തൊണ്ടയിലെ ആറാം കമാനം വഴി). മനുഷ്യരിൽ, നമ്മുടെ വികാസത്തിനിടയിൽ ശ്വാസനാളം താഴേക്കിറങ്ങി, ഒരു ഹ്യോയ്ഡ് തരുണാസ്ഥിയാൽ തൂക്കിയിടപ്പെട്ടിരിക്കുന്നു (മത്സ്യങ്ങൾക്കും അവയുടെ ചെകിളകളെ താങ്ങാൻ ഇവയുണ്ട്), കഴുത്തിലൂടെ താഴേക്കുള്ള ഈ യാത്ര വാഗസ് ഞരമ്പിന്റെ ശ്വാസനാള ശാഖയെ ഹൃദയത്തിലേക്കും പിന്നിലേക്ക് തൊണ്ടയിലേക്കും ഒരു വിചിത്രമായ ലൂപ്പിൽ തള്ളിവിടുന്നു (മസ്തിഷ്കവും ശ്വാസനാളവും തമ്മിൽ ഒരു നേരിട്ടുള്ള പാതക്ക് പകരം). ഈ യാദൃശ്ചികമായ വഴി ഏതൊരു ടെട്രാപോഡിലും സംഭവിക്കാം, മാത്രമല്ല നീളമുള്ള കഴുത്തുള്ള സോറോപോഡ് ദിനോസറുകളിൽ ഇത് 30 മീറ്റർ (അല്ലെങ്കിൽ ഏകദേശം 100 അടി) വരെ പോകാം! അതൊരു ഇമ്മിണി ബല്ല്യ നാഡിയാണ്.

അതെല്ലാം മോശമല്ല. ജലത്തിൽ നിന്നുള്ളതിനേക്കാൾ കൂടുതൽ ഓക്സിജൻ (ഓക്സിജൻ വളരെ കുറവാണ്) വായുവിൽ നിന്ന് നേരിട്ട് ലഭിക്കുന്ന എന്ന ഗുണം നമുക്കുണ്ട്, എന്നാൽ ചെകിളകളേക്കാൾ ശ്വാസ കോശത്തിലൂടെയുള്ള വാതക കൈമാറ്റം കൂടുതൽ ക്ലേശകരമാണ്. എന്നാൽ ഭക്ഷണത്തിന്റെ അതേ ട്യൂബ് തന്നെ ശ്വാസോച്ഛ്വാസത്തിനായി ഉപയോഗി ക്കുന്നതിലൂടെ നമ്മൾ അതും കുഴപ്പത്തിലാക്കുന്നു, തെറ്റായ പൈപ്പിലേക്ക് ഭക്ഷണം പോകുന്നത് തടയാൻ നമ്മുടെ പക്കലുള്ളത് ഫ്ലാപ്പി ടിഷ്യുവിന്റെ (എപ്പിഗ്ലോട്ടിസ്) ഒരു ചെറിയ കഷണം മാത്രമാണ്. അത് ഒരിക്കലും പരാജയപ്പെടാറില്ല – (choke, choke) ശരിയാണ്.** നമ്മുടെ വൃത്തികെട്ട ശരീരത്തേക്കാൾ ഒരു ക്രാപ്പി (ഒരുതരം മത്സ്യത്തിന്റെ നാമം) ശരീരമാണ് എനിക്കിഷ്ടം.

മത്സ്യങ്ങൾ അവയുടെ കുഞ്ഞിനെ ഉണ്ടാക്കുന്ന സംവിധാനത്തെ ശരീ രത്തിനുള്ളിൽ ഒതുക്കി നിർത്തുന്നു. നമ്മൾ അങ്ങനെയല്ല. ആൺകുട്ടികൾ മുതൽ പുരുഷന്മാർ വരെ, നമ്മുടെ മാംസവും ഉരുളക്കിഴങ്ങുകളും ശരീര അറക്ക് പുറത്ത് തൂങ്ങിക്കിടക്കുന്നു, കാരണം നമ്മൾ ഉള്ളിൽ വളരെയധികം ചൂട് ഉത്പാദിപ്പിക്കുന്നു (ഇത് ബീജ വികസനത്തെ നശിപ്പിക്കും). എന്നാൽ തീർച്ചയായും, വൃഷണങ്ങൾ ഗർഭാശയത്തിനുള്ളിൽ ശരീരത്തിനകത്ത് നിന്ന് ആരംഭിച്ച് (കാരണം നമ്മുടെ 'തണുത്ത രക്തമുള്ള' പൂർവ്വികർക്ക് അത് അവിടെയായിരുന്നു) പുറത്തേക്ക് കുടിയേറുന്ന രീതിയിൽ വേണം. അവ കീഴ്ഭാഗത്തേക്കായിരിക്കുമ്പോൾ, വൃഷണങ്ങൾ മൂത്രനാളിയിൽ ഒരു പകുതി കെട്ടിവച്ച നിലയിൽ മൂടുന്നു, ഇത് പിന്നീട് ജീവിതത്തിൽ പ്രോസ്റ്റേറ്റ് പ്രശ്ന ങ്ങൾക്കും ജീവിതത്തിൽ നേരത്തെതന്നെ ഹെർണിയകൾ സംഭാവ്യ മാകാനും കാരണമാകുന്നു. TMI രസകരമായ വസ്തുത : കുട്ടിക്കാലത്ത് എനിക്ക് താഴേക്ക് ഇറങ്ങിവരാത്ത ഒരു വൃഷണം ഉണ്ടായിരുന്നു, അതിന് ഒരു ഓപ്പറേഷൻ ആവശ്യമായിരുന്നു – ഒരുപക്ഷേ അന്നുമുതലായി രിക്കാം ഞാൻ മനുഷ്യശരീരത്തെ വെറുക്കാൻ തുടങ്ങിയത്.

കുറച്ചുകൂടെ സമീപകാലത്തുള്ള പൂർവ്വികരുമായി നമുക്കുള്ള പരിണാമ സമ്പർക്കങ്ങളും നമ്മുടെ ശരീരത്തിൽ കാണാൻ കഴിയും. നമുക്ക് ഇപ്പോഴും ഒരു വാലിന്റെ അവശിഷ്ടങ്ങൾ (നട്ടെല്ലിന്റെ ഒരു വിപുലീകരണം മാത്രമാ ണത്) മുതുകെല്ലിന്റെ അടിഭാഗത്തുണ്ട്; നമ്മുടെ ശരീരത്തിൽ നിലവിലി ല്ലാത്ത രോമങ്ങൾ (അത് 'നഗ്ന' കുരങ്ങന്മാരായപ്പോൾ നമുക്ക് നഷ്ടപ്പെട്ടു) ഉയർത്താൻ നമുക്ക് രോമാഞ്ചം ഉണ്ടാകുന്നു. അതെ, നമുക്ക് വാലുള്ള രോമ മുള്ള പൂർവ്വികർ ഉണ്ടായിരുന്നു, പക്ഷേ അല്ല, കുരങ്ങന്മാരല്ല. ആ പൊതു ധാരണയിൽ നിന്ന് വ്യത്യസ്തമായി, നമ്മൾ കുരങ്ങുകളിൽ നിന്ന് പരിണമി ച്ചില്ല. വാലുള്ള കുരങ്ങുകളിലേക്കും വാലില്ലാത്ത വലിയ വാനരന്മാരിലേക്കും (അതിൽ ഒന്നാണ് നമ്മൾ) നയിച്ച കുരങ്ങുകളുമായി നമ്മേൾ ഒരു പൊതു പൂർവ്വികനെ പങ്കിടുന്നു.

'നമ്മൾ എവിടെ നിന്നാണ്?' എന്നതിനുള്ള ഉത്തരം ശരിക്കും അറി യാൻ, നിങ്ങൾക്ക് ഒരു ഭൂപടം ആവശ്യമാണ്. ആ ഭൂപടത്തെ 'ജീവന്റെ

വൃക്ഷം' എന്ന് വിളിക്കുന്നു, 'ജീവിതത്തിൽ' നമ്മൾ എവിടെയാണെന്ന് മനസ്സിലാക്കാൻ അത് എങ്ങനെ വായിക്കണമെന്ന് നാമെല്ലാവരും പഠിക്കണം.

* ഒൽസാൻസ്കിയുടെയും മറ്റുള്ളവരുടെയും 2001-ലെ 'മനുഷ്യരെ അതിജീവിക്കാനായി നിർമ്മിക്കപ്പെട്ടെങ്കിൽ' ഒരു മികച്ച മനുഷ്യനെ എങ്ങനെ നിർമ്മിക്കാം എന്നതിന്റെ ചിത്രീകരണമാണ്, എനിക്ക് ശരിക്കും ഇഷ്ടമായി. അത് മനോഹരമല്ലെങ്കിലും. എന്തായാലും ഒരു ടെലിയോസ്റ്റ് പോലെ മനോഹരമല്ല.

** ബിൽ ബ്രൈസൺ എഴുതിയത് 'നമ്മളെ ശ്വാസംമുട്ടാൻ വേണ്ടിയാണ് നിർമ്മിച്ചിരിക്കുന്നത്'' എന്നാണ്. നമുക്ക് മറ്റ് പ്രൈമേറ്റുകളേക്കാൾ നീളമുള്ള കഴുത്തുണ്ട്, അത് ഒരുപക്ഷേ നാം രണ്ട് കാലുകളിൽ നടക്കുന്നതിന്റെ ഒരു പ്രവർത്തനം സംബന്ധിച്ചായിരിക്കാം, അത് നമുക്ക് സംസാരിക്കാനുള്ള കഴിവും നൽകിയിരിക്കാം, അത് നമുക്ക് ശ്വാസം മുട്ടാനുള്ള കഴിവും നൽകി – ഇതെല്ലാം ഒരു ചാക്രിക വലയത്തിലുള്ള കുഴപ്പമാണ്.

ജീവന്റെ വൃക്ഷം

ഞാൻ ജീവന്റെ വൃക്ഷം പഠിക്കുന്നു : ഭൂമിയിൽ ജീവിച്ചിരുന്ന ജീവജാലങ്ങൾ തമ്മിലുള്ള ബന്ധത്തിന്റെ ദൃശ്യ പ്രതിനിധാനമാണത്. പൂർവ്വികരും പിൻഗാമികളും തമ്മിലുള്ള ബന്ധങ്ങളുടെ ഒരു പരമ്പരയിൽ ആര് ആരുമായി ബന്ധപ്പെട്ടിരിക്കുന്നുവെന്ന് ദൃശ്യപരമായി വിവരിക്കുന്ന ഒരു മാർഗ്ഗമാണ് വൃക്ഷം (ചിത്രം 5-ലേക്ക് മടങ്ങുക). മൃഗങ്ങളുമായി ബന്ധപ്പെട്ട വൃക്ഷത്തിന്റെ ഭാഗത്ത് ഞാൻ ശ്രദ്ധ കേന്ദ്രീകരിക്കുന്നു, പ്രത്യേകിച്ച് കശേരുക്കളുമായി ബന്ധപ്പെട്ട ഭാഗം, അതിലും കൂടുതൽ വ്യക്തമായി, ഞാൻ മത്സ്യങ്ങളെ പഠിക്കുന്നു. നിങ്ങൾ വൃക്ഷത്തിന്റെ മത്സ്യഭാഗവും പിന്നെ ഏകദേശം 35,000 വരുന്ന ജീവജാലങ്ങളെയും (നമുക്ക് അറിയാവുന്ന വംശനാശം സംഭവിച്ചവയും) സൂം ഇൻ ചെയ്താൽ, മത്സ്യങ്ങൾ ഭൂമിയിലെ ജീവന്റെ ഒരു ചെറിയ ഭാഗത്തെ മാത്രമേ പ്രതിനിധീകരിക്കുന്നുള്ളൂ എന്ന് നിങ്ങൾ കാണും. വണ്ടുകൾ മാത്രം 350,000-ത്തിലധികം ഇനങ്ങൾ ഉണ്ട്, മറ്റേതൊരു ജന്തു ഗ്രൂപ്പിനെക്കാളും കൂടുതൽ, ഏതാണ്ട് എല്ലാ സസ്യങ്ങളുടെയും സമാനം, വിവരിച്ച ബാക്ടീരിയകളുടെ എണ്ണത്തിന്റെ 10 മടങ്ങും. ഈ അതിശയകരമായ അറിവിന്റെ ഒരു കാരണം മൈക്രോബയൽ ടാക്സോണമിസ്റ്റുകളേക്കാൾ കൂടുതൽ കീടശാസ്ത്രജ്ഞർ സ്പീഷിസുകളെ വിവരിക്കുന്നത് കൊണ്ടാണ്. തീർച്ചയായും വണ്ടുകളേക്കാൾ കൂടുതൽ ബാക്ടീരിയ ഇനങ്ങളുണ്ട്, പക്ഷേ അവയെ വിവരിക്കാൻ പ്രയാസമാണ്. ഒരു വണ്ടിനെ സംബന്ധിച്ചിടത്തോളം, വ്യത്യസ്തമായ ശാരീരിക വ്യത്യാസങ്ങൾ ഉപയോഗിച്ച് പുതിയ ടാക്സണിന്റെ അസാധരണത്വം നിങ്ങൾ ന്യായീകരിക്കേണ്ടതുണ്ട് – ചിറകുകളുടെ വ്യത്യസ്ത ആകൃതി അല്ലെങ്കിൽ വർണ്ണ പാറ്റേണുകൾ പോലെ; ഒരു സൂക്ഷ്മജീവിയെ സംബന്ധിച്ചിടത്തോളം, നഗ്നനേത്രങ്ങൾക്ക് അദൃശ്യമായതിനാൽ നിങ്ങൾക്ക് ചിലപ്പോൾ ശരീരശാസ്ത്രം വിവരിക്കുകയും തന്മാത്രാ തെളിവുകൾ ഉണ്ടായിരിക്കുകയും വേണം. ഒരുപക്ഷേ സൂക്ഷ്മാണുക്കൾ പ്രാണികളുടെയോ ബാസ്ക്കറ്റ് ബോളിന്റെയോ വലുപ്പമാണെങ്കിൽ, കാര്യങ്ങൾ വ്യത്യസ്തമായിരിക്കും. സമീപ വർഷങ്ങളിൽ, പരിസ്ഥിതിയെ സാമ്പിൾ ചെയ്യാനും ഒരു പ്രദേശത്തെ പുതിയ സൂക്ഷ്മജീവികളുടെ എണ്ണം ഊഹിച്ച് കണക്കെടുക്കാനും നമുക്ക് കഴിഞ്ഞു, എന്നാൽ അവയുടെ സാന്നിധ്യം തിരിച്ചറിയുന്നത്

ആ സ്പീഷിസുകളെ തിരിച്ചറിയുന്നതിലും പേരിടുന്നതിലും വിവരിക്കുന്നതിലും നിന്ന് വളരെ വ്യത്യസ്തമാണ്.

സ്പീഷിസ് വൈവിധ്യത്തേക്കാൾ കൂടുതൽ ഈ വൃക്ഷം നമ്മോട് പറയുന്നുണ്ട് – ജീവികൾ എങ്ങനെ പരസ്പരം ബന്ധപ്പെട്ടിരിക്കുന്നുവെന്നും ഏതൊക്കെ ഗ്രൂപ്പുകൾ 'യഥാർത്ഥ'മാണെന്നും ഇത് നമ്മോട് പറയുന്നു. ഒരു പൂർവ്വികനെയും അവരുടെ എല്ലാ പിൻഗാമികളെയും പ്രതിഫലിപ്പിക്കുന്നുവെങ്കിൽ ഗ്രൂപ്പുകൾ യഥാർത്ഥമാണ് ('സ്വാഭാവിക ഗ്രൂപ്പ്' അല്ലെങ്കിൽ 'മോണോഫൈലെറ്റിക്' എന്നും വിളിക്കപ്പെടുന്നു), ഉദാ.: കുതിരകളുടെ പൂർവ്വികരും ഇതുവരെ ജീവിച്ചിരുന്നതോ വംശനാശം സംഭവിച്ചതോ ആയ എല്ലാ കുതിര വർഗ്ഗങ്ങളും. ഗ്രൂപ്പുകൾ എങ്ങനെ 'യഥാർത്ഥമല്ല' അല്ലെങ്കിൽ 'ഒരു സ്വാഭാവിക ഗ്രൂപ്പല്ല' എന്നും ജീവവൃക്ഷത്തിന് നമ്മോട് പറയാൻ കഴിയും. നമ്മുടെ പ്രിയപ്പെട്ട ഗ്രൂപ്പുകളിൽ ചിലത് 'സ്വാഭാവികമല്ല' : പല്ലികൾ (നിങ്ങൾ പാമ്പുകളെ ഉൾപ്പെടുത്താത്തപ്പോൾ), അല്ലെങ്കിൽ റാപ്റ്ററുകൾ (മൂങ്ങകളും, പരുന്തുകളും, പാദങ്ങളാൽ കൊല്ലുന്ന മറ്റ് ഇരപിടിയൻ പക്ഷികളും) അല്ലെങ്കിൽ വലിയ വാനരന്മാർ, നിങ്ങൾ മനുഷ്യരെ ഉൾപ്പെടുത്തിയില്ലെങ്കിൽ. അസാലിയയിൽ നിന്ന് പൂക്കൾ പറിച്ചിട്ട് ഇത് പൂക്കളില്ലാത്ത ഒരു കുറ്റിച്ചെടിയാണെന്ന് പറയുമ്പോലെയായിരിക്കും, പൂക്കൾ സ്വതന്ത്രമായി സൃഷ്ടിച്ചതാണെന്നും പറയുമ്പോൾ; ആ ശാഖയിൽ നിന്ന് വരുന്ന എല്ലാ ചെറിയ മുകുളങ്ങളും ഇലകളും ചില്ലകളും തിരിച്ചറിയാതെ നിങ്ങൾക്ക് ജീവവൃക്ഷത്തിൽ നിന്ന് ഒരു ശാഖ എടുക്കാൻ കഴിയില്ല.

സങ്കടകരമെന്നു പറയട്ടെ, എന്റെ പ്രിയപ്പെട്ട കൂട്ടമായ 'മത്സ്യങ്ങൾ' പോലും ഒരു 'സ്വാഭാവിക കൂട്ടം' അല്ല. എനിക്കറിയാം, ഞാൻ ആദ്യമായി അത് മനസ്സിലാക്കിയപ്പോൾ എനിക്കും കള്ളമെന്ന് തോന്നി, പക്ഷേ അത് സങ്കീർണ്ണമാണ്. മത്സ്യങ്ങളിൽ തരുണാസ്ഥി ഇനങ്ങളും അസ്ഥി ഇനങ്ങളും ഉൾപ്പെടുന്നതിനാൽ, എല്ലാ കശേരുക്കളുടെയും വേരിൽ രണ്ടിന്റെയും പൊതുവായ പൂർവ്വികനെ നിങ്ങൾ സ്ഥാപിക്കുകയാണെങ്കിൽ മാത്രം മത്സ്യങ്ങൾ ഒരു സ്വാഭാവിക ഗ്രൂപ്പാണ്. അതിനാൽ, നിങ്ങൾക്ക് എല്ലാ കശേരുക്കളെയും 'മത്സ്യങ്ങൾ' എന്ന് വിളിക്കാൻ കഴിയുന്നില്ലെങ്കിൽ, അത് ഒരു സ്വാഭാവിക ഗ്രൂപ്പല്ല. നിങ്ങൾ മത്സ്യങ്ങളിൽ നിന്ന് 'ടെട്രാപോഡുകൾ' നീക്കം ചെയ്താലും സമാനമാണ്. ഒരു സ്വാഭാവിക ഗ്രൂപ്പിലെ അംഗങ്ങളെ നീക്കം ചെയ്യുന്നത് അതിനെ 'അസ്വാഭാവിക'മാക്കുന്നു, കാരണം അപ്പോൾ അതിൽ ഒരു പൂർവ്വികന്റെ എല്ലാ പിൻഗാമികളും ഉൾപ്പെടുന്നില്ല, ആകയാൽ, ഒരു വംശത്തിന്റെ യഥാർത്ഥ പരിണാമ ചരിത്രത്തെ പ്രതിഫലിപ്പിക്കില്ല. നിങ്ങളുടെ മുത്തശ്ശിയെ നിങ്ങളുടെ കുടുംബത്തിന്റെ ഭാഗമായി കണക്കാക്കാത്തതുപോലെയായിരിക്കും അത്; നിങ്ങൾ അവളെ നിരസിച്ചിരിക്കാം, പക്ഷേ ജീവശാസ്ത്രപരമായി നിങ്ങൾ ഇപ്പോഴും ഒരേ കുടുംബത്തിലാണ്. അതിനാൽ, നിങ്ങൾ ഒരു മത്സ്യമാണെന്ന് സമ്മതിക്കുന്നില്ലെങ്കിൽ, പാമ്പുകൾ, പാണ്ടകൾ, സാൽമൺ, മയിൽ എന്നിവയ്ക്കൊപ്പം, നിങ്ങൾ ഒരു അസ്വാഭാവിക ഗ്രൂപ്പിന് സബ്സ്ക്രൈബ് ചെയ്യുകയാണ്, നിങ്ങൾ നമ്മുടെ കുടുംബത്തെ തകർക്കുകയാണ്! (ചിത്രം 14-ലേക്ക് മടങ്ങുക.)*

പുതിയ ബന്ധങ്ങൾ അനുമാനിക്കപ്പെടുന്നതിനനുസരിച്ച്, പുതിയ സ്പീഷീസുകൾ വിവരിക്കപ്പെടുന്നതിനനുസരിച്ച്, പുതിയ ഡാറ്റ ലഭ്യമാകുന്നതിനനുസരിച്ച് ജീവ വൃക്ഷത്തെക്കുറിച്ചുള്ള നമ്മുടെ ധാരണകൾ അനുദിനം മാറുന്നു. മരത്തിന്റെ ഭൂരിഭാഗവും സുസ്ഥിരമായി നിലകൊള്ളുന്നു, പ്രത്യേകിച്ച് തായ്ത്തടിക്ക് സമീപമുള്ള ഏറ്റവും വലിയ ഭാഗങ്ങൾ, കാരണം മിക്ക മാറ്റങ്ങളും അഗ്രഭാഗങ്ങളിലാണ്. ജീവ വൃക്ഷത്തിലുള്ള ബന്ധങ്ങളെക്കുറിച്ചുള്ള പഠനത്തെ 'ഫൈലോജെനെറ്റിക് സിസ്റ്റമാറ്റിക്സ്' (അല്ലെങ്കിൽ 'സിസ്റ്റമാറ്റിക്സ്') എന്ന് വിളിക്കുന്നു.

എന്റെ കരിയറിൽ സിസ്റ്റമാറ്റിക്സിന്റെ പഠനം നാടകീയമായി മാറിയിരിക്കുന്നു, കാരണം ജീവജാലങ്ങളെ പഠിക്കുന്ന മിക്ക സിസ്റ്റമാറ്റിസ്റ്റുകളും ഇപ്പോൾ ബന്ധങ്ങൾ നിർണ്ണയിക്കാൻ ഡിഎൻഎ മാത്രമാണ് ഉപയോഗിക്കുന്നത്. കൂടുതൽ ഡാറ്റാ ലഭ്യമാകുമ്പോൾ, പ്രത്യേകിച്ച് ജീനോം സ്കെയിൽ ഡാറ്റ ('ഫൈലോജെനോമിക്സ്') ഉപയോഗിച്ച്, ജീവ വൃക്ഷം മാറും. വൃക്ഷം സ്വയം അതിനാൽ ഒരു യഥാർത്ഥ വൃക്ഷം പോലെ ജീവനുള്ളതും പരിണമിക്കുന്നതുമായ ഒരു വസ്തുവായി കാണാൻ കഴിയും. നിരന്തരം നവീകരിക്കപ്പെടുന്ന ജീവ വൃക്ഷത്തിനായി മരവും ഇലയും എന്ന രൂപകം ഉപയോഗിക്കുന്ന 'ഓപ്പൺ ട്രീ ഓഫ് ലൈഫ്' പ്രോജക്റ്റ് പരിശോധിക്കുക.

ജീവ വൃക്ഷം പൂർവിക-പിൻഗാമി ബന്ധങ്ങളെ പ്രതിനിധീകരിക്കുന്നു, എന്നാൽ അതിൽ ഏതെങ്കിലും പൂർവ്വികരുടെ പേര് രേഖപ്പെടുത്തിയിട്ടില്ല. മരത്തിലെ എല്ലാ 'അഗ്രങ്ങളും' സ്പീഷിസുകളാണ്, അതേസമയം പൂർവ്വികരെ പേരില്ലാത്ത 'മുട്ടുകളോ' ശാഖകളുടെ സംഗമത്തിലെ തായ്ത്തടിയോ പ്രതിനിധീകരിക്കുന്നു. നായ്ക്കൾ ചെന്നായ്ക്കളുടെ പിൻഗാമികളാണെന്നോ അല്ലെങ്കിൽ നാം സാക്ഷിയായിട്ടുള്ള കൃത്രിമ (മനുഷ്യൻ നയിക്കുന്ന) തിരഞ്ഞെടുപ്പിനെക്കുറിച്ചോ ആണ് നമ്മൾ സംസാരിക്കുന്നത് എന്നതൊഴിച്ചാൽ, പരിണാമ ജീവശാസ്ത്രജ്ഞർ ഒരിക്കലും പറയില്ല, 'ഇപ്പറഞ്ഞ സ്പീഷീസ് ഈ സ്പീഷിസുകളുടെ പൂർവ്വികരാണ്' എന്ന്. നമ്മൾ പൂർവ്വികരെ അന്വേഷിക്കാറില്ല, കാരണം പൂർവ്വികർ പൊതുവെ 'അറിയപ്പെടാത്തവരാണ്' – ഒരു പുതിയ വംശത്തിന് കാരണമായ വ്യക്തി, ജനസംഖ്യ അല്ലെങ്കിൽ ജീവിവർഗ്ഗം എന്നിവയിലേക്ക് നമ്മുടെ ശ്രദ്ധ വീഴാൻ സാധ്യതയില്ല. ഒരു പൂർവ്വികനെ നമുക്ക് എങ്ങനെ തിരിച്ചറിയാൻ കഴിയും എന്ന് വ്യക്തമായി നിർവ്വചിച്ചിട്ടില്ല. നമ്മൾ ശരിക്കും തിരയുന്നത് 'സഹോദരി വംശങ്ങളെ' ആണ് – പരസ്പരം അടുത്ത ബന്ധുക്കളായവരുടെ ഗ്രൂപ്പുകളെ, കൂട്ടത്തോടെ ഒരു 'Most Recent Common Ancestor'-ൽ (അല്ലെങ്കിൽ പുതിയ കുട്ടികൾ ചുരുക്കിപ്പറയുന്ന 'MRCA') നിന്ന് പരിണമിച്ചവരെ. പരിണാമം എങ്ങനെ

* പരിണാമത്തെക്കുറിച്ചുള്ള എന്റെ TED പ്രഭാഷണം 'നിങ്ങൾ ഒരു മത്സ്യമാണ്' എന്ന വിഷയത്തെ നന്നായി ഉൾക്കൊള്ളുന്നു, ഞാൻ പറയും : 'നാല് ബില്യൺ വർഷത്തെ പരിണാമം ആറ് മിനിറ്റിനുള്ളിൽ'.

സംഭവിച്ചുവെന്ന് കൂടുതൽ കൃത്യമായ ഭാഷയിൽ വിശദീകരിക്കാൻ ഈ സഹോദരി-ഗ്രൂപ്പ് ബന്ധങ്ങൾ സഹായിക്കും. 'തെക്കേ അമേരിക്കയും ആഫ്രിക്കയും വേർപിരിഞ്ഞപ്പോൾ, അല്ലെങ്കിൽ ഈ പർവ്വതനിര രൂപപ്പെട്ടപ്പോൾ അല്ലെങ്കിൽ അവയിലൊന്നിന് അതിന്റെ ജനിതകഘടനയിൽ ഡ്യൂപ്ലിക്കേഷൻ സംഭവമുണ്ടായപ്പോൾ ഈ സഹോദരി വംശങ്ങൾ പിരിഞ്ഞുപോയി' എന്ന് നമുക്ക് പറയാം.

പാരമ്പര്യ സ്വഭാവസവിശേഷങ്ങളുടെ പരിണാമത്തിന്റെ മാതൃകയെ അടിസ്ഥാനമാക്കിയാണ് നമ്മൾ ബന്ധങ്ങളുടെ അനുമാനങ്ങൾ വികസിപ്പിക്കുന്നത്. ഒരു കൂട്ടം ജീവികൾ ഏതൊക്കെ സവിശേഷതകളാണ് പങ്കുവെക്കപ്പെട്ടതെന്നും പരിഷ്കരിച്ചതെന്നും നമ്മൾ നോക്കുന്നു : ചെതുമ്പലുകളിൽ നിന്ന് തൂവലുകളിലേക്കുള്ള പരിവർത്തനം, ഉദാഹരണത്തിന്, തെറോപോഡ് ദിനോസറിന്റെ ഒരു ഗ്രൂപ്പിനെ നിർവ്വചിക്കുക, പക്ഷികൾ ഉൾപ്പെടുന്ന ഗ്രൂപ്പിലാണ് അത് വരുന്നത്. അതുപോലെ, ഒരൊറ്റ ഡിഎൻഎ ബേസിൽ നിന്ന് A-യിൽ നിന്ന് C-യിലേക്കുള്ള പരിവർത്തനം ഒരു പ്രത്യേക കൂട്ടം ബാക്ടീരിയകൾ പരസ്പരം അടുത്ത ബന്ധുക്കളാണെന്നതിന്റെ തെളിവായിരിക്കാം (നമുക്ക് പൊതുവെ അതിനേക്കാൾ കൂടുതൽ തെളിവുകൾ ഉണ്ടെങ്കിലും).

ഈ ഗ്രഹത്തിന്റെ പരിണാമ ചരിത്രത്തിന്റെ ഒരു റോഡ് മാപ്പാണ് ജീവ വൃക്ഷം; നിർഭാഗ്യവശാൽ, അത് അപൂർണ്ണമാണ്. എല്ലാ ജീവജാലങ്ങളെയും നമുക്ക് അറിയാത്തതിനാൽ ഇത് അപൂർണ്ണമാണ്, കൂടാതെ ഭൂമിയിലെ ഏകദേശം നാല് ബില്യൺ വർഷത്തെ ജീവചരിത്രത്തിൽ വംശനാശം സംഭവിച്ച 99% സ്പീഷിസുകളിൽ ഭൂരിഭാഗത്തെയും നമുക്ക് തീർച്ചയായും അറിയില്ല. മിക്ക ജീവജാലങ്ങളുടെയും ആയുസ്സ് കുറവാണ്. ഇന്ന് നമ്മൾ ജീവനോടെ നമ്മുടെ ചുറ്റുപാടും കാണുന്ന ജീവിവർഗ്ഗങ്ങളെല്ലാം നമ്മുടെ ഇനമായ ഹോമോ സാപ്പിയൻസിന്റെ അതേ പ്രായത്തിലുള്ളവയാണ്; നമ്മൾ ജീവിച്ചിരിക്കുന്ന ജീവിവർഗ്ഗങ്ങൾക്കെല്ലാം ഏതാനും ദശലക്ഷം വർഷമോ അതിൽ കുറവോ പ്രായം മാത്രമാണുള്ളത്. ഇന്ന് ജീവിച്ചിരിക്കുന്ന എല്ലാ ജീവജാലങ്ങളുടെയും പൊതു പൂർവ്വികനായിരുന്ന 'വലിയ ജന്മം' എന്ന കേന്ദ്രത്തിൽ നിന്ന് ഏതാണ്ട് തുല്യ അകലത്തിലാണ് നമ്മൾ ജീവിക്കുന്ന ജീവിവർഗ്ഗങ്ങളെല്ലാം (ചിത്രം 7-ലേക്ക് മടങ്ങുക). ചില ജീവജാലങ്ങൾ ഉപരിപ്ലവമായി ഭൂമിയിലെ ആദ്യകാല ജീവികളെപ്പോലെ കാണപ്പെടുന്നു, വാസ്തവത്തിൽ, ഏകദേശം രണ്ട് ബില്യൺ വർഷങ്ങളായി ജീവന്റെ ഭൂരിഭാഗവും വളരെ വിരസമായി കാണപ്പെട്ടു – അവയെല്ലാം കേവലം വ്യക്തിഗത ഒറ്റ കോശങ്ങൾ.

എന്നാൽ അവരുടെ നിസ്സാരമായ രൂപം ആയിരുന്നെങ്കിലും, ആ ഏകകോശ ജീവനുള്ളിൽ ഒരു ബൃഹത്തായ വൈവിധ്യമുണ്ട്. ഇന്ന് തീവ്രമായ ചുറ്റുപാടുകളിലുള്ള ചില ജീവിതങ്ങൾ ഒരുപക്ഷേ ഈ ഗ്രഹത്തിന്റെ ആദ്യകാല ജീവനുകളെപ്പോലെയാണ് കാണപ്പെടുന്നത് – നാം അവയെ എക്സ്ട്രീമോഫിലുകൾ എന്ന് വിളിക്കുന്നു, അവയിൽ പലരും

'ആർക്കിയ' അംഗങ്ങളാണ്. ഏകദേശം നാല് ബില്യൺ വർഷങ്ങൾക്ക് മുമ്പ് ഭൂമിയോട് സാമ്യം തോന്നിയേക്കാവുന്ന ചുട്ടുതിളക്കുന്ന വെള്ളത്തിനടുത്തോ ഹൈഡ്രോതെർമൽ വെന്റുകളിലോ മറ്റ് ആവാസയോഗ്യമല്ലാത്ത (കുറഞ്ഞപക്ഷം മനുഷ്യർക്ക്) സ്ഥലങ്ങളിലോ അവർ താമസിച്ചു. മറ്റ് ഏകകോശ ജീവികളിൽ മൈറ്റോകോൺഡ്രിയയും ക്ലോറോപ്ലാസ്റ്റുകളും ഉൾപ്പെടുന്നു; ഇവയ്ക്ക് നമ്മുടെ കോശങ്ങളിലുള്ള മറ്റ് അവയവങ്ങളോട് സാമ്യമുണ്ടെങ്കിലും, ഇവ സംയോജിപ്പിക്കപ്പെടുന്നതിന് മുമ്പ് ഇവ സ്വതന്ത്രമായ ജീവിതമാണ് നയിച്ചിരുന്നത്. ന്യൂക്ലിയസ്സുകളുള്ള ഏകകോശ ജീവികളെ 'ബാക്ടീരിയ' എന്ന് വിളിക്കുന്നു; മൾട്ടിസെല്ലുലാർ ആയവയെല്ലാം 'യുകാരിയോട്ടുകൾ' ആണ്, നമ്മൾ ഈ രണ്ടാമത്തെ ഗ്രൂപ്പിലാണ്. (അതെ, തീർച്ചയായും ചില ഏകകോശ യുകാരിയോട്ടുകൾ ഉണ്ട്, കാരണം, നിങ്ങൾക്കറിയാമല്ലോ, പരിണാമം ആരുടെയും നിർദ്ദേശം ഇഷ്ടപ്പെടുന്നില്ല.) എന്നാൽ ഈ ജീവനെല്ലാം എങ്ങനെയാണ് ആദ്യം ഉണ്ടായത്? ശരി, നമുക്ക് അറിയില്ല. അറിയില്ല എന്നത് പ്രശ്നമല്ല, ഇവിടെയാണ് ശാസ്ത്രജ്ഞർ എന്ന നിലയിൽ ഞങ്ങൾക്ക് ശക്തി ലഭിക്കുന്നത്, നമ്മുടെ അജ്ഞതയെ അംഗീകരിക്കുന്നതിലും അഭിമുഖീകരിക്കുന്നതിലും. സംശയത്തിൽ നിന്നും അജ്ഞതയിൽ നിന്നും നമുക്ക് ജിജ്ഞാസയും ജിജ്ഞാസയിൽ നിന്ന് നിരീക്ഷണവും പരീക്ഷണവും നമുക്ക് ലഭിക്കുന്നു. അതിൽ നിന്ന് നമുക്ക് ഉത്തരങ്ങൾ ലഭിക്കുമെന്ന് പ്രതീക്ഷിക്കുന്നു. എന്നാൽ ഈ ഉത്തരങ്ങൾ പോലും വെറും അനുമാനങ്ങൾ മാത്രമാണ് – നാം സംശയങ്ങൾ ഉന്നയിക്കുകയും അവ വീണ്ടും വീണ്ടും പരീക്ഷിക്കുകയും വേണം. അതാണ് (ഇപ്പോഴും) ജീവൻ എങ്ങനെ ഉത്ഭവിച്ചുവെന്ന് നമുക്ക് നിശ്ചയമായി അറിയില്ല എന്നതിന്റെ ഒരു ഘടകം. (ദയവായി അടുത്ത ഭാഗത്തിന്റെ അവസാനം വരെ കാത്തിരിക്കുക സംക്ഷോഭത്തിൽ നിന്ന് നെടുവീർപ്പിടുവാൻ.)

ജീവൻ ജീവനെ ഉത്ഭവിപ്പിക്കുന്നുവെന്ന് നമുക്കറിയാം. നിങ്ങൾക്ക് എല്ലായ്പ്പോഴും ജീവനുണ്ടായിരുന്നു, നിങ്ങളെ ഉണ്ടാക്കുവാൻ സംയോജിപ്പിച്ച ബീജ അണ്ഡ കോശങ്ങൾക്കും ജീവനുണ്ടായിരുന്നു. അങ്ങനെ നിങ്ങൾ ജീവരൂപങ്ങളുടെ ഒരു പൊട്ടാത്ത ചങ്ങലയുടെ ഭാഗമാണ്. അത് എല്ലാ ജീവജാലങ്ങളുടെയും പൊതു പൂർവ്വികനിലേക്ക് വരെ നീളുന്നു. അതിനുമുമ്പ് ജീവജാലങ്ങൾ ഉണ്ടായിരുന്നിരിക്കാം, പക്ഷേ അവയ്ക്ക് ഇന്നത്തെ നില വരെ എത്താൻ കഴിയാതിരുന്ന വിജയകരമല്ലാത്ത പിൻഗാമികളായിരുന്നു ഉണ്ടായിരുന്നത്. എന്നാൽ ആ ആദ്യത്തെ 'ജീവൻ' നമുക്ക് എങ്ങനെ ലഭിക്കും? എന്താണ് 'ജീവൻ'? 'ജീവൻ' അല്ലെങ്കിൽ 'ജീവിക്കുന്നത്' നിർവ്വചിക്കുക യഥാർത്ഥത്തിൽ വളരെ ബുദ്ധിമുട്ടാണ്. 'സ്വയം നിലനിറുത്താനും, വളരാനും, പുനരുൽപ്പാദനത്തിനും' കഴിവുള്ള എന്തോ ഒന്നിനെക്കുറിച്ചുള്ള അരിസ്റ്റോട്ടിലിന്റെ നിർവ്വചനം പലരും ഇപ്പോഴും ഉപയോഗിക്കുന്നു, എന്നാൽ ചില ജീവികൾക്ക് ബാക്ടീരിയ തങ്ങൾക്ക് വേണ്ടി ദഹിപ്പിക്കുന്നതിൽ നിന്ന് മാത്രമേ പോഷണം ലഭിക്കു (ഉദാ. :

വായ-കുടൽ ഇല്ലാത്ത ഭീമൻ കുഴൽ വിരകൾ, *Riftia pachyptila*), പല ഏകകോശ ജീവികളും വളരുന്നില്ല, എല്ലാ ജീവജാലങ്ങളും പുനർ നിർമ്മിക്കുന്നില്ല (ഉദാ. : വന്ധ്യരായ തൊഴിലാളി തേനീച്ചകൾ). ഒരു പരിണാമ വീക്ഷണം ഉൾപ്പെടുത്താൻ ഞാൻ ആ നിർവ്വചനം അൽപ്പം മാറ്റും അടുത്ത ഭാഗത്തിൽ.

ജീവന്റെ ഉത്ഭവം

അനിശ്ചിതത്വമില്ലാതെ ഒരു അറിവും ഇല്ല. ഈ പ്രസ്താവന അത്ര തൃപ്തികരമല്ല, പക്ഷേ അതാണ് അതിന്റെ സത്യം. നല്ല ശാസ്ത്ര ആദർശ വചനങ്ങളിലൊന്ന് പലപ്പോഴും മാർക്ക് ട്വെയിനിന് അവകാശപ്പെട്ടതാണ്: 'നിങ്ങൾക്ക് അറിയാത്ത കാര്യങ്ങളല്ല നിങ്ങളെ കുഴപ്പത്തിലാക്കുന്നത്. അത് അങ്ങനെയല്ലെന്ന് നിങ്ങൾക്ക് ഉറപ്പായും അറിയാവുന്ന കാര്യങ്ങളാണ്.'

നമ്മൾ എവിടെ നിന്നാണ് വന്നത്? മറ്റ് ജീവനുകളിൽ നിന്ന്. ആദ്യത്തെ ജീവരൂപം എവിടെ നിന്ന് വന്നു? ഉറപ്പായും നമുക്കറിയില്ല. നമുക്ക് അറിയില്ല, അത്രതന്നെ. നമുക്കറിയില്ല, കാരണം നമുക്ക് ഒരു ഫോസിൽ ഇല്ല, ആദ്യകാല ജീവന്റെയോ അല്ലെങ്കിൽ ജീവനില്ലാത്തതിനും ജീവനുള്ളതിനും ഇടയിലുള്ള മധ്യവർത്തിയുടെ – ആ ആത്യന്തിക പരിവർത്തനത്തിന്റെ. നമ്മൾ അന്വേഷിച്ചില്ല എന്നല്ല. ആർക്കിയോ പ്ടെറിക്സിലൂടെ എന്നപോലെ, *ഒറിജിൻ ഓഫ് സ്പീഷീസ്* പ്രസിദ്ധീകരി ച്ചതിന് തൊട്ടുപിന്നാലെ തങ്ങൾ ഒരു സുപ്രധാന പരിവർത്തന രൂപം കണ്ടെത്തിയതായി ശാസ്ത്രജ്ഞർ കരുതി, 'ഡാർവിന്റെ ബുൾഡോഗ്', തോമസ് ഹെൻറി ഹക്സ്ലി, നിർജ്ജീവവും സജീവവുമായ ജീവന് ഇടയി ലുള്ള പരിവർത്തനത്തിന് സാധ്യതയുള്ള ഒരു 'പ്രോട്ടോപ്ലാസ്' താൻ കണ്ടെത്തിയതായി കരുതി. അറ്റ്ലാന്റിക് സമുദ്രത്തിന്റെ അടിത്തട്ടിൽ നിന്നുള്ള ഈ വിചിത്രമായ, കാഴ്ചയിൽ സജീവമായ സാധനത്തിന് അദ്ദേഹം *ബാത്തിബിയസ് ഹെക്കെലി* എന്ന് പേരിട്ടു. നിർഭാഗ്യവശാൽ, ജീവന്റെ വളരെ ലളിതമായ ഒരു ഉദാഹരണമായി അദ്ദേഹം കരുതിയത് കടൽജലത്തെ കളങ്കപ്പെടുത്തുന്നതിനും സംരക്ഷിക്കുന്നതിനുമുള്ള ഒരു തിരുശേഷിപ്പായി മാറി. അദ്ദേഹം ആ തെറ്റ് അംഗീകരിച്ചത് അദ്ദേഹ ത്തിന്റെ വിശ്വസ്തതയെ കാണിക്കുന്നു. ഏൺസ്റ്റ് ഹേക്കൽ, 'ഡാർവിന്റെ ചിഹ്നവാഹ്നവ'™, ബാക്ടീരിയയുടെ രക്ഷാധികാരി എന്നിവ തെറ്റ് അംഗീ കരിക്കാൻ കൂടുതൽ സമയമെടുക്കുകയും മിഥ്യയെ സ്ഥിരീകരിക്കുകയും ചെയ്തു ('ഇക്കോളജി', 'ഫൈലം', 'ഒന്നാം ലോക മഹായുദ്ധം' തുടങ്ങിയ പദങ്ങൾ സൃഷ്ടിക്കുന്നതിൽ അദ്ദേഹം ഉത്കൃഷ്ടമായിരുന്നു). അതിനു

ശേഷം ഏറ്റവും മഹത്തായ പരിവർത്തന രൂപത്തെ കണ്ടെത്തിയെന്നുള്ള ഏതാനും ഗൗരവമായ അവകാശവാദങ്ങൾ ഉന്നയിക്കപ്പെട്ടിട്ടുണ്ട്.

അജൈവ ദ്രവ്യം എങ്ങനെയാണ് സജീവ ജീവനിലേക്ക് പരിവർത്തിച്ചത് എന്നതിന് നേരിട്ടുള്ള തെളിവുകളൊന്നും നമ്മുടെ പക്കൽ ഇല്ല. ക്ഷമിക്കണം – ശാസ്ത്രം ചിലപ്പോൾ അങ്ങനെയാണ്. പൂർണ്ണമായ നിശ്ചയത്തോടെ കാര്യങ്ങളെ അറിയില്ല എന്നത്, പ്രത്യേകിച്ച് ചരിത്ര ശാസ്ത്രങ്ങളിൽ സത്യമാണ്; ഈ മേഖലകളിൽ, ഭൂതകാലത്തെ അനുമാനിക്കാൻ നമ്മൾ വർത്തമാനകാലത്തെ വിവരങ്ങളെ ആശ്രയിക്കണം. കാരണം, നേരിട്ടുള്ള നിരീക്ഷണങ്ങൾ നടത്താൻ നമുക്ക് കഴിഞ്ഞകാലത്തേക്ക് പോകാൻ കഴിയില്ലല്ലോ.

ഒരു ലബോറട്ടറിയിൽ സ്വതന്ത്രമായി ജീവൻ ഉത്പാദിപ്പിക്കാനോ അല്ലെങ്കിൽ ഇത് മറ്റൊരു ഗ്രഹത്തിൽ പരിണമിക്കുന്നത് നിരീക്ഷിക്കാനോ നമുക്ക് കഴിഞ്ഞിട്ടുമില്ല. അത് ദൗർഭാഗ്യകരമാണ്. പക്ഷേ, നേരിട്ടുള്ള നിരീക്ഷണങ്ങളുടെ അഭാവം ഇത് ഇവിടെയോ മറ്റെവിടെയെങ്കിലുമോ സംഭവിച്ചില്ല എന്ന് അർത്ഥമാക്കുന്നില്ല. നിങ്ങളുടെ മുതു മുത്തശ്ശി-മുത്തശ്ശന്മാരെ നിങ്ങൾ കണ്ടുമുട്ടുകയോ അവരുടെ ചിത്രങ്ങൾ പോലുമോ ഇല്ലായിരിക്കാം, എന്നാൽ അവർ ഉണ്ടായിരുന്നുവെന്നും അവർ മനുഷ്യരായിരുന്നുവെന്നും നിങ്ങൾക്കറിയാം. ഭൂമിയിലെ ജീവന്റെ ഉത്ഭവങ്ങൾ വിശദീകരിക്കാനാകാത്തതിനാൽ ഒഴിവാക്കുന്നത് വളരെ എളുപ്പമാണ്, പക്ഷെ അതല്ല ശാസ്ത്രീയമായ മാർഗ്ഗം.* നമ്മൾ ചോദിച്ചു കൊണ്ടിരിക്കുകയും ഉത്തരങ്ങൾ തേടുകയും വേണം.

'ഭൂമിയിലെ ജീവൻ എവിടെ നിന്നാണ് വന്നത്?' എന്നുള്ളതിന് നിങ്ങൾക്ക് നിരവധി രീതികളിൽ ഉത്തരം നൽകാം. നിങ്ങളുടെ ഉത്തരമോ സിദ്ധാന്തമോ ആകാം, 'ദൈവം ഭൂമിയിൽ ജീവൻ സൃഷ്ടിച്ചു' എന്നത്. അത് തെറ്റാണെന്ന് തെളിയിക്കാൻ എനിക്ക് കഴിയില്ല, കാരണം 'ദൈവം അത് ചെയ്തു' എന്നത് തെളിയിക്കാൻ ഒരു പരീക്ഷണവും സാധ്യമല്ല. നിങ്ങൾ നിങ്ങളുടെ അയൽക്കാരനെ കൊലപ്പെടുത്തിയിട്ട്, 'ദൈവം എന്നെ അത് ചെയ്യാൻ പ്രേരിപ്പിച്ചു' എന്ന് ആളുകളോട് പറയുകയാണെങ്കിൽ, അവർക്കും നിങ്ങൾ തെറ്റാണെന്ന് തെളിയിക്കാൻ കഴിയില്ല, എങ്കിലും നിങ്ങൾ ജയിലിൽ പോകും. അതിനാൽ, നമുക്ക് നിരീക്ഷിക്കാവുന്നതും പരിശോധിക്കാവുന്നതുമായ പ്രകൃതിയുടെ ആശയങ്ങളിൽ ഉറച്ചുനിൽക്കാം. ജീവന്റെ ഉത്ഭവം പഠിക്കാനായി നമുക്ക് ആശ്രയിക്കാവുന്ന രണ്ട് ബദൽ അനുമാനങ്ങളുണ്ട്. *അനുമാനം 1 :* ഭൂമിയിലെ ആർഎൻഎ/ഡിഎൻഎ അധിഷ്ഠിത ജീവന്റെ ഉത്ഭവം ഭൗമേതര സ്വഭാവമുള്ളതാണ്, ഒരു ഉൽക്കാശിലയിലൂടെയോ മറ്റെന്തെങ്കിലും മാർഗ്ഗങ്ങളിലൂടെയോ ഇവിടെ എത്തിച്ചേരുന്നത്; ഇത് പാൻസ്പെർമിയ സിദ്ധാന്തം എന്ന പേരിലും അറിയപ്പെടുന്നു. *അനുമാനം 2 :* നിർജ്ജീവ വസ്തുവിൽ നിന്നാണ് ഭൂമിയിലെ ജീവൻ പരിണമിച്ചത്, ഇത് അബിയോജെനിസിസ് സിദ്ധാന്തം എന്ന പേരിലും അറിയപ്പെടുന്നു. ഈ ആശയങ്ങൾ പരീക്ഷിക്കുന്നതിനും പിന്തുണക്കുന്നതിനും വ്യാജമാണോ

യെന്നറിയുന്നതിനും** വേണ്ടി നമുക്ക് എന്താണ് പ്രകൃതിയിൽ നിരീക്ഷിക്കാൻ കഴിയുന്നതെന്ന് നോക്കാം. അവസാനം, രണ്ട് അനുമാനങ്ങളും ശരിയായിരിക്കാം അല്ലെങ്കിൽ രണ്ടും തെറ്റായിരിക്കാം, തന്നെയുമല്ല നമ്മൾ ഇതുവരെ ചിന്തിച്ചിട്ടില്ലാത്ത മറ്റൊരു ബദൽ ഉണ്ടായെന്നുമിരിക്കാം.

നിങ്ങൾ ഇന്നുള്ള എല്ലാ ജീവജാലങ്ങളെയും നോക്കുകയാണെങ്കിൽ, അവ ഡിഎൻഎ അടിസ്ഥാനമാക്കിയുള്ളതാണ്, അതിനാൽ, 'LUCA' (Last Universal Common Ancestor)-യും ഡിഎൻഎ അടിസ്ഥാനമാക്കിയുള്ളതായിരിക്കാം. അത് എല്ലായ്പ്പോഴും വേണമായിരുന്നോ? വേണ്ട – ആദ്യകാലത്തെ ജീവരൂപങ്ങൾ ഒരുപക്ഷേ ലളിതമായ ആർഎൻഎ രൂപവും, ഒരുപക്ഷേ ആർഎൻഎക്ക് മുമ്പുള്ള അതിലും ലളിതമായ പകർപ്പെടുക്കൽ കോഡും ഉപയോഗിച്ചിട്ടുണ്ടാകാം, എന്നാൽ ഇന്ന് സാധാരണയായി കാണുന്ന എല്ലാ 'ജീവനുകളും' ഡിഎൻഎയെ അടിസ്ഥാനമാക്കിയുള്ളതാണ്, കുറഞ്ഞപക്ഷം ജീവി വൃക്ഷത്തിലുള്ളവ. ജനിതക കോഡിനായി ആർഎൻഎ ഉപയോഗിക്കുന്ന വൈറസുകളുമുണ്ട് (അവർക്ക് ഇപ്പോഴും ഡിഎൻഎ ഇടനിലക്കാരെ ആവശ്യമാണെന്നിരിക്കിലും), വൈറസുകൾ ഇപ്പോഴും ചുറ്റുവട്ടത്തുണ്ടുതാനും. ഡിഎൻഎ ആവശ്യമില്ലാത്ത ചില മുൻകാല വൈറസുകളായിരിക്കാം നമ്മൾ അന്വേഷിക്കുന്ന ഇന്റർമീഡിയറ്റ് ഗ്രൂപ്പ്. ഭൂമിയിലെ ആദ്യത്തെ ജീവൻ കൂടുതലും ആർഎൻഎ അധിഷ്ഠിത വൈറസ് പോലെ എന്തോ ഒന്ന് ആയിരിക്കാനുള്ള സാദ്ധ്യതയുണ്ട്, ഒരുപക്ഷേ അതിലും ലളിതമായ എന്തോ ഒന്ന് ആയിരിക്കാം, ഇന്ന് നമുക്ക് പഠിക്കാൻ കഴിയുന്ന ഒരു പിൻഗാമിയെയും അവശേഷിപ്പിക്കാത്ത എന്തോ ഒന്ന്. നമുക്ക് അറിയാവുന്ന എല്ലാ ജീവജാലങ്ങളും ഡിഎൻഎ ഉപയോഗിക്കുന്നു എന്ന വസ്തുതയെ അടിസ്ഥാനമാക്കിയാണ് നമ്മൾ ജീവിതത്തെ നിർവ്വചിക്കുന്നത്. എന്നാൽ ചൊവ്വയിൽ എങ്ങനെയോ സ്വയം പകർത്താൻ കഴിയുന്ന വൈറസുകളെ നാം കണ്ടെത്തിയാലോ? അല്ലെങ്കിൽ ശനിയുടെ ഉപഗ്രഹമായ എൻസെലാഡസിൽ മീഥേൻ കഴിക്കുന്ന ടാർഡിഗ്രേഡുകളെ കണ്ടെത്തിയാലോ? നാം മറ്റെവിടെയെങ്കിലും സംഭാവ്യമായ പുതിയ ജീവരൂപങ്ങൾ കണ്ടെത്തുമ്പോൾ, നാം നമ്മുടെ സ്വന്തം ഗ്രഹത്തിൽ അവയുടെ തെളിവുകൾ കണ്ടെത്തിയേക്കാം, അങ്ങനെയാണെങ്കിൽ ജീവനെക്കുറിച്ചുള്ള നമ്മുടെ അമിതമായ ഇടുങ്ങിയ നിർവ്വചനം കാരണം നമ്മൾ എന്താണ് അന്വേഷിക്കുന്നതെന്ന് നമുക്ക് അറിയില്ലായിരുന്നുവെന്ന് തിരിച്ചറിയുകയും ചെയ്യും. ഒരുപക്ഷേ ജീവൻ പ്രകൃതിശക്തികളുടെ ഒരു അനിവാര്യമായ പരിണതഫലമായിരിക്കാം. ജെറമി ഇംഗ്ലണ്ടിന്റെ സൈദ്ധാന്തിക കൃതി ഒരു 'ജീവന്റെ ഭൗതിക സിദ്ധാന്തം' ആണെന്ന് ശക്തമായ വാദങ്ങളുണ്ട്. എനിക്കുറപ്പാണ് മറ്റ് സിദ്ധാന്തങ്ങളും അവിടെയുണ്ടെന്ന്, 'അവിടെ പുറത്ത്'.

എന്നെ സംബന്ധിച്ച്, 'ജീവന്റെ' നിർവ്വചനം *പാരമ്പര്യ സ്വഭാവസവിശേഷതകൾ ലഭിക്കുകയോ കൈമാറുകയോ ചെയ്യുന്ന, പരിണമിക്കാൻ കഴിയുന്ന* (പ്രകൃതിയുടെ നിഷ്പക്ഷവും തിരഞ്ഞെടുക്കപ്പെട്ടതുമായ ശക്തി

കൾക്ക് വിധേയമാകുന്നതിലൂടെ) ഏതൊരു ജീവിയും എന്നാണ്. നമുക്കറിയാവുന്ന എല്ലാ ജീവജാലങ്ങളും ന്യൂക്ലിക് ആസിഡുകൾ (ഡിഎൻഎ അല്ലെങ്കിൽ ആർഎൻഎ) വഴി പരിണമിച്ചതും പൈതൃക വിവരങ്ങൾ വഹിക്കുന്നതുമാണ് – ഒരുപക്ഷേ, മറ്റെല്ലാ ജീവജാലങ്ങളുടെയും അല്ലെങ്കിൽ കുറഞ്ഞപക്ഷം LUCA-യുടെ അടിസ്ഥാന ഉറവിടം കണ്ടെത്തുന്നതിനായി ഇതിനെപ്പറ്റി മാത്രമാണ് നമ്മൾ ചിന്തിക്കേണ്ടത്. (Last Universal Common Ancestor ആദ്യമായി 'ജീവിച്ച' വസ്തു ആയിരിക്കണമെന്നില്ല, എല്ലാ ജീവനുള്ള രൂപങ്ങളും ഉത്ഭവിക്കാനിടയായ ഏറ്റവും അടുത്തകാലത്തുണ്ടായിരുന്ന ഒരു വസ്തു മാത്രം.)

ആദ്യം നമുക്ക് ന്യൂക്ലിക് ആസിഡുകളെ കൂടുതൽ സൂക്ഷ്മമായി പരിശോധിക്കാം. എന്താണ് ഈ ഡിഎൻഎ ചെയ്യുന്നത്, അതും വളരെ പ്രത്യേകതയുള്ളതായി? പറയാം, ഡിഎൻഎ അമിനോ ആസിഡുകൾ ഉണ്ടാക്കുന്നു (ആർഎൻഎയുടെ സഹായത്തോടു കൂടി), അത് പ്രോട്ടീനുകൾ ഉണ്ടാക്കുന്നു, അനന്തരം ആ പ്രോട്ടീനുകൾ നിങ്ങളെ ഉണ്ടാക്കുന്നു. നിങ്ങളെ നിർമ്മിച്ചിരിക്കുന്ന കാര്യങ്ങൾ അവർ ഉണ്ടാക്കുന്നു, നിങ്ങൾ ചെയ്യുന്ന കാര്യങ്ങൾ ചെയ്യാൻ നിങ്ങളെ പ്രേരിപ്പിക്കുന്ന കാര്യങ്ങൾ അവർ ഉണ്ടാക്കുന്നു. നിങ്ങളെ അടിസ്ഥാനപരമായി ഡിഎൻഎയുടെ തനിപ്പകർപ്പുണ്ടാക്കാനുള്ള ഒരു വാഹനമായി സ്വയം ചിന്തിക്കാം. അതായത്, ഡിഎൻഎ കൂടുതൽ ഉണ്ടാക്കുന്നതിനും പ്രചരിപ്പിക്കുന്നതിനുമുള്ള ഒരു ഉപകരണം മാത്രമാണ് നമ്മൾ ജീവികൾ. അവർ ചെയ്യുന്നതെല്ലാം കണക്കിലെടുക്കുമ്പോൾ, അമിനോ ആസിഡുകൾ (ഡിഎൻഎക്കും പ്രോട്ടീനുകൾക്കുമിടയിലുള്ള ആ ഇടനിലക്കാർ) വളരെ എളുപ്പത്തിൽ സൃഷ്ടിക്കാൻ കഴിയും. എക്കാലത്തെയും പ്രശസ്തമായ പരീക്ഷണങ്ങളിലൊന്നിൽ, സ്റ്റാൻലി മില്ലറും ഹരോൾഡ് യൂറിയും ആദ്യകാല ഭൂമിയുടെ അന്തരീക്ഷം അടച്ച വാതക അറകളിൽ പുനർനിർമ്മിച്ചു, അതിനുശേഷം അവർ വൈദ്യുതിയും കൂട്ടിച്ചേർത്തപ്പോൾ – ആഹാ, അത് നാം ഇന്ന് കാണുന്ന നിരവധി അമിനോ ആസിഡുകളെ സൃഷ്ടിച്ചു. ഇത് അബിയോജെനിസിസ് സിദ്ധാന്തത്തിനോട് നന്നായി ചേർന്നു നിൽക്കുന്ന ഒരു അവസ്ഥയാണ്, അമിനോ ആസിഡുകളുടെ കൃത്യമായ ശ്രേണിയിൽ നിന്ന് പ്രോട്ടീനുകൾ നിർമ്മിക്കുന്നത് വളരെ സങ്കീർണ്ണമാണ് എന്നതൊഴിച്ചാൽ, കൂടാതെ ഉൽക്കാശിലകളിൽ കേട്ടുകൂടാത്ത അമിനോ ആസിഡുകളും കണ്ടെത്തിയിട്ടുണ്ട്, ഇത് പാൻസ്പെർമിയയോട് ശക്തമായി ചേർന്നു നിൽക്കുന്ന ഒരു അവസ്ഥയാണ്. എന്തായാലും, ബഹിരാകാശത്തിന്റെ മഹത്തായതും മനസ്സിലാക്കാൻ കഴിയാത്തതുമായ വിശാലത, പാൻസ്പെർമിയ സിദ്ധാന്തത്തിന്റെ സാധ്യത കുറക്കുകയും, അബിയോജെനിസിസിന്റെ സാധ്യത ഭൂമിയിൽ നിന്ന് മറ്റെവിടേക്കോ എത്തുകയും ചെയ്യു.

ഇത്രയും പറഞ്ഞതുകൊണ്ട് ഒരു കാര്യം കൂടി, ഭൂമിയിലെ ഭൂരിഭാഗം ജലവും ഒരുപക്ഷേ, അന്യഗ്രഹത്തിൽ നിന്ന് വന്നതും അത് നമ്മുടെ സൗരയൂഥത്തേക്കാൾ പഴക്കമുള്ളതുമാണെന്നത് ശ്രദ്ധാർഹമാണ്. വെള്ളം

എവിടെയുണ്ടോ, അവിടെ ജീവൻ ഉണ്ടാവാം, അങ്ങനെയാണെങ്കിൽ അവിടെ നമ്മുടെ അയൽഗ്രഹങ്ങൾക്ക് ചുറ്റും വെള്ളമുണ്ട്. വ്യാഴത്തിന്റെ മൂന്ന് ഉപഗ്രഹങ്ങളിൽ ഭൂമിയിൽ ഉള്ളതിനേക്കാൾ കൂടുതൽ ജലം (ഐസ് അല്ലെങ്കിൽ ഒഴുകുന്നത് പോലെ) ഉണ്ട്, പൊരിയുന്ന ചൂടുള്ള ബുധനിൽ പോലും ഐസ് ഉണ്ട് : വെള്ളം നമ്മുടെ സൗരയൂഥത്തിൽ ദുർലഭമല്ല, എന്നാൽ ആ സ്ഥലങ്ങളിലെല്ലാം നിർബന്ധമായും ജീവൻ ഉണ്ട് എന്ന് അതിനർത്ഥമില്ല. നമ്മുടെ ചന്ദ്രനിൽ വെള്ളമുണ്ടെന്നും, ശുക്രനിൽ ജീവന്റെ പ്രബലമായ ജൈവ രാസപരമായ അടയാളങ്ങൾ ഉണ്ടെന്നുമുള്ള 2020-ന്റെ അവസാനം വന്ന വാർത്തകൾ ഇപ്പോഴും ഞെട്ടലുണ്ടാക്കുകയും ഈ സംവാദത്തെ പുനഃക്രമീകരിക്കുകയും ചെയ്തു. ശുക്രനിലെ ജീവനെക്കുറിച്ച് ആ സമിതി ഇപ്പോഴും വിയോജിക്കുന്നു, എന്നാൽ SARS-CoV-2-ന് കോസ്മിക് ഉത്ഭവങ്ങൾ ഉണ്ടെന്ന പ്രസ്താവനയേക്കാൾ കൂടുതൽ വിശ്വാസ്യത ഞാൻ അതിന് നൽകുന്നു.

ആ ബദൽ അനുമാനങ്ങളെല്ലാമുള്ളപ്പോൾ പോലും, ഭൂമിയിലെ എല്ലാ ജീവജാലങ്ങൾക്കും ഒരൊറ്റ പൊതു പൂർവ്വികനുണ്ടെന്നതിന് ഇപ്പോഴും തെളിവുകൾ നമുക്കുണ്ട്. മറ്റെന്ത് തെളിവാണ് നമുക്കുള്ളത്? ഭൂമിയിലെ എല്ലാ ജീവജാലങ്ങളും അമിനോ ആസിഡുകളുടെ വലത് കൈ ഒപ്റ്റിക്കൽ ഐസോമറിനു പകരം ഇടത് കൈ ഒപ്റ്റിക്കൽ ഐസോമറുകൾ ഉപയോഗിക്കുന്നു (ഇവയെ ഇടത് അല്ലെങ്കിൽ വലത് കണ്ണാടി പ്രതിബിംബങ്ങളായി കരുതുക). ഭൂമിയിലെ എല്ലാ ജീവജാലങ്ങളും വലംകൈ പഞ്ചസാരകൾ മാത്രമേ ഉപയോഗിക്കുന്നുള്ളൂ, അതും ശ്രദ്ധിക്കേണ്ടതാണ്. അമിനോ ആസിഡുകളുടെ വലംകൈയ്യൻ ഒപ്റ്റിക്കൽ ഐസോമറുകളും ഇടത് കൈ പഞ്ചസാരകളും സമന്വയത്തിനായി ലഭ്യമാണ്, അവ എളുപ്പത്തിൽ ജീവന്റെ അടിസ്ഥാനമാകുമായിരുന്നു, എന്നാൽ അങ്ങനെയല്ല. അതിന്റെ അർത്ഥം ഭൂമിയിലെ എല്ലാ ജീവജാലങ്ങളും പ്രോട്ടീൻ സമന്വയത്തിനും ഉപാപചയത്തിനും ഒരേ ജനിതക കോഡും പ്രവർത്തന സംവിധാനങ്ങളും ഉപയോഗിക്കുന്നു എന്നാണ്. നിങ്ങൾക്ക് വലംകൈയ്യൻ ഒപ്റ്റിക്കൽ അമിനോ ആസിഡുകൾ അഥവാ പ്രോട്ടീനുകളോ, ഇടത് കൈ പഞ്ചസാരകളോ ഉപാപചയം ചെയ്യാൻ കഴിയില്ല, ഒരു അമീബക്കോ ശകുന്തപക്ഷിക്കോ കഴിയില്ല. (ആരെങ്കിലും ദയവായി വലംകൈയ്യൻ ഒപ്റ്റിക്കൽ ഐസോമറുകളും വലംകൈ ഷുഗറും ഉപയോഗിച്ച് ഡയറ്റ് ഫുഡ് ഉണ്ടാക്കുക! ആ നല്ല 'antichiral' ധാന്യകുറുക്ക് എനിക്ക് തരൂ.)

അമിനോ ആസിഡുകൾ ലാബിൽ എളുപ്പത്തിൽ നിർമ്മിക്കപ്പെടുകയോ ബഹിരാകാശത്ത് കണ്ടെത്തുകയോ ചെയ്യുന്ന എന്ന വസ്തുത, ഈ 'ജീവിതത്തിന്റെ നിർമ്മാണ ബ്ലോക്കുകളിൽ' നിന്ന് ശരിക്കുള്ള ജീവന്റെ പരിണാമത്തിലേക്ക് എങ്ങനെ എത്തിച്ചേരുന്നുവെന്ന് വിശദീകരിക്കാൻ പര്യാപ്തമല്ല. ആ ബിൽഡിംഗ് ബ്ലോക്കുകൾ നിർമ്മിക്കുന്ന കോഡ് പകർത്താൻ നമുക്ക് എന്തെങ്കിലും ആവശ്യമാണ് (ആർഎൻഎ അമിനോ ആസിഡുകൾ നിർമ്മിക്കാൻ സഹായിക്കുന്നതു പോലെ അല്ലെങ്കിൽ പോളിമറേസ്

എൻസൈം ഡിഎൻഎയോട് ചെയ്യുന്നത് പോലെ). പിസിആർ (പോളിമറേസ് ചെയിൻ റിയാക്ഷൻ) വഴി ലോകമെമ്പാടുമുള്ള ലാബുകളിൽ ശാസ്ത്രജ്ഞർ ഡിഎൻഎ പകർത്തുന്നത് ശ്രദ്ധേയമാണ്, കൂടാതെ യെല്ലോ സ്റ്റോൺ നാഷണൽ പാർക്കിലെ ചൂടു നീരുറവയിൽ നിന്ന് വേർതിരിച്ചെടുത്ത എക്സ്ട്രോഫൈൽ സൂക്ഷ്മജീവിയായ തെർമസ് അക്വാട്ടിക്കസിൽ നിന്ന് വേർതിരിച്ചെടുത്ത പോളിമറേസാണ് നമ്മൾ ഉപയോഗിക്കുന്നത്. എന്തുകൊണ്ടാണ് അത് പ്രധാനം? കാരണം, ഭൂമിയുടെ രൂപീകരണത്തിന് തൊട്ടുപിന്നാലെ, മൂന്നര ബില്യൺ വർഷങ്ങൾക്ക് മുമ്പ് ജീവൻ വികസിച്ചപ്പോൾ നമ്മുടെ ഗ്രഹം എങ്ങനെയുണ്ടായിരുന്നുവോ അതിനോട് നമുക്ക് ഇന്ന് ഏറ്റവും അടുത്തു നിൽക്കുന്ന ഒന്നാണ് ചൂടുനീരുറവകൾ. ഇത്രയും കാലം മുമ്പ് ഭൂമിയിൽ ജീവൻ ഉണ്ടായിരുന്നിരിക്കാമെന്ന് നമുക്ക് എങ്ങനെ അറിയാം? ഫോസിലുകൾ, ഭേഷ്. അതെ... ഒരു തരത്തിൽ.

ഭൂമിയിലെ ജീവന്റെ ആദ്യകാല ഫോസിലുകൾ വാസ്തവത്തിൽ ആദ്യ കാലത്തുണ്ടായിരുന്നതായി അറിയപ്പെട്ടിരുന്ന ജീവന്റേതല്ല, മറിച്ച് അവ സൃഷ്ടിച്ചതിന്റെ ഉപോൽപ്പന്നമാണ്, പുരാതന ഈജിപ്തുകാർ ചുറ്റും ഇല്ലെങ്കിലും അവരുടെ പിരമിഡുകൾ ഉള്ളതുപോലെ. നമുക്ക് പുരാതന നീല-പച്ച ആൽഗകളുടെ (സയനോബാക്ടീരിയ എന്നും വിളിക്കപ്പെടുന്ന) പാളികളിൽ നിന്ന് രൂപപ്പെട്ട അക്രിഷൻ ഘടനകൾ (പാളികളാൽ പൊങ്ങിയ സ്ട്രോമാറ്റോലൈറ്റുകൾ) ഉണ്ട്; ആധുനിക ആൽഗകൾ

* നിങ്ങൾക്ക് ശാസ്ത്രത്തിന്റെയും പരിണാമത്തിന്റെയും യുക്തിയും തത്വശാസ്ത്രവും സത്യമായ വിശദാംശങ്ങളോടെ ലഭിക്കണമെങ്കിൽ വായിക്കുക, എലിയട്ട് സോബറിന്റെ *Evidence and Evolution: The Logic Behind the Science*.

** നിങ്ങൾ സോബറിന്റെ പുസ്തകത്തിലെ അവസാനത്തെ കുറച്ച് വരികൾ വായിച്ചിട്ട്, ആ പുസ്തകത്തിന്റെ 130-ാം പേജിലേക്ക് മടങ്ങുക. കാൾ പോപ്പറുടെ 'കൃത്രിമത്വത്തെ പ്പറ്റിയുള്ള' തത്ത്വചിന്ത എനിക്കിഷ്ടമാണ് (തത്ത്വചിന്തകരുടെ നിരാശ എനിക്ക് മനസ്സിലാക്കാൻ പറ്റുന്നുണ്ട്). അനുമാനങ്ങൾ സജ്ജീകരിച്ച് അവ തെറ്റാണെന്ന് തെളിയിക്കാൻ ശ്രമിക്കുക, നിങ്ങൾക്ക് അതിന് കഴിയുന്നില്ലെങ്കിൽ, അത് സത്യമാകണമെന്നില്ല, വെറും 'അസത്യം' അല്ല എന്നുമാത്രം. വ്യത്യസ്ത രീതികളിൽ അവയെ പരീക്ഷിക്കുന്നത് തുടരുക. നിങ്ങൾക്ക് ഇപ്പോഴും സിദ്ധാന്തം തെറ്റാണെന്ന് തെളിയിക്കാൻ കഴിയുന്നില്ലെങ്കിൽ, അവ കാലത്തിന്റെ പരീക്ഷണത്തിൽ വിജയിച്ചു, എന്നാൽ നിങ്ങൾ ഈ അനുമാനങ്ങൾ കർശനമായി പരീക്ഷിക്കുന്നത് തുടരണം. എന്തായാലും, കൂടുതൽ സോബർ വായിക്കുക – അവൻ വളരെ മിടുക്കനും രസകരവും 'വിവേകശീലനു'മാണ്. പോപ്പറിന്റെ തത്ത്വചിന്തയുടെ പ്രാധാന്യം അറിയുന്നതിനുള്ള മറ്റൊരു മാർഗ്ഗം ഡേവിഡ് ഡോയ്ഷിന്റെ TED പ്രഭാഷണം 'A New Way to Explain Explanation' ആണ്.

** ജീവിതമെന്നാൽ എന്ത്? നിർജ്ജീവമായതിനെ സജീവമായതിൽ നിന്ന് വേർതിരിക്കുന്നതെന്തോ അത്. De Anima-യിൽ അരിസ്റ്റോട്ടിൽ പോരാടിയത് ഈ പുരാതന ചോദ്യവുമായാണ്. എന്തിനെങ്കിലും ജീവനുണ്ടെന്ന് നിങ്ങൾക്ക് എങ്ങനെ അറിയാം? നിങ്ങൾ ജീവിച്ചിരിപ്പുണ്ടെന്ന് നിങ്ങൾക്കറിയാമോ? ഞാൻ വിചാരിക്കുന്നു, അതിനാൽ ഞാനുണ്ട്. ഒരുപക്ഷേ 'ജീവനുള്ളതും' 'നിർജ്ജീവവും' തമ്മിലുള്ള വേർതിരിവ് നിർവ്വചിക്കാനാകാത്തതും അപ്രസക്തവുമാകാം, ഒരുപക്ഷേ നമ്മുടെ ശരിക്കുള്ള പൈതൃകം വസ്തുക്കളുടെ കൂട്ടങ്ങൾ എന്ന നിലയിൽ എങ്ങനെ നാം ഊർജ്ജം രൂപാന്തരപ്പെടുത്തുന്നു എന്നതായിരിക്കാം.

ഉപയോഗിച്ച് നമുക്ക് ഇന്നും ഈ പ്രക്രിയ കാണാൻ കഴിയും. അതിനാൽ, ജീവൻ എപ്പോൾ പരിണമിച്ചെന്നോ എങ്ങനെയെന്നോ കൃത്യമായി നമുക്കറിയില്ലെങ്കിലും, അത് ഏകദേശം 3.5 ബില്യൺ (3,500,000,000) വർഷങ്ങൾക്ക് മുമ്പ് സംഭവിച്ചിട്ടുണ്ടെന്ന് നമുക്കറിയാം, ഫോസിൽ രേഖയിൽ ജീവന്റെ അടയാളങ്ങൾ കണ്ടെത്താൻ തുടങ്ങുന്ന സമയമാണത്.

ഒരുപക്ഷേ നമ്മൾ അത്രയേയുള്ളൂ : പ്രപഞ്ചത്തിന്റെ അനിവാര്യമായ താപ മരണം നമ്മെ എല്ലാവരെയും മായ്ക്കുന്നതുവരെ പരിമിതമായ സമയങ്ങളിലും സ്ഥലങ്ങളിലും പൊങ്ങിക്കിടക്കുന്ന പരിണമിച്ചുകൊണ്ടിരിക്കുന്ന ഊർജ്ജത്തിന്റെ ഭാണ്ഡങ്ങൾ രൂപാന്തരപ്പെടുന്നതിന്റെ ദുർബ്ബലമായ അടയാളങ്ങൾ. (ഞാൻ എന്തുകൊണ്ടാണ് ഇത് ഒരു അടിക്കുറിപ്പാക്കിയതെന്ന് നിങ്ങൾ കാണുന്നുണ്ടോ?!?) നമ്മുടെ ശരീരത്തിന്റെ അന്ത്യം ആസന്നമായിരിക്കുമ്പോൾ, എങ്ങനെയാണ് ആ മരണം സംഭവിക്കുന്നത്? നിങ്ങൾ മരിക്കുമ്പോൾ, നിങ്ങളുടെ എല്ലാ കോശങ്ങളും ഒറ്റയടിക്ക് മരിക്കില്ല, നിങ്ങളെ നിങ്ങൾ ആക്കുന്ന പല കോശങ്ങളും യഥാർത്ഥത്തിൽ നിങ്ങളുടെ ബാക്ടീരിയൽ സഹജീവികളാണ്. അപ്പോൾ നിങ്ങൾ യഥാർത്ഥത്തിൽ എപ്പോഴാണ് മരിക്കുന്നത്? നിങ്ങളുടെ ഡിഎൻഎ ഉള്ള എല്ലാ കോശങ്ങളും മരിക്കുമ്പോൾ? എന്നാൽ നിങ്ങൾ നിങ്ങളുടെ കുട്ടികൾക്ക് കൈമാറിയ ഡിഎൻഎയുടെ കാര്യമോ, അല്ലെങ്കിൽ നിങ്ങളുടെ മാതാപിതാക്കൾ നിങ്ങൾക്ക് കൈമാറുകയും നിങ്ങൾ കുട്ടികളുമായി പങ്കിടുകയും ചെയ്ത ഡിഎൻഎയുടെ കാര്യമോ? എന്നാൽ ഞാൻ വിയോജിക്കുന്നു; ഞാൻ പിന്നീട് ഈ ഭാഗത്ത് ചെയ്യുന്ന ജീവിത നിർവ്വചനമുണ്ട്, നമുക്ക് അതിൽ ഉറച്ചുനിൽക്കാം.

ജീവന്റെ ചരിത്രം

ഒരിക്കൽ നമുക്ക് ജീവൻ ലഭിച്ചപ്പോൾ, അത് തികച്ചും ആവേശകരമായിരുന്നിരിക്കണം, കുറച്ച് സമയത്തേക്ക് അത് വിരസമായിരിക്കും, കുറച്ച് സമയം എന്നുപറഞ്ഞാൽ ഏതാണ്ട് രണ്ട് ബില്യൺ വർഷങ്ങൾ. 'വിരസിപ്പിക്കുന്ന ബില്യൺ' എന്ന വാക്ക് ഉപയോഗിക്കേണ്ടി വരുന്നതിന്റെ കാരണം, നമുക്ക് നീണ്ട വർഷങ്ങൾ തോറും ഏകകോശ ജീവന്റെ പരിണാമം മാത്രം ഉണ്ടായിരുന്നതുകൊണ്ടാണ്, എന്നാൽ മിക്ക ആളുകൾക്കും ദിനോസറുകളിലേക്ക് എത്തുന്നതുവരെ കാത്തിരിക്കാനാവില്ല – പ്രോട്ടോറോസോയിക് പാർക്ക് എന്നൊരു സിനിമ ഉണ്ടാകാത്തതിന് ഒരു കാരണമുണ്ടെന്ന് ഇപ്പോൾ മനസ്സിലായല്ലോ. പക്ഷേ ഭൂമിയിലെ ജീവൻ ഒരു പുട്ട് ആണെങ്കിൽ, ബാക്കിയെല്ലാത്തിനും മുമ്പ് നിങ്ങൾക്ക് അരിപ്പൊടിയാണ് വേണ്ടത്. കാലക്രമേണ ജീവിതം കൂടുതൽ സങ്കീർണ്ണമാകുമ്പോൾ ആളുകൾ ഈ പരിവർത്തനത്തെ (വെറും 'യൂണിസെല്ലുലാർ' എന്നതിൽ നിന്ന് 'യൂണിസെല്ലുലാർ + മൾട്ടിസെല്ലുലാർ'ലേക്ക്) തെറ്റിദ്ധരിക്കുന്നു – ഞാൻ അങ്ങനെ ചെയ്യുന്നില്ല; ഇപ്പോഴും ധാരാളം ഏകകോശ ജീവികൾ പരിണമിച്ചുകൊണ്ടിരിക്കുന്നു, വാസ്തവത്തിൽ അവ ഇപ്പോഴും ഭൂമിയിൽ ആധിപത്യം സ്ഥാപിക്കുകയും നിങ്ങളുടെ ശരീരത്തിൽ ആധിപത്യം സ്ഥാപിക്കുകയും ചെയ്യുന്നു. ഈ സൂക്ഷ്മാണുക്കൾ ഇല്ലാതെ നമ്മൾ അധികനാൾ നിലനിൽക്കില്ല (നിങ്ങളുടെ ശരീരത്തിലെ മിക്ക കോശങ്ങളും യഥാർത്ഥത്തിൽ സൂക്ഷ്മാണുക്കളാണ്, നിങ്ങളുടെ മിക്ക ജീനുകളും സൂക്ഷ്മജീവികളായാണ് ഉത്ഭവിച്ചത്, അപ്പോൾ ശരിക്കും നിങ്ങൾ ആരാണ്?). ഈ ചെറിയ 'ലളിതമായ' ജീവികൾക്കുള്ള ഒരു ബസ് മാത്രമാണ് നമ്മൾ എന്ന ഒരു നല്ല വാദമുണ്ട്.* ആ വിരസമായ ശതകോടികളിൽ, ഏകകോശ ജീവൻ എല്ലാം സ്വന്തമായി എങ്ങനെ ചെയ്യാമെന്ന് പഠിക്കുകയായിരുന്നു, അനന്തരം നമ്മൾ വന്നപ്പോൾ അവർ നമ്മളെ മറ്റൊരു വിഹരിക്കാനുള്ള വസ്തുവായി ഉപയോഗിക്കാൻ തയ്യാറായിരുന്നു. സൂക്ഷ്മജീവികൾ അവരുടെ സ്വന്തം ജീവന്റെ പ്രവർത്തനങ്ങളെ താറുമാറാക്കി, അതുകൊണ്ട് അവ ജീവന്റെ അപ്പുറത്ത എല്ലാ പ്രക്രിയകളുടെയും ചുമതല പൂർണ്ണമായും വഹിക്കുന്നു, അതേസമയം ഒട്ടേറെ മൃഗ-സസ്യ ജീവനുകൾ തങ്ങൾക്കു

വേണ്ടി പല 'കർത്തവ്യങ്ങളും' (ഒരു തമാശ, ദഹനം എന്ന് തിരുത്തി വായിക്കുക) ചെയ്യാൻ സൂക്ഷ്മജീവികളായ സഹജീവികളെ ആശ്രയിക്കുന്നു. ചുരുക്കത്തിൽ, സൂക്ഷ്മാണുക്കൾക്ക് നമ്മളില്ലാതെ ജീവിക്കാൻ കഴിയും, പക്ഷേ അവയില്ലാതെ നമുക്ക് ജീവിക്കാൻ കഴിയില്ല.

ജീവന്റെ ആ ആദ്യത്തെ കുറച്ച് 'വിരസിപ്പിക്കുന്ന' ബില്യൺ വർഷങ്ങളിൽ, ധാരാളം കാര്യങ്ങൾ സംഭവിക്കുന്നു. ആ നീണ്ട കാലയളവിനുള്ളിൽ, സൂക്ഷ്മ ജീവനുകൾക്ക് സ്വതന്ത്രമായി ജീവിക്കാനുള്ള കഴിവ് ലഭിക്കുന്നു, മറ്റുള്ളവ ഒരുമിച്ച് പ്രവർത്തിക്കുന്നു, ചിലത് ഹൈഡ്രജൻ സൾഫൈഡ് ചയാപചയം ചെയ്യുന്നു, മറ്റുള്ളവ പ്രകാശസംശ്ലേഷണം (അവ സൂര്യപ്രകാശം, വെള്ളം, കാർബൺ ഡൈഓക്സൈഡ് എന്നിവ ഭക്ഷിച്ചിട്ട് അത് പഞ്ചസാരയും ഓക്സിജനും ആക്കി മാറ്റുന്നു) നടത്തുന്നു – ഈ അവസാനത്തേത് നമ്മുടെ ഗ്രഹത്തെ മാറ്റിമറിക്കും. പ്രകാശസംശ്ലേഷണത്തിന്റെ കണ്ടുപിടുത്തം ധാരാളം ജീവജാലങ്ങളുടെ വംശനാശ സാദ്ധ്യതയെ സൂചിപ്പിച്ചു, അന്തരീക്ഷത്തിലേക്ക് വിടുന്ന എക്കാലത്തെയും മാരകമായ വസ്തു ഒരുപക്ഷേ ഓക്സിജൻ ആയിരിക്കാം എന്ന് അനുമാനിക്കപ്പെടുന്നു. നമ്മൾ CO_2 പുറത്തുവിടുന്നതും ഗ്രഹത്തെ ചൂടാക്കുന്നതും മോശമാണെന്ന് നിങ്ങൾ കരുതുന്നു. പ്രകാശസംശ്ലേഷണത്തിന്റെ ഉപോൽപ്പന്നമായി ഓക്സിജൻ പുറത്തുവിടുന്നത് മോശമായിരുന്നു, കുറഞ്ഞത് ഏതാനും ബില്യൺ വർഷങ്ങൾക്ക് മുമ്പ് വരെ. ഓക്സിജൻ ഒരു അപകടകരമായ വിഷമായിരുന്നു, അത് ഇപ്പോഴും ആണ്. ജോഡിയായ ഓക്സിജൻ (O_2) മഹനീയമാണ് – നമുക്ക് അത് ആവശ്യമാണ്. എന്നാൽ ഒറ്റയ്ക്ക്, ഓക്സിജൻ ഒരു 'ഫ്രീ റാഡിക്കൽ' ആണ്. അതുകൊണ്ടാണ് നിങ്ങളുടെ പ്രിയപ്പെട്ട സ്പോർട്സ് പാനീയ ലേബൽ എപ്പോഴും 'ആന്റി ഓക്സിഡന്റുകളെ'ക്കുറിച്ച് സംസാരിക്കുന്നത്. സ്വതന്ത്ര ഓക്സിജൻ ഒരു 'റാഡിക്കൽ' ആണ്, കാരണം അത് നിങ്ങളുടെ ഡിഎൻഎ പോലെയുള്ള ആകസ്മികമായ വസ്തുക്കളുമായി ബന്ധിക്കുകയും മ്യൂട്ടേഷനുകൾക്ക് കാരണമാവുകയും ചെയ്യുന്നു. സൂക്ഷ്മാണുക്കൾ ഓക്സിജൻ ഉണ്ടാക്കാൻ തുടങ്ങിയപ്പോൾ, അത് മന്ദഗതിയിലായിരുന്നു തുടങ്ങിയത്, എന്നാൽ ആ മ്യൂട്ടേഷന്റെ കാരണഭൂതൻ ഓക്സിജൻ അത് തന്നെ ചെയ്തുകൊണ്ടിരുന്നു – മ്യൂട്ടേഷനുകൾക്ക് കാരണമാവുകയും ജീവൻ കൂടുതൽ കഠിനവും, മികച്ചതും, വേഗതയേറിയതും, ശക്തവുമാകാൻ ഇടവരുത്തി. 'ദി ഗ്രേറ്റ് ഓക്സിജൻ ഇവന്റിന്' ശേഷം യൂകരിയോട്ടിക് ജീവന്റെ മഹത്തായ വൈവിധ്യവൽക്കരണം വരുന്നു, അത് ആദ്യം കൂടുതലും ഡിഎൻഎ ക്രോമസോമുകളുള്ള ഒരു വേറിട്ട ന്യൂക്ലിയസ് ഉള്ള ഏകകോശ ജീവന്റെ ഉദാഹരണങ്ങളായിരുന്നു. ആത്യന്തികമായി, ഈ യൂകരിയോട്ടുകൾ മൈറ്റോകോൺഡ്രിയൽ കോശങ്ങളെ ഉൾക്കൊള്ളുന്നു, അതിന് ഊർജ്ജം ഉണ്ടാക്കാൻ ധാരാളം സ്വാദിഷ്ടമായ അന്തരീക്ഷ ഓക്സിജൻ (O_2 ഇപ്പോൾ വായുവിന്റെ ഏകദേശം 20% ആണ്) ആവശ്യമായി വരും. ഈ സൂപ്പർചാർജ്ജ്ഡ് യൂകരിയോട്ടുകൾ ഒടുവിൽ ബഹുകോശ സസ്യങ്ങൾ, ഫംഗസുകൾ, മൃഗങ്ങൾ എന്നിവയായി മാറുകയും

ചെയ്യും – ഓരോന്നും സ്വതന്ത്രമായി, ഓരോ ഗ്രൂപ്പിനുള്ളിലും നിരവധി തവണ.

മൾട്ടിസെല്ലുലാർ ജീവന്റെ സ്വതന്ത്ര ഉത്ഭവം ഒരു ഉണ്മയായ നിഗൂഢതയാണ്. ലളിതമായ വിശദീകരണം ആ സങ്കീർണ്ണമായ സ്വഭാവവിശേഷത്തിന്റെ ഒരു ഏക ഉത്ഭവമായിരിക്കും, എന്നാൽ അത് ജീവവൃക്ഷത്തെക്കുറിച്ചുള്ള നമ്മുടെ നിലവിലെ ധാരണയുമായി വിയോജിക്കുന്നു. ചില ആളുകൾ ഒരു ആഗോള ഹിമയുഗത്തിലേക്ക് വിരൽ ചൂണ്ടുന്നു, ഏകദേശം 650 ദശലക്ഷം (650,000,000) വർഷങ്ങൾക്ക് മുമ്പുള്ള 'സ്നോ-ബോൾ എർത്ത്' കാലഘട്ടത്തിൽ, തണുപ്പിനെ അതിജീവിക്കാൻ എല്ലാ വസ്തുക്കളും കൂടിച്ചേരുകയും സഹകരിക്കാൻ പഠിക്കുകയും ചെയ്യേണ്ടി വന്നപ്പോൾ, അത് മൾട്ടിസെല്ലുലാർ ജീവനുകളുടെ പരിണാമത്തിന് സംഭാവനയായിരുന്നിരിക്കാം. ഞാൻ പലപ്പോഴും അന്യഗ്രഹ ജീവനെക്കുറിച്ച് ഒരുപാട് ചിന്തിക്കും, ട്രില്യൺ കണക്കിന് ഗ്രഹങ്ങൾക്കും നക്ഷത്രങ്ങൾക്കും ഇടയിൽ എവിടെയെങ്കിലും നിശ്ചയമായും അത്തരത്തിലുള്ള ജീവനുകളുണ്ടാവും, അവിടെയും ഭൂമിയിലെ ആദ്യത്തെ കുറച്ച് കോടിക്കണക്കിന് വർഷങ്ങളെ പോലെ വിരസമായിരിക്കും. ആർക്കറിയാം, ഒരുപക്ഷെ E.T. അല്ലെങ്കിൽ Chewbacca-യെപ്പോലെ അന്യഗ്രഹജീവികൾ അടിപൊളിയായിരിക്കും; നമ്മുടെ സ്വന്തം ഗ്രഹത്തിന്റെ ചരിത്രം മാത്രം കണക്കിലെടുക്കുമ്പോൾ അതിനുള്ള സാധ്യതയുണ്ടാവാനിടയില്ല. നമ്മൾ സയൻസ് ഫിക്ഷൻ വിഷയത്തിലായിരിക്കുന്നത് കൊണ്ട് പറയാം, എന്നെ എപ്പോഴും രസിപ്പിക്കുന്നതാണ് H.G. വെൽസിന്റെ *The War of the Worlds*-ൽ, തോക്കുകളും മിസൈലുകളുമല്ല, ആക്രമണകാരികളായ അന്യഗ്രഹജീവികളെ പരാജയപ്പെടുത്തുന്നത് പക്ഷേ സൂക്ഷ്മാണുക്കളാണ് എന്നത്, നമ്മൾ കാലങ്ങളായി പരിണമിപ്പിച്ചെടുത്ത അണുവിമുക്തരായ കുത്തിവെപ്പെടുത്തിട്ടില്ലാത്ത അന്യഗ്രഹജീവികളെ ഇല്ലാതാക്കുന്ന സൂക്ഷ്മാണുക്കൾ.

അതിനാൽ സൂക്ഷ്മാണുക്കൾ അത്ര മന്ദബുദ്ധികളല്ലായിരിക്കാം, എന്നാൽ നമുക്ക് കൂടുതൽ പരിചിതമായ കാര്യങ്ങളിലേക്ക് പോകാം. ഏകദേശം 540 ദശലക്ഷം (540,000,000) വർഷങ്ങൾക്ക് മുമ്പ്, നമുക്ക് ഒരു സ്ഫോടനം ഉണ്ടായി : 'കാംബ്രിയൻ സ്ഫോടനം'. മൾട്ടിസെല്ലുലാർ ജീവന് ഒരു നട്ടെല്ല് ലഭിക്കുന്നു, അതിലൂടെ നമുക്ക് ആദ്യത്തെ മത്സ്യങ്ങൾ ലഭിക്കുന്നു, അതിൽ നിന്ന് മറ്റെല്ലാ നട്ടെല്ലുള്ള മൃഗങ്ങളും ഉത്ഭവിക്കുന്നു, എല്ലാവരും ഒരേ അടിസ്ഥാന ശരീര ഘടനയോടെ. നമുക്ക് ഒരുപാട് വൈവിധ്യമാർന്ന ജീവജാലങ്ങളെയും ലഭിക്കുന്നു, അവയിൽ ചിലത് അധികകാലം നിലനിൽക്കാതിരുന്നവയും, നാം ഇനിയൊരിക്കലും കാണാൻ സാദ്ധ്യതയില്ലാത്തവയും, അല്ലെങ്കിൽ ആധുനിക രൂപങ്ങളുമായി നമുക്ക് ബന്ധപ്പെടുത്താൻ ബുദ്ധിമുട്ടായവയുമാണ്. പരിണാമം വ്യത്യസ്ത ശരീര തരങ്ങൾ പരീക്ഷിച്ചുകൊണ്ടിരുന്നു, ഇന്ന് നാം നമുക്ക് ചുറ്റും കാണുന്നവ ആ കാലഘട്ടത്തെ അതിജീവിച്ചവയാണ്.

സൂക്ഷ്മാണുക്കൾ പരിണമിച്ചുകൊണ്ടേയിരുന്നപ്പോൾ, വെള്ളത്തിലും

അതുപോലുള്ള കാര്യങ്ങൾ സംഭവിക്കുന്നു; ഏകദേശം 500 ദശലക്ഷം (500,000,000) വർഷങ്ങൾക്ക് മുമ്പ്, സസ്യങ്ങളും, കുമിളുകളും, അകശേരുക്കളും ഒടുവിൽ മത്സ്യങ്ങളും കരയിൽ കോളനിവൽക്കരിക്കാൻ തുടങ്ങുന്നു, എന്നാൽ അവയുടെ പരിണാമം (സമുദ്രങ്ങളിലെ വൈവിധ്യവുമായി ബന്ധപ്പെട്ട്) കുറേ കാലത്തേക്ക് നടന്നില്ല. (പുതിയ തെളിവുകൾ സൂചിപ്പിക്കുന്നു, ഏകകോശ കുമിളുകൾ ആദ്യം കരക്കിറങ്ങിയത് ഏകദേശം ഒരു ബില്യൺ വർഷങ്ങൾക്ക് മുമ്പാണെന്ന്, കൂടാതെ തന്മാത്രാ തെളിവുകളും സസ്യങ്ങളുടെ നേരത്തെയുള്ള കടന്നുകയറ്റത്തിലേക്ക് വിരൽ ചൂണ്ടുന്നു.) ഇന്ന് നിങ്ങൾക്ക് ചിന്തിക്കാവുന്ന എല്ലാ കര കശേരുജീവികളും മത്സ്യ പൂർവ്വികരിൽ നിന്നാണ് നമുക്ക് ലഭിച്ചത്, ഏകദേശം 200 ദശലക്ഷം (200,000,000) വർഷങ്ങൾക്ക് മുമ്പുവരെ നമുക്ക് സസ്തനികളെ ലഭിച്ചിരുന്നില്ല, ചിലവ ദിനോസറുകളെപ്പോലെ അത്രയും വലുതാണ്, എന്നാൽ മിക്കവയും ചെറുതാണ്, ഇന്നത്തെപ്പോലെ, മിക്ക സസ്തനികളും എലികളോ വവ്വാലുകളോ ആണ്.**

ഈ എലിയുടെ വലിപ്പമുള്ളവയിൽ നിന്ന്, നമുക്ക് ഒടുവിൽ മനുഷ്യർ ഉത്ഭവിക്കാനുതകുന്ന വംശപരമ്പര ലഭിക്കുന്നു. എന്നാൽ ഞാൻ മനുഷ്യർ എന്ന് പറയുമ്പോൾ, ഞാൻ ഉദ്ദേശിക്കുന്നത് നമ്മുടെ ഇനങ്ങളെ മാത്രമല്ല – ഈയടുത്ത കാലം വരെ ഏകദേശം ഒരു ഡസനോളം സ്പീഷീസുകൾ ഉണ്ടായിരുന്നു, നമുക്ക് മനുഷ്യൻ അല്ലെങ്കിൽ കുറഞ്ഞത് "ഹോമിനിനാൻസ്" (ഹോമിനിനായിലെ അംഗങ്ങൾ : ജീവവൃക്ഷത്തിലെ ശാഖ, അത് ചിമ്പാൻസികളുടെ സഹോദരി ഗ്രൂപ്പാണ്, അതിൽ *ഹോമോ സാപ്പിയൻസും* നമ്മുടെ അടുത്ത വംശനാശം സംഭവിച്ച ബന്ധുക്കളും ഉൾപ്പെടുന്നു) എന്ന് വിളിക്കാമായിരുന്നവ. പക്ഷേ, അത് ജീവവൃക്ഷത്തിലെ നമ്മുടെ ഭാഗം മാത്രമാണ്, അതിനെ ഒരു 'ശാഖ' ആയി കരുതുന്നത് പ്രയാസമാണ്; കാര്യങ്ങളുടെ വലിയ രീതിയിലുള്ള പദ്ധതി പരിഗണിക്കുമ്പോൾ ഒരു 'ചെറിയ ഉയർന്നുവരുന്ന ചില്ല' മാത്രമാണ് നമ്മൾ.

ഇന്ന് നമുക്ക് പൂച്ചെടികൾ, കൊറോണ വൈറസുകൾ, താറാവുകൾ, കുറുക്കന്മാർ, കുമിളുകൾ, ഏകകോശ ജീവികൾ, *സ്റ്റാഫൈലോകോക്കസ്*, തിമിംഗലങ്ങൾ എന്നുതുടങ്ങി എല്ലാ തരത്തിലുമുള്ള ജീവനുകൾ നമ്മുടെ നാലുപാടും പരിണമിക്കുന്നുണ്ട്. നമുക്ക് നമ്മെത്തന്നെ ശ്രദ്ധിക്കുന്ന പ്രവണതയുണ്ട്, എന്തുകൊണ്ട് ആയിക്കൂടാ, പക്ഷേ നാം ഈ ഗ്രഹത്തിലെ ദശലക്ഷക്കണക്കിന് വരുന്ന മറ്റ് ജീവിവർഗ്ഗങ്ങളെ മറക്കരുത്, നമുക്ക് മുമ്പേ വന്ന് വംശനാശം സംഭവിച്ച ദശലക്ഷക്കണക്കിന് വർഗ്ഗങ്ങളെയും, അതിൽ ചിലർ നമ്മുടെ ഏറ്റവും അടുത്ത ബന്ധുക്കളുമാണ്. എന്നാൽ ഇപ്പോൾ സംഭവിക്കുന്ന മുഖ്യമായ കാര്യം, നമ്മുടെ ചുറ്റുമുള്ള ജീവനുകളെ, നമ്മൾ ആഗ്രഹിക്കുന്നതും പ്രയോജനകരവുമായ തരത്തിലുള്ള ജീവനുകളാൽ മാറ്റിസ്ഥാപിക്കുന്നു എന്നതാണ്. മിക്ക സസ്തനികളും (ഭാരം അനുസരിച്ച്) ഇപ്പോൾ കന്നുകാലികളാണ്, ഇവ കാട്ടു സസ്തനികളെ അപേക്ഷിച്ച് വളരെ കൂടുതലാണ്. വാസ്തവത്തിൽ, മനുഷ്യരെയും നമ്മുടെ കന്നുകാലികളെയും കൂട്ടിയാൽ, കരയിൽ ജീവിക്കുന്ന മറ്റ് എല്ലാ കശേരുമൃഗങ്ങളെയും അപേക്ഷിച്ച്

ളുക്കത്തിൽ മുന്നിട്ടുനിൽക്കും. നാം സ്വാഭാവിക തിരഞ്ഞെടുപ്പും നിഷ്പക്ഷ പരിണാമവും ദ്രുതഗതിയിലുള്ള കൃത്രിമ തിരഞ്ഞെടുപ്പ് ഉപയോഗിച്ച് മാറ്റി സ്ഥാപിക്കുന്നു. നാം വംശനാശം വരുത്തുക മാത്രമല്ല ചെയ്യുന്നത് – നമ്മുടെ ഗ്രഹത്തിൽ പരിണാമം എങ്ങനെ പ്രവർത്തിക്കുന്നു എന്നത് നാം അടിസ്ഥാനപരമായി മാറ്റുകയാണ്.

* നമ്മെ നിയന്ത്രിക്കുന്ന അനേകം സൂക്ഷ്മാണുക്കൾക്ക് മനുഷ്യർ സൗകര്യപ്രദമായ ഒരു ഗതാഗത ഉപകരണം മാത്രമായിരിക്കുന്നത് എന്തുകൊണ്ടെന്ന് വിശദീകരിക്കുന്ന സാറാ ഹിർഡിന്റെ ആശ്ചര്യജനകമായ പ്രഭാഷണം കാണുക. ഇത് എക്കാലത്തെയും മഹനീയമായ പ്രസംഗമായിരിക്കാം. https://www.youtube.com/watch?v=6jGDPH5h_Mg

** അത് ഞാൻ പറയുന്നത് കൂടുതലും എന്റെ മാമോളജിസ്റ്റ് സുഹൃത്തുക്കളെ അലോസരപ്പെടുത്താനാണ്, എന്നാൽ സസ്തനികൾ തങ്ങളേക്കാൾ വളരെ വൈവിധ്യമാർന്നതാണെന്ന് സാധാരണക്കാരൻ കരുതുന്നു – എല്ലാം പ്ലാറ്റിപ്പസും പാണ്ടകളും മാത്രമല്ല, കുട്ടികളേ; 75% സസ്തനി ഇനങ്ങളും എലികളോ വവ്വാലുകളോ ആണ്.

ഭാഗം 4

പരിണാമം മനസ്സിലാക്കുന്നത് എന്തുകൊണ്ട് പ്രധാനമാണ്

ആന്ത്രോപോസീനിലെ പരിണാമം (രൂപകല്പനയും CRISPR-Cas9-ഉം)

എനിക്ക് ബെസ്സി എന്ന് പേരുള്ള ഒരു ഫ്രഞ്ച് ബുൾഡോഗ് ഉണ്ട് (ചിത്രം 15). അവളെ രക്ഷിച്ചെടുത്തതാണ്, കാരണം ഞാൻ നായ്ക്കളെ രക്ഷിക്കാൻ ശ്രമിക്കുന്ന സ്ഥലങ്ങളുടെ ആരാധകനാണ്, ഡിസൈനർ നായ്ക്കളെ ഉണ്ടാക്കുന്ന സ്ഥലങ്ങളുടെ ആരാധകനല്ല. ഫ്രഞ്ച് ബുൾഡോഗുകളുടെ കൂട്ടങ്ങൾ, പിരനീസ് നായ്ക്കളുടെ കൂടെ കറങ്ങുകയും ഉരുളുകയും ചെയ്യുന്ന ഒരു ലോകത്തിൽ, ഞാൻ വിശ്വസിക്കാൻ ആഗ്രഹിക്കുന്നുവെങ്കിലും, വാസ്തവത്തിൽ അവയെ പ്രകൃതിയിൽ കാണപ്പെടുന്നില്ല. ഫ്രഞ്ച് ബുൾഡോഗുകൾ, എല്ലാ നായ്ക്കളെയും പോലെ, ചെന്നായ്ക്കളുടെ പിൻഗാമികളാണ്. ബെസ്സി സുന്ദരിയും ഓമനത്വമുള്ളവളും പിന്നെ വിദ്വേഷമുളവാക്കുന്നവളുമാണ്. അവളും അവളുടെ വലുപ്പവും, ഹൃദ്യമല്ലാത്ത ഭാവവും, ഉണ്ടക്കണ്ണുകളും മറ്റും അവളുടെ കുലീനരായ ചെന്നായ പൂർവ്വികർക്ക് അപമാനമാണ്. ദശലക്ഷക്കണക്കിന് വർഷങ്ങളായി നടക്കുന്ന മാംസഭുക്കുകളുടെ പരിണാമത്തിന്റെ വിപരീതമാണ് അവളുടെ വെട്ടിച്ചുരുക്കിയ മൂക്ക് – അവൾ എന്റെ കക്ഷത്തിൽ തലവെച്ച് ഒരു ആനത്തലയുള്ള കുഞ്ഞ് മനുഷ്യനെപ്പോലെ കൂർക്കം വലിച്ചുറങ്ങുമ്പോൾ ഞാൻ ചിന്തിക്കാറുള്ള ഒന്നാണിത്. എല്ലാ ശുദ്ധമായ ഇനങ്ങളെയും ചെയ്യുന്നതുപോലെ, ബ്രീഡർമാർ വ്യത്യസ്ത ജോഡി ഇണകളെ കൂട്ടിയോജിപ്പിച്ച് പൊരുത്തമുള്ളവരാക്കി, അതിൽനിന്ന് അവരുടെ മാതാപിതാക്കളുടെ അതേ അല്ലെങ്കിൽ 'മെച്ചപ്പെട്ട' സ്വഭാവ സവിശേഷതകളുള്ള സന്താനങ്ങളെ ഉൽപ്പാദിപ്പിക്കുന്ന ഇണകളെ തിരഞ്ഞെടുത്തു. (ഡാർവിൻ *ഒറിജിൻ ഓഫ് സ്പീഷീസ്* വളർത്തുമൃഗങ്ങളുടെ ഉദാഹരണങ്ങൾ കൊണ്ട് ആരംഭിച്ചതിന് ഒരു കാരണമുണ്ട്.)

ഈ ഫ്രഞ്ചുകാരുടെ കാര്യത്തിൽ, കുറിയ മുഖവും, കരുത്തുറ്റ തടിച്ച ശരീരവും, സഹവാസത്തിന് യോജിച്ച സ്വഭാവവുമായാണ് അവരെ വളർത്തിയെടുക്കപ്പെട്ടിരിക്കുന്നത്. അവർക്ക് ഭംഗിയുള്ള ചെറിയ മൂക്കുകളും വലിയ തലകളും ഉള്ളതിന്റെ ഉപോൽപ്പന്നം ഇനിപ്പറയുന്നവയാണ്, അവർക്ക് ശ്വസിക്കാനുള്ള ബുദ്ധിമുട്ട്, ശരീരം നന്നായി തണുപ്പിക്കാൻ കഴിയാതിരിക്കുക (ചെറിയ നാസികാദ്വാരം കാരണം) പിന്നെ സർവ്വോപരി, അവർക്ക് പ്രസവിക്കാൻ കഴിയാത്തത്ര ചെറിയ ഇടുപ്പ് : അവർ ശസ്ത്രക്രിയ മൂലമാണ് ജനിക്കുന്നത്. വാസ്തവത്തിൽ, ഇടുപ്പ് വളരെ മെലിഞ്ഞിരുക്കുന്നതിനാൽ പുരുഷന് ഒരു പെണ്ണിന്റെ പുറത്ത് കയറാൻ പോലും കഴിയില്ല, അതിനാൽ അവരെ കൃത്രിമമായി ബീജസങ്കലനം നടത്തണം. അതാണോ പരിണാമം? അല്ല, തീർച്ചയായും അല്ല – എന്നാൽ അത് തിരഞ്ഞെടുക്കലാണ്. ഈ കാര്യത്തിൽ – കൃത്രിമ തിരഞ്ഞെടുപ്പിലൂടെ മനുഷ്യർ രൂപപ്പെടുത്തിയ എല്ലാ ഇനങ്ങളിലും, അത് ബുൾഡോഗ്, ചോളം അല്ലെങ്കിൽ പശുക്കൾ ആയിക്കോട്ടെ – തിരഞ്ഞെടുക്കുന്നത് പ്രകൃതിയല്ല, നമ്മളാണ്. പ്രകൃതിയും (ഒരു നിമിഷത്തേക്ക് നരവംശവൽക്കരിക്കാൻ) അതേ കാര്യമാണ് ചെയ്യുന്നത്, അതിജീവിക്കാനും സന്താനങ്ങളുണ്ടാകാനും അനുവദിക്കുന്നതിലൂടെ പരിസ്ഥിതിക്ക് ഏറ്റവും അനുയോജ്യമായ ജീവികളെ തിരഞ്ഞെടുക്കുന്നു, എന്നിരിക്കെ അതിജീവിക്കാനുള്ള സ്വഭാവഗുണങ്ങൾ ഇല്ലാത്തവ മരിച്ചു വീഴുകയും ചെയ്യുന്നു. സ്വാഭാവിക തിരഞ്ഞെടുപ്പും കൃത്രിമ (മനുഷ്യ) തിരഞ്ഞെടുപ്പും തമ്മിലുള്ള താരതമ്യം ഇത്രമാത്രം : പ്രകൃതി V/s വികൃതി. പ്രകൃതിയും സ്വാഭാവികമായി മാറുന്നുണ്ട്, വർഷം തോറും, ഋതുക്കളിൽ നിന്ന് ഋതുക്കളിലേക്ക്, എന്നാൽ നമ്മൾ തിരഞ്ഞെടുക്കുമ്പോൾ ചെയ്യുന്നതുപോലെ പ്രകൃതി സ്വഭാവസവിശേഷതകൾക്ക് മുൻഗണന കൊടുക്കുന്നില്ല, അതുകൊണ്ട് സ്വാഭാവിക തിരഞ്ഞെടുപ്പ് കൃത്രിമ തിരഞ്ഞെടുപ്പിനേക്കാൾ ഒരു വളരെ മന്ദഗതിയിലുള്ള പ്രക്രിയയാണ്. കൃത്രിമ തിരഞ്ഞെടുപ്പും വളരെ മന്ദഗതിയിലാണ് : മൃഗങ്ങൾ പല തലമുറകളായി പ്രജനനം നടത്തുന്നതിനായി നിങ്ങൾ പിന്നെയും കാത്തിരിക്കണം. നിങ്ങൾ ആഗ്രഹിക്കുന്ന സ്വഭാവസവിശേഷതകളുള്ള കുറച്ച് വ്യക്തികളെ ലഭിക്കാൻ നിരവധി ശ്രമങ്ങൾ ആവശ്യമാണ്. ഇത് വേഗത്തിലാക്കാൻ, സമാന സ്വഭാവങ്ങളുള്ള സഹോദരങ്ങളെ ഇണചേർക്കുന്നത് പലപ്പോഴും ഈ പ്രക്രിയയുടെ ഭാഗമാണ്, ഇത് അനവധി അകാലമരണങ്ങളിലേക്കും അനാവശ്യ മ്യൂട്ടേഷനുകളിലേക്കും നയിക്കുന്നു (നിങ്ങൾ അടുത്ത ബന്ധുക്കളെ ഇണ ചേർക്കുമ്പോൾ, അനർത്ഥ ഹേതുവായ വിനാശകരമായ അപകട സ്വഭാവ വിശേഷങ്ങൾ ഒരുമിച്ച് വരാനുള്ള സാധ്യത വർദ്ധിക്കുന്നു). ഇത്രയും വിചിത്രമായത് പോരാത്തതു കൊണ്ടായിരിക്കും, നമ്മൾ മനുഷ്യർ ഇതിനെ അസാധാരണമായ ഒരു തലത്തിലേക്ക് ഉയർത്തുകയും, ഒരുപക്ഷേ ഇതിനെ വളരെ ദൂരത്തേക്ക് കൊണ്ടുപോകുകയും ചെയ്യുന്നത് (നിർബന്ധിത അഗമ്യ ഗമനം). നമ്മൾ ഇപ്പോൾ കേവലം പ്രകൃതി നിയമങ്ങളെ ചൂഷണം ചെയ്യുകയല്ല; നമ്മൾ ആ നിയമാവലി തന്നെ മാറ്റിയെഴുതുകയാണ്.

CRISPR-Cas (ചുരുക്കപ്പേര് CRISPR) എന്ന വിളിക്കുന്ന ഒരു ഡിഎൻഎ 'ടൈപ്പ്റൈറ്റർ' അടുത്തിടെയാണ് കണ്ടുപിടിച്ചത്, അത് ലോകത്ത് വിപ്ലവം സൃഷ്ടിച്ചു (കണ്ടുപിടുത്തക്കാരായ ജെന്നിഫർ ഡൗഡ്നയും, ഇമ്മാനുവൽ ചാർപെന്റിയറും 2020-ലെ രസതന്ത്രത്തിനുള്ള നോബൽ സമ്മാനം നേടി). CRISPRCas ഒരു DNA-യെ വിഭജിക്കുന്ന എൻസൈമിന്റെയും (സാധാരണയായി Cas9 അല്ലെങ്കിൽ Cas12) പ്രത്യേക ആവർത്തിച്ചുള്ള DNA സീക്വൻസുകളുടെയും (CRISPR) ഒരു സംയോജനമാണ്, ഇത് വൈറസുകളെ ചെറുക്കാൻ ചില ബാക്ടീരിയകൾ ഉപയോഗിക്കുന്ന ജനിതക സംവിധാനമാണ്. അടിസ്ഥാനപരമായി, ഇതിന് സാംക്രമിക ഡിഎൻഎയുടെ ഇഴകൾ വെട്ടിമാറ്റി, പകരം ബാക്ടീരിയയെ 'ഓർമ്മിക്കാൻ' സഹായിക്കുന്ന സമാനമായ, എന്നാൽ നിരുപദ്രവകരമായ ഒരു ശ്രേണി സ്ഥാപിക്കാൻ കഴിയും (അതിനാൽ ഭാവിയിൽ ആ വൈറസിനെതിരെ സ്വയം പ്രതിരോധിക്കാൻ ഇത് തയ്യാറാകും) : ബാക്ടീരിയയുടെ പ്രതിരോധശേഷിയായി ഇതിനെ കരുതുക. സമാനമായ എന്തെങ്കിലും ചെയ്യാൻ ശാസ്ത്രജ്ഞർക്ക് ഈ സ്വാഭാവിക സംവിധാനത്തെ ഉപയോഗിക്കാൻ കഴിയും : ജീനുകളെ തകർക്കുന്നതിനോ അല്ലെങ്കിൽ അവയുടെ പ്രവർത്തനത്തിൽ പരിഷ്കാരം വരുത്തി, നാം ജനിതകരൂപത്തിൽ (ഡിഎൻഎ ശ്രേണികൾ) വരുത്തുന്ന മാറ്റങ്ങൾ ഫിനോടൈപ്പിനെ (ശരീരത്തെ) എങ്ങനെ ബാധിക്കുമെന്ന് പഠിക്കാൻ ഉപയോഗിക്കാം. ഡിഎൻഎയുടെ ക്രമങ്ങൾ എഡിറ്റ് ചെയ്യാനോ ഇല്ലാതാക്കാനോ കഴിയുന്ന ഒരു ടൈപ്പ്റൈറ്റർ പോലെ ഡിഎൻഎ കോഡ് മാറ്റാൻ ഒരു ശാസ്ത്രജ്ഞനെ അല്ലെങ്കിൽ പത്തൊൻപതു വയസ്സുള്ള ഒരു ബിരുദ വിദ്യാർത്ഥിയെ CRISPR അനുവദിക്കുന്നു. ആ രീതിയിൽ, കൃത്രിമ തിരഞ്ഞെടുപ്പ് വേഗത്തിലാക്കാൻ നമുക്ക് CRISPR ഉപയോഗിക്കാം. അഭികാമ്യമായ മ്യൂട്ടേഷനുകൾക്കായി നൂറുകണക്കിന് തലമുറകൾ കാത്തിരിക്കുന്നതിനുപകരം, നമുക്ക് നേരിട്ട് ഒരു ജീനോമിനെ കൈകാര്യം ചെയ്യാൻ കഴിയും. തിരഞ്ഞെടുക്കൽ വേഗത്തിലാക്കുന്നതിനേക്കാൾ ഉപരി, CRISPR-Cas-നൊപ്പം ഉപയോഗിക്കാനാകുന്ന 'ജീൻ ഡ്രൈവുകൾ' എന്ന മറ്റൊരു ടൂൾ ഉപയോഗിച്ച് നമുക്ക് മെൻഡലിയൻ ജനിതകശാസ്ത്രം എങ്ങനെ പ്രവർത്തിക്കുന്നു എന്നതും മാറ്റാം. ജീൻ ഡ്രൈവുകൾ ഉപയോഗിച്ച്, നമുക്ക് ഒരു ജീനിന്റെ ഒരേയൊരു പതിപ്പ് (അല്ലെങ്കിൽ അല്ലീൽ) എന്ന രീതിയിൽ പ്രവർത്തിപ്പിച്ച്, ഒരു സ്വഭാവസവിശേഷത ഉണ്ടാക്കുകയും, ആ പതിപ്പ് 100% വ്യക്തികൾക്കും, തലമുറതലമുറയായി കൈമാറാനും കഴിയും. ഈ പുതിയ ശക്തി നാം ഉപയോഗിക്കാൻ പോകുന്നത് നന്മക്കോ അതോ തിന്മക്കോ? നിങ്ങൾ എന്ത് കരുതുന്നു? തീർച്ചയായും രണ്ടിനും വേണ്ടി! (നോബൽ ജേതാക്കളായ ശാസ്ത്രജ്ഞർ ഡൗഡ്നയും ചാർപെന്റിയറും തങ്ങളുടെ പുതിയ കണ്ടുപിടുത്തത്തിന്റെ ശക്തിയും ധാർമ്മികതയും പ്രതിഫലിപ്പിക്കുന്ന കാര്യത്തിൽ ഒരു മികച്ച ജോലിയാണ് ചെയ്തുപോരുന്നത് എന്നത് പ്രശംസനീയമാണ്.)

താമസിയാതെ തന്നെ നമ്മൾ CRISPR വാണിജ്യപരമായി ലാഭമു

ണ്ടാക്കാൻ വേണ്ടി ഉപയോഗിക്കും. ഭാവിയിൽ 'ഹ്ദട്ടേഴ്സിൽ' പോകുന്ന യാളുകളെ തൃപ്തിപ്പെടുത്താൻ നാലോ ആറോ ചിറകുകളുള്ള കോഴികൾ നമുക്കുണ്ടായേക്കാം. ഷെൽഫ് ലൈഫ് കൂട്ടുന്നതിനായി (പാഴാകുന്നത് തടയുന്നതിനും, തീർച്ചയായും കൂടുതൽ പണം സമ്പാദിക്കുന്നതിനും) സാവ ധാനം മൂത്തുപഴുക്കുന്ന (ആന്റി ബ്രൗണിംഗ് ആപ്പിൾ പോലെ) CRISPR പഴങ്ങൾ സൂപ്പർമാർക്കറ്റുകളിൽ നമുക്ക് ഇതിനകം തന്നെയുണ്ട്. GMO (ജനിതകമാറ്റം വരുത്തിയ ജീവികൾ) പുതിയതല്ലെങ്കിലും, CRISPR നാം അവയെ വിപണിയിൽ കാണുന്ന വേഗത വർദ്ധിപ്പിക്കാൻ പോകുന്നു. ശരിയായ രീതിയിൽ ഉപയോഗിച്ചാൽ ഭക്ഷ്യ അരക്ഷിതാവസ്ഥ പരിഹരി ക്കാൻ ഈ സാങ്കേതികവിദ്യക്ക് ശക്തിയുണ്ട്, എന്നാൽ ആറ് ചിറകുള്ള കോഴിയെപ്പോലെയോ മറ്റേതെങ്കിലും കൃത്രിമ ക്രൂരജന്തുവിനെപ്പോലെയോ പുതിയ മൃഗങ്ങളെ സൃഷ്ടിക്കാൻ ആഗ്രഹിക്കുന്ന ഒരാളുടെ ധാർമ്മികതയെ ക്കുറിച്ചും നാം ചിന്തിക്കേണ്ടതുണ്ട്. എന്നിരുന്നാലും, നിങ്ങൾക്ക് വാദിക്കാം, കൃത്രിമമായി തിരഞ്ഞെടുക്കുന്നതിനാൽ കഷ്ടിച്ച് നടക്കാൻ കഴിയുന്ന ബ്രോയിലറുകൾ (ഇറച്ചി കോഴികൾ) വളരെ വേഗത്തിൽ തടിച്ചുകൊഴുക്കു ന്നുവെന്ന്, ഇവ ഇതിനകംതന്നെ കുലീനമായ ഏഷ്യൻ ജംഗിൾഫൗൾ ഗാലസ് ഗാലസിൽ നിന്ന് തികച്ചും വ്യത്യസ്തരാണ്.*

CRISPR ഉപയോഗിച്ചുള്ള ജീനോമിക് എഞ്ചിനീയറിംഗ് മുഖ്യധാര യിൽ കൂടുതൽ ആയിക്കഴിഞ്ഞാൽ, ഒരുപക്ഷേ ഒരു പുതിയ തരം ജൈവ-ഭീകരർ മുട്ടയിടുന്നതിന് മുമ്പ് ഒന്നിലധികം തവണ കടിക്കുന്ന ഒരു കൊതുകിനെ സൃഷ്ടിച്ചേക്കാം (സാധാരണയായി മുട്ടയിടുന്നതിന് മുമ്പ് ഒരു രക്തഭക്ഷണം മാത്രമാണ് മനുഷ്യനെ കടിക്കുന്ന കൊതുകുകൾ എടുക്കുന്നത്). ഈ പരിഷ്കാരം കൊതുകുകളെ, രക്തത്തിലൂടെ പകരുന്ന രോഗങ്ങൾ (ഉദാഹരണത്തിന്, മലേറിയ, ഡെങ്കിപ്പനി, വെസ്റ്റ് നൈൽ വൈറസ്, ചിക്കൻഗുനിയ, മഞ്ഞപ്പനി) കൂടുതൽ വേഗത്തിലും കാര്യക്ഷമമായും പരത്തുന്ന കൂടുതൽ അപകടകരമായ രോഗവാഹകരായി മാറ്റും. 'CRISPR ചെയ്ത' കൊതുകുകളെ നമ്മൾ ഇതിനകം തന്നെ പുറത്തുവിടുകയും അവ വഹിക്കുന്ന രോഗങ്ങൾ ആ സ്ഥലങ്ങളിൽ കൊടിയ നാശം വിതക്കുക യുമുണ്ടായി. ആ പുറത്തുവിടലുകൾ യഥാർത്ഥത്തിൽ ചെയ്യുന്നത് ജാഗരൂക രായ ശാസ്ത്രജ്ഞരും രാഷ്ട്രീയക്കാരുമാണ്; അവർ ഈ ജോലി എവിടെ നിർവ്വഹിക്കുന്നു എന്നതിന്റെ നൈതികത – പലപ്പോഴും വലിയ തദ്ദേശീയ സമൂഹങ്ങളുള്ള ദ്വീപുകളിൽ – എന്ന് പറയുന്നത് വിഷമകരമാണ്. ഈ രോഗങ്ങളെ പ്രതിരോധിക്കുന്ന കൊതുകുകളെ നമുക്ക് ജീൻ ഡ്രൈവുകൾ ഉപയോഗിച്ച് ഉണ്ടാക്കി ആ സ്വഭാവസവിശേഷത പരത്താനായി കാട്ടി ലേക്ക് വ്യാപിപ്പിക്കാൻ കഴിയും, പക്ഷേ നിയന്ത്രണങ്ങളും ധാർമ്മികതകളും കാട്ടിലേക്ക് വലിയ തോതിൽ അവയെ തുറന്നുവിടുന്നതിന് മുമ്പ് ജാഗ്രത പാലിക്കാൻ ആവശ്യപ്പെടുന്നു. ഇതിലെ ഏറ്റവും പ്രധാന കാര്യം, CRISPR അല്ലെങ്കിൽ ജീൻ ഡ്രൈവ് മെക്കാനിസം നാം കൃത്രിമമായി തിരഞ്ഞെടുത്ത ജീവിയിൽ നിന്ന് 'രക്ഷപ്പെട്ട്' (വൈറസ് വഴി) നിരപരാധിയായ ഒരു

ജീവിയിലേക്ക് ചാടാനുള്ള സാദ്ധ്യത എങ്ങനെയെന്ന് നമുക്ക് ഉറപ്പില്ല എന്നതാണ്. നമ്മൾ പുറത്തുവിടുന്ന വന്ധ്യംകരിച്ച കൊതുകുകൾ, വന്ധ്യരായ തേനീച്ചകൾക്കോ വന്ധ്യരായ ചിലന്തികൾക്കോ വന്ധ്യരായ ആളുകൾക്കോ കാരണമാകാൻ പാടില്ല.

ഒരു പരിസ്ഥിതി-ഭീകരൻ എല്ലാ പശുക്കളെയും കൊല്ലുന്ന ഒരു രോഗം സൃഷ്ടിക്കാൻ തീരുമാനിക്കുകയും അങ്ങനെ ആഗോളതാപനത്തിന് കാരണമാകുന്ന ജീവിയെ (നമ്മെ ഒഴിച്ച്) നീക്കം ചെയ്യുകയും ചെയ്താലോ? അല്ലെങ്കിൽ 2019-ൽ കൊറോണ വൈറസ് (ഈനാംപേച്ചികളിൽ നിന്നോ വവ്വാലുകളിൽ നിന്നോ) ചെയ്തതിന് സമാനമായി, ഏവിയൻ മലേറിയ പോലുള്ള, മൃഗങ്ങളിൽ ഇതിനകം നിലനിൽക്കുന്ന ഒരു രോഗം മനുഷ്യരിലേക്ക് ചാടാൻ ആരെങ്കിലും കൃത്രിമപ്പണിയെടുത്താലോ?** എന്തായാലും, ഇത് എങ്ങനെ ചെയ്യാമെന്ന് നാം മനസ്സിലാക്കിയതിനാൽ, SARS-CoV-2 (COVID-19-ന് കാരണമായ കൊറോണ വൈറസ്) ഒരു ലാബിൽ നിർമ്മിച്ചതാണെന്ന ഗൂഢാലോചന സിദ്ധാന്തം നമുക്ക് നിരാകരിക്കാനാകും. കൃത്രിമ വൈറസിൽ നിന്ന് നമ്മൾ പ്രതീക്ഷിക്കുന്ന ജനിതക അടയാളങ്ങളൊന്നും SARS-CoV-2-ന്റെ ശ്രേണിയിൽ കാണുന്നില്ല; പകരം ഇത് 2019 അവസാനത്തിൽ മനുഷ്യനിൽ നിന്ന് മനുഷ്യനിലേക്ക് പകരുന്നതിന് മുമ്പ്തന്നെ, വന്യമൃഗങ്ങളിൽ നിലനിന്നിരുന്ന SARS വൈറസിനോട് വളരെ സാമ്യമുള്ളവയാണ്.

ലാബുകളിൽ പുതിയ സ്പീഷീസുകൾ സൃഷ്ടിക്കപ്പെടുകയും വിദേശീയമായ മൃഗങ്ങളെ ഇന്ന് പുറത്തുവിടുന്ന അതേ രീതിയിൽ പുറത്തുവിടുകയും ചെയ്യുന്ന ഒരു ഭാവി സങ്കൽപ്പിക്കുക. ഫ്ളോറിഡയിലേക്കോ സിംഗപ്പൂരിലേക്കോ പോയാൽ മതി, അവിടെ നിങ്ങൾക്ക് തദ്ദേശീയരായ സസ്യങ്ങളെയും മൃഗങ്ങളെയും കാണാൻ കഴിയുന്നത്ര എളുപ്പത്തിൽ വിദേശീയമായവയേയും കാണാൻ കഴിയും. നിങ്ങളുടെ വീട്ടുമുറ്റങ്ങൾക്കും പൂന്തോട്ടങ്ങൾക്കുമപ്പുറം നോക്കേണ്ട ആവശ്യമില്ല – യുഎസിൽ ഇത് വീട്ടു കുരുവികൾ, സ്റ്റാർലിങ് പക്ഷികൾ, ഉറുമ്പുകൾ, പനംതെങ്ങുകൾ മുതലായവയാണ്, ഇന്ത്യയിൽ ഇത് ലന്താന കുറ്റിച്ചെടി, ജല ഹയസിന്ദ് ചെടി, ആഫ്രിക്കൻ ഒച്ചുകൾ, തിലാപ്പിയ എന്നിവയാണ്. നമ്മുടെ ഏറ്റവും സർവ്വവ്യാപിയായ 'വന്യജീവ'നുകളിൽ ചിലത് അതിക്രമിച്ചുകയറിയവയാണ്; ഭാവിയിൽ ആ സ്ഥാനം അലങ്കരിക്കുന്നത് CRISPR-ന്റെ ജീവികളായിരിക്കും. ഞാൻ സാധാരണയായി ഒരു ശുഭാപ്തിവിശ്വാസിയാണ്, എന്നാൽ CRISPR എപ്പോഴും വിവേകപൂർവ്വം ഉപയോഗിക്കാനുള്ള നമ്മുടെ കഴിവിനെക്കുറിച്ച് ഞാൻ ഒരു അശുഭാപ്തിവിശ്വാസിയാണ്. CRISPR ഉപയോഗം നിയന്ത്രിക്കുന്നതിന് ചട്ടങ്ങൾ നിലവിലുണ്ടെങ്കിലും, ചൈനയിൽ അടുത്തിടെ ജനിച്ച 'CRISPR കുഞ്ഞുങ്ങൾ' അല്ലെങ്കിൽ ഒരു റഷ്യൻ ഡോക്ടർ ചില തരത്തിലുള്ള ബധിരതയെ 'ചികിത്സിക്കാൻ' ബധിര ദമ്പതികളുടെ** ഭ്രൂണങ്ങൾ പരിഷ്കരിക്കാൻ ശ്രമിക്കുന്ന തുടങ്ങിയ കാര്യങ്ങളിലൂടെ ആളുകൾ നിയമങ്ങൾ ഇതിനകം തന്നെ വളച്ചൊടിക്കുന്നു. CRISPR-Cas നമ്മുടെ പല പ്രശ്നങ്ങളും

പരിഹരിക്കാനുള്ള വലിയ സാധ്യതയുണ്ട്, പക്ഷേ *ജുറാസിക് പാർക്ക്*-ലെ ജെഫ് ഓൾഡ്ബ്ലൂമിനെ ഉദ്ധരിക്കാതിരിക്കാൻ എനിക്ക് കഴിയുന്നില്ല : 'നിങ്ങളുടെ ശാസ്ത്രജ്ഞർ തങ്ങൾക്ക് കഴിയുമോ ഇല്ലയോ എന്നതിൽ വളരെയധികം ശ്രദ്ധാലുവായിരുന്നു, ആയതിനാൽ വേണമോ വേണ്ടയോ എന്ന് ചിന്തിക്കാൻ അവർ നിന്നില്ല.' ആക്രമണകാരികളായ സ്പീഷീസുകളിൽ നിന്ന് നമ്മെ വിമുക്തമാക്കാൻ (ആക്രമണകാരികൾക്ക് മാത്രമായി പരിമിതപ്പെടുത്തിയിരിക്കുന്ന ഒരു മാരകമായ മ്യൂട്ടേഷൻ പ്രചരിപ്പിക്കുന്നതിലൂടെ) CRISPR ഉപയോഗിക്കുന്നതിനുള്ള സാധ്യത അല്ലെങ്കിൽ പ്ലാസ്റ്റിക് കഴിക്കുന്ന സസ്യങ്ങളെ ഉണ്ടാക്കുന്നത്, ഈ പുതിയ സാങ്കേതികവിദ്യയുടെ തിളക്കമാർന്ന വശമായിരിക്കാം.

മനുഷ്യർക്ക് മുമ്പ്, പ്രകൃതിക്ക് സ്വാഭാവിക തിരഞ്ഞെടുപ്പ് ഉണ്ടായിരുന്നു, അത് കോടിക്കണക്കിന് വർഷങ്ങളോളം പ്രവർത്തിച്ചു. അത് ഇപ്പോഴും പ്രവർത്തിക്കുന്നു, പക്ഷേ അതിന്റെ സ്ഥാനം കവർന്നെടുത്തിരിക്കുന്നു. സെലക്റ്റീവ് ബ്രീഡിംഗ് വഴിയും ഇപ്പോൾ CRISPR വഴിയും മനുഷ്യർ കൃത്രിമ തിരഞ്ഞെടുപ്പ് സൃഷ്ടിച്ചു, ഒപ്പം വർദ്ധിച്ച വേഗതയും വൈദഗ്ധ്യവും ഉപയോഗിച്ച് നമുക്ക് ചുറ്റുമുള്ള ലോകത്തിന്റെ യഥാർത്ഥ ബുദ്ധിമാനായ ഡിസൈനർമാരായി നമ്മൾ മാറുകയാണ്.*** നാം കേവലം പശുക്കളെയും വിളകളെയും പോലെ നമ്മൾ ഉപയോഗിക്കുന്ന ജീവജാലങ്ങളെ പരിഷ്കരിക്കുക മാത്രമല്ല, നമുക്ക് താൽപ്പര്യമില്ലാത്ത ജീവജാലങ്ങൾക്ക് പോലും നമ്മോടൊപ്പം ജീവിക്കുന്നതിന്റെ സെക്കൻഡ് ഹാൻഡ് ഫലങ്ങൾ ലഭിക്കുന്ന തരത്തിൽ ഗ്രഹത്തെ നാം പുനർരൂപപ്പെടുത്തുന്നു. ട്രോഫി വേട്ടയും മീൻ പിടുത്തവും എടുക്കുക, അവിടെ നമ്മൾ ഏറ്റവും വലുതും ഏറ്റവും അലങ്കാരമായതുമായ (കൊമ്പുകളുള്ള) വ്യതിരിക്തമായതിന് പിന്നാലെയാണ്. ഈ ട്രോഫിക്ക് ഉതകുന്ന വ്യതിരിക്തമായതിനെ എടുക്കുക എന്നതിനർത്ഥം ജീൻ പൂളിൽ നിന്ന് ആ സ്വഭാവവിശേഷങ്ങൾ എടുക്കപ്പെടുന്നുവെന്നും, അവശേഷിച്ച അധികം അലങ്കാരമില്ലാത്ത ഒന്നിന്റെ പ്രജനനം നടക്കുന്നുവെന്നും, അവരുടെ ചെറിയ അധികം അലങ്കാരമില്ലാത്ത സ്വഭാവവിശേഷങ്ങൾ കൈമാറ്റം ചെയ്യപ്പെടുകയും ചെയ്യുന്നു എന്നതാണ്. ആനക്കൊമ്പുകൾ മനുഷ്യർ വേട്ടയാടാൻ തുടങ്ങുന്നതിന് മുമ്പുള്ളതുപോലെ ബലവത്തല്ല (കൊമ്പില്ലാത്ത ആനയുടെ ജനസംഖ്യയും വികസിച്ചു); ഒരു കാലത്ത് വൻതോതിൽ ലഭിച്ചിരുന്ന ബ്ലൂ-ഫിൻ ട്യൂണ, സമ്പന്നരായ ജാപ്പനീസ് ഭക്ഷണപ്രിയരുടെ ആഹാരത്തിന്റെ ഭാഗമായതിനു ശേഷം അങ്ങനെ ലഭിക്കാതെയായി. വംശനാശത്തിലേക്ക് നാം വേട്ടയാടിയ നൂറുകണക്കിന് ജീവിവർഗ്ഗങ്ങളെ പരാമർശിക്കാതെ തരമില്ല : പാസഞ്ചർ പ്രാവുകൾ (ഒരുകാലത്ത് ഭൂമിയിൽ അസംഖ്യമായിരുന്ന പക്ഷികൾ), ഡോഡോ, ടാസ്മാനിയൻ കടുവ – ഇവയാണ് ഉജ്ജ്വലോദാഹരണങ്ങൾ. ചില കണക്കുകൾ പ്രകാരം, സ്വാഭാവിക പശ്ചാത്തലത്തിലുള്ള വംശനാശ നിരക്കുമായി താരതമ്യപ്പെടുത്തുമ്പോൾ (വംശനാശം പരിണാമത്തിന്റെ ഭാഗമാണെന്ന് ഓർമ്മിക്കുക), മനുഷ്യർ ഒരു വർഷത്തിൽ അതിനേക്കാൾ നൂറുകണക്കിന്

അല്ലെങ്കിൽ ആയിരക്കണക്കിന് അധികം ജീവജാലങ്ങൾക്ക് വംശനാശം വരുത്തുന്നു. (ഇവയിൽ പലതും അകശേരുവർഗ്ഗങ്ങൾ, ഉഭയജീവികൾ, പിന്നെ പുറംലോകം അധികം അറിയാത്ത ദ്വീപ് സ്പീഷിസുകൾ എന്നിവ യാണ്). മനുഷ്യരുടെ നിലനിൽപ്പിനിടയിൽ മിക്ക സസ്യങ്ങളുടെയും മൃഗങ്ങളുടെയും വംശനാശം സംഭവിച്ചത് ആവാസവ്യവസ്ഥയുടെ നാശം കാരണമാണ്, അതിൽ ഭൂപ്രകൃതിയുടെ മലിനീകരണം അല്ലെങ്കിൽ ഉന്മൂലനം അല്ലെങ്കിൽ പുനർരൂപകൽപ്പന എന്നിവ ഉൾപ്പെടുന്നു. ചില ജന്തുജാലങ്ങൾ നമ്മുടെ അടുത്ത് ജീവിക്കുമ്പോൾ, അവർ രാത്രികാലം കൂടുതൽ ഇഷ്ടപ്പെടുന്ന ഒരു രീതിയിലേക്ക് പോലും മാറിയിട്ടുണ്ട്. അടുത്ത തവണ ഫ്ളൈറ്റിൽ വിൻഡോ സീറ്റ് കിട്ടുമ്പോൾ, ഒന്ന് ശ്രദ്ധിക്കുക, താരതമ്യേന നിങ്ങൾ കാണുന്നത് കാടാണോ അതോ നമ്മൾ മനുഷ്യർക്ക് വേണ്ടി പരിഷ്കരിച്ച എന്തെങ്കിലുമാണോ എന്ന്. നിങ്ങൾ നാശത്തിന്റെ ഒരു ചിത്രകമ്പളം കാണാനിടയുണ്ട്. ഭൂമിയുടെ ചരിത്രത്തിലെ പ്രധാന കാലഘട്ടങ്ങൾക്കിടയിൽ ഒരു ഉൽക്കയോ ഹിമയുഗമോ ആഗോള ഭൗമശാസ്ത്രപരമായ മാറ്റത്തിന് കാരണമായേക്കാവുന്നതുപോലെ, നമ്മൾ ഈ ഗ്രഹത്തെ പുനർരൂപകൽപ്പന ചെയ്ത രീതിക്ക് ശേഷമുള്ള, നിലവിലെ ഭൂഗർഭയുഗത്തെ പല ശാസ്ത്രജ്ഞരും 'ആന്ത്രോപോസീൻ' എന്ന് വിളിക്കുന്നത് അതുകൊണ്ടാണ്.

അപ്പോൾ അതിന് എന്താണ് ചെയ്യേണ്ടത്? അത് നമ്മൾ ഓരോ രുത്തരും വ്യക്തിപരമായ തലത്തിൽ തീരുമാനിക്കേണ്ടതാണ്. വ്യാവസാ യിക തലത്തിലും സർക്കാർ തലത്തിലും പരിഹാരങ്ങൾ ആവശ്യമാണെ ന്നിരിക്കെ സസ്യാഹാരം കഴിക്കണമെന്നോ സ്ട്രോ ഉപയോഗിക്കുന്നത് നിർത്തണമെന്നോ നിങ്ങളോട് പറയാനല്ല ഞാൻ ഇവിടെ നിലകൊള്ളു ന്നത്. വ്യക്തിഗത തിരഞ്ഞെടുപ്പുകൾ സഹായിക്കും, പക്ഷേ അനിയന്ത്രി തമായ വ്യാവസായിക മലിനീകരണവും, മഴക്കാടുകളുടെയും പവിഴപ്പുറ്റുക ളുടെയും വിവേചനരഹിതമായ നാശവും നിങ്ങൾക്ക് വീട്ടിൽവച്ച് ചെയ്യാൻ കഴിയുന്നതിനപ്പുറമുള്ള പ്രവർത്തികളാണ്. ഈ കൊറോണ വൈറസ് പകർച്ചവ്യാധി കാലത്ത്, ധാരാളം മനുഷ്യത്വപരമായ കാര്യങ്ങൾ നട ന്നുവെങ്കിലും, ഇപ്പോഴും കാലാവസ്ഥാ-വ്യതിയാനത്തിൽ ഒരു മാതൃകാനു സാരമായ അളവുകോൽ കൈവരിക്കുന്ന തരത്തിൽ മലിനീകരണ വിഷ യത്തിൽ നാം വേണ്ടത്ര മാറ്റമുണ്ടാക്കിയിട്ടില്ല എന്നത് എനിക്ക് രസക രമായി തോന്നി. പ്രശ്നങ്ങൾ വ്യക്തിപരമായ പെരുമാറ്റത്തേക്കാൾ വലു താണ്, എന്നാൽ നമ്മുടെ വ്യക്തിപരമായ പ്രയത്നം പാടില്ലെന്നും ഞാൻ പറയുന്നില്ല – ഒരു സമൂഹ/സർക്കാർ തലത്തിലും നമുക്ക് മാറ്റം ആവശ്യ മാണ്. ഒരു സമ്പദ്‌വ്യവസ്ഥ എങ്ങനെ നിലനിർത്താമെന്നോ അല്ലെങ്കിൽ ഒരു ബിസിനസ്സ് എങ്ങനെ നടത്തണമെന്നോ എനിക്കറിയില്ലെന്ന് ഞാൻ പൂർണ്ണമായും സമ്മതിക്കുന്നു. എല്ലാ ഉത്തരങ്ങളും ശാസ്ത്രത്തിൽ നിന്നോ ശാസ്ത്രജ്ഞരിൽ നിന്നോ വരണമെന്നില്ല, എന്നാൽ വരാനിരിക്കുന്ന കാര്യങ്ങളെക്കുറിച്ച് മുന്നറിയിപ്പ് നൽകാൻ ഞങ്ങൾക്ക് കഴിയും. ഈ ഭാഗത്തിന്റെ യഥാർത്ഥ ഉദ്ദേശ്യം അതാണ്: നമ്മൾ എങ്ങനെ ഗ്രഹത്തെയും

അതിനുള്ളിലുള്ള ജീവികളെയും കൈകാര്യം ചെയ്യുന്നു എന്നുമാത്രമല്ല, പരിണാമത്തിന്റെ പ്രവർത്തനം തന്നെ നാം എങ്ങനെ മാറ്റുന്നു എന്നത് കാണുക കൂടിയാണ്. വർത്തമാനകാലത്ത് നാം ചെയ്യുന്നതിന്റെ പ്രത്യാ ഘാതങ്ങളെക്കുറിച്ച് വ്യക്തമായ ധാരണയില്ലാതെ നാം ജീവിതത്തിന്റെ ഭാവിയെ മാറ്റിമറിക്കുകയും ഭൂതകാലത്തിന്റെ നിയമങ്ങൾ തിരുത്തിയെ ഴുതുകയും ചെയ്യുന്നു.

---

* CRISPR-നൊപ്പം നമ്മൾ എത്രത്തോളം മുന്നോട്ട് പോകുന്നു എന്നതിനെക്കുറിച്ച് നിങ്ങൾക്ക് ഒരു ഊഹം കിട്ടണമെങ്കിൽ, Netflix-ലെ ഒരു ഡോക്യുമെന്ററി പരമ്പരയായ *Unnatural Selection* കാണാം അല്ലെങ്കിൽ വാൾട്ടർ ഐസക്സന്റെ പുസ്തകമായ *The Code Breaker* വായിക്കാം.

** ബധിര സമൂഹത്തിൽ ഉള്ളവർക്ക് മാത്രമല്ല, മറ്റുപലർക്കും, ബധിരത ഭേദമാക്കേണ്ട ഒരു 'രോഗം' അല്ല. ഡൗൺ സിൻഡ്രോം ഉള്ളവരെ വംശനാശത്തിനുള്ള 'ചികിത്സ' ചെയ്യാൻ പോവുകയാണോ? ഓട്ടിസം? ചിലർക്ക് അത് സമൂഹങ്ങളുടെ വംശനാശത്തിനുള്ള ആഹ്വാനമാണ്. CRISPR-Cas മനുഷ്യരുടെ മേൽ ഉപയോഗിക്കാനുണ്ടായ ചരിത്രപരമായ സന്ദർഭത്തിലേക്ക് നോക്കുന്നതിന്, കാൾ സിമ്മറിന്റെ മികച്ച കൃതി കാണുക, *She Has Her Mother's Laugh*.

*** മനുഷ്യർ എങ്ങനെയാണ് പ്രകൃതിയുടെ യഥാർത്ഥ 'ബുദ്ധിയുള്ള ഡിസൈനർമാർ' ആയി മാറുന്നത് എന്നതിനെക്കുറിച്ചുള്ള കൂടുതൽ ഞെട്ടിക്കുന്ന കാഴ്ചക്ക്, യുവാൽ ഹരാരിയുടെ *Homo Deus* വായിക്കുക. ആ പുസ്തകത്തിൽ നിന്നാണ് ഭൂമിയിലെ ജീവനുകളെ നമ്മൾ എങ്ങനെ കൈകാര്യം ചെയ്യുന്നു എന്നതിന് വേണ്ടി ആ പഴയ സൃഷ്ടിവാദ വാചകം പുനർ നിർമ്മിക്കാൻ ഞാൻ പഠിച്ചത്.

പ്രകൃതി ചരിത്രം

യഥാർത്ഥത്തിൽ നമ്മുടെ പ്രകൃതി ലോകത്തെക്കുറിച്ച് ഒരു ശരിയായ കണക്കോ ധാരണയോ ഇല്ലാതെ CRISPR പോലുള്ള ഉപകരണങ്ങൾ ഉപയോഗിച്ച് പ്രകൃതിയുടെ നിയമങ്ങൾ മാറ്റുന്നതിന്റെ വക്കിലാണ് നമ്മൾ. ആളുകൾ പരിണാമ ഗവേഷണത്തിനെക്കുറിച്ച് ചിന്തിക്കുമ്പോൾ വെളുത്ത ലാബ് കോട്ടുകളും അണുവിമുക്തമായ ആധുനിക സൗകര്യങ്ങളുമുള്ള ഒരു ജനിതക ലാബിനെക്കുറിച്ച് ചിന്തിക്കാനുള്ള പ്രവണതയാണുള്ളത്. ഞാൻ ചിന്തിക്കുന്നത് ഒരു ചതുപ്പുനിലത്തിലൂടെ നടന്ന് വായുവിൽ നേർത്ത വല വീശി പ്രാണികളെ ശേഖരിക്കുന്ന ഒരാളെ അല്ലെങ്കിൽ ബൈനോക്കുലറുകളിലൂടെ ബോവർപക്ഷികളുടെ പെരുമാറ്റം നിരീക്ഷിക്കുന്ന ഒരാളെ അല്ലെങ്കിൽ മുമ്പ് കണ്ടെത്താത്ത ചില ജീവികളെ ശേഖരിക്കാൻ ഗുഹയിലേക്ക് നൂണ്ടിറങ്ങുന്ന ഒരാളെയാണ്. പരിണാമ പഠനം ഇപ്പോഴും കുറേയൊക്കെ ബൂട്ട്-ഓൺ-ദി-ഗ്രൗണ്ടിലുള്ള (യുദ്ധകാലാടിസ്ഥാനത്തിലുള്ള) കണ്ടുപിടിക്കലാണ്, അതിനെ പലപ്പോഴും 'അടിസ്ഥാന ശാസ്ത്ര ഗവേഷണം' (ഇത്തരം ഗവേഷണങ്ങൾ അടിസ്ഥാനമായതും എന്നാൽ എന്തെങ്കിലും സാമ്പത്തിക നേട്ടങ്ങൾക്കായി 'പ്രയോഗ യോഗ്യമായ'താവണമെന്ന് നിർബന്ധമില്ലാത്തതുമാണ്) എന്ന് വിളിക്കുന്നു.* ഈ എല്ലാ ബൂട്ട്-ഓൺ-ദി-ഗ്രൗണ്ടുകളുടെയും ഉൽപ്പന്നങ്ങളാണ് പ്രകൃതി ചരിത്ര മ്യൂസിയങ്ങളും (ഹെർബേറിയങ്ങൾ ഉൾപ്പെടെ, ജനിതക വിഭവ ശേഖരണങ്ങളും മറ്റ് ഗവേഷണ ശേഖരങ്ങളും) ആന്ത്രോപോളജിക്കൽ, സുവോളജിക്കൽ, ഫംഗൽ, ബൊട്ടാണിക്കൽ, സെല്ലുലാർ ശേഖരങ്ങളും. ഭൂമിയിലെ ജീവനെക്കുറിച്ച് പഠിക്കാൻ നമ്മൾ ഉപയോഗിക്കുന്ന ജീവികളുടെ ഡിഎൻഎയും ശരീരങ്ങളും ലോകമെമ്പാടുമുള്ള ജീവശാസ്ത്രം പഠിക്കുന്ന ആളുകളിൽ നിന്നാണ് വന്നത്, ഈ ശേഖരങ്ങൾ ഭൂമിയുടെ ജൈവവൈവിധ്യത്തിനായുള്ള നമ്മളുടെ റഫറൻസ് ലൈബ്രറികളെ പ്രതിനിധീകരിക്കുന്നു, ഓരോ ജീവിവർഗ്ഗവും ഓരോ പുസ്തകമാണ്, ഓരോ മാതൃകയും അതിന്റെ സ്വന്തം പ്രസിദ്ധീകരണവും.

സാമ്പിളുകൾ എടുക്കുന്നതുൾപ്പെടെ പ്രകൃതി ചരിത്ര ഗവേഷണം ഉണ്ടാക്കിയേക്കാവുന്ന പാരിസ്ഥിതിക ആഘാതം മാത്രമാണ് ചില ആളുകൾ

കാണുന്നത്. 'സാമ്പിളുകൾ എടുക്കുക' എന്നതിനർത്ഥം വ്യക്തിഗത ജീവികളെ പഠനത്തിനായി ലാബിലേക്ക് തിരികെ കൊണ്ടുവരാനും അവയെ ശാശ്വതമായി സംരക്ഷിക്കാനും വേണ്ടി മാനുഷികമായി ബലിയർപ്പിക്കുക എന്നതാണ്. ഈ സാമ്പിളുകൾ 'വൗച്ചറുകൾ' ആയി പ്രവർത്തിക്കുന്നു, ടാക്സോണമിയുടെ അടിസ്ഥാനത്തിൽ (അതായത്, ഞങ്ങൾ അതിന് ശരിയായ ശാസ്ത്രീയ നാമം നൽകിയാൽ, ഞങ്ങൾ ഏത് ഇനമാണ് പഠിക്കുന്നതെന്ന് ഞങ്ങൾക്കറിയാം) നമ്മൾ മാതൃകയെ ശരിയായി തിരിച്ചറിഞ്ഞിട്ടുണ്ടോ എന്നു പരിശോധിക്കാൻ സഹായിക്കുന്നു, കൂടാതെ ശാസ്ത്രീയമായ ആവർത്തനക്ഷമതയ്ക്ക് പ്രധാനമായേക്കാവുന്ന അനുബന്ധ ഡാറ്റയുടെ ഉറവിട മെറ്റീരിയലിന്റെ അസ്തിത്വത്തിന്റെ തെളിവുമാണത് (അതായത്, ആ ജനിതക ശ്രേണി യഥാർത്ഥത്തിൽ ആ വ്യക്തിയിൽ നിന്നാണോ അതോ തെറ്റായി ലേബൽ ചെയ്തതാണോ?). സാമ്പിളുകൾ എളുപ്പത്തിൽ തെറ്റിദ്ധരിക്കപ്പെടാം, പലപ്പോഴും അങ്ങനെയുണ്ടാവാറുണ്ട് (ടാക്സോണമി എന്നത് താരതമ്യേന കുറച്ചുപേർ മാത്രം പരിശീലിക്കുന്ന ഒരു മരിക്കുന്ന കലയാണ്, പ്രത്യേകിച്ച് സ്വാധീനശക്തി കുറവുള്ള ഗ്രൂപ്പുകളിൽ), തിരിച്ചറിയലുകളിൽ ഉപയോഗിക്കുന്നതിന് ഞങ്ങൾക്ക് ഒരു വൗച്ചർ നിർബന്ധമാണ്.

ഞങ്ങൾ ഹൃദയമില്ലാത്ത 'ശേഖരിക്കുന്നവർ' അല്ല; നേരെമറിച്ച്, പ്രകൃതി ചരിത്രകാരന്മാർ ഇപ്പോഴും മാതൃക ശേഖരിക്കുന്നു, കാരണം ഈ ജീവികളെ പ്രതി ഞങ്ങൾക്ക് കരുതൽ ഉണ്ട്. ഈ ജോലി ഒരു മന്ത്രം ഉപയോഗിച്ച് വിശദീകരിക്കാൻ ഞാൻ ഇഷ്ടപ്പെടുന്നു : 'പലരെ രക്ഷിക്കാൻ ഞങ്ങൾ കുറച്ച് പേരെ ബലിയർപ്പിക്കുന്നു.' അരിസ്റ്റോട്ടിലും ഡാർവിനും ചെയ്തതുതന്നെയാണ് ഞങ്ങളും ചെയ്യുന്നത് : പ്രകൃതിയിൽ കാണുന്നതിനെ ഞങ്ങൾ നിരീക്ഷിക്കുകയും വിവരിക്കുകയും ചെയ്യുന്നു. എന്നാൽ ചിലപ്പോഴൊക്കെ നിങ്ങൾക്ക് ഒരു മൃഗത്തിന്റെ ഹൃദയമിടിക്കുന്നത് എങ്ങനെയാണെന്ന് മനസ്സിലാക്കേണ്ടതുണ്ട്, അവയെ വിച്ഛേദിക്കുന്നതോ ശരീരശാസ്ത്രത്തിന്റെ സൂക്ഷ്മ പഠനമോ അതിൽ ഉൾപ്പെട്ടേക്കാം. ഫോട്ടോഗ്രാഫുകളിൽ നിന്നോ വീഡിയോകളിൽ നിന്നോ പല ജീവികളുടെയും വർഗ്ഗം വ്യക്തമായി തിരിച്ചറിയാൻ കഴിയില്ല. അതിനുമപ്പുറം, ശരീരങ്ങൾ ഡാറ്റയാണ്; ഞങ്ങൾ മ്യൂസിയത്തിലെ ആളുകൾ ഇങ്ങനെ പോലും പറയും, 'ഒരു മാതൃകയിൽ ഡാറ്റയുണ്ടെങ്കിൽ അത് മരിച്ചിട്ടില്ല'. ഇന്ന് (ഭാവിയിലും) നമുക്ക് ചോദിക്കാൻ കഴിയുന്ന എല്ലാ ചോദ്യങ്ങൾക്കും അത് ആവശ്യമായതിനാൽ ഞങ്ങൾ ശരീരങ്ങളെ സൂക്ഷിക്കുന്നു.

എത്ര അപൂർവ്വമായാലും വംശനാശഭീഷണി നേരിടുന്നതായാലും ചത്ത മൃഗങ്ങളെ തങ്ങളുടെ അമൂല്യവസ്തുക്കളായി കാണിക്കണമെന്ന് ആഗ്രഹിക്കുന്ന 'ശേഖകർ' തീർച്ചയായും ഇവിടെയുണ്ട്. അക്കൂട്ടത്തിൽ ഏറ്റവും മോശമായത് ലയണൽ വാൾട്ടർ റോത്ത്ചൈൽഡായിരുന്നു, ഇരുപതാം നൂറ്റാണ്ടിന്റെ തുടക്കത്തിൽ അദ്ദേഹത്തിന്റെ വിനോദത്തിനായി ശേഖരിക്കുന്ന സംഘടനകൾ അനിയന്ത്രിതമായ കൊലപാതകങ്ങളെ പ്രോത്സാഹിപ്പിക്കുകയും പാരിസ്ഥിതിക ദുരന്തങ്ങൾ ഉണ്ടാക്കുകയും ചെയ്തു,

അദ്ദേഹത്തിന്റെ സ്വകാര്യ ശേഖരങ്ങൾക്ക് വേണ്ടി. പര്യവേക്ഷണത്തിന്റെ പേരിൽ അദ്ദേഹം അങ്ങനെ ചെയ്തിരിക്കാം, പക്ഷേ ആ സംഘടന തർക്കിക്കത്തക്കതാണ്; അദ്ദേഹം തീർച്ചയായും പരിപാലനത്തിനു വേണ്ടിയല്ല പ്രവർത്തിച്ചത്. ആധുനിക പ്രകൃതി ചരിത്രകാരന്മാരുടെ പ്രവർത്തനം റോത്ത്ചൈൽഡിന്റെയും സമാന ശേഖകരുടെയും ട്രോഫി അന്വേഷകരുടെയും സ്വാർത്ഥ ലക്ഷ്യങ്ങൾ പോലെയല്ല, പക്ഷേ പലരും ആ വ്യത്യാസം കാണുന്നില്ല. ഇക്കാലത്ത് പ്രകൃതി ചരിത്ര ശേഖരങ്ങൾ വളരെ മോശമായാണ് മനസ്സിലാക്കപ്പെട്ടിരിക്കുന്നത്, ചില ആളുകൾ അവയിൽ നിന്ന് പ്രധാനപ്പെട്ടതും ചരിത്രപരവുമായ സാമ്പിളുകൾ മോഷ്ടിച്ചിട്ട്, ഒരു ലൈബ്രറി പുസ്തകം മോഷ്ടിക്കുന്ന ലാഘവത്തോടെ അവരുടെ കുറ്റകൃത്യങ്ങളെ ന്യായീകരിക്കുന്നു. നിഷ്കളങ്കമായ നീതിന്യായ വ്യവസ്ഥകളാൽ അവർ ഗതാഗതലംഘകരെപ്പോലെ കഠിനമായി ശിക്ഷിക്കപ്പെടുന്നു (ഉദാഹരണത്തിന്, *The Feather Thief* വായിക്കുക). ഒരു ലൈബ്രറിയിൽ നിന്ന് വ്യത്യസ്തമായി ഒരുപക്ഷെ, പ്രകൃതി ചരിത്ര ശേഖരത്തിലെ ഓരോ സാമ്പിളും അദ്വിതീയവും, ഈ ഗ്രഹത്തിലെ ജീവനുകളെക്കുറിച്ച് ഒരു വ്യത്യസ്ത കഥ പറയുന്നതുമാണ്.

എന്തുകൊണ്ട് നമുക്ക് ഓരോ ജീവിവർഗ്ഗത്തിന്റെയും ഒരു മാതൃക മാത്രം സൂക്ഷിച്ചുകൂടാ? കാരണം നമുക്ക് വ്യത്യാസം മനസ്സിലാക്കേണ്ടതുണ്ട്: പുരുഷന്മാർ, സ്ത്രീകൾ, പ്രായപൂർത്തിയാകാത്തവർ, പ്രജനനയോഗ്യർ മുതലായവ. ആരെങ്കിലും ചോദിച്ചേക്കാം, 'ഈ തോട്ടിലെ ചെറിയ പൂവുകളെല്ലാം ഒരുപോലെയാണോ?' നമുക്ക് ഓരോന്നിൽ നിന്നും ഒരു ചിത്രവും ഒരു ഡിഎൻഎ സാമ്പിളും എടുത്ത് അവയെ അവരുടെ ആവാസവ്യവസ്ഥയിലേക്ക് തിരികെ കൊണ്ടുവിടാം, പക്ഷേ ഇത് എല്ലായ്പ്പോഴും അത്ര ലളിതമല്ല. ചിലപ്പോൾ വ്യതിയാനം നമുക്ക് പ്രവചിക്കാൻ കഴിയുന്നതിനേക്കാൾ വളരെ സൂക്ഷ്മമായിരിക്കും. കഥ പൂർത്തിയാക്കാൻ നിങ്ങൾക്ക് എല്ലാ പൂവുകളും ആവശ്യമില്ല – അത് അധാർമ്മികമായിരിക്കും – എന്നാൽ ഒരു സാമ്പിൾ നിങ്ങളുടെ ചോദ്യത്തിന് ഉത്തരം നൽകണമെന്നുമില്ല. ചോദ്യം എന്തുതന്നെയായാലും, ഉൾപ്പെട്ടിരിക്കുന്ന എല്ലാ പങ്കാളികൾക്കും (ഉദാ. : ഭൂവുടമകളും മേൽനോട്ടം വഹിക്കേണ്ട ശാസ്ത്ര/സർക്കാർ ഏജൻസികളും) വേണ്ടി സാമ്പിൾ പ്രോട്ടോക്കോൾ മുൻകൂട്ടി തയ്യാറാക്കുകയും അംഗീകരിക്കുകയും വേണം.

പോണിഫിഷുകൾ (ലിയോഗ്നാതിഡേ കുടുംബം) എന്ന് വിളിക്കപ്പെടുന്ന ഒരു കൂട്ടം ബയോലൂമിനസെന്റ് മൃഗങ്ങളിൽ ഞാൻ പണിയെടുക്കുന്നുണ്ട്. പല സ്പീഷിസുകളിലും, പെണ്ണുങ്ങൾ ഏതാണ്ട് ഒരുപോലെ കാണപ്പെടുന്നു, എന്നാൽ ആണുങ്ങൾക്ക് ഒരു അർദ്ധസുതാര്യമായ മറവുണ്ട് (അവിടെ അവർ വശ്യമായ ലൈറ്റ് ഡിസ്പ്ലേകൾ ഉണ്ടാക്കുന്നു), അത് ഓരോ സ്പീഷിസുകളിലും അല്പം വ്യത്യസ്തമായ ആകൃതിയിലാണ് – ചിലപ്പോൾ ഈ മറവുകൾ ത്രികോണാകൃതിയിലോ ചിലപ്പോൾ ചതുരാകൃതിയിലോ അർദ്ധചന്ദ്രന്റെ ആകൃതിയിലോ ആയിരിക്കും. കീറിപ്പരിശോധിക്കുമ്പോൾ

അല്ലെങ്കിൽ സിടി/എംആർഐ സ്കാനുകൾ വഴി, നിങ്ങൾക്ക് ആന്തരികമായി വലിയ വ്യത്യാസങ്ങൾ കണ്ടെത്താനാകും, ഈ പോണിഫിഷുകൾ എങ്ങനെ ഇരുട്ടിൽ തിളങ്ങുന്നുവെന്ന് വ്യക്തമാകും. ഈ മത്സ്യങ്ങൾ അവരുടെ അന്നനാളത്തിന് ചുറ്റുമുള്ള ഒരു 'ലൈറ്റ് ഓർഗൻ'-ൽ തിളങ്ങുന്ന ബാക്ടീരിയകളെ ഉൾക്കൊള്ളുന്നു, ഒപ്പം അവരുടെ കണ്ണാടി പോലുള്ള ചർമ്മം, അവരുടെ ശരീരത്തിന്റെ അറകൾക്കുള്ളിലെ പ്രകാശത്തെ ശരീരത്തിന്റെ അർദ്ധസുതാര്യമായ പ്രതലത്തിലേക്ക് നയിക്കാൻ സഹായിക്കുന്നു. ഞാൻ പരിപാലിക്കുന്ന മത്സ്യ ശേഖരത്തിൽ നൂറുകണക്കിന് മാതൃകകളുള്ള ജാറുകൾ ഉണ്ട്. എനിക്ക് അതിൽ വിഷമമില്ല, കാരണം മിക്കവാറും എല്ലാ പോണിഫിഷ് മാതൃകകളും ഞാൻ മത്സ്യ മാർക്കറ്റുകളിൽ നിന്നും എടുത്ത ചത്ത ശരീരങ്ങളാണ്. അവ വളരെ സമൃദ്ധമായതിനാൽ സാധാരണയായി പണം നൽകാൻ പോലും എന്നോട് ആവശ്യപ്പെടാറില്ല, കാരണം അവ പലപ്പോഴും അറിയാതെ വലയിൽപ്പെട്ട് വലിച്ചെറിയപ്പെട്ട മാലിന്യക്കൂമ്പാരങ്ങളിലാണ്. വാസ്തവത്തിൽ, ഞാൻ സാമ്പിൾ ചെയ്യുന്ന ചത്ത പോണിഫിഷുകളിൽ പലതും (മറ്റ് ഗുണമേന്മ കുറഞ്ഞ ധാരാളം ഉയർന്ന സമൃദ്ധമായ സമുദ്രവിഭവങ്ങൾക്കൊപ്പം) സാധാരണയായി വളമായി കൃഷിയിടത്തിലേക്ക് പോകേണ്ടതാണ്, അല്ലെങ്കിൽ പശുക്കൾക്കും കോഴികൾക്കുമുള്ള വിലകുറഞ്ഞ പ്രോട്ടീൻ ഭക്ഷണമായി മാറും അല്ലെങ്കിൽ പൂച്ചകൾക്കുള്ള തീറ്റയായി പോലും. ഏഷ്യ, ഓസ്ട്രേലിയ, മിഡിൽ ഈസ്റ്റ്, ആഫ്രിക്ക എന്നിവിടങ്ങളിൽ ഈ പോണിഫിഷുകൾ ദിനംപ്രതി ദശലക്ഷക്കണക്കിന് ശേഖരിക്കപ്പെടുന്നു. സൂപ്പർട്രോളറുകളും മറ്റ് കാര്യക്ഷമമല്ലാതെ നിയന്ത്രിതമായ മത്സ്യബന്ധന യാനങ്ങളും അവയെ പിടിക്കുന്നു. നാച്ചുറൽ ഹിസ്റ്ററി മ്യൂസിയങ്ങളുടെ ശേഖരത്തിലുള്ള (ഏതാനും ലക്ഷം) പക്ഷികളിൽ അനേകവും കെട്ടിടങ്ങളിലോ എണ്ണക്കിണറുകളിലോ ഉള്ള പക്ഷി ആക്രമണങ്ങളിൽ നിന്നാണ്, ഈവകയിൽ ലോകമെമ്പാടും ശതകോടിക്കണക്കിന് പ്രതിവർഷം മരിക്കുന്നു, വളർത്തുപൂച്ചകൾ കൂടി കൊല്ലുന്ന കോടിക്കണക്കിനു വരുന്നവയുടെ കാര്യം പറയേണ്ടതില്ലല്ലോ. പ്രകൃതി ചരിത്ര ശേഖരങ്ങൾ പലപ്പോഴും മനുഷ്യൻ വംശനാശത്തിലേക്ക് നയിക്കുന്ന അസംഖ്യം വഴികൾ രേഖപ്പെടുത്താൻ സഹായിക്കുന്നു, ആ വിനാശകരമായ സമ്പ്രദായങ്ങളുടെ തെളിവുകളോടെ (ഉദാ. : പക്ഷികൾ ആക്രമിക്കപ്പെടുന്ന മാതൃകകൾ ലേബൽ ചെയ്തിരിക്കുന്നു, അതിനാൽ അവ എവിടെ, എങ്ങനെ മരിച്ചുവെന്ന് ഞങ്ങൾക്കറിയാം, ഈ വിവരങ്ങൾ പുതിയ ജനാല രൂപകല്പനകൾക്കും ഭാവിയിലെ സമാന മരണങ്ങൾ തടയുന്നതിനുള്ള സമ്പ്രദായങ്ങൾ അറിയിക്കാനും സഹായിക്കുന്നു).

ഞങ്ങളും മൃഗങ്ങളെ ബലി കൊടുക്കാറുണ്ടോ? ഉണ്ട്, എന്നാൽ വിദേശീയമായ ജീവജാലങ്ങളെ പരിചയപ്പെടുത്തുന്നതിലൂടെയും, ആവാസവ്യവസ്ഥയുടെ നഷ്ടത്തിലൂടെയും, അമിത മത്സ്യബന്ധനത്തിലൂടെയും നാം മനുഷ്യർ ഈ ജീവിവർഗ്ഗങ്ങളുടെമേൽ വരുത്തുന്ന നീതികെട്ട നാശത്തെയും മരണത്തെയും അപേക്ഷിച്ച് നോക്കുമ്പോൾ പ്രകൃതി ചരിത്ര മാതൃക പരി

ശോധിക്കലിന്റെ ആഘാതം വളരെ കുറവാണ്. ആ അന്ധമായ നശീകരണ പ്രവർത്തനങ്ങളിൽ നിന്ന് വ്യത്യസ്തമായി, ശാസ്ത്രജ്ഞർ ലക്ഷ്യമിടുന്നത് നമ്മുടെ പ്രകൃതി ചരിത്ര പഠനത്തിനും മറ്റുള്ളവരുടെ ഭാവി പ്രവർത്തനങ്ങൾക്കുമാണ്, തികച്ചും നിയമങ്ങളെല്ലാം പാലിച്ചുകൊണ്ട്. കാലാവസ്ഥാ വ്യതിയാനം മുതൽ പുതിയ മരുന്നുകൾ വരെ പഠിക്കുന്ന ഗവേഷകർക്ക് ഒരു സാധാരണ മ്യൂസിയം ഒരു വർഷം നൂറുകണക്കിന് വസ്തുക്കളുടെ മാതൃകകളും ഡിഎൻഎ സാമ്പിളുകളും അയക്കുന്നു (ഫാർമസ്യൂട്ടിക്കൽസിന്റെ പകുതിയും പ്രകൃതിയിൽ നിന്നാണ്). കൊറോണ വൈറസുകൾ (SARS-Cov-2), എബോള തുടങ്ങിയ പുതിയ രോഗങ്ങളുടെ പൊട്ടിപ്പുറപ്പെടൽ നമുക്ക് കൂടുതൽ വേഗത്തിൽ നേരിടാൻ കഴിയും, ഈ രോഗങ്ങൾ മൃഗങ്ങളിൽ നിന്ന് മനുഷ്യരിലേക്ക് പകരുന്ന ഉറവിടങ്ങൾ കണ്ടെത്താൻ നമ്മളെ സഹായിക്കുന്ന പ്രകൃതി ചരിത്ര ശേഖരങ്ങളിൽ മാതൃകാ പ്രമാണപത്രങ്ങൾ ഉണ്ടെങ്കിൽ.

ഞാൻ ജോലി ചെയ്യുന്ന മ്യൂസിയത്തിൽ നടക്കുന്ന ഒരു യഥാർത്ഥ പദ്ധതിയിൽ, സസ്തനി മാതൃകകളിൽ കണ്ടെത്തിയ പൂമ്പൊടിക്ക്, മയക്കുമരുന്ന് കടത്തുന്നവർ എവിടെയാണ് ഒളിച്ചിരിക്കുന്നതെന്ന് തിരിച്ചറിയാൻ കഴിയുമോ എന്ന് നോക്കുന്നത് ഉൾപ്പെടുന്നു. സംരക്ഷിത ജീവശാസ്ത്രത്തിന്റെ ഒരു നിർണ്ണായക ഭാഗമാണ് മാതൃകകൾ ശേഖരിക്കുന്നതും സംഭരിക്കുന്നതും. ഇത് കാലക്രമേണ ജീവികളുടെ സമൂഹങ്ങളും ജീവികൾ സ്വയവും എങ്ങനെ മാറുന്നുവെന്ന് മനസ്സിലാക്കാൻ ഞങ്ങളെ സഹായിക്കുന്നു. ഞങ്ങൾ മാതൃകകളെ ബലിയർപ്പിക്കുമ്പോൾ, സ്ഥാപനപരമായ മൃഗസംരക്ഷണത്തിന്റെ കർശന നിയമങ്ങൾ അനുശാസിക്കുന്ന രീതിയിൽ പരമാവധി മാനുഷികമായി ഞങ്ങൾ കൊല്ലുകയും, ഞങ്ങൾ ശേഖരിക്കുകയും അനുമതിയും അനുവാദവും വാങ്ങുകയും ചെയ്യുന്ന ഫെഡറൽ നിയമങ്ങളും വിദേശ, ഗോത്ര, പ്രാദേശിക ഗവൺമെന്റുകളുടെ നിയമങ്ങളും അനുസരിച്ച് കമ്മിറ്റികളെ ഉപയോഗിക്കുകയും ചെയ്യുന്നു. അങ്ങനെയൊക്കെയാണെങ്കിലും, ഒരു 'ഹെലികോപ്റ്റർ സയൻസ്'' പ്രശ്നമുണ്ടവിടെ, പാശ്ചാത്യ രാജ്യങ്ങളിൽ നിന്നുള്ള ഗവേഷകർ കൈയ്യിട്ടുവാരി അവരുടെ ഡാറ്റ ശേഖരിക്കുകയും, ബൗദ്ധികമായോ വിഭവങ്ങളുടെ അടിസ്ഥാനത്തിലോ ആനുകൂല്യം കുറഞ്ഞ രാജ്യങ്ങളിലെ തദ്ദേശവാസികളുമായി കുറച്ച് മാത്രം പങ്കിടുകയും ചെയ്യുന്നു : പ്രകൃതി ചരിത്രം പ്രശ്നത്തിന്റെ ഭാഗമാണ്, നമ്മൾ ജോലി ചെയ്യുന്ന സ്ഥലങ്ങളിൽ ശാസ്ത്രീയ അടിസ്ഥാന സൗകര്യങ്ങൾ നിർമ്മിക്കാൻ സഹായിക്കുന്നത് ശാസ്ത്രത്തിന്റെ ആധുനിക ദൗത്യത്തിന്റെ ഭാഗമായിരിക്കണം.

ഇരുപത്തിയൊന്നാം നൂറ്റാണ്ടിലും നമ്മൾ ഇപ്പോഴും പ്രകൃതി ചരിത്രം ചികയുന്നത് എന്തുകൊണ്ട്? ഒരു പരിധിവരെ ജീവവൃക്ഷം പഠിക്കുവാൻ വേണ്ടി. ഞങ്ങൾ ഈ സാമ്പിളുകളിൽ നിന്നുള്ള ശരീരങ്ങളും ഡിഎൻഎയും ഉപയോഗിച്ച്, ഏത് സ്പീഷീസാണ് മറ്റ് സ്പീഷിസുകളുമായി ബന്ധപ്പെട്ടിരിക്കുന്നതെന്ന് കണ്ടുപിടിക്കുന്നു, പരിണാമം നന്നായി മനസ്സിലാക്കുന്നതിനുവേണ്ടി. വാസ്തവത്തിൽ, പരിണാമ പഠനത്തിന് മുമ്പ്, വംശനാശം

സാധ്യമാണെന്നു പോലും പലരും സങ്കൽപ്പിക്കാതെയിരുന്നപ്പോൾ, കേവലം ഈ ട്രോഫികൾ ലഭിക്കുന്നതിന് വേണ്ടി, ഇതിലും കൂടുതൽ വിവേചനരഹിതമായ ശേഖരിക്കൽ ഉണ്ടായിരുന്നു. ഡാർവിനുശേഷം, ഈ മൃഗങ്ങൾക്ക് രൂപത്തിലും പ്രവർത്തനത്തിലും നമ്മുടെ സ്വന്തം പരിണാമത്തെക്കുറിച്ചും നമ്മോട് എന്താണ് പറയാൻ കഴിയുന്നതെന്ന് ഒരു മൂല്യനിർണ്ണയം ചെയ്യുക എന്ന നേട്ടം നമുക്കുണ്ടായി. വ്യതിയാനത്തിന്റെയും നിരീക്ഷണത്തിന്റെയും പ്രാധാന്യവും, സ്പീഷിസുകൾ തമ്മിലുള്ള ബന്ധവും പരിണാമ പഠനത്തിലൂടെ നമുക്ക് വെളിപ്പെട്ടു : ഓരോന്നും മൂല്യമുള്ളവയായി, ഒപ്പം ശേഖരിക്കുക എന്ന ഉദ്ദേശ്യത്തോടെ ശേഖരിക്കുന്നത് ഇനിമേൽ ന്യായവുമല്ലെന്നായി.

പുതിയ ഇനങ്ങളെ കണ്ടെത്തി വിവരിച്ചുകൊണ്ട് ഞങ്ങൾ വൃക്ഷത്തിലേക്ക് ചില്ലകൾ ചേർക്കുന്നു – പതിനഞ്ച് പുതിയ ഇനങ്ങളെ ഞാൻ വിവരിച്ചിട്ടുണ്ട്, കൂടാതെ പുതിയ ഇനങ്ങളെ (ജീവിച്ചിരിക്കുന്നതും വംശനാശം സംഭവിച്ചതും) ഈ ഗ്രഹത്തിലുടനീളമുള്ള ഗവേഷകർ ദിവസവും ചേർക്കുന്നു (പ്രതിവർഷം ഏകദേശം 17,000; വിരസമായ കാര്യങ്ങൾ മാത്രമല്ല – ഏതാണ്ട് എല്ലാ ആഴ്ചയിലും നമുക്ക് ഒരു പുതിയ ദിനോസർ ലഭിക്കുന്നു). ജീവവൃക്ഷത്തിൽ നിന്നുള്ള അറിവ് ഉപയോഗിച്ച്, അവരുടെ ബന്ധങ്ങൾ (ടാക്സോണമി)** നന്നായി പ്രതിഫലിക്കുന്ന തരത്തിൽ നമുക്ക് ശാസ്ത്രീയ നാമങ്ങൾ മാറ്റാം അല്ലെങ്കിൽ ഡസൻ കണക്കിന് തവണ സ്വതന്ത്രമായി കാണപ്പെട്ട ബയോലുമിനെസെൻസ് പോലുള്ള ചില സ്വഭാവങ്ങളുടെ പരിണാമത്തെക്കുറിച്ച് ചർച്ച ചെയ്യാം. അല്ലെങ്കിൽ നമുക്ക് പ്രധാന വംശങ്ങളെ

---

* അടിസ്ഥാന ശാസ്ത്ര ഗവേഷണത്തിന് ലോകത്ത് ഏറ്റവും അധികം ധനസഹായം നൽകുന്ന യുഎസ് നാഷണൽ സയൻസ് ഫൗണ്ടേഷന്റെ ഒരു മുൻ പ്രോഗ്രാം ഡയറക്ടറാണ് ഞാൻ. അടിസ്ഥാന ശാസ്ത്രത്തിന്റെ പ്രാധാന്യം വ്യക്തമാക്കുന്ന ആ സ്ഥാപനത്തിന്റെ അടിസ്ഥാന ചാർട്ടർ-വാനവാർ ബുഷിന്റെ 'സയൻസ്, ദ എൻഡ്‌ലെസ് ഫ്രോണ്ടിയർ' എനിക്ക് ഇഷ്ടമാണ്. ആളുകൾ ഈ മൗലികമായ അടിസ്ഥാന ഗവേഷണത്തെ 'യഥാർത്ഥ ശാസ്ത്രം' എന്ന് വിളിക്കാറുണ്ടായിരുന്നു, കൂടാതെ ഒരു ശാസ്ത്രജ്ഞനെന്ന നിലയിൽ ഏതെങ്കിലും തരത്തിൽ 'പണമുണ്ടാക്കാൻ' ഉതകുന്ന ഗവേഷണമായി അത് കാണപ്പെട്ടില്ല. ആ വരേണ്യത തോമസ് എഡിസനെ യുഎസ് നാഷണൽ അക്കാദമി ഓഫ് സയൻസിൽ നിന്ന് കുറച്ചുകാലം മാറ്റിനിർത്തി, അതുകൊണ്ടാണ് അദ്ദേഹമോ നിക്കോള ടെസ്ലയോ ഒരിക്കലും നൊബേൽ സമ്മാനം നേടാഞ്ഞത്. ആ സ്ഥിതി മാറി – ഇപ്പോഴത്തെ പ്രവണത പ്രകൃതി ചരിത്രത്തെയും മറ്റ് 'അടിസ്ഥാന ശാസ്ത്രത്തെയും' വിലകുറഞ്ഞതും 'നിസ്സാര'വുമായി കാണുകയെന്നതാണ്, മാത്രമല്ല ധനസഹായവും ശ്രദ്ധയും മെഡിസിൻ അല്ലെങ്കിൽ ബയോ എഞ്ചിനീയറിംഗ് പോലുള്ള 'അപ്ലൈഡ്' സയൻസുകളിലേക്ക് പോകുന്നു.

** ടാക്സോണമി പ്രധാനമാണെന്ന് നിങ്ങൾ കരുതുന്നില്ലെങ്കിൽ, 'കൊറോണ വൈറസ്', 'COVID-19', 'SARS-CoV-2' എന്നിവ തമ്മിലുള്ള വ്യത്യാസം എന്നോട് പറയൂ. ജീവികളുടെ തരം, അത് ഉണ്ടാക്കുന്ന രോഗം, യഥാർത്ഥ വൈറസിന്റെ പേര് എന്നിവയാണ് വ്യത്യാസങ്ങൾ. ഇത് സൂക്ഷ്മമായി തോന്നിയേക്കാം, എന്നാൽ ഇത് ഈ വളരെ വ്യത്യസ്തമായ വിഷയങ്ങളുമായി ബന്ധപ്പെട്ട വിവരങ്ങളുടെ ഗതി കൃത്യമായി സൂക്ഷിക്കാൻ ശാസ്ത്രജ്ഞരെ സഹായിക്കുന്നു.

എങ്ങനെ വേർതിരിച്ചറിയാൻ കഴിയുമെന്ന് മനസ്സിലാക്കാൻ ശ്രമിക്കാം, പിന്നെ ശ്രദ്ധിക്കുക, ഒരു മയിൽ ഒരു ഹെൻ-ഓഫ്-വുഡ്സ് (മൈതാക) ക്കുണിൽ നിന്ന് എത്ര വ്യത്യസ്തമാണെങ്കിലും അത് പ്രസക്തമല്ല, നാമെല്ലാവരും ഒരേ മരത്തിന്റെ ശാഖകളാണ്, നമ്മൾ എല്ലാവരും ഒരു പൊതു പൂർവ്വികനെ പങ്കിടുന്നു, ഏകദേശം നാല് ബില്യൺ വർഷങ്ങൾക്ക് മുമ്പ് ജീവിച്ചിരുന്ന ആ പൂർവ്വികനിൽ നിന്നാണ് നാമെല്ലാവരും വന്നത്, നമ്മൾ ജീവനുള്ളവരെല്ലാം പരസ്പരം ബന്ധപ്പെട്ടിരിക്കുന്നു എന്നത് എത്ര ആശ്ചര്യകരമാണ്, നമുക്ക് നമ്മുടെ ചരിത്രം പഠിക്കാനും 'നാം എവിടെ നിന്നാണ്?' എന്ന ചോദ്യത്തിന് ജീവന്റെ വൃക്ഷത്തിലേക്ക് ചൂണ്ടിക്കാണിച്ച് 'അവിടെ നിന്നാണ്!' എന്ന് ഉത്തരം നൽകാൻ കഴിയുന്നതും എത്ര ആശ്ചര്യകരമാണ്.

നമ്മുടെ വംശാവലിയും തലമുറയും

നിങ്ങൾ ജീവവൃക്ഷത്തിന്റെ എവിടെയാണ് ഉൾപ്പെട്ടിരിക്കുന്നതെന്ന് എന്തുകൊണ്ടാണ് ഗൗനിക്കേണ്ടത്? കാരണം നിങ്ങൾ എവിടെനിന്നാണ് വന്നതെന്ന് മാത്രമല്ല, നിങ്ങൾ *ആരാണ്* എന്നുകൂടി അത് നിങ്ങളോട് പറയും. മനുഷ്യരെന്ന നിലയിൽ, നമ്മൾ തമ്മിലുള്ള വ്യത്യാസങ്ങൾ കാണാനുള്ള പ്രവണത നമുക്കുണ്ട്, എത്ര ചെറുതാണെങ്കിലും, എന്നാൽ പലരും വിശ്വസിക്കാൻ തയ്യാറുള്ളതിനേക്കാൾ നമ്മൾ എല്ലാവരും ഒരുപാട് സമാനരാണ്. 23andMe-യിലേക്കും മറ്റ് വംശാവലി പരിശോധനാ കേന്ദ്രങ്ങളിലേക്കും കൂടുതൽ കൂടുതൽ ആളുകൾ വംശപരമ്പര പരിശോധന നടത്തുവാൻ അവരുടെ തുപ്പലും പണവും അയക്കുമ്പോൾ, അതിന്റെ ഫലങ്ങൾ യഥാർത്ഥത്തിൽ ശാസ്ത്രീയമായി എന്താണ് അർത്ഥമാക്കുന്നത് എന്നതിനെക്കുറിച്ച് നമുക്ക് ബോധവൽക്കരണം ആവശ്യമാണ്, കൂടാതെ സാമൂഹികമായി അതിന്റെ അർത്ഥമെന്താണെന്ന് നാമെല്ലാവരുംകൂടി ഒരുമിച്ച് തീരുമാനിക്കേണ്ടതുണ്ട്. ലിംഗഭേദം, വംശം, ലൈംഗികത, ലൈംഗികത്വം എന്നിവയെ ഒരു വർണ്ണരാജിയിലെ ഗുണങ്ങളായി ശാസ്ത്രം വിവരിക്കുന്നുവെന്ന് നമ്മളിൽ പലരും മനസ്സിലാക്കുന്നു, എന്നാൽ കൂടുതലും നമ്മുടെ ആധുനിക അസ്തിത്വത്തിനു വേണ്ടി ഞങ്ങൾ അവയെ ചില ഏകപക്ഷീയമായ, സാധാരണയായി ബൈനറി, വിഭാഗങ്ങളിലേക്ക് ഒതുക്കിയിരിക്കുന്നു. നമുക്ക് ഒരു മഴവില്ലിനെ വെവ്വേറെ കഷണങ്ങളാക്കി മുറിക്കാനാണ് താത്പര്യം, പകരം നമ്മുടെ എല്ലാ വൈവിധ്യങ്ങളും അതേ ചെറിയ വെള്ളത്തുള്ളികളിൽ നിന്നും സൂര്യപ്രകാശത്തിൽ നിന്നും വരുന്നതാണെന്നും, ഓരോന്നിനും അല്പം വ്യത്യസ്തമായ തിളക്കം മാത്രമേയുള്ളൂ എന്നുമുള്ള വസ്തുത ആഘോഷിക്കാവുന്നതാണ്. എല്ലാ ജീവജാലങ്ങളെയും പോലെ, നാം നമ്മുടെ വ്യത്യാസങ്ങളാൽ നിർവ്വചിക്കപ്പെട്ടിരിക്കുന്നു, കാരണം നമുക്കിടയിൽ വളരെയധികം സമാനതകളുണ്ട്. കാൾ സാഗനെ ഉദ്ധരിച്ചാൽ, നാമെല്ലാവരും ഇപ്പോഴും 'നക്ഷത്രവസ്തുക്കൾ' മാത്രമാണ്; നമ്മൾ എല്ലാ ജീവരൂപങ്ങളും നിർമ്മിതമായിരിക്കുന്നത് മഹാവിസ്ഫോടന സമയത്ത് രൂപംകൊണ്ട ഹൈഡ്രജൻ കൊണ്ടാണ്, പിന്നെ തന്മാത്രകളായ ഓക്സിജൻ, കാർബൺ, നൈട്രജൻ പോലുള്ളവ നക്ഷത്രങ്ങളുടെ ഹൃദയങ്ങളിൽ നിന്ന് രൂപം കൊണ്ടു. ആ വസ്തുക്കൾ

ഉപയോഗിച്ച് നമ്മൾ ചെയ്യുന്ന കാര്യങ്ങളാണ് നമ്മളെ സവിശേഷരാക്കുന്നത്.

പരിണാമത്തെക്കുറിച്ചും 'നിങ്ങൾ എവിടെ നിന്നാണ്' എന്നതിനെക്കുറിച്ചും നിങ്ങൾ കൂടുതൽ പഠിക്കുംതോറും, നമ്മുടെ സമാനതകൾ നിങ്ങൾ കൂടുതൽ കാണുവാനിടയാകും. ഇരട്ടകൾക്ക് അവർ എങ്ങനെ കാണപ്പെടുന്നു എന്നതിനെ അടിസ്ഥാനമാക്കിയും ഒരുപക്ഷേ ആളുകൾ അവരെ എങ്ങനെ നോക്കിക്കാണുന്നു എന്നതിനെ അടിസ്ഥാനമാക്കിയും വംശത്തിനായുള്ള വ്യത്യസ്ത ബോക്സുകളിൽ ടിക് മാർക് ചെയ്യാൻ കഴിയും. ജനിതകപരമായി കണ്ണുകളുടെ നിറവും ചർമ്മത്തിന്റെ വർണ്ണവും നിർണ്ണയിക്കുന്ന ഏതാനും ജീനുകൾ മാത്രമേയുള്ളൂ – അതാണോ നിങ്ങളുടെ 'വംശം' നിർണ്ണയിക്കുന്നത്? ചിലപ്പോൾ മിശ്ര-വംശത്തിലെ കുട്ടികൾക്കിടയിൽ ഇങ്ങനെ സംഭവിക്കാറുണ്ട്, ഒരു ഇരുണ്ട ചർമ്മമുള്ള സഹോദരനെ 'കറുമ്പനായും' മറ്റേ വെളുത്ത ചർമ്മമുള്ളയാളെ 'വെള്ളക്കാരനായും' പരിഗണിക്കുമ്പോൾ എന്താണ് അത് അർത്ഥമാക്കുന്നത്? ജാക്വിലിൻ വുഡ്സന്റെ *ബ്രൗൺ ഗേൾ ഡ്രീമിംഗ്* എന്ന പുസ്തകത്തിലെ 'ജനിതകശാസ്ത്രം' എന്ന കവിത എനിക്കിഷ്ടമാണ്, അതിൽ പറയുന്നുണ്ട്, അവളുടെ 'പൊടി പോലെ വിളറിയ' സഹോദരന് അവളുടെ ഇരുണ്ട ചർമ്മമുള്ള കുടുംബവുമായി യഥാർത്ഥത്തിൽ ബന്ധമുണ്ടെന്ന് അപരിചിതർ വിശ്വസിച്ചില്ലെന്ന്, അവർ എല്ലാവരുംകൂടി ഒരുമിച്ച് പുഞ്ചിരിച്ച് രണ്ട് മുൻപല്ലുകളുടെ ഒരേ പോലെയുള്ള വിടവുകൾ കാണുന്നതുവരെ. ഡിഎൻഎ പരിശോധനാ ഫലങ്ങൾ നിങ്ങളുടെ 'വംശം' അല്ലെങ്കിൽ കുടുംബ ചരിത്രം, പുഞ്ചിരി പങ്കിട്ടപ്പോഴത്തെ പല്ലിന്റെ വിടവ് പോലെ എളുപ്പത്തിൽ കാണിക്കുമോ? എപ്പോഴും ഇല്ല. നിങ്ങളുടെ ഡിഎൻഎ പരിശോധനയിൽ കാണിക്കാത്ത, എന്നാൽ നിങ്ങളുടെ സഹോദരിയുടെ ഫലങ്ങളിൽ കാണിക്കുന്ന ഒരു തദ്ദേശീയ അമേരിക്കൻ പൂർവ്വികൻ നിങ്ങൾക്കുണ്ടാകാം. നിങ്ങൾ ആഫ്രിക്കൻ അമേരിക്കക്കാരനായിരിക്കാം, പക്ഷേ നിയാണ്ടർത്താൽ ഡിഎൻഎ കാര്യമായ അളവിൽ പങ്കിടുന്നുണ്ട്, ചില യൂറോപ്യൻ വംശജരിൽ മാത്രമാണ് സാധാരണയായി ആ അളവിൽ അത് കാണപ്പെടുന്നത്. നിങ്ങളുടെ ഡിഎൻഎയിൽ കഠിനമായ സത്യങ്ങളുണ്ട്, നിഗൂഢതകളുണ്ട്, അത്ഭുതങ്ങളുണ്ട്. പണ്ടോറയുടെ പെട്ടി, അലാവുദ്ദീന്റെ വിളക്ക്, ആലീസിന്റെ ലുക്കിംഗ്-ഗ്ലാസ് എന്നിവയാണ് നിങ്ങളുടെ ജനിതകഘടന; നിങ്ങളുടെ ജനിതകഘടന നിങ്ങളോട് പറയുന്നതും, നിങ്ങളോട് പറയാൻ കഴിയാത്തതും (അതായത്, അതിന്റെ പരിമിതികൾ) നിങ്ങളുടെ ഉത്ഭവങ്ങൾ മനസ്സിലാക്കുന്നതിന്റെ ഭാഗമാണ്.

നമ്മൾ 'വംശപരമ്പരയെ' – നിങ്ങളുടെ കുടുംബവൃക്ഷത്തിലെ നിങ്ങളുടെ യഥാർത്ഥ ബന്ധുക്കളും പൂർവ്വികരുമായ ആളുകൾ – നിങ്ങളുടെ 'വംശാവലി' യിൽ നിന്ന് വേർതിരിക്കുകയും വേണം, നിങ്ങളുടെ ഡിഎൻഎ-യ്ക്ക് നിങ്ങളുടെ വംശപരമ്പരയെക്കുറിച്ച് എന്താണ് പറയാൻ കഴിയുന്നതെന്ന കാര്യത്തെ നിങ്ങൾ പരഗണിക്കണമെന്ന് ഞാൻ കരുതുന്നു. നിങ്ങളുടെ

അഞ്ച് തലമുറ മുമ്പുള്ള മുതുമുത്തച്ഛനിൽ നിന്നുള്ള ഡിഎൻഎ സിഗ്നൽ നിങ്ങൾക്ക് പൂജ്യത്തിന് അടുത്തായിരിക്കാം ഉണ്ടാവുക, അതിനാൽ അദ്ദേഹം നിങ്ങളുടെ വംശാവലിയിൽ പ്രത്യക്ഷപ്പെടില്ലെങ്കിലും നിങ്ങളുടെ കുടുംബവൃക്ഷത്തിലെ ഒരു മരിച്ച ബന്ധുവായി ഇപ്പോഴും നിങ്ങളുടെ വംശാവലിയുടെ ഭാഗമാണ്.* ദീർഘകാലം മുമ്പ് മരിച്ചുപോയ ആ പൂർവ്വികനിൽ നിന്നുള്ള ഡിഎൻഎയുടെ അഭാവത്തിന്റെ കാരണം, ഓരോ മുൻ തലമുറയിൽ നിന്നും ശേഷിക്കുന്ന ഡിഎൻഎ, വരുംതലമുറയിൽ അവശ്യം പകുതിയായി കുറയുന്നു എന്നതാണ്. നിങ്ങളുടെ ജനിതകഘടനയിലെ ഡിഎൻഎ-യുടെ പകുതിയോളം നിങ്ങളുടെ അമ്മയിൽ നിന്നും പകുതി നിങ്ങളുടെ അച്ഛനിൽ നിന്നും ലഭിച്ചു, നിങ്ങളുടെ സഹോദരങ്ങൾക്കും സഹോദരിമാർക്കും വ്യത്യസ്ത പകുതികൾ ലഭിക്കുന്നു (മയോസിസും പുനഃസംയോജനവും വഴി); അതിന്റെ അർത്ഥം നിങ്ങളുടെ ഡിഎൻഎയുടെ ഏകദേശം 1/4 ഭാഗം ഓരോ മുത്തശ്ശൻ-മുത്തശ്ശിമാരിൽ നിന്നും, 1/8 ഓരോ മുതുമുത്തശ്ശൻ-മുത്തശ്ശിമാരിൽ നിന്നും, 1/16 വലിയ മുതുമുത്തശ്ശൻ-മുത്തശ്ശിമാരിൽ നിന്നും അങ്ങനെ തുടർച്ചയായി ലഭിക്കുന്നു. ഇതാണ് പ്രതീക്ഷിക്കുന്നതോ, അല്ലെങ്കിൽ പൂർണ്ണമായതോ ആയ അനുപാതം; എന്നാൽ അത് അത്ര ലളിതമല്ല; പുനഃസംയോജനം അത്ര കൃത്യമല്ല, നിങ്ങൾക്ക് ആ 1/16 മുഴുവനായും വളരെ എളുപ്പത്തിൽ നഷ്ടപ്പെടാം. (വീണ്ടും പുനഃസംയോജനത്തെപ്പറ്റി ഒരു പുതുക്കലിനായി 'മ്യൂട്ടന്റുകളും മ്യൂട്ടേഷനുകളും' എന്ന അധ്യായത്തിലേക്ക് മടങ്ങുക; അവിടെവെച്ച് നിങ്ങൾക്ക് ഒരു സാലഡ് രൂപകം ഞാൻ വാഗ്ദാനം ചെയ്തിരുന്നു, ദാ അത് ഇവിടെയാണ്.)

നിങ്ങളുടെ ജനിതകഘടന ഒരു സാലഡ് ആണെന്ന് സങ്കൽപ്പിക്കുക. നിങ്ങളുടെ സാലഡിന്റെ പകുതി അമ്മയിൽ നിന്നും ബാക്കി പകുതി അച്ഛനിൽ നിന്നും നിങ്ങൾക്ക് ലഭിക്കും. നിങ്ങളുടെ സഹോദരിയ്ക്ക് അമ്മയിൽ നിന്ന് വേറൊരു പകുതിയും അച്ഛനിൽ നിന്ന് മറ്റൊരു പകുതിയും ലഭിക്കും (അവരുടെ സാലഡ് പാത്രങ്ങൾ ഒരിക്കലും ശൂന്യമല്ലെന്നും, അതേ ഘടന നിലനിർത്തുകയും ചെയ്യുന്നുവെങ്കിൽ, വിതരണം ചെയ്യുന്നതിനുമുമ്പ് ഒന്ന് ഇളക്കിമറിക്കും). നിങ്ങളുടെ കുടുംബം ഇറ്റാലിയൻ സാലഡുകളുടെ ഒരു കുടുംബമായിരിക്കാം, എന്നാൽ മൂന്ന് തലമുറകൾക്ക് മുമ്പ് നിങ്ങൾക്ക് ഒരു ഗ്രീക്ക് സാലഡ് പൂർവ്വികൻ ഉണ്ടായിരുന്നു. നിങ്ങളുടെ സഹോദരിയുടെ സാലഡിൽ ആ പൂർവ്വികനിൽ നിന്നുള്ള കുറച്ച് പാൽക്കട്ടി ലഭിച്ചേക്കാം, എന്നാൽ നിങ്ങൾക്ക് അങ്ങനെയാകണമെന്നില്ല, അതിന്റെ കാരണം നിങ്ങളുടെ ഡിഎൻഎയ്ക്ക് ലഭിച്ച അണ്ഡത്തിന്റെയും ബീജത്തിന്റെയും അനന്യമായ സംയോജനം. അതിനാൽ നിങ്ങൾക്ക് ഒരേ പൂർവ്വികർ ഉണ്ടെങ്കിലും, നിങ്ങളുടെ വംശാവലി പൂർണ്ണമായ ചരിത്രത്തെ പ്രതിഫലിപ്പിച്ചേക്കില്ല. ഡിഎൻഎ 'വംശാവലി' പരിശോധനയും അങ്ങനെയാണ് : ഓരോ തലമുറയിലെയും സങ്കരവും അടയാളപ്പെടുത്തലുകളുടെ ക്ഷയവും ഇതിനെ പരിമിതപ്പെടുത്തി. ഈ അടയാളങ്ങൾ ക്ഷയിക്കുന്ന കാരണം നിങ്ങളുടെ മാതാപിതാക്കളിൽ നിന്നുള്ള ഓരോ അണ്ഡത്തിനും ബീജ

കോശത്തിനും ഒരു സെറ്റ് ക്രോമസോമുകൾ മാത്രമാണുള്ളത്, ഇവ അവരുടെ മറ്റ് കോശങ്ങളിലെ രണ്ട് സെറ്റ് ക്രോമസോമുകളുടെ അനന്യമായ പുനഃസംയോജിത മിശ്രിതമാണ്. ശുക്ലവും അണ്ഡവും ചേർന്ന് നിങ്ങൾക്ക് വീണ്ടും രണ്ട് സെറ്റുകൾ നൽകുന്നു, അതാണ് നിങ്ങൾ ക്ലോണുകളല്ലാത്തതിനും മറിച്ച് മാതാപിതാക്കളുടെ മിശ്രിതമായിരിക്കുന്നതിനും കാരണം.

യൂറോപ്യൻ വംശജരായ ആളുകൾ ഇപ്പോഴും അവരുടെ ഡിഎൻഎ ഫലങ്ങളുടെ 2%** നിയാണ്ടർത്താലുകളിൽ നിന്നുള്ളതാണെന്ന് കാണിക്കുന്നു, ഇത് 1/50-ന് തുല്യമാണ് അല്ലെങ്കിൽ ആറ് തലമുറകൾക്ക് മുമ്പുള്ള ഒരു പൂർവ്വികനിൽ നിന്ന് നിങ്ങൾ പ്രതീക്ഷിക്കുന്ന ഡിഎൻഎയുടെ അളവിന് തുല്യമാണ്. എന്തായാലും, 40,000 വർഷത്തിലേറെയായി (അല്ലെങ്കിൽ 800-ലധികം തലമുറകൾ) *ഹോമോ സാപ്പിയൻസ്*-ന് *ഹോമോ നിയാണ്ടർതാലിസ്*-മായി ഇണചേരാൻ കഴിഞ്ഞിട്ടില്ല. അതിനാൽ, ഈ ആളുകൾക്ക് ഒരു നിയാണ്ടർത്താൽ പൂർവ്വികൻ മാത്രമല്ല, പലരും ഉണ്ടായിരുന്നു. ആഫ്രിക്കയിലെ വിവിധ പ്രദേശങ്ങളിൽ നിന്നുള്ള ആളുകൾക്ക്, വംശനാശം സംഭവിച്ച മറ്റ് മനുഷ്യരുമായി ഹൈബ്രിഡൈസേഷൻ നടന്നതിന്റെ തെളിവുകൾ ഉണ്ട്, അതുപോലെ തന്നെ ഏഷ്യൻ വംശജർക്കും. നമ്മുടെ ചരിത്രത്തിന്റെ ചില ഭാഗങ്ങളിൽ മനുഷ്യ ജനസംഖ്യാ അക്കങ്ങൾ കുറവായിരുന്നിട്ടു പോലും, നമ്മൾ മനുഷ്യരെല്ലാം പ്രതീക്ഷിക്കുന്നതിലും കൂടുതൽ സമീപകാല പൂർവ്വികരെ പങ്കിടുകയും ചെയ്യുന്നുണ്ട്. സത്യം പറഞ്ഞാൽ, ധാരാളം ഓപ്ഷനുകൾ ഉണ്ടായിരുന്നില്ല. നിങ്ങൾക്ക് സമാനമായ (സാമൂഹിക നില, വർഗ്ഗം, വംശം, ജാതി മുതലായവ) ഒരാളുമായി ബന്ധം സ്ഥാപിക്കാൻ ആഗ്രഹിക്കുമ്പോഴും (നിർബന്ധിതനാകുമ്പോഴും) അധികം ഓപ്ഷനുകൾ ഉണ്ടായിരുന്നില്ല. അതിനർത്ഥം നമ്മുടെ സങ്കീർണ്ണമായ പശ്ചാത്തല ചരിത്രത്തിന്റെ വലിയൊരു ഭാഗത്ത് നമ്മൾ സമ്മതിക്കാൻ ആഗ്രഹിക്കുന്നതിലും കൂടുതൽ ഇൻബ്രീഡിംഗ് ഉൾപ്പെടുന്നു.

നമ്മുടെ പരിണാമ ചരിത്രത്തിൽ കുറച്ച് അമ്പരപ്പിക്കുന്ന വസ്തുതകൾ ഉൾപ്പെട്ടേക്കാം, അതുപോലെതന്നെ നമ്മുടെ സമീപകാല വംശപരമ്പരകും നല്ല അമ്പരപ്പ് തരാൻ കഴിയും, പ്രത്യേകിച്ചും ഡിഎൻഎ പരിശോധന സാധാരണമാകുമ്പോൾ. 2018-ൽ, യുഎസ് സെനറ്റർ എലിസബത്ത് വാറൻ നമ്മെ താഴേക്ക് ഒരു വഴുവഴുപ്പുള്ള ഇറക്കത്തിലേക്ക് കൊണ്ടുപോയി, അവർക്ക് ചില തദ്ദേശീയ അമേരിക്കൻ വംശജരുണ്ടെന്ന് 'തെളിയിക്കാൻ' അവരുടെ ഡിഎൻഎ പരിശോധന നടത്തിക്കൊണ്ട്. തദ്ദേശീയരായ അമേരിക്കൻ വംശജർക്ക് ഒരു ഗംഭീരമായ സാംസ്കാരിക കണ്ണിയുണ്ട്, കേവലം ജനിതകമായ ഒന്ന് മാത്രമല്ല. പൂർവ്വിക ഗോത്ര അംഗത്വം എന്നത് ഒരു ലളിതമായ ഡിഎൻഎ പരിശോധനാഫലം വഴി അവകാശപ്പെടാൻ കഴിയാത്ത ഒന്നാണ്, എന്നാൽ നിരാകരിക്കാനും കഴിയില്ല. യഥാർത്ഥ തെറ്റ്, നിങ്ങളുടെ വംശീയതയോ സാംസ്കാരിക പൈതൃകമോ തെളിയിക്കാനുള്ള ഒരു മാർഗ്ഗമാണ് ഡിഎൻഎ പരിശോധന എന്ന് ചിന്തിക്കാൻ ആളുകളെ സെനറ്റർ വാറൻ പ്രേരിപ്പിച്ചു എന്നതാണ് – അത് അങ്ങനെയല്ല.

നിയമപ്രകാരം അത് അങ്ങനെയല്ല : ഉദാഹരണത്തിന്, നിങ്ങൾ ന്യൂന പക്ഷ പദവിക്ക് അർഹനാണെന്ന് തെളിയിക്കാൻ നിങ്ങൾക്ക് ഡിഎൻഎ പരിശോധനയുടെ ഫലങ്ങൾ ഉപയോഗിക്കാൻ കഴിയില്ല. അവൾ പൈതൃകം അവകാശപ്പെട്ടതല്ല (എന്നിരുന്നാലും അവൾ ചെയ്തത് തെറ്റാണ്, അതും ഗോത്രവർഗ്ഗ സംഘടനകളൊന്നും ഇല്ലാതെ), അത് തെളിയിക്കാൻ അവൾ ഡിഎൻഎ ടെസ്റ്റ് നടത്തി എന്നതാണ്. സെനറ്റർ വാറനെക്കാൾ കൂടുതൽ തദ്ദേശീയ അമേരിക്കൻ വംശജരായ ആളുകൾക്ക് പോലും അവരുടെ സ്വന്തം ഡിഎൻഎ ഫലങ്ങളിൽ നിന്ന് ആ ശരിയായ പൈതൃക ത്തിന്റെ തെളിവുകളൊന്നും കണ്ടെത്തിക്കൊള്ളണമെന്നില്ല. ഈ വംശാ വലി പരിശോധനകൾ ഫലവത്താണ്, പക്ഷേ അവ വംശാവലിയുടെ പ്രത്യേക അടയാളങ്ങൾക്കായി തിരയുന്നു. പുനഃസംയോജനത്തിന്റെ സങ്കീർണ്ണമായ അരിപ്പയിലൂടെ ആ അടയാളങ്ങൾ നഷ്ടപ്പെട്ടതാകാം.

നമ്മുടെ ഡിഎൻഎയുടെ കാര്യത്തിൽ നാമെല്ലാവരും വളരെ സാമ്യ മുള്ളവരാണെന്ന് ഓർക്കുക (ഏതെങ്കിലും രണ്ട് ആളുകൾക്കിടയിൽ <1% വ്യത്യാസമുണ്ട്), അതിനാൽ നമ്മെ അനന്യമാക്കുന്നതായി ഒരുപാട് കാര്യമൊന്നുമില്ല; ജനിതകപരമായി നിങ്ങളിൽ നിന്ന് വ്യത്യസ്തമല്ലാത്ത ഏതെങ്കിലും ഒരു പൂർവ്വികനിൽ നിന്നോ പൂർവ്വികരിൽ നിന്നോ എന്തെ ങ്കിലും കണ്ടെത്തുക പ്രയാസമാണ്. നിങ്ങൾക്ക് ആ പൂർവ്വികരുടെ മുഴുവൻ ജനിതകഘടനകളും ഇല്ലെങ്കിൽ അത് പ്രത്യേകിച്ചും സത്യമാണ് (അവരുടെ മുഴുവൻ ജനിതകഘടനകളും ക്രമീകരിച്ചിട്ടുള്ള വളരെ കുറച്ച് ആളുകൾ മാത്രമേ ഇപ്പോഴും ഉള്ളൂ), കൂടാതെ നമ്മുടെ പക്കൽ തീർച്ചയായും നിങ്ങളുടെ ഏതെങ്കിലും മുത്തുമുത്തശ്ശൻ-മുത്തശ്ശിമാരുടെ ജനിതകഘടനകളോ അവരുടെ ഡിഎൻഎയോ ഇല്ല. വാണിജ്യാടിസ്ഥാനത്തിൽ ലഭ്യമായ വംശപരമ്പര പരിശോധനകളിൽ നമ്മൾ ശരിക്കും നോക്കുന്നത്, ഇന്ന് ജീവിച്ചിരി ക്കുന്നവരുമായും ഒരു പ്രത്യേക പ്രദേശത്ത് നിന്നുള്ളവരുമായും നിങ്ങൾ പങ്കിടുന്ന ജനിതക അടയാളങ്ങൾ അല്ലെങ്കിൽ ആ അടയാളങ്ങളുടെ സംയോജനങ്ങളാണ് – അവരെ 'റഫറൻസ്' ജനസംഖ്യ എന്ന് വിളിക്കുന്നു. ആ ജനിതക 'റഫറൻസുകൾ' ഒരു പ്രദേശത്തുള്ള എല്ലാവരെയും പ്രതിനിധീ കരിക്കുന്നില്ല, പക്ഷെ 'ഫ്രാൻസി'നെ അല്ലെങ്കിൽ 'ദക്ഷിണ ആഫ്രിക്ക'യെ പ്രതിനിധീകരിക്കുന്ന ജനിതകരൂപങ്ങൾ ഉപയോഗിക്കുന്ന കുറച്ച് തിര ഞ്ഞെടുത്ത ആളുകളെ മാത്രം. ഒരു നിശ്ചിത പ്രദേശത്ത് ഇന്ന് ജീവിക്കുന്ന ആളുകൾ എല്ലായ്പ്പോഴും ഭൂതകാലത്തിന്റെ ഏറ്റവും മികച്ച പ്രതിനിധാനം അല്ല, അതിനാൽ ഫ്രാൻസോ, ദക്ഷിണ ആഫ്രിക്കയോ പന്ത്രണ്ട് തലമുറ കൾക്ക് മുമ്പ് ഇന്നത്തേതിനേക്കാൾ തികച്ചും വ്യത്യസ്തമായി കാണപ്പെട്ടു (യുദ്ധം, വംശീയത, വർഗ്ഗീയത, കുടിയേറ്റം, കുടിയിറക്കം എന്നിവയ്ക്ക് നന്ദി).

ജനിതകശാസ്ത്രം പഠിക്കുമ്പോൾ ആളുകൾ അവരുടെ 'വംശ'ത്തെ ചില വിചിത്രമായ വഴികളിൽ വ്യാഖ്യാനിക്കുന്നു. ഈയിടെ ഒരു റാലി ഉണ്ടായിരുന്നു, അതിൽ വെള്ള സവർണ്ണവാദികൾ തണുത്ത കാലാവ സ്ഥയിൽ ഷർട്ടില്ലാതെ (പിന്നല്ലാതെ) പാൽ കുടങ്ങളിൽ നിന്നും കുടിച്ചു.

അത് അവരുടെയുള്ളിലെ നിയാണ്ടർത്താലിനെയാണോ കാണിക്കുന്നത്? അതെ. എന്നാൽ അവർ യഥാർത്ഥത്തിൽ ലാക്ടേസ് മ്യൂട്ടേഷൻ ഉണ്ടെന്ന് കാണിക്കാനാണ് ശ്രമിച്ചത്, അത് പ്രായപൂർത്തിയായി കഴിഞ്ഞും അവരെ പാൽ കുടിക്കാൻ അനുവദിക്കുന്നു, ഈ സ്വഭാവവിശേഷം അവരുടെ മുന്തിയ ജനിതകഘടനയുടെ ഭാഗമായി അവർ കാണുന്നു. ശൈശവാവസ്ഥയിൽ മുലയൂട്ടൽ കാലയളവ് കഴിയുമ്പോൾ പല ആളുകൾക്കും പാൽ ദഹിപ്പിക്കാനുള്ള കഴിവ് നഷ്ടപ്പെടുന്നു – നാം അവരെ ലാക്ടോസ് അസഹിഷ്ണുതയുള്ളവർ എന്ന് വിളിക്കുന്നു. വടക്കൻ യൂറോപ്പിൽ നിന്നുള്ള ആളുകൾക്ക് പ്രായപൂർത്തിയായിക്കഴിഞ്ഞും ലാക്ടേസ് ഉത്പാദിപ്പിക്കാൻ അനുവദിക്കുന്ന ഒരു മ്യൂട്ടേഷൻ ഉണ്ട്, ഒരുപക്ഷേ ആ ജനസംഖ്യ തിരഞ്ഞെടുത്ത ഒരു സ്വഭാവവിശേഷമാവാം, പാലുൽപ്പന്നങ്ങൾ മറ്റ് ഭക്ഷണങ്ങളെ അപേക്ഷിച്ച് സമൃദ്ധമായ വിഭവമായിരുന്നപ്പോൾ അത് ദഹിപ്പിക്കാൻ കഴിയുന്നവർക്ക് അനുകൂലതയും, പിന്നെ അതിജീവനത്തിനും പുനരുൽപ്പാദനത്തിനും മികച്ച സാധ്യതയും എന്നുള്ളത്. എന്നാൽ ഈ ആണുങ്ങൾക്ക് (എല്ലായ്പ്പോഴും ആണുങ്ങൾ) അവരുടെ പൂർവ്വികർ ഉയർന്ന നിരക്കിൽ സീലിയാക് ഡിസീസ് നൽകിയിരുന്ന ഭാഗവും നഷ്ടപ്പെട്ടിരിക്കാം, അതു കൊണ്ടായിരിക്കാം അവർ ബിയറിന് പകരം പാൽ കുടിക്കുന്നത്. വെള്ള സവർണ്ണവാദികൾ ലാക്ടോസ് പഠനത്തെ തെറ്റായി വ്യാഖ്യാനിച്ചു, അവരുടെ പ്രത്യേക മ്യൂട്ടേഷൻ അവരുടെ ആര്യൻ ശ്രേഷ്ഠതയുടെ തെളിവായി കണ്ടു (അതങ്ങനെയല്ല, പക്ഷേ പ്രാഥമിക ശാസ്ത്ര സാഹിത്യം അവർ വായിച്ചത് നന്നായി). ലോകമെമ്പാടുമുള്ള മറ്റു പലരെയും പോലെ പശ്ചിമ ആഫ്രിക്കക്കാർക്കും ആ മ്യൂട്ടേഷൻ ഉണ്ട്. വിരോധാഭാസമെന്നു പറയട്ടെ, തെക്കൻ യൂറോപ്പിൽ നിന്നുള്ള ആളുകൾക്ക്, കോക്കസസ് പർവ്വതനിരകളിൽ നിന്നുള്ള കൊക്കേഷ്യക്കാർ എന്ന് വിളിക്കുന്ന ആളുകൾക്ക് ഉൾപ്പെടെ, സാധാരണയായി ആ മ്യൂട്ടേഷൻ ഇല്ല. ഈ നിയാണ്ടർത്താൽ-മനുഷ്യർക്ക് അവരുടെ വംശീയ വസ്തുതകൾ നേരെചൊവ്വേയാക്കേണ്ടതുണ്ട്! (മറ്റൊരു കാര്യം, ഈ വംശീയ തന്ത്രങ്ങളിൽ മാംസത്തിന്റെയും പാലുൽപ്പന്നങ്ങളുടെയും ഉപയോഗം പുതിയതല്ല.)

ഹോമോ സാപ്പിയൻസിൽ നമ്മൾ വംശങ്ങൾ എന്ന് വിളിക്കുന്ന കാര്യങ്ങൾക്ക് ജൈവിക യാഥാർത്ഥ്യമില്ല – അതൊരു സാമൂഹിക നിർമ്മിതിയാണ്. ഒരു കൂട്ടിക്കലർത്തിയ പെയിന്റ് തൊട്ടിയിലെ നിറഭേദങ്ങളാണ് നമ്മൾ എല്ലാവരും. അതെ, കറുപ്പ്, വെളുപ്പ്, തവിട്ട്, മനുഷ്യന്റെ എല്ലാ നിറങ്ങളിലുമുള്ള കുറച്ച് വരകൾ നിങ്ങൾക്ക് ഇപ്പോഴും കാണാൻ കഴിയും, എന്നാൽ അതെല്ലാം ഒരേ വസ്തുക്കളിൽ നിന്നാണ് നിർമ്മിച്ചിരിക്കുന്നത്. യുഎസിലെ ചില 'കൊക്കേഷ്യൻ'മാർ മെക്സിക്കോയിൽ നിന്നുള്ള ആരെയും സ്വന്തം വംശത്തിന്റെ ഭാഗമായി ഒരിക്കലും കണക്കാക്കാറില്ല. ഒരേ വംശപരമ്പരയുള്ളവരാണെങ്കിലും, അതായത്, മെക്സിക്കോക്കാരും അമേരിക്കക്കാരും ഒരേ യൂറോപ്യൻ പൂർവ്വികരുടെ പിൻഗാമികൾ ആയിരിക്കാമെങ്കിലും, അവർ അവരെ സ്വതവേ ഹിസ്പാനിക് അല്ലെങ്കിൽ ലാറ്റിൻക്സ്

എന്ന് വിളിക്കും. ഹിസ്പാനിക്കുകൾ എന്നാൽ സ്പാനിഷ് സംസാരിക്കുന്ന രാജ്യങ്ങളിൽ നിന്നുള്ള ആളുകൾ എന്നുമാത്രം. അതൊരു ജൈവിക വർഗ്ഗമല്ല - സ്പെയിനിൽ നിന്നുള്ള ആളുകൾ കറുപ്പും വെള്ളയും അതിനിടയിലുള്ള എല്ലാം ആകാം. ലാറ്റിൻ അമേരിക്കയിൽ നിന്നുള്ളവരാണ് ലാറ്റിൻക്സ്, അതിനാൽ ക്രിയോൾ സംസാരിക്കുന്ന ഹെയ്തിയക്കാരും ഇംഗ്ലീഷ് സംസാരിക്കുന്ന ബെലീസുകാരും ഒഴികെ, ഭാഷയിൽ ലാറ്റിൻ റൂട്ടുള്ള (സ്പാനിഷ്, പോർച്ചുഗീസ്) പ്രാഥമിക രാജ്യങ്ങളിൽ നിന്നുള്ള എല്ലാ ആളുകളും ലാറ്റിൻക്സ് ആണ്. അതൊരു വർഗ്ഗമാണോ? അല്ല. എന്തായാലും ജീവശാസ്ത്രപരമായ അർത്ഥത്തിലല്ല, പക്ഷേ അത് അവരെ അർത്ഥശൂന്യമാക്കുന്നുമില്ല. യുഎസിൽ നമുക്ക് വംശീയ വിഭാഗങ്ങൾ ആവശ്യമാണ്. എന്തുകൊണ്ട്? ചരിത്രപരമായി പാർശ്വവൽക്കരിക്കപ്പെട്ട വിഭാഗങ്ങളിൽ നിന്നുള്ള ആളുകളെ സംരക്ഷിക്കണം എന്നതാണ് ഒരു കാരണം. ഉദാഹരണത്തിന്, ആഫ്രിക്കൻ അമേരിക്കക്കാരെ അടിമകളാക്കി, പിന്നീട് ക്രൂരമായി പീഡിപ്പിക്കുകയും പൗരാവകാശങ്ങൾ നിഷേധിക്കുകയും ചെയ്തു. 'ചരിത്രപരമായി താഴ്ന്ന പ്രതിനിധാനം ഉള്ള', 'തുടർച്ചയായി അനർഹരായിരുന്നവർ' എന്നിങ്ങനെയുള്ള ചില സാമൂഹിക വിഭാഗങ്ങളെ നിലനിർത്തിക്കൊണ്ട് ആ മുൻകാല തെറ്റുകൾക്ക് പ്രായശ്ചിത്തം ചെയ്യാൻ നമ്മൾ ശ്രമിക്കണം, അത് അനുഭവിച്ചവരെ സംരക്ഷിക്കാനും തുല്യതയിലേക്കുള്ള യാത്ര പതുക്കെ ആരംഭിക്കാനും വേണ്ടിയാണ്.*** സമാനമായ ഒരു കേസ് നിങ്ങൾക്ക് എളുപ്പത്തിൽ ഉണ്ടാക്കാം, ഇന്ത്യയിലെ ജാതി വ്യവസ്ഥ വ്യത്യസ്തമായ 'വംശങ്ങളെ' എങ്ങനെയാണ് പ്രതിഫലിപ്പിക്കേണ്ടിയിരുന്നത് അല്ലെങ്കിൽ ബ്രിട്ടീഷ് സാമ്രാജ്യത്വവാദികൾ കപട-ശാസ്ത്രീയമായി ഇന്ത്യൻ ഉപഗ്രൂപ്പുകളെ സൃഷ്ടിച്ച രീതി എന്നതിനെക്കുറിച്ച്.

ഞാൻ 'ഇന്ത്യൻ' ആണ്, പക്ഷേ ഒരു 'വംശം' എന്ന നിലയിൽ, ഒരു ദേശനിവാസിയായി അല്ല, കാരണം എന്റെ മാതാപിതാക്കൾ 'ഇന്ത്യക്കാരാണ്", ഞാൻ ജനിച്ചത് വടക്കേ അമേരിക്കയിലാണ്. നിങ്ങൾ എത്ര കാലം 'ഇന്ത്യക്കാരൻ' ആയി തുടരും? അമേരിക്കയിൽ ജനിച്ച, അമ്മ വെള്ളക്കാരിയായ എന്റെ കുട്ടികൾ 'പാതി ഇന്ത്യക്കാരാണോ? അവരുടെ കുട്ടികൾ ഇന്ത്യക്കാരാകുമോ? എപ്പോഴാണ് നിങ്ങൾ മറ്റെന്തെങ്കിലും ആകുന്നത്? 'ശ്രീലങ്കക്കാർ' ഇന്ത്യക്കാരാണോ? ബംഗ്ലാദേശിൽ നിന്നുള്ളവരോ? നാമെല്ലാവരും 'ഏഷ്യക്കാർ' മാത്രമാണോ? നമ്മൾ 4.5 ബില്യൺ (4,500,000,000) പേരും 'ഏഷ്യക്കാർ' ആണോ? യുഎസിൽ, ഇന്ത്യൻ ഉപഭൂഖണ്ഡത്തിൽ നിന്നുള്ള എല്ലാവരെയും 'ഏഷ്യക്കാർ' എന്ന് ലേബൽ ചെയ്യുന്നു, ചൈനീസ് അമേരിക്കക്കാർ അല്ലെങ്കിൽ ജാപ്പനീസ് അമേരിക്കക്കാർ എന്നിവരോടൊപ്പം. തുർക്കിയിൽ നിന്നുള്ള ആളുകളുടെ കാര്യമോ – അതും ഏഷ്യക്കാർ അല്ലേ? വംശത്തിന്റെ കാര്യത്തിൽ 'അമേരിക്കൻ' എന്നൊന്നുണ്ടോ? ചുവന്ന തൊപ്പികളുള്ള ചില അമേരിക്കക്കാർ തീർച്ചയായും അങ്ങനെ കരുതുന്നു. എന്റെ മോൺട്രിയലിൽ നിന്നുള്ള ഭാര്യ 'കനേഡിയൻ' ആണോ അതോ 'ഫ്രഞ്ച്-കനേഡിയൻ' ആണോ? അവൾ 'ഫ്രഞ്ച്' ആണോ? 'അല്ല,' അവൾ

ഫ്രഞ്ചിൽ പറയും. വേനൽക്കാലത്ത് എന്റെ ഭാര്യ ടാൻ ചെയ്യുമ്പോൾ, അവൾ എന്നെക്കാൾ ഇരുണ്ട നിറമായിരിക്കും, ഞങ്ങളുടെ കുട്ടികളും. പലരും ധരിക്കും ഞങ്ങളെല്ലാവരും 'ഇന്ത്യക്കാരാണ്" എന്ന്.

ഈജിപ്റ്റിൽ നിന്നുള്ള ആളുകൾ 'ആഫ്രിക്കക്കാർ' ആണോ? ദക്ഷിണ ആഫ്രിക്കക്കാർ അല്ലെങ്കിൽ കെനിയക്കാരുടെ കാര്യമോ? അവരെല്ലാം ആഫ്രിക്കയിലാണ്, അതെ, എന്നാൽ അവരുടെ ചരിത്രങ്ങൾ വളരെ വ്യത്യസ്തമാണ്. 'ആഫ്രിക്കൻ' ആയ ആളുകളുടെ ഒരു വംശവുമില്ല. നിങ്ങൾക്ക് ആ പദം ഉപയോഗിക്കണമെങ്കിൽ, ആഫ്രിക്ക നിരവധി 'വംശങ്ങൾ' ഉള്ള സ്ഥലമാണ്. ആ രാജ്യങ്ങളിൽ നിന്നുള്ള ആരെങ്കിലും യുഎസിലേക്ക് കുടിയേറിയാൽ എന്ത് സംഭവിക്കും – അവർ 'ആഫ്രിക്കൻ അമേരിക്കൻ' ആകുമോ? വാസ്തവത്തിൽ, നാമെല്ലാവരും ഒരേ 'വംശ'ത്തിന്റെ ഭാഗമായതിനാൽ 'ആഫ്രിക്കക്കാരാണ്", മനുഷ്യവംശം, നമ്മുടെ ഉത്ഭവം വ്യക്തമായും ആഫ്രിക്കയിൽ ആണ്, കാരണം നമ്മുടെ ആദ്യകാല മനുഷ്യ പൂർവ്വികരെയെല്ലാം ആ ഭൂഖണ്ഡത്തിൽ നിന്നാണ് കണ്ടെത്താൻ കഴിയുക.

അമേരിക്കയിൽ ആഫ്രിക്കൻ അമേരിക്കക്കാരെന്ന് പറയുന്ന പലരും മോഷ്ടിക്കപ്പെട്ട് അടിമകളാക്കിയ ആളുകളുടെ പിൻഗാമികളാണ്. സുഡാനിൽ തങ്ങൾക്ക് ബന്ധുക്കളുണ്ടെന്നോ കോംഗോ മേഖലയിൽ നിന്നുള്ള ആളുകളുടെ പിൻഗാമികളാണെന്നോ അവർ സാധാരണയായി അറിയുന്നില്ല. അവരുടെ ഭൂതകാലം അവരിൽ നിന്ന് എടുത്തുകളഞ്ഞു. തങ്ങളുടെ വംശീയതയെ 'കറുത്ത' അല്ലെങ്കിൽ 'ആഫ്രിക്കൻ അമേരിക്കൻ' എന്ന് തിരിച്ചറിയാൻ അവർക്ക് അവകാശമുണ്ട്, കാരണം അവർക്ക് അവരുടെ പ്രാദേശിക വംശപരമ്പരയുടെ തെളിവുകൾ എല്ലായ്പ്പോഴും കണ്ടെത്താൻ കഴിയില്ല. ഈ സാഹചര്യം മറ്റ് രീതിയിൽ ഇനിപ്പറയുന്നയിടത്തും പ്രതിഫലിക്കുന്നു, ഗാന്ധിയും മറ്റുള്ളവരും 'തൊട്ടുകൂടാത്തവർ' എന്ന ലേബൽ നീക്കം ചെയ്യാൻ പോരാടുമ്പോൾ, മറ്റുള്ളവർ ചരിത്രപരമായി അടിച്ചമർത്തപ്പെട്ട ഒരു വർഗ്ഗമെന്ന നിലയിലുള്ള തങ്ങളുടെ പദവി തിരിച്ചറിഞ്ഞ് പരിഗണന ലഭിക്കാൻ വേണ്ടി പോരാടി.

എല്ലാ ആഫ്രിക്കക്കാരും കറുത്തവരാണെന്ന് പലരും കരുതുന്നു, എന്നു മാത്രമല്ല ലിബിയ, ഈജിപ്റ്റ്, അൾജീരിയ, മൊറോക്കോ എന്നിവിടങ്ങളിൽ നിന്നുള്ള ആളുകളുടെ ഇളം നിറമുള്ള ചർമ്മമാണെന്ന് മറക്കുന്നു. യുഎസിൽ, അവരെ 'മിഡിൽ ഈസ്റ്റ്" കാരുടെ കൂട്ടത്തിൽപോലും പെടുത്തിയേക്കും. 'മിഡിൽ ഈസ്റ്റ്" ആയ കുവൈറ്റിൽ, അവിടെ ജോലി ചെയ്യുന്നതായി ഞാൻ കണ്ട ഭൂരിഭാഗം ആളുകളും ബംഗ്ലാദേശിൽ നിന്നുള്ളവരായിരുന്നു, അവർ അവിടെ ജനിച്ചവരായാൽ പോലും അവരെ കുവൈറ്റികളായി ഒരിക്കലും കണക്കാക്കില്ല. യഥാർത്ഥ കോക്കസസ് പർവ്വതനിരകളിൽ നിന്നുള്ള ആളുകളിൽ (വീണ്ടും പറയുന്ന 'കൊക്കേഷ്യൻ' എന്ന പദം അവിടെ നിന്നാണ് വന്നത്) അർമേനിയക്കാരെപ്പോലുള്ള ആളുകൾ ഉൾപ്പെടുന്നു, അവരെയും പലപ്പോഴും 'മിഡിൽ ഈസ്റ്റ്"കാരെപ്പോലെ കാണപ്പെടുന്നു. എന്തുകൊണ്ടാണ് ബരാക് ഒബാമയെ 'കറുമ്പൻ' ആയി കാണുന്നത്? എന്തെന്നാൽ,

അദ്ദേഹത്തിന്റെ ബാഹ്യരൂപവും, അദ്ദേഹത്തിന്റെ 'അവതരണ ശൈലിയും', അതുപോലെ, ആളുകൾ അദ്ദേഹത്തോട് എങ്ങനെ പെരുമാറുന്നു എന്നുമുള്ള വിഷയങ്ങൾ അത് നിശ്ചയിക്കുന്നു. മറ്റ് സമ്മിശ്ര-വർഗ്ഗക്കാരുടെ കാര്യമോ— ഡെറക് ജെറ്റർ, കീയനു റീവ്സ്, ബോബ് മാർലി, ബ്രൂണോ മാർസ്, കമലാ ഹാരിസ്. മുൻകാലങ്ങളിൽ, നമുക്ക് ഒരു തിരഞ്ഞെടുപ്പും ഇല്ലായിരുന്നു – അധികാരത്തിലുള്ളവർ നിങ്ങൾ എന്താണെന്ന് കരുതിയോ, അതനുസരിച്ചാണ് അവർ നിങ്ങളുടെ അവകാശങ്ങൾ തീരുമാനിച്ചത്. 'ഒരു തുള്ളി കറുത്ത രക്തമുള്ള' ആരെയും നിയമപരമായി കറുത്തതായി കണക്കാക്കിയിരുന്നു – അത്രതന്നെ, ഇരുപതാം നൂറ്റാണ്ടിന്റെ അവസാനം വരെ ഇതായിരുന്നു കഥ. എന്നിരുന്നാലും, 'കറുപ്പ്' അല്ലെങ്കിൽ 'വെളുപ്പ്' വ്യതിരിക്തമായ ജീവശാസ്ത്ര ഗ്രൂപ്പുകളായി മാറാത്തതിനാൽ (ഒരിക്കലും അങ്ങനെയായിരുന്നില്ല), ആളുകളെ എങ്ങനെ കാണുകയും കൈകാര്യം ചെയ്യുകയും ചെയ്യുന്നു എന്നതിലെ അസമത്വങ്ങൾ അവഗണിക്കണമെന്ന് അർത്ഥമാക്കുന്നില്ല.**** പരിണാമപരമായ അർത്ഥത്തിൽ വംശങ്ങൾ നിലവിലില്ല എന്നതുകൊണ്ട് വംശീയമായ യാഥാസ്ഥിതികത്വം ഇല്ലെന്ന് അർത്ഥമാക്കുന്നില്ല.

---

* പരിണാമ ജനിതക ശാസ്ത്രജ്ഞനായ ഗ്രഹാം കൂപ്പിന്റെ ശ്രേഷ്ഠമായ ബ്ലോഗ് വായിക്കുക : https://gcbias.org/. മനുഷ്യരിലെ ഡിഎൻഎ പാരമ്പര്യത്തിന്റെ വിചിത്രവും അസാധാരണവുമായ ചലനാത്മകത എനിക്കറിയാവുന്ന മറ്റാരേക്കാളും നന്നായി അദ്ദേഹം മനസ്സിലാക്കുന്നു. അദ്ദേഹം മനസ്സിലാക്കുന്നതിന്റെ പകുതി പോലും എനിക്ക് കഴിയുന്നില്ല എന്നത് അലോസരപ്പെടുത്തുന്നു.

** വാസ്തവത്തിൽ. ഈ '2%' എന്നത് മിക്ക ടെസ്റ്റിംഗ് ഏജൻസികളും യഥാർത്ഥത്തിൽ പരിശോധിക്കുന്ന മൊത്തം വേരിയബിൾ ഡിഎൻഎയുടെ 1% മറ്റോ ആണ്. നിങ്ങൾക്ക് '100% ഫ്രഞ്ചും' '2% നിയാണ്ടർത്താലും' ആകാം. നിങ്ങൾ ഈ ഡിഎൻഎ ടെസ്റ്റുകൾ ചെയ്യുമ്പോൾ, അവ നിങ്ങളുടെ ജനിതകഘടനയുടെ പ്രത്യേകമായ വേരിയബിൾ പ്രദേശങ്ങൾ നോക്കി 'ജനിതകരൂപം' ചെയ്യുന്നു. എന്നാൽ 'ജനിതകമാറ്റം' എന്നതിന്റെ ചുരുക്കെഴുത്തായി നമ്മൾ പലപ്പോഴും 'നിങ്ങളുടെ ജനിതകഘടന ക്രമപ്പെടുത്തുക' എന്ന് പറയാറുണ്ട്. ഒരു പക്ഷേ നമ്മൾ നിർത്തണം. എന്റെ TED-Ed വീഡിയോ കാണുക 'What can DNA tests really tell us about our ancestry?'

*** ഏഞ്ചല സൈനിയുടെ സമീപകാല പുസ്തകമായ *സുപ്പീരിയർ* എനിക്ക് എത്ര ശുപാർശ ചെയ്താലും മതിയാവില്ല. ഇത് ഒരു വളരെ ശാസ്ത്രീയമായ എന്നാൽ ശാസ്ത്രത്തിലും സംസ്കാരത്തിലും ഉള്ള വംശീയ യാഥാസ്ഥിതികത്വത്തെക്കുറിച്ചുള്ള നല്ല വായനയാണ്. ശാസ്ത്രത്തിലെ സമത്വത്തെക്കുറിച്ച് പറയുമ്പോൾ, പരിണാമ ജീവശാസ്ത്രത്തിലെ എന്റെ സ്വന്തം സഹപ്രവർത്തകരെപ്പറ്റി എടുത്തുപറയേണ്ടിവരും, അവരിൽ വളരെ ചെറിയൊരു ഭാഗം മാത്രമാണ് കറുത്തവർ, ആ കുറവ് നമ്മുടെ അക്കാദമിക് മേഖലകളിലെ ചിട്ടയായ വംശീയ യാഥാസ്ഥിതികത്വത്തിലൂടെയാണ് വിശദീകരിക്കാൻ കഴിയുക. ഞങ്ങൾ അക്കാദമിക് വിദഗ്ധരും തദ്ദേശീയ കമ്മ്യൂണിറ്റികളിലുള്ളവരെ കൂടുതലായി ഉൾപ്പെടുത്തേണ്ടതുണ്ട്, അവരെ ഞങ്ങൾ പലതവണ പരാജയപ്പെടുത്തി, പ്രത്യേകിച്ച് ജനിതകശാസ്ത്രം/ജീനോമിക് ഗവേഷണവുമായി ബന്ധപ്പെട്ട്.

**** അതെ, ഞാൻ 'Black'നെ capitalize ചെയ്യുന്നു, 'white'നെ ചെയ്യുന്നില്ല, കറുപ്പിനെ ഒരു വംശീയതയായി പരാമർശിക്കുമ്പോൾ. വെള്ളയെ ഒരു വംശീയതയായി കണക്കാക്കുന്നില്ല, പല വംശങ്ങളുടെയും ചർമ്മത്തിന്റെ നിറം മാത്രം. ഏറ്റവും പുതിയ AP Stylebook-ഉം കാണുക.

ലൈംഗികത/ലിംഗഭേദം/ ലൈംഗികത്വം

ലൈംഗികത സങ്കീർണ്ണമാണ്, കൂടുതലും ശാരീരിക പ്രവർത്തനത്തേക്കാൾ ശാരീരിക സ്വഭാവവിശേഷങ്ങളുടെ ആവിഷ്ക്കാരത്തെപ്പറ്റി പരാമർശിക്കു മ്പോൾ. ഇത് ഒരുപക്ഷേ 'വംശ'ത്തേക്കാൾ സങ്കീർണ്ണമാണ്, പിന്നെ മനുഷ്യ വംശങ്ങളെപ്പോലെതന്നെ, ലൈംഗികതയെക്കുറിച്ചുള്ള നമ്മുടെ ചർച്ചയെ യാഥാർത്ഥ്യവുമായി പൊരുത്തപ്പെടാത്ത വ്യതിരിക്തമായ വിഭാഗങ്ങളായി നമ്മൾ ചരിത്രപരമായി ഇടുങ്ങിയതാക്കി. നമ്മുടെ തെറ്റായ സാമൂഹിക അമൂർത്തങ്ങളിൽ പലപ്പോഴും, ലൈംഗികതയെ ലിംഗഭേദത്തിന്റെ പര്യാ യമായി കണക്കാക്കുന്നതും, ലൈംഗികത്വത്തെ 'സാധാരണ'മാണെന്ന് നിർവ്വചിച്ച് കണക്കാക്കുന്നതും, അതല്ലാത്തതെല്ലാം 'അസാധാരണ' തിര ഞ്ഞെടുപ്പുകളോ മുൻഗണനകളോ ആയി തരംതാഴ്ത്തുന്നതും ഉൾപ്പെടുന്നു. നമ്മുടെ ധാരണകളെ തിരുത്തി മുന്നോട്ട് പോകുന്നതിനും ഈ സാധാരണ മനുഷ്യ സ്വഭാവങ്ങളെ പരിണാമ ശാസ്ത്രവുമായി സംയോജിപ്പിച്ച് അവയുടെ പൂർണ്ണ വർണ്ണരാജിയിൽ മനസ്സിലാക്കാനും ഉള്ള സമയമാണിത്.

എന്റെ സരൂപ ഇരട്ടക്കുട്ടികളെ ഞാൻ ഇരട്ട വീതിയുള്ള സ്ട്രോളറിൽ തള്ളിക്കൊണ്ടു പോകുമ്പോൾ, ആൾക്കൂട്ടത്തിനിടയിലൂടെ ആരെങ്കിലും ചോദിക്കും, 'ഇരട്ടകളാണോ?' 'അതെ, ഒരേ പോലത്തെ,' ഞാൻ മറുപടി പറയും, ചിലപ്പോൾ എനിക്ക് 'ആണും പെണ്ണും?' എന്ന ചോദ്യം കിട്ടും, ഞാൻ ഉള്ളിൽ ചിരിച്ചുകൊണ്ട് തലയാട്ടി ആലോചിക്കും – 'ഇത്തരക്കാർക്ക് ഒരേ പോലത്തെ എന്നതിന്റെ അർത്ഥമെന്താണെന്ന് അറിയില്ലേ?' എനിക്ക് കപടഭാവം ഉണ്ടായിരുന്നെങ്കിലും, ഞാനായിരുന്നു കുറച്ച് പഠനം നടത്തേണ്ടിയിരുന്നത്. വ്യത്യസ്ത ലിംഗഭേദമുള്ള (തീർച്ചയായും വ്യത്യസ്ത ലിംഗഭേദങ്ങളോടെ, നോൺ-ബൈനറി ഉൾപ്പെടെ) പൊരുത്തപ്പെടുന്ന ജനിതകഘടനകളുള്ള സമാന ഇരട്ടകളെ നിങ്ങൾക്ക് ലഭിക്കുമെന്ന് ഞാൻ പിന്നീടാണ് മനസ്സിലാക്കിയത്. ഒരു വഴി, മയോസിസ് (ലൈംഗിക കോശങ്ങളുടെ രൂപീകരണം) സമയത്ത്, അണ്ഡത്തിലോ ബീജത്തിലോ ഒന്നിനേക്കാൾ രണ്ട് ലൈംഗിക ക്രോമസോമുകൾ ലഭിച്ചേക്കാം, തുടർന്ന്

വികസിക്കുന്ന ഭ്രൂണങ്ങൾ ഒറ്റ സംഖ്യയിൽ അവസാനിച്ചേക്കും, അതിനാൽ നിങ്ങൾക്ക് ഒരു 'XXY' ആൺകുട്ടി (ക്ലൈൻഫെൽറ്റർ സിൻഡ്രോം) ജനിക്കും ഒപ്പം ഒരു 'XX' പെൺകുട്ടിയും. നേരേ തിരിച്ചും സംഭവിക്കാം, സ്ത്രീകളിൽ 'X' ക്രോമസോം നഷ്ടപ്പെട്ടുമ്പോൾ, ടർണർ സിൻഡ്രോം.

നിങ്ങളുടെ ശാരീരിക ലൈംഗികത (ലിംഗമോ യോനിയോ ഉള്ളത്) നിങ്ങളുടെ ക്രോമസോം ലൈംഗികതയുമായി (XX സ്ത്രീയോ XY പുരുഷനോ ആണെന്ന് അനുമാനിക്കാം) പൊരുത്തപ്പെടാത്ത ഡസൻ കണക്കിന് സാഹചര്യങ്ങളുണ്ട്. Y ക്രോമസോമിലുള്ള പുരുഷ-അനുബന്ധ ജീനുകളെ നിങ്ങൾ പ്രകടിപ്പിക്കാതിരിക്കുന്ന ആൻഡ്രോജൻ ഇൻസെൻസിറ്റിവിറ്റി സിൻഡ്രോം ആണ് ഒരു വഴി. പുരുഷത്വത്തെ നിയന്ത്രിക്കുന്ന ജീനുകൾ യഥാർത്ഥത്തിൽ വളരെ കുറവാണ്, അവ ചുറ്റിനും നീങ്ങും, ചിലപ്പോൾ X ക്രോമസോമിലേക്ക് പോലും. നിങ്ങൾ ശാരീരികമായി എത്ര 'ആണോ' 'പെണ്ണോ' (പിന്നെ അതിനിടയിലുള്ള എല്ലാം) ആയിരിക്കുന്നു എന്നത് ആശ്രയിച്ചിരിക്കുന്നത് നിങ്ങളുടെ ഹോർമോണുകൾ താരതമ്യേന കുറച്ച് മാത്രമുള്ള ജീനുകളിൽ നിന്ന് എങ്ങനെ സിഗ്നൽ നൽകുന്നു എന്നതിലാണ്, SRY എന്ന് വിളിക്കപ്പെടുന്നത് അത്തരത്തിൽ ഒരു ജീനാണ്, ഇത് പുരുഷ ലൈംഗിക സ്വഭാവ വികസനത്തിന് ഏറ്റവും പ്രധാനപ്പെട്ടതാകാം.

മുകളിൽ വിവരിച്ച അവസ്ഥകൾ നമ്മൾ മുമ്പ് വിചാരിച്ചതിനേക്കാൾ വളരെ സാധാരണമാണ്; സങ്കൽപ്പിക്കുക നിങ്ങൾ ഒരു XX പുരുഷനോ XY സ്ത്രീയോ ആണെന്ന് കണ്ടെത്തുകയാണെങ്കിൽ? നിങ്ങളുടെ 'ക്രോമസോം സെക്സ്' (അതായത്, നിങ്ങൾക്ക് ഏതൊക്കെ സെക്സ് ക്രോമസോമുകളാണ് ഉള്ളതെന്ന്) നിങ്ങൾക്ക് അറിയില്ലെന്ന് ഞാൻ വാതുവെക്കുന്നു. നിങ്ങളുടെ ട്രൗസറിലുള്ളതുമായി പൊരുത്തപ്പെടുന്ന സെക്സ് ക്രോമസോമുകൾ നിങ്ങൾക്കുണ്ടെന്ന് നിങ്ങൾ വെറുതെ ഊഹിക്കും; നിങ്ങൾക്ക് അത് ഇല്ലായിരിക്കും. അതിനാൽ നിങ്ങൾ പ്രതീക്ഷിക്കുന്നതിലും വ്യത്യസ്തമായി ലൈംഗികത പ്രകടിപ്പിക്കുന്നവരോട് ദയ കാണിക്കുക; നിങ്ങളുടേതിൽ നിന്ന് വ്യത്യസ്തമായ കഥ പറയുന്ന ക്രോമസോമുകളും ജീനുകളും നിങ്ങൾക്ക് സ്വന്തമായി തന്നെയുണ്ടായേക്കും. ഈ ലളിതമായ ജനിതക വ്യത്യാസങ്ങൾ മിശ്രലിംഗമായിട്ടുള്ള (ആണിനും പെണ്ണിനും ഇടയിൽ, വ്യത്യസ്ത അളവുകളിൽ) നിരവധി ആളുകളായി കലാശിക്കുന്നു. ഗവേഷണം പറയുന്നത് യുഎസ് ജനസംഖ്യയുടെ 1.7% ഇന്റർസെക്സ് ആളുകളുടെ എണ്ണം വരുമെന്നാണ്, അതായത് ഏകദേശം 5.6 ദശലക്ഷം (5,600,000) അമേരിക്കക്കാർ, ഏകദേശം 23 ദശലക്ഷം (23,000,000,000) ഇന്ത്യയിലുമുണ്ട്. ഈ ഭാഗത്തിന്റെ ഉദ്ദേശ്യം, ഒരാൾ അവരുടെ ലൈംഗികതയോ ലിംഗഭേദമോ എങ്ങനെ പ്രകടിപ്പിക്കുന്നുവെന്ന് നിർണ്ണയിക്കുന്നതിൽ ജീനുകളും ഹോർമോണുകളും പരിസ്ഥിതിയും വഹിച്ചേക്കാവുന്ന പങ്കിനെക്കുറിച്ച് പറയുക എന്നതാണ്. ജീവനെക്കുറിച്ച് പഠിക്കുമ്പോൾ, നമ്മൾ ഇപ്പോഴും നമ്മളെക്കുറിച്ച് എത്രമാത്രം പഠിക്കുന്നു എന്നറിയാൻ ഇത് സഹായിക്കുന്നു (മനുഷ്യ വ്യതിയാനങ്ങളെ നമ്മൾ എത്ര മോശമായി മനസ്സിലാക്കുകയും അംഗീകരിക്കുകയും ചെയ്യുന്നു

എന്നും), ഒരു പ്രതിനിധി എന്ന നിലയിൽ ബാക്കിയുള്ള പ്രകൃതി ലോകത്തെക്കുറിച്ച് നമുക്ക് വളരെ കുറച്ച് മാത്രമേ അറിയാവൂ.

ഈ വിഷയത്തിൽ, കൂടുതൽ മാനുഷികമായ ഒരു പദവുമായി നമുക്ക് ഒരു ലേബൽ പ്രശ്നമുണ്ട്; 'ലിംഗഭേദം'. ലൈംഗികത ഒരു കാര്യമാണ്, ലിംഗഭേദം മറ്റൊരു കാര്യമാണ് : ലിംഗഭേദം ≠ ലൈംഗികത. മനുഷ്യൻ തങ്ങളെത്തന്നെയും അവരുടെ ലൈംഗികതയെയും ലോകത്തോട് പ്രകടിപ്പിക്കുന്നത് ലിംഗഭേദമായാണ്. നിങ്ങൾക്ക് പുരുഷ ലൈംഗികാവയവങ്ങൾ ഉണ്ടായിരിക്കാം, പക്ഷേ ഒരു സ്ത്രീയായി തിരിച്ചറിയുന്നത്, ഒരു ഉദാഹരണം. ഈ ദ്വിഗുണ വിഭാഗങ്ങൾക്ക് പുറത്തും നിങ്ങൾക്ക് തിരിച്ചറിയാൻ കഴിയും. മറ്റാരെയെങ്കിലും കുറിച്ച് ഭിന്നലിംഗരോ നോൺബൈനറിയോ ആണെന്ന് മനസ്സിലാക്കുമ്പോൾ, ആളുകൾ ഇപ്പോഴും അസ്വസ്ഥരാകുന്നത് എന്തുകൊണ്ടാണെന്ന് എനിക്ക് നിശ്ചയമില്ല. അവർ ഇഷ്ടപ്പെട്ട ഒരാൾ 'വ്യത്യസ്തം' ആണെന്ന് അറിഞ്ഞപ്പോൾ മണ്ടത്തരം പറ്റി എന്ന് കരുതിയാണോ? LGBTQ+ കമ്മ്യൂണിറ്റിയിലെ അംഗങ്ങൾ 'സ്വാഭാവികം' അല്ലെന്ന് മതഭ്രാന്തന്മാർ പറയും, എന്നാൽ അവർ തീർച്ചയായും സ്വാഭാവികമാണ്. ജീവവൃക്ഷത്തിൽ ഉടനീളം ലൈംഗികതയും ലൈംഗികത്വവും ഒരു വർണ്ണരാജിയിലാണ്.*

വ്യത്യസ്ത ലൈംഗികത പുലർത്തുന്നതായി 'നടിക്കുന്ന' മൃഗങ്ങളുണ്ട് (ഒരു കാര്യം പറയാൻ ഇവിടെ മനുഷ്യ ബൈനറികളെ നിർബന്ധിച്ചതിൽ ക്ഷമിക്കണം). ചില സ്പീഷിസുകളിൽ, പുരുഷന്മാർക്ക് സ്ത്രീകളെപ്പോലെയുള്ള ഒരു രൂപമാണ്, മത്സരം ഒഴിവാക്കുന്നതിനായി. ഈ 'പതുങ്ങിനടക്കുന്നവർ' സ്ത്രീകളുമായി ഇണചേരുവാൻ, കൂടുതൽ സ്ത്രീയെപ്പോലെ കാണപ്പെടുന്നതിന്റെ ആനുകൂല്യം ഉപയോഗിക്കുമ്പോൾ, വലിയ പുരുഷന്മാർ പേശി പ്രദർശനവും, പോസ് ചെയ്യുകയും, പരസ്പരം ആക്രമിക്കുകയും ('ആൺകുട്ടികൾ ആൺകുട്ടികളായിരിക്കും', അവർ സമർത്ഥരായിരിക്കുമ്പോൾ ഒഴികെ) ചെയ്തുകൊണ്ടിരിക്കുന്നു. ചിലർ ഇതിനെ ചതിയെന്നോ മിമിക്രിയെന്നോ വിളിക്കും, പക്ഷേ എന്തുകൊണ്ടാണ് സ്ത്രീകൾ 'സ്ത്രീവൽക്കരിക്കപ്പെട്ട' പുരുഷനെ ഇഷ്ടപ്പെടുന്നത്? അവൾ വഞ്ചിക്കപ്പെടുകയല്ല.

അപ്പോൾ മനുഷ്യരുടെ പ്രത്യേകത എന്താണ്? സ്വവർഗ്ഗരതിയോടുള്ള പേടി/ഭിന്നലിംഗക്കാരോട് സമൂഹം കാണിക്കുന്ന വെറുപ്പ് തീർച്ചയായും നമുക്ക് പ്രത്യേകമായി ഉള്ളതാണ്. ചില ആളുകൾ ജനനസമയത്ത് നിയുക്തമാക്കിയ ലിംഗഭേദത്തിൽ നിന്ന് വ്യത്യസ്തമായി സ്വയം പ്രകടിപ്പിക്കുന്നു : നമുക്ക് അവരെ അവരുടെ ജീവിതം സമാധാനത്തോടെ ജീവിക്കാൻ അനുവദിക്കാം. തീർച്ചയായും, 'സാധാരണ' എന്താണെന്നതിനെക്കുറിച്ച് അശാസ്ത്രീയമായ ചില മതഭ്രാന്തുമായി അവരെ സമീപിക്കരുത്. മൃഗങ്ങൾക്ക് നമ്മളെപ്പോലെ ലിംഗഭേദമില്ല; ഇത് മനുഷ്യരുടെ ഒരു സാമൂഹിക നിർമ്മിതിയാണ്, അതിനാൽ നമുക്ക് എല്ലാ മനുഷ്യത്വത്തെയും അംഗീകരിക്കുന്ന ഒരു സമൂഹം നിർമ്മിക്കാം. ഇത് 'ഉണർവ്വ്' അല്ല, ഇത് ദയവ് മാത്രമാണ്.

നിങ്ങൾ *ഫൈൻഡിംഗ് നെമോ* കണ്ടിട്ടുണ്ടോ? ഇതൊരു ഡിസ്നി സിനിമ ആയിരുന്നില്ലെങ്കിൽ, നെമോയുടെ അമ്മയും സഹോദരങ്ങളും ആഹരിക്കപ്പെട്ടപ്പോൾ എന്താണ് സംഭവിക്കുക? സ്വഭാവികമായി, അച്ഛൻ സ്ത്രീയായി മാറും. എന്തുകൊണ്ട്? കോമാളി മത്സ്യങ്ങൾ തുടർച്ചയായ ദ്വിലിംഗജീവികളാണ് – അവയെല്ലാം പുരുഷനായി ജനിക്കുകയും അവസരോചിതമാകുമ്പോൾ (big mama മരിക്കുമ്പോൾ സംഭവിക്കുന്നതുപോലെ) വലിയ ആധിപത്യമുള്ള സ്ത്രീയായി മാറുകയും ചെയ്യുന്നു. യഥാർത്ഥ ജീവിതം കുട്ടികൾക്കുള്ള മികച്ച സിനിമ പ്ലോട്ടുകൾ ഉണ്ടാക്കുന്നില്ല. മനുഷ്യരിൽ പോലും, നിങ്ങളുടെ ശാരീരിക ലൈംഗികത കാലക്രമേണ മാറിയേക്കാം. ഡൊമിനിക്കൻ റിപ്പബ്ലിക്കിൽ, ഗുവെഡോസസ് എന്ന് വിളിക്കപ്പെടുന്ന കുട്ടികളുടെ ഒരു ചെറിയ സമൂഹമുണ്ട്, അവർ സ്ത്രീയായി ജീവിതം ആരംഭിക്കുന്നു ഏകദേശം പന്ത്രണ്ട് വയസ്സ് വരെ, ആ സമയത്താണ് അവരുടെ ലിംഗം വികസിക്കുന്നത്. ഈ മാറ്റത്തിന് കാരണമാകുന്ന ടെസ്റ്റോസ്റ്റിറോണിന്റെ കുറവ് ആ സമൂഹത്തിൽ സാധാരണമാണ്, എന്നാൽ മറ്റിടങ്ങളിലും ഇത് സംഭവിക്കുന്നുണ്ട്.

തെറ്റായ ശരീരത്തിലാണ് തങ്ങൾ ജനിച്ചതെന്ന് തോന്നുന്ന ആളുകൾ കൂടുതൽ സാധാരണമാണ്. വളരെ ചെറുപ്പം മുതലേ ഒരു പെൺകുട്ടിയാകാൻ തീവ്രമായ ആഗ്രഹം പ്രകടിപ്പിച്ചിരുന്ന തങ്ങളുടെ സമാന ഇരട്ട ആൺകുട്ടികളിൽ ഒരാളെ കൈകാര്യം ചെയ്യുന്ന ഒരു കുടുംബത്തെക്കുറിച്ച് *ബികമിംഗ് നികോൾ* എന്ന മനോഹരമായ ഒരു പുസ്തകമുണ്ട്. ഈ കഥ മനോഹരവും സത്യവും അസാധാരണവുമാണ്, കാരണം ആളുകൾക്ക് അവരുടെ ലിംഗഭേദത്തെക്കുറിച്ചോ ലൈംഗികതയെക്കുറിച്ചോ സമാനമായ വികാരങ്ങൾ ഉണ്ടായിരുന്നിരിക്കാമെന്ന് നമ്മൾ (കുറഞ്ഞത് പാശ്ചാത്യരെങ്കിലും) അടുത്തിടെ മാത്രമാണ് അംഗീകരിക്കാൻ തുടങ്ങിയത്; മറ്റ് സംസ്കാരങ്ങളിൽ കുറച്ചുകൂടി അനുവദനീയമാണ്, പ്രത്യേകിച്ച് തായ്‌ലൻഡ് പോലുള്ള സ്ഥലങ്ങളിലും തെക്കുകിഴക്കൻ ഏഷ്യയുടെ മറ്റ് ഭാഗങ്ങളിലും. *ബികമിംഗ് നികോൾ* കഥയുടെ മറ്റൊരു രസകരമായ വശം അവൾ ഒരു സരൂപ ഇരട്ടയാണ് എന്നതാണ്. രണ്ട് ഇരട്ടകളും ജനനസമയത്ത് പുരുഷന്മാരായി നിയോഗിക്കപ്പെട്ടു, രണ്ട് വയസ്സ് മുതൽ ഒരാൾ മാത്രം സ്ത്രീയാണെന്ന് തിരിച്ചറിഞ്ഞു. ലിംഗപരമായ തിരിച്ചറിയൽ ജനിതകമാണ്, ഒരു തിരഞ്ഞെടുപ്പല്ല, ഈ സരൂപകൾ (ഒരേ ജനിതകഘടന ഉള്ളവർ) ഒരേ ലൈംഗിക സാരൂപ്യം പ്രദർശിപ്പിക്കാത്തത് എന്തുകൊണ്ടാണെന്ന് നിങ്ങൾ ചിന്തിച്ചേക്കാം. സാധ്യമായ ഒരു വിശദീകരണം 'എപിജെനെറ്റിക്സ്'-മായി ബന്ധപ്പെട്ടതാണ് – നിങ്ങളുടെ ജീനുകൾ പരിസ്ഥിതിയുമായി അടിസ്ഥാനപരമായി എങ്ങനെ ഇടപഴകുന്നു എന്നത്. സരൂപ ഇരട്ടകൾ കൃത്യമായി സരൂപരല്ല, ചില രാസവസ്തുക്കൾ ഡിഎൻഎയുമായി ഇടപഴകുന്ന അസംഖ്യം രീതികൾ ഉൾപ്പെടെയുള്ള (സാധാരണയായി 'മെത്തിലേഷൻ' എന്ന് വിളിക്കപ്പെടുന്നു) എപ്പിജെനെറ്റിക് ഘടകങ്ങൾ കാരണമാണത്; പിന്നെ, സൂക്ഷ്മമായ പാരിസ്ഥിതിക ഘടകങ്ങളിൽ നിന്നല്ലാതെയും വ്യത്യാസങ്ങൾ ഉണ്ടാകാം.

നിങ്ങൾ നിങ്ങളുടെ ക്ലോണിനെ ഒരു ഗുഹയിൽ പോഷകാഹാരക്കുറവോടെ വളർത്തിയാൽ, അവ നിങ്ങളിൽ നിന്ന് വളരെ വ്യത്യസ്തമായി കാണപ്പെടും, നിങ്ങൾ ഒരു സവിശേഷ മധ്യവർഗ്ഗ അമേരിക്കൻ ജീവിതത്തിലാണ് വളർന്നതെങ്കിൽ. ജീനോമിനെ ഒരു വീടിന്റെ ബ്ലൂപ്രിന്റ് ആയി കരുതുക. വീടുകൾക്ക് ഒരേ പ്ലാൻ ആയിരിക്കാം, പക്ഷേ ഒന്ന് ഐസ് പായ്ക്കിന്റെ പുറത്തും മറ്റേത് മലയുടെ വശത്തും നിർമ്മിച്ചാൽ അവ വ്യത്യസ്തമായിരിക്കും. നിങ്ങളുടെ ലൈംഗികതയ്ക്കും ലിംഗ സ്വത്വത്തിനും ഒരു പാരിസ്ഥിതിക ഘടകവും ജനിതക ഘടകവും ഉണ്ടാകാൻ സാധ്യതയുണ്ട്. അല്ല, നിങ്ങൾ ഗർഭിണിയായിരിക്കുമ്പോൾ പൈനാപ്പിൾ കഴിക്കുന്നതോ കുഞ്ഞിന് Lady Gaga പാടിക്കൊടുക്കുന്നതോ അല്ല പാരിസ്ഥിതിക ഘടകം. പാരിസ്ഥിതിക സാഹചര്യങ്ങൾ എന്തായിരിക്കുമെന്ന് നമുക്ക് അറിയില്ല, പക്ഷേ അത് മാതാപിതാക്കൾ ചെയ്ത എന്തെങ്കിലും കാര്യമാവില്ല. സരൂപകൾക്ക് വ്യത്യസ്ത ലൈംഗികതകളും ലിംഗ സ്വത്വങ്ങളും പ്രകടിപ്പിക്കാൻ കഴിയും എന്നതിന്റെ അർത്ഥം, ഒന്നിലധികം ജീനുകളുടെ (അതായത്, പോളിജെനിക്) ഇടപെടൽ ഉൾപ്പെടുന്ന ചില സൂക്ഷ്മമായ പാരിസ്ഥിതിക ഘടകങ്ങൾ ഉണ്ടെന്നാണ്. *മെട്രിക്സ്* സിനിമാ ഫ്രാഞ്ചൈസി സൃഷ്ടിച്ച വചോവ്സ്കിസ്, ഇരുവരും പുരുഷ സഹോദരന്മാരായി ജനിച്ച ട്രാൻസ് സ്ത്രീകളാണ്; ഏതാണ്ട് 20% കേസുകളിൽ, സരൂപ ഇരട്ടകളിൽ ഒന്ന് ട്രാൻസ് ആണെങ്കിൽ, രണ്ടും ട്രാൻസ് ആകും. സരൂപർ ഒരേ ലിംഗ സ്വത്വം പങ്കിടുന്നത് കൂടുതൽ സാധാരണമാണ് സരൂപരല്ലാത്തവരെ അപേക്ഷിച്ച്, ഇത് ഒരു പാരമ്പര്യ ജനിതക ഘടകത്തിലേക്ക് വിരൽ ചൂണ്ടുന്നു.

നൂറുകണക്കിന് അല്ലെങ്കിൽ ആയിരക്കണക്കിന് മൃഗങ്ങളിൽ സ്വവർഗ്ഗ രതി രേഖപ്പെടുത്തപ്പെട്ടിട്ടുണ്ട്. ഇത് അസാധാരണമോ സഹജമല്ലാത്തതോ പ്രകൃതിവിരുദ്ധമോ അല്ല. ഞാൻ നേരിട്ട് കണ്ട മൃഗങ്ങളിലെ സ്വവർഗ്ഗ ആഭിമുഖ്യത്തിന്റെ ഏറ്റവും പ്രിയപ്പെട്ട ഉദാഹരണം ശ്രീലങ്കൻ സംരക്ഷണ കേന്ദ്രത്തിൽ ഞാൻ കണ്ടുമുട്ടിയ മൂന്ന് ആൺ ആനകളാണ്. പാർക്കിലെ ജീവനക്കാരൻ അവരെ സ്നേഹപൂർവ്വം 'ഗേ ബോയ്സ്' എന്ന് വിളിച്ചു. അത് മുപ്പതും ഇരുപതും പത്തും വയസ്സുള്ള ഒരു ചെറിയ ആനക്കൂട്ടമായിരുന്നു (ആനകൾ സമ്മതിക്കുന്ന പ്രായം ഏതാണെന്ന് എനിക്ക് അറിയില്ല). സാധാരണയായി പുരുഷന്മാർ ഒറ്റക്കാണ്, എന്നാൽ ഇവർ മൂന്നും എപ്പോഴും ഒരുമിച്ചായിരുന്നു, പിന്നെ പലപ്പോഴും... നമുക്ക് ഇങ്ങനെ പറയാം, 'അവരുടെ സ്നേഹം പ്രകടിപ്പിച്ചുകൊണ്ടിരുന്നു'. ഈ കാട്ടാനകളോട് അവരുടെ സ്വകാര്യ ജീവിതം എങ്ങനെ ജീവിക്കണമെന്ന് പറയാൻ നമ്മൾ ആരാണ്? അവരോടെന്നല്ല ആരോടും. നല്ലവരായിരിക്കുക, ആളുകളെ അവർ എങ്ങനെയാണോ അങ്ങനെതന്നെ അംഗീകരിക്കുക, ആളുകൾ നിങ്ങളോടും അങ്ങനെ ചെയ്യുമെന്ന് പ്രത്യാശിക്കുകയും ചെയ്യുക.

മൃഗരാജ്യത്തിലുടനീളം സ്വവർഗ്ഗ ഇണചേരൽ നമുക്ക് നിരീക്ഷിക്കാൻ കഴിയും, നിരീക്ഷിച്ചിട്ടുമുണ്ട്, എന്നാൽ മൃഗങ്ങളിൽ ലിംഗഭേദം അത്ര 'നേർവഴി'ക്കല്ല. ഒരു പരിണാമ ജീവശാസ്ത്രജ്ഞനായ സഹപ്രവർത്തകൻ,

ജെറമി യോഡർ,** എന്നോട് പറഞ്ഞു, 'മനുഷ്യരുടേതല്ലാത്ത ലോകത്ത് മനുഷ്യ ദ്വിലിംഗ സ്വത്വത്തിന് ഒരു വ്യക്തമായ താരതമ്യം നിങ്ങൾ കണ്ടെത്താൻ പോകുന്നില്ല, കാരണം മൃഗങ്ങൾക്ക് യഥാർത്ഥത്തിൽ ലിംഗഭേദം ഇണചേരലുമായി ബന്ധപ്പെട്ട സാമൂഹിക പെരുമാറ്റങ്ങളും സിഗ്നലുകളും എന്ന അർത്ഥത്തിൽ മാത്രമാണുള്ളത്.' അതായത്, ഒരു ആൺ ആന ഒരു പെൺ ആനയെപ്പോലെയാണോ പ്രവർത്തിക്കുന്നതെന്ന് നിങ്ങൾ നിരീക്ഷിച്ചാൽ മതിയെങ്കിൽ, മൃഗങ്ങളിൽ ലിംഗഭേദം അനുമാനിക്കുന്നത് വളരെ എളുപ്പമായിരിക്കും, പക്ഷേ മിക്കപ്പോഴും ആന ആനയെപ്പോലെ മാത്രമാണ്, അവരുടെ പെരുമാറ്റത്തിലൂടെ അവരെ വേർതിരിച്ചു കാണാൻ നമുക്ക് കഴിയില്ല. എന്തായാലും, മൃഗങ്ങളിൽ ലിംഗഭേദ ദ്വന്ദ്വം ഇല്ലെന്നു വ്യക്തമാണെന്നിരിക്കെ അവരുടെ മേൽ അത് നിർബന്ധിക്കേണ്ട ആവശ്യമില്ല. അത് എന്നെ ശങ്കയിലേക്ക് നയിക്കുന്നു – മനുഷ്യർക്ക് ലിംഗഭേദം ആവശ്യമാണോ? ആ ലേബലുകളിൽ നിന്ന് നമ്മൾ എന്തെങ്കിലും നേടുമെന്ന് എനിക്ക് ഉറപ്പില്ല. ആനകൾക്ക് അവ ആവശ്യമില്ലെങ്കിൽ, ഒരുപക്ഷേ നമുക്കും വേണ്ടായിരിക്കും?

കൗമാരപ്രായത്തിൽ, ഞാൻ ന്യൂയോർക്ക് അക്വേറിയത്തിൽ ജോലി ചെയ്തിരുന്നു, അവിടെ ആൺ പെൻഗ്വിനുകളുടെ കൂട്ടത്തിൽ നിന്നും രണ്ടെണ്ണം പിന്നീട് ദമ്പതികളായി ജീവിക്കുകയും അത് പ്രസിദ്ധമാവുകയും ചെയ്തു. ബന്ദികളാക്കിയ പെൻഗ്വിനുകൾക്കിടയിൽ സ്വവർഗ്ഗ ജോഡികൾ ഉണ്ടാകുന്നത് അസാധാരണമല്ല, സ്വവർഗ്ഗ ജോഡി പെൻഗ്വിനുകൾക്ക് ഉപേക്ഷിക്കപ്പെട്ട മുട്ടകളും കുഞ്ഞുങ്ങളും വളർത്താൻ കൊടുക്കാറുണ്ട്. ചിലർക്ക് 'സ്വവർഗ്ഗ വിവാഹങ്ങൾ' പോലും ചെയ്തുകൊടുത്തിട്ടുണ്ടെങ്കിലും, നമ്മുടെ മാനുഷിക സ്വഭാവത്തെ അടിസ്ഥാനമാക്കി സമാന്തരമായി അവയെ ലിംഗഭേദം ചെയ്യാൻ നമുക്ക് കഴിയില്ല, അത് ആവശ്യമില്ല. (മറുവശത്ത്, പെൻഗ്വിനുകൾ എപ്പോഴും ടക്സീഡോകൾ ധരിച്ചിരിക്കുന്നതായി കാണപ്പെടുന്നു എന്നത് അവരുടെ വിവാഹങ്ങളെ മനോഹരമാക്കുന്നു, കൂടാതെ ഈ വിവാഹങ്ങൾ ആരെയും വേദനിപ്പിക്കുന്നില്ല, അതേസമയം തുറന്ന മനസ്സും സ്വീകാര്യതയും പ്രോത്സാഹിപ്പിക്കുന്നു.) നാം ലൈംഗികതയുടെ വർണ്ണരാജി ഏതൊരു ജീവിവർഗ്ഗത്തിൽ കാണുന്നുവോ, അവിടെ നമ്മൾ ദ്വിഗുണമായ ലിംഗങ്ങൾ മാത്രം പ്രതീക്ഷിക്കുന്നതിന് ഒരു കാരണവുമില്ല.

'ഗേ ജീനോമിക്സ്'' ('gaynomics'?) പഠനം അതിന്റെ ശൈശവാവസ്ഥയിലാണ്. സ്വവർഗ്ഗ ലൈംഗിക ആഭിമുഖ്യം തിരിച്ചറിയാൻ സഹായിക്കുന്നതുമായി ബന്ധപ്പെട്ട ദുർബ്ബലമായി ചില ജനിതക അടയാളങ്ങൾ ഉണ്ടെങ്കിലും ഒരൊറ്റ 'സ്വവർഗ്ഗാനുരാഗ ജീൻ' (ഞങ്ങൾ നോക്കിയിട്ടുണ്ട്) ഇല്ല. ഈ അന്വേഷണങ്ങൾ അധിക മതാന്ധതയിലേക്കോ അല്ലെങ്കിൽ ഏറ്റവും മോശമായ സാഹചര്യത്തിൽ, സ്വവർഗ്ഗരതിയോട് പേടിയുള്ള രക്ഷിതാക്കൾ ജീൻ എഡിറ്റിംഗ് ടൂളുകൾ ഉപയോഗിച്ച് ഈ അടയാളങ്ങൾ 'തിരുത്തുന്ന' ഒരു ഭാവിയിലേക്കോ നയിക്കുമെന്ന് പലരും ഭയപ്പെടുന്ന

(ഡോ. യോഡർ തന്റെ കൃതിയിൽ കൂടുതൽ വ്യക്തമായി പറഞ്ഞ ഒരു പോയിന്റാണിത്). മനുഷ്യരിലെ സ്വവർഗ്ഗ അനുഭവങ്ങളെക്കുറിച്ചുള്ള ഏറ്റവും വലിയ ജീനോമിക് പഠനത്തിൽ, അഞ്ച് ജനിതക അടയാളങ്ങൾ തിരിച്ചറിഞ്ഞു, അവ ആണിനും പെണ്ണിനും ഒരുപോലെയായിരുന്നില്ല. ആ ജീനുകളും സ്വവർഗ്ഗ സ്വഭാവവും തമ്മിലുള്ള ബന്ധം വളരെ ദുർബ്ബലമാണ്, അതായത്, 'ഗേ ജീൻ' ഇല്ല. ആ പഠനത്തെ അടിസ്ഥാനമാക്കി ഒരു 'How Gay Are You App' നിർമ്മിക്കുന്നതിൽ നിന്ന് ദുരുദ്ദേശ്യമുള്ളവരെ അത് തടഞ്ഞിട്ടില്ല; ഏറ്റവും മോശം, ഇത് വിതരണം ചെയ്യുന്നത് സ്വവർഗ്ഗ ലൈംഗികത കുറ്റകരമാക്കിയ ഒരു രാജ്യമാണ്, ഉഗാണ്ട. ദുർബ്ബലമായ ജനിതക ബന്ധങ്ങളെ അടിസ്ഥാനമാക്കിയുള്ള ഒരു ആപ്പ് LGBTQ+ കമ്മ്യൂണിറ്റിയെ കൂടുതൽ കളങ്കപ്പെടുത്തുന്നതിലേക്ക് നയിക്കും. നമ്മൾ ഈ പുതിയ പഠനമേഖല (മനുഷ്യരിൽ പലപ്പോഴും ജീനോം വൈഡ് അസ്സോസിയേഷൻ സ്റ്റഡീസ് [GWAS] എന്ന് വിളിക്കപ്പെടുന്നു) ആരംഭിച്ചിട്ടേയുള്ളൂ, എന്നാൽ ഈ പ്രോജക്റ്റുകൾ കൂടുതൽ കളങ്കപ്പെടുത്തുന്നതിനും നിരാശപ്പെടുത്തുന്നതിനും ഇടയാക്കുന്നില്ലെങ്കിൽ അവ മികച്ച രീതിയിൽ പ്രവർത്തിക്കും. പ്രത്യേക സ്വഭാവവിശേഷങ്ങൾക്ക് ജനിതക ഉത്ഭവം ഉണ്ടെന്നും അവ 'തിരഞ്ഞെടുക്കൽ' അല്ലെങ്കിൽ 'മുൻഗണന' അല്ലെന്നും കാണിച്ച് കൂടുതൽ സാമൂഹിക സ്വീകാര്യത ഉണ്ടാക്കുക എന്നതാണ് ഉദ്ദേശ്യം, എന്നാൽ ഈ പഠനങ്ങൾക്ക് ഭയാനകമായ പ്രത്യാഘാതങ്ങളിലേക്ക് പോകാൻ കഴിയും.

വരുമാന നില, വിദ്യാഭ്യാസ നേട്ടങ്ങൾ എന്നിവയുമായി പരസ്പര ബന്ധമുള്ള ജനിതക ബന്ധങ്ങൾ കണ്ടെത്താനും GWAS പഠനങ്ങൾ നടത്തിയിട്ടുണ്ട്. പുതുതായി ലഭ്യമായ ജീനോമിക് ഡാറ്റാസെറ്റുകളിൽ ('ഇത് അറിവാണ്, ഇത് ശാസ്ത്രമാണ്') പരസ്പര ബന്ധങ്ങൾ കണ്ടെത്തുന്നതിനുള്ള പ്രചോദനം ഞാൻ മനസ്സിലാക്കുന്നു, എന്നാൽ ഒരു ഗ്രേഡിയന്റിൽ (ഉദാ.: വംശം, സാമൂഹിക സാമ്പത്തിക നില) കാണപ്പെടുന്ന സവിശേഷതകളാൽ ചുമത്തപ്പെടാവുന്ന, ദുർബ്ബലമായി ബന്ധപ്പെട്ടിരിക്കുന്ന സ്ഥലത്തിന്റെ പ്രാധാന്യം വിശദീകരിക്കാൻ ഒരു ശരിയായ സന്ദർഭത്തിന്റെ ആവശ്യകതയും വളരെ കൂടുതലാണ്. ദാരിദ്ര്യം, ഒരു ഉദാഹരണത്തിന്, നിർബന്ധിത വന്ധ്യംകരണത്തിലൂടെ അമേരിക്കൻ യൂജെനിസ്റ്റുകൾ ഇല്ലാതാക്കാൻ ആഗ്രഹിക്കുന്ന പാരമ്പര്യ സ്വഭാവങ്ങളിൽ ഒന്നാണെന്ന് കരുതപ്പെടുന്നു. നമുക്ക് മികച്ച സയൻസ് ആശയപ്രചാരകരെ ആവശ്യമുള്ളതിന്റെയും, സങ്കീർണ്ണമായ സാമൂഹിക പ്രശ്നങ്ങൾ ആശയവിനിമയം നടത്താൻ കഴിയുന്ന ശാസ്ത്രജ്ഞരെ കണ്ടെത്തേണ്ടതിന്റെയും കാരണങ്ങളിൽ ഒന്ന് മേൽപ്പറഞ്ഞതാണ്. അരിസ്റ്റോട്ടിൽ പോലും തന്റെ രചനയെ 'വിചിത്രം' എന്നും 'നിഗൂഢം' എന്നും വിഭജിച്ചു, ആദ്യത്തേത് ശരാശരി വ്യക്തികൾക്ക് തന്റെ ആശയങ്ങൾ വിശദീകരിക്കുന്നതിനുവേണ്ടിയും രണ്ടാമത്തേത് തന്റെ സഹ തത്ത്വചിന്തകരായ പണ്ഡിതർക്കും പ്രബലരായ ഭ്രമണശീലർക്കും വേണ്ടി നീക്കിവച്ചിരുന്നതും.***

ഇതിനെല്ലാം പരിണാമവുമായി എന്താണ് ബന്ധം? സ്വവർഗ്ഗ ആകർ

ഷണത്തിന് സ്വാഭാവിക തിരഞ്ഞെടുപ്പിന്റെ വിശദീകരണം എന്തായിരിക്കുമെന്ന് ചിലർ ചോദിക്കുന്നു. എല്ലാത്തിനുമുപരി, സ്വവർഗ്ഗ ദമ്പതികൾക്ക് സ്വന്തം കുഞ്ഞുങ്ങളെ ഉണ്ടാക്കാൻ കഴിയില്ല, അവരുടെ സ്വഭാവവിശേഷങ്ങൾ അടുത്ത തലമുറയ്ക്ക് കൈമാറുകയുമില്ല (ശാസ്ത്രം ആ വിഷയത്തിൽ പ്രവർത്തിക്കുന്നുണ്ടെങ്കിലും). വിഷാദം, ഉത്കണ്ഠ അല്ലെങ്കിൽ മറ്റ് പാരമ്പര്യരോഗങ്ങൾ എന്നിവ കാരണം കുട്ടികളുണ്ടാകുന്നതിന് മുമ്പ് സ്വയം കൊല്ലുന്ന ആയിരക്കണക്കിന് ആളുകളെ വളർത്തിയെടുക്കുമ്പോൾ നമുക്ക് സമാനമായ പരിണാമ ചർച്ചകൾ ഇല്ല. കാരണം, സ്വവർഗ്ഗാനുരാഗിയായ സ്ത്രീ, സ്വവർഗ്ഗാനുരാഗിയായ പുരുഷൻ, ദ്വിലിംഗി, ഭിന്നലിംഗർ, ക്യൂർ/സംശയമുള്ളവർ, ഇന്റർസെക്സ് അല്ലെങ്കിൽ ലിംഗഹീനർ എന്നിങ്ങനെയൊക്കെ തിരിച്ചറിയപ്പെടുന്ന ആളുകളുടെ മേൽ അടിച്ചേൽപ്പിക്കുന്ന തരത്തിലുള്ള മതഭ്രാന്ത് ആ രോഗങ്ങളുമായി ബന്ധപ്പെട്ട് ഇല്ല എന്നതുകൊണ്ടാണ്. തീർച്ചയായും, അതേ ലിംഗത്തിലേക്ക് ആകർഷിക്കപ്പെടുന്നത് ഒരു രോഗമല്ല, എന്നാൽ LGBTQ+ കമ്മ്യൂണിറ്റിക്കെതിരെ തങ്ങളുടെ ലിംഗഭേദ വിവേചനം/മറ്റ് മാനദണ്ഡപ്രകാരം മതഭ്രാന്ത് പ്രകടിപ്പിക്കുമ്പോൾ പെട്ടെന്ന് സ്വാഭാവിക തിരഞ്ഞെടുപ്പിന്റെ പണ്ഡിതന്മാരായി മാറുകയും ഇടയ്ക്ക് ഡാർവിന്റെ പേര് വെറുതെ വലിച്ചിഴക്കുന്നവരുമുണ്ട്. ഒരു പരിണാമ പശ്ചാത്തലത്തിൽ സ്വവർഗ്ഗ ലൈംഗിക സ്വഭാവം നിലനിൽക്കുന്നത് എന്തുകൊണ്ട് എന്ന ചോദ്യം ചോദിക്കുന്നത് പോലും 'സാധാരണ' എന്നത് വ്യത്യസ്ത-ലിംഗ ലൈംഗിക സ്വഭാവമാണെന്ന് അനുമാനിക്കുന്നതുകൊണ്ടാണ്, ഇത് ജീവവൃക്ഷത്തിലെ 'സാധാരണ' ലൈംഗികത എന്താണെന്നതിനെപ്പറ്റി കുറച്ച് അജ്ഞതയുണ്ടെന്നാണ് കാണിക്കുന്നത്. ആളുകളോട് ബഹുമാനത്തോടെ പെരുമാറാൻ നിങ്ങൾക്ക് ജീവശാസ്ത്രപരമായ ഒരു വിശദീകരണം ആവശ്യമില്ല എന്നതാണ് സത്യം.

മാനുഷിക ലൈംഗിക ആഭിമുഖ്യത്തെക്കുറിച്ചുള്ള പരിണാമ പഠനങ്ങൾ നടത്തുന്നത് ബുദ്ധിമുട്ടാണ്, കാരണം തങ്ങൾ അഭിമുഖീകരിക്കാനിടയുള്ള മുൻവിധി കാരണം പലരും സ്വന്തം വികാരങ്ങൾ സത്യസന്ധമായി പ്രകടിപ്പിക്കാമോ എന്ന ഭയത്തിലാണ് ജീവിക്കുന്നത്, എന്നിരുന്നാലും ഏകദേശം 3.5% പേർ സ്വവർഗ്ഗാനുരാഗികളോ ലെസ്ബിയന്മാരോ ബൈസെക്ഷ്വലുകളോ ആയി സ്വയം തിരിച്ചറിയുന്നു. (അതായത് ഏകദേശം 9 ദശലക്ഷം [9,000,000] അമേരിക്കക്കാർ അല്ലെങ്കിൽ ഏകദേശം 50 ദശലക്ഷം [50,000,000] ഇന്ത്യക്കാർ. LGBTQ+ ജീവിതത്തെയും ഇന്ത്യയിലെ ചരിത്രത്തെയും കുറിച്ചുള്ള ഒരു വീക്ഷണത്തിന്, പരമേഷ് ഷഹാനിയുടെ *ക്വീറിസ്ഥാൻ* വായിക്കുക.)

സ്വവർഗ്ഗ ലൈംഗിക ആഭിമുഖ്യത്തിന്റെ നിലനിൽപ്പിനുള്ള ഒരു സിദ്ധാന്തം, ഈ സ്വഭാവത്തിന്റെ ചില ജീനുകൾ പങ്കാളികളുടെ ഒരു സ്പെക്ട്രമുള്ള ആളുകൾ കൈമാറിയേക്കാം എന്നതാണ്, അവർ കുട്ടികളെ ജനിപ്പിക്കുന്നതിനായി ഒരു എതിർലിംഗ പങ്കാളിയെ തിരഞ്ഞെടുക്കുമ്പോൾ ഉൾപ്പെടെ ഈ ജീനുകൾ കൈമാറപ്പെടുന്നു. സ്വവർഗ്ഗ ലൈംഗിക ആഭി

മുഖ്യത്തിനായുള്ള ജീനുകൾ 'നേർവഴിക്കുള്ള' (അതായത്, വ്യത്യസ്ത-ലിംഗ ലൈംഗിക ആഭിമുഖ്യമുള്ള) ഈ ജീനുകൾ വഹിക്കുന്ന, എന്നാൽ 'ബദൽ' ലൈംഗികത സ്വയം പ്രകടിപ്പിക്കാത്തവരുമായ ബന്ധുക്കൾ വഹിക്കുകയും കൈമാറുകയും ചെയ്യേക്കാമെന്നതിന് തെളിവുകളുണ്ട്. ഉദാഹരണത്തിന്, സ്വവർഗ്ഗാനുരാഗികളായ പുരുഷന്മാരുടെ സ്ത്രീബന്ധുക്കൾക്ക് കൂടുതൽ കുട്ടികളുണ്ടെന്നതിന് തെളിവുകളുണ്ട്, ഇത് ഈ സ്വഭാവം നിലനിൽക്കുന്നതിലേക്ക് നയിക്കും, കാരണം ഈ കൂടുതൽ ഗർഭപിണ്ഡമുള്ള സ്ത്രീകൾ ആ 'gay-ish' ജീനുകൾ അവർ തന്നെ കർശനമായി ഭിന്നലിംഗക്കാരാണെങ്കിൽ പോലും കൈമാറുന്നു. ആ സാഹചര്യത്തിൽ, സ്വവർഗ്ഗ ലൈംഗിക ആഭിമുഖ്യത്തെ സ്വാധീനിക്കുന്ന സ്ഥാനങ്ങൾ ഈ സ്ത്രീകളിൽ വ്യത്യസ്തമായി പ്രകടമാവുകയും, നേർവഴിക്കുള്ള (അല്ലെങ്കിൽ കുഞ്ഞിനെ ഉണ്ടാക്കുന്ന) ബന്ധുക്കൾ തലമുറകളിൽ നിന്ന് തലമുറകളിലേക്ക് കൈമാറുകയും ചെയ്യും. നിങ്ങൾക്ക് സങ്കൽപ്പിക്കാൻ കഴിയും, സ്വന്തം സന്തതികളില്ലാത്ത ബന്ധുക്കളിൽ നിന്ന് ഈ ഗർഭപിണ്ഡമുള്ള അമ്മമാർക്ക് കൂടുതൽ സഹായം ലഭിക്കുന്നതിലേക്ക് ഈ സംവിധാനം നയിക്കുന്നുണ്ടെന്ന്; ഈ സാഹചര്യങ്ങളിലെ പ്രത്യുൽപ്പാദനപരമല്ലാത്ത 'സഹായികൾ' പ്രധാനമായും സ്വവർഗ്ഗാനുരാഗികളാണെന്ന് അനുമാനിക്കപ്പെടുന്നു. ആ സ്വവർഗ്ഗാനുരാഗികളായ gay uncles-നെക്കുറിച്ച് ചിന്തിക്കുക, 'guncles' എന്ന് എന്റെ ഒരു സുഹൃത്ത് സ്വയം അയാളെക്കുറിച്ച് എന്റെ ഇരട്ടകളോട് സൂചിപ്പിച്ചു. ഈ സാഹചര്യങ്ങളൊക്കെ യഥാർത്ഥത്തിൽ എന്റെ അഭിപ്രായത്തിൽ വളരെ ലളിതവും സൗകര്യപ്രദവുമാണ്; 'ദയവായി കൂടുതൽ ശാസ്ത്രം!'

നമുക്ക് അറിയാവുന്നതെന്തെന്നാൽ, ലൈംഗികത, ലൈംഗികത്വം, ലിംഗ സ്വത്വം എന്നിവ നമ്മൾ ഒരിക്കൽ വിചാരിച്ചിരുന്നതുപോലെ പരസ്പരം ഉറപ്പിച്ചിട്ടില്ല എന്നതാണ്. ആളുകൾക്ക് അവർ ആരിലേക്ക് ആകർഷിക്കപ്പെടുന്നു എന്നതിന്റെ അടിസ്ഥാനത്തിൽ വൈവിധ്യമാർന്ന ലൈംഗിക

---

* ജോവാൻ റൗഗാർഡന്റെ *Evolution's Rainbow: Diversity, Gender, and Sexuality in Nature and People* എന്നതിൽ ഇന്റർസെക്സിന്റെയും ലൈംഗിക-ദ്രവമുള്ള മൃഗങ്ങളുടെയും ധാരാളം ഉദാഹരണങ്ങളുണ്ട്.

** ജെറമിയെക്കുറിച്ച് അദ്ദേഹത്തിന്റെ വെബ്സൈറ്റിൽ നിന്ന് കൂടുതലറിയുക : https://jbyoder.org/

*** ഞാൻ അവിടെ എന്താണ് ചെയ്തതെന്ന് കണ്ടോ? മറ്റുള്ളവരുടെ അജ്ഞത വെളിവാക്കുന്നതിലെ ആനന്ദമായ 'ഫിലാലടോപ്പിസം' എന്നതിലേക്ക് ഞാൻ എറിയപ്പെട്ടു. എന്തായാലും, എഡിത്ത് ഹാൾ തന്റെ *Aristotle's Way* എന്ന പുസ്തകത്തിൽ അരിസ്റ്റോട്ടിലിന്റെ വഴികൾ ഉജ്ജ്വലമായി വിശദീകരിക്കുന്നു. അദ്ദേഹം ഒരു 'ഫിലാലടോപ്പിസ്റ്റ്' ആയിരുന്നില്ല, വാസ്തവത്തിൽ അദ്ദേഹം തന്റെ 'ഗോപ്യമായ' ശാസ്ത്രീയ കൃതികൾ പൊതുജനങ്ങൾക്ക് വിവർത്തനം ചെയ്യുന്നതിനായി 'ബാഹ്യമായ' ജോലികളിൽ ധാരാളം സമയം ചെലവഴിച്ചു. കേട്ടിട്ട് എനിക്ക് അത് ശരിയായ രീതിയിലുള്ള സയൻസിന്റെ ആശയവിനിമയം പോലെ തോന്നുന്നു. പുതിയ തെളിവുകളോ ന്യായമായ വാദമോ നൽകുമ്പോൾ, എന്തെങ്കിലും കാര്യത്തെക്കുറിച്ച് തന്റെ മനസ്സ് മാറ്റാൻ അദ്ദേഹം തയ്യാറായിരുന്നു; അത് ശരിക്കും അരിസ്റ്റോട്ടിലിന്റെ വഴിയാണ് : ഒരു തുറന്ന മനസ്സിനുടമയായിരിക്കുന്നത്.

ആഭിമുഖ്യങ്ങൾ ഉണ്ടെന്ന് മാത്രമല്ല, പലരും ബാഹുല്യമായ വഴികളിൽ ഇന്റർസെക്സ് ആയി ജനിക്കുകയും ചെയ്യുന്നു. മനുഷ്യരിൽ വ്യതിയാനങ്ങൾ ഉണ്ട്, പല സമൂഹങ്ങളും ലിംഗഭേദത്തിനും ലൈംഗികതയ്ക്കും ദ്വന്ദ്വ വിഭാഗങ്ങൾ ഉൾപ്പെടെയുള്ള സാമൂഹിക മാനദണ്ഡങ്ങൾ സൃഷ്ടിച്ചിട്ടുണ്ടെങ്കിലും, ആ വിഭാഗങ്ങൾ വേണ്ടത്ര വ്യാപകമായി മാനുഷിക വ്യതിയാനത്തിന്മേൽ വല വീശുന്നില്ലെന്ന് നമുക്കറിയാം. നമുക്ക് നന്നായി പ്രവർത്തിക്കേണ്ടതുണ്ട്, പരസ്പരം ബോധവൽക്കരിക്കുകയും എല്ലാവരെയും ഉൾക്കൊള്ളുന്ന ഭാഷ ഉപയോഗിക്കുകയും വേണം, അത് ചെയ്യാനുള്ള അറിവ് ആധുനിക ശാസ്ത്രം നമുക്ക് നൽകുകയും വേണം. ശാസ്ത്രീയ അറിവുകളെ ദുർവ്യാഖ്യാനം ചെയ്ത്, സ്വാഭാവികവും അസ്ഥിരവും ആണെന്ന് നമുക്കറിയാവുന്ന സ്വഭാവ സവിശേഷതകളെ കുറ്റപ്പെടുത്തി, സ്വാതന്ത്ര്യങ്ങളെ നിയന്ത്രിക്കുന്ന നയപരമായ തീരുമാനങ്ങളിലേക്ക് നയിക്കാനും നാം അനുവദിക്കരുത്.

ബോക്സ് 2 : ലൈംഗിക തിരഞ്ഞെടുപ്പ് അല്ലെങ്കിൽ മറ്റെന്തെങ്കിലും?

ഈ പുസ്തകത്തിൽ ലൈംഗിക തിരഞ്ഞെടുപ്പിനെക്കുറിച്ച് നമ്മൾ നിരവധി തവണ ചർച്ച ചെയ്തിട്ടുണ്ട്, ഒരു വർഗ്ഗത്തിലും ഒരു ലിംഗത്തിലും ഉള്ള അംഗങ്ങൾക്ക് ചിലപ്പോൾ ഉള്ള തീവ്രമായ അല്ലെങ്കിൽ വൃത്തികെട്ട സ്വഭാവവിശേഷങ്ങൾ വിശദീകരിക്കാൻ ചാൾസ് ഡാർവിൻ ഉപയോഗിച്ച ആശയം, ഉദാ.: മയിലുകളുടെ നീളമുള്ളതും തിളക്കമുള്ളതുമായ വാൽ തൂവലുകൾ. ഈ സവിശേഷതകൾ വേട്ടക്കാരെ ഒഴിവാക്കാനുള്ള മയിലിന്റെ കഴിവിനെ തടസ്സപ്പെടുത്തിയേക്കാം, പക്ഷേ പെണ്ണുങ്ങളുമായി ഇണചേരാനുള്ള ആണിന്റെ സാധ്യത മെച്ചപ്പെടുത്തും. നമ്മുടെ സ്വന്തം ഇനത്തിലെ പുരുഷന്മാർ സ്ത്രീകളേക്കാൾ വലുതായിരിക്കുന്നത് എന്തുകൊണ്ടെന്നതുൾപ്പെടെ, മനുഷ്യ ലൈംഗികതകളിലെ വ്യത്യാസങ്ങൾ വിശദീകരിക്കാൻ ഡാർവിൻ ലൈംഗിക തിരഞ്ഞെടുപ്പ് ഉപയോഗിച്ചു. മനുഷ്യരായ പുരുഷന്മാർ സ്ത്രീകൾക്ക് വേണ്ടി മത്സരിക്കുന്നുവെന്നും അതിനാൽ എതിരാളികളോട് പോരാടുന്നതിന് ശക്തവും വലുതുമായ ശരീരം ആവശ്യമാണെന്ന് അദ്ദേഹം കരുതി :

> *സ്ത്രീയുമായി താരതമ്യപ്പെടുത്തുമ്പോൾ പുരുഷന്റെ വലുപ്പവും ശക്തിയും, വിശാലമായ തോളുകൾ, കൂടുതൽ വികസിതമായ പേശികൾ, ശരീരത്തിന്റെ പരുക്കൻ രൂപരേഖ, അവന്റെ വലിയ ധൈര്യവും ചങ്കൂറ്റവും എന്നിവ സംശയാതീതമാണ്... എങ്ങനെയോ മനുഷ്യന്റെ അപരിഷ്കൃതത്വത്തിന്റെ നീണ്ട*

യുഗങ്ങളിൽ പോലും ഈ കഥാപാത്രങ്ങൾ സംരക്ഷിക്കപ്പെടുകയോ പെരുകുകയോ ചെയ്യുമായിരുന്നു, ശക്തരും ധീരരുമായ പുരുഷന്മാർ വിജയിച്ച, ജീവിതത്തിനായുള്ള പൊതു പോരാട്ടത്തിലും ഭാര്യമാർക്കായുള്ള അവരുടെ മത്സരങ്ങളിലും; തങ്ങളുടെ യോഗ്യത കുറഞ്ഞ സഹോദരങ്ങളേക്കാൾ കൂടുതൽ സന്താനങ്ങളെ ഉണ്ടാക്കുന്നുവെന്ന് ഉറപ്പ് വരുത്തിയ വിജയം.

ഡാർവിന്റെ വിശദീകരണം ഒരുവൻ പ്രതീക്ഷിക്കുന്നത് പോലെ പലപ്പോഴും ചോദ്യം ചെയ്യപ്പെട്ടിട്ടില്ല; അടുത്തിടെ ഒരു ജീവശാസ്ത്ര നരവംശശാസ്ത്രജ്ഞനായ ഡോ. ഹോളി ഡൺസ്‌വർത്ത് ഒരു ബദൽ വിശദീകരണം കണ്ടെത്തി, അതിന് കാട്ടാളരായ പുരുഷന്മാരുടെയും ചെറിയ സൗമ്യതയുള്ള സ്ത്രീകളുടെയും പഴയ ലിംഗ സ്റ്റീരിയോടൈപ്പുകൾ ആവശ്യമില്ല. മനുഷ്യന്റെ ഉയരത്തിലും വസ്തിപ്രദേശത്തെ വീതിയിലും നാം കാണുന്ന വ്യത്യാസങ്ങൾ ലളിതമായ ഹോർമോൺ വ്യത്യാസങ്ങളാൽ വിശദീകരിക്കാൻ കഴിയുമെന്ന് ഡൺസ്‌വർത്ത് കണ്ടെത്തി. അണ്ഡാശയത്തിൽ നിന്ന് ഈസ്ട്രജൻ ഉത്പാദിപ്പിക്കുന്ന ആളുകൾക്ക് നീളം കുറവും ഇടുപ്പ് വീതിയേറിയതുമായിരിക്കും; മനുഷ്യന്റെ അസ്ഥികളുടെ വളർച്ച ഈ ഹോർമോണിനെ ആശ്രയിച്ചിരിക്കുന്നു, കൂടാതെ വലിയ അളവിലുള്ള അണ്ഡാശയത്തിന്റെ ആദ്യകാല ഉൽപ്പാദനം (അണ്ഡാശയങ്ങളുടെ അഭാവത്തിന് എതിരെ) ശാരീരിക വ്യത്യാസങ്ങൾ വിശദീകരിക്കുന്നു, ഇത് മുമ്പ് ലൈംഗിക തിരഞ്ഞെടുപ്പിന് മേൽ മാത്രമായി ചുമത്തപ്പെട്ടിരുന്നു. ഡൺസ്‌വർത്തിന്റെ ഫിസിയോളജിക്കൽ വിശദീകരണത്തിന് മനുഷ്യ ലൈംഗികതകൾ തമ്മിലുള്ള വലുപ്പ വ്യത്യാസങ്ങൾ വിശദീകരിക്കാൻ വിക്ടോറിയൻ പ്രായത്തിലുള്ള പുരുഷ-പുരുഷ മത്സര കഥ ആവശ്യമില്ല.

ചിലപ്പോഴൊക്കെ ഇത് അമിതമായി ഊന്നിപ്പറയുന്നുണ്ടെങ്കിലും, സ്പീഷീസുകൾക്കകത്തും ഉടനീളവും നാം കാണുന്ന വ്യതിയാനം വിശദീകരിക്കുന്നതിന് ലൈംഗിക തിരഞ്ഞെടുപ്പ് സിദ്ധാന്തം വളരെ വിലപ്പെട്ടതാണ്. ഇത് പരിമിതമായ വിഭവങ്ങൾക്കായി ലിംഗങ്ങൾക്കിടയിൽ മത്സരം നടക്കുന്നു എന്ന വസ്തുതയെ ആശ്രയിച്ചിരിക്കുന്നു (ഉദാ.: മിക്ക മൃഗങ്ങളിലും ബീജത്തേക്കാൾ അണ്ഡങ്ങൾ കുറവാണ്). ലൈംഗിക തിരഞ്ഞെടുപ്പിനെ വെറും പുരുഷ മത്സരമായി നമ്മൾ വിശേഷിപ്പിക്കാറുണ്ട്, എന്നാൽ അത് പലപ്പോഴും 'സ്ത്രീ തിരഞ്ഞെടുപ്പിന്റെ' വീക്ഷണത്തിൽ നിന്നാണ് കൂടുതൽ നന്നായി വിവരിക്കപ്പെടുന്നത്. താരതമ്യേന പരിമിതമായ അണ്ഡം ഉൽപ്പാദിപ്പിക്കുന്ന സ്ത്രീകൾ കൂടുതൽ സമൃദ്ധമായ ബീജം ഉൽപ്പാദിപ്പിക്കുന്ന പുരുഷ വിഭവങ്ങളിൽ നിന്ന് ഇണയെ തിരഞ്ഞെടുക്കുന്നതായി കരുതുക; അതുകൊണ്ടാണ് സ്ത്രീകളെ ആകർഷിക്കാൻ പുരുഷന്മാർക്ക്

ആകർഷകമായ നിറങ്ങൾ ആവശ്യമുള്ളത് അല്ലെങ്കിൽ കൂടുതൽ അലങ്കാര കൂട്ടുകൾ സൃഷ്ടിക്കുന്നത് (അതെ, ചിലപ്പോൾ പുരുഷന്മാർ തമ്മിൽ വഴക്കിടുകയും വേണം). പുരുഷന്മാർ പരിമിതവും അവർ തിരഞ്ഞെടുക്കുന്നവരുമായ സമയങ്ങളുമുണ്ട്, പൈപ്പ് ഫിഷിലെ പുരുഷന്മാർ വലിയ സ്ത്രീകളെ പങ്കാളികളായി തിരഞ്ഞെടുക്കുന്നു, കാരണം പുരുഷന്മാർ വളർന്നുവരുന്ന മുട്ടകൾ വഹിക്കുകയും പരിമിതമായ വിഭവമായി മാറുകയും ചെയ്യുന്നു; അല്ലെങ്കിൽ തിളങ്ങുന്ന തൂവലുകളുള്ള പോരാട്ടവീര്യമുള്ള പെൺ ചുവന്ന ഫലാറോപ്പിന്റെ *(ഫലാരോപസ് ഫുളികാരിയസ്)* പോലെ, അവിടെ മങ്ങിയ നിറമുള്ളതും ചെറുതുമായ ആണുങ്ങൾ അവൾ ദേശാടനം ആരംഭിക്കാൻ പറന്നതിന് ശേഷവും അവളുടെ പ്രദേശത്തെ മുട്ടകൾ യഥാവിധി ഇൻകുബേറ്റ് ചെയ്യുന്നു. ജീവവൃക്ഷത്തിലെ വൈവിധ്യത്തെ വിശദീകരിക്കുന്നതിനുള്ള ഒരു ശക്തമായ ഉപകരണമാണ് ലൈംഗിക തിരഞ്ഞെടുപ്പ്; നമ്മുടെ സ്വന്തം പക്ഷപാതങ്ങളാൽ വ്യതിചലിക്കാത്ത ഒരു വീക്ഷണം സ്വീകരിക്കുന്നത് പരിണാമ ജീവശാസ്ത്രത്തിൽ അതിന്റെ പങ്കിനെക്കുറിച്ചുള്ള നമ്മുടെ ഗ്രാഹ്യത്തെ മെച്ചപ്പെടുത്തിയേക്കാം.

വിശ്വാസവുമായി സാങ്കൽപ്പിക-സത്യത്തിനെതിരെ പോരാട്ടം

സാങ്കൽപ്പിക-സത്യത്തിന്റെ കാലഘട്ടത്തിലാണ് നാം ജീവിക്കുന്നത്. ആളുകൾ അവർക്കാവശ്യമുള്ളത് പറയുന്നു, ചില ആളുകൾ, പ്രത്യേകിച്ച് അവരുടെ അനുയായികൾ അത് വിശ്വസിക്കുന്നു. സത്യം കൊണ്ട് സാങ്കൽപ്പിക-സത്യത്തെ നേരിടാൻ നിങ്ങൾക്ക് കഴിയുമെന്ന് ഞാൻ കരുതുന്നില്ല – ആളുകൾ അവർക്ക് സൗകര്യമുള്ളത് വിശ്വസിക്കും, നമുക്കെല്ലാവർക്കും നമ്മുടെ സ്വന്തം സത്യമുണ്ട്. നമുക്ക് വേണ്ടത് വിശ്വാസമാണ്. ആളുകൾക്ക് വിശ്വാസമുള്ളവരെ അവർ വിശ്വസിക്കും. ഒരുപക്ഷേ നിങ്ങൾ സാന്താക്ലോസിനെ വിശ്വസിച്ചിരിക്കാം കാരണം നിങ്ങൾ നിങ്ങളുടെ മാതാപിതാക്കളെ വിശ്വസിച്ചു അല്ലെങ്കിൽ 'trickle-down economics' വിശ്വസിച്ചിരിക്കാം കാരണം നിങ്ങൾ റൊണാൾഡ് റീഗനെ വിശ്വസിച്ചു. ഞാൻ ശാസ്ത്രത്തിൽ വിശ്വസിക്കുന്നു കാരണം എങ്ങനെ ശാസ്ത്രജ്ഞനാകണം എന്ന് ഞാൻ പഠിച്ചത് സ്വയം കണ്ടുപിടിക്കാനും പര്യവേക്ഷണം ചെയ്യാനും എന്നെ പഠിപ്പിച്ചവരിൽ നിന്നാണ്. അത് നടപ്പിലാക്കുന്നതിൽ നിന്ന്, ശാസ്ത്രീയ പ്രക്രിയയെ വിശ്വസിക്കാൻ ഞാൻ പഠിച്ചു.

ഒരിക്കൽ എന്റെ ക്ലാസ്സിൽ ഒരു ബിരുദ വിദ്യാർത്ഥിനി ഉണ്ടായിരുന്നു, അവൾ ചന്ദ്രനിൽ മനുഷ്യനിറങ്ങിയത് വിശ്വസിച്ചിരുന്നില്ല. ചന്ദ്രനിലെ ലാൻഡിംഗിന്റെ ഫലമായുണ്ടായ എല്ലാ ശാസ്ത്രീയ പേപ്പറുകളും ഞാൻ അവൾക്ക് നൽകാമായിരുന്നു അല്ലെങ്കിൽ ലേസർ ഉപയോഗിച്ച് ദൂരം അളക്കാൻ ചന്ദ്രനിൽ അവശേഷിക്കുന്ന റിഫ്ലക്ടറുകൾ നമ്മൾ ഇപ്പോഴും എങ്ങനെ ഉപയോഗിക്കുന്നുവെന്ന് അവളെ കാണിക്കാമായിരുന്നു, പക്ഷേ അവൾ ബോധ്യപ്പെടാതെയിരിക്കുമെന്ന് എനിക്കറിയാം. വീഡിയോകൾ വ്യാജമാണെങ്കിൽ അതിന്റെ കൂടെ വരുന്നതെല്ലാം വ്യാജമാണ്. ഞാൻ ചെയ്യേണ്ടത് അവളുടെ വിശ്വാസം നേടുക എന്നതാണ്, അവളെ ശാസ്ത്രത്തിൽ വിശ്വസിക്കാൻ സഹായിക്കുക, ലഭ്യമായ ഗവേഷണങ്ങൾ കണ്ടെത്തി മനസ്സിലാക്കി സത്യം എങ്ങനെ സ്വയം കണ്ടെത്താമെന്ന്

അവളെ കാണിച്ചുകൊടുക്കുക. നിങ്ങളും അത് ചെയ്യുമെന്ന് ഞാൻ പ്രതീക്ഷിക്കുന്നു, ആ ബിരുദ വിദ്യാർത്ഥിനിയെപ്പോലെ ക്ലാസ്സ് ഉപേക്ഷിച്ച് പുറത്തുപോകരുത്. നിങ്ങൾ അതിനെക്കുറിച്ച് ചിന്തിക്കുകയാണെങ്കിൽ, ഒരുപക്ഷേ ചന്ദ്രനിലിറങ്ങൽ സംഭവിച്ചുവെന്ന് നിങ്ങൾ വിശ്വസിക്കുന്നുണ്ടാവും, അല്ലെങ്കിൽ COVID-19 കൊല്ലുന്നു എന്ന് വിശ്വസിക്കുന്നുണ്ടാവും, കാരണം നിങ്ങൾ ആരെയോ വിശ്വസിക്കുന്നുണ്ട്. പരിണാമം എന്ന വിഷയത്തിനും അങ്ങനെ തന്നെ. ഞാൻ നിങ്ങളുടെ വിശ്വാസം നേടിയിട്ടുണ്ടോ ഇതുവരെ?

എന്റെ ക്ലാസ്സുകളിൽ ഞാൻ പഠിപ്പിക്കുന്നത്, ഒരു പരീക്ഷക്കിടെ വിദ്യാർത്ഥികൾ അയവിറക്കണമെന്ന് ഞാൻ പ്രതീക്ഷിക്കുന്ന വസ്തുതകളുടെ ഘോഷയാത്രകളല്ല. ഞാൻ എന്റെ വിദ്യാർത്ഥികൾക്ക് ശാസ്ത്ര രചനയെ എങ്ങനെ നോക്കി മനസ്സിലാക്കാമെന്നും സ്വന്തമായി തീരുമാനങ്ങൾ എടുക്കാമെന്നും കാണിച്ചുകൊടുക്കുന്നു. ഒരു വിദ്യാർത്ഥിയെ ഒരു വസ്തുത പഠിപ്പിക്കുക, അവർക്ക് ഒരു ദിവസത്തേക്ക് ചിന്തിക്കാനുള്ള ഭക്ഷണമുണ്ട്; വസ്തുതകൾ കണ്ടെത്താൻ അവരെ പഠിപ്പിക്കുക, അവർക്ക് ജീവിതകാലം മുഴുവൻ സ്വയം പഠിക്കാൻ കഴിയും. 'ഒരു മനുഷ്യന് ഒരു മീൻ കൊടുക്കു' എന്ന ആ പഴഞ്ചൊല്ലിന്റെ വിചിത്രമായ പതിപ്പിന് ക്ഷമിക്കണം, എന്നാൽ ഞാൻ കണ്ടെത്തിയത് ഇതാണ്, ഒരു വിദ്യാർത്ഥി ഒരു വസ്തുത സ്വയം കണ്ടെത്തുമ്പോൾ, അത് ഞാൻ അവർക്ക് വെറുതെ പറഞ്ഞുകൊടുക്കുന്നതിനേക്കാൾ നൂറിരട്ടി വിലപ്പെട്ടതും അവിസ്മരണീയവുമാണെന്നതാണ്.

തീർച്ചയായും, ശാസ്ത്രജ്ഞർക്കും അഭിപ്രായങ്ങളുണ്ട്. ഞങ്ങളുടെ ജോലി ആ അഭിപ്രായങ്ങളും പക്ഷപാതങ്ങളും ഞങ്ങളുടെ പ്രവർത്തനങ്ങളിൽ നിന്ന് പരമാവധി നീക്കം ചെയ്യുകയും ഡാറ്റ സ്വയം സംസാരിക്കാൻ അനുവദിക്കുകയും ചെയ്യുക എന്നതാണ്. ഈ പുസ്തകത്തിന്റെ തുടക്കത്തിൽ ഞാൻ സൂചിപ്പിച്ചതുപോലെ, പരിണാമം പഠിപ്പിക്കുന്നത് കൊണ്ട്, ഈ വിഷയം വിശ്വാസം കാരണം വിവാദമായി തുടരുമെന്ന് മനസ്സിലാക്കാൻ എന്നെ സഹായിച്ചു. നിങ്ങളെയും ശാസ്ത്ര സമൂഹത്തെയാകെയും വിശ്വാസമില്ലാത്ത ആളുകളെക്കൊണ്ട് നിങ്ങളുടെ ഡാറ്റയെ വിശ്വസിപ്പിക്കാൻ നിങ്ങൾക്ക് കഴിയില്ല.

ശാസ്ത്രജ്ഞർ പൂർണ്ണരല്ല, ഞങ്ങൾക്ക് വിശ്വാസം സമ്പാദിക്കുന്നതിനേക്കാൾ ചിലപ്പോൾ സത്യത്തെ പിന്തുടരുന്നതാണ് എളുപ്പം. ഞങ്ങളിൽ ചിലർ സത്യത്തിന്റെ ഏക നിർവാഹകരാണെന്നും എല്ലാ ശാസ്ത്രജ്ഞരും വിശ്വസിക്കപ്പെടേണ്ടവരാണെന്നും നടിക്കുന്നു; എന്നിരുന്നാലും, എല്ലാ തൊഴിലുകളിലെയും പോലെ, കുലയിൽ ചില മോശം ആപ്പിളുകൾ ഉണ്ട്. ചില ശാസ്ത്രജ്ഞർ സഹായകമായ വിമർശനങ്ങൾക്കും അന്യായമായ വിമർശനങ്ങൾക്കും ഇടയിലുള്ള അതിരുകൾ മുറിച്ചുകൊണ്ട് മറ്റുള്ളവരെ ഈ രംഗത്ത് നിന്ന് പുറത്താക്കി. ഇത്തരത്തിലുള്ള പ്രവർത്തനങ്ങൾ പലപ്പോഴും നടക്കുന്നത് വളരെ ജൂനിയറായ അല്ലെങ്കിൽ പ്രാതിനിധ്യം കുറഞ്ഞ ഗ്രൂപ്പുകളിൽ നിന്നുള്ള സഹപ്രവർത്തകർക്കെതിരെ, പക്ഷപാതപരമായ

രീതിയിലാണ്. ഞങ്ങൾ ശാസ്ത്രജ്ഞരും സഹപ്രവർത്തകർ തമ്മിലുള്ള ആശയവിനിമയം മെച്ചപ്പെടുത്തേണ്ടതുണ്ട്, മാത്രമല്ല തദ്ദേശീയരും പ്രദേശ വാസികളുമായ ആളുകളുടെ അറിവ് നമ്മുടെ ശാസ്ത്രത്തിൽ നന്നായി ഉൾ പ്പെടുത്തണം (അവഗണിക്കുകയോ സ്വാംശീകരിക്കുകയോ ചെയ്യരുത്) : ഡോ. ആൻഡ്രിയ റീഡും മറ്റുള്ളവരും ഈ രണ്ട് തദ്ദേശീയവും മുഖ്യധാരയു മായുള്ള ശാസ്ത്രങ്ങളുടെ ഉപയോഗത്തെയും ഉൾപ്പെടുത്തലിനെയും 'രണ്ടുകണ്ണു കൾ കൊണ്ട് കാണൽ (Two-Eyed Seeing)' എന്ന് വിളിക്കുന്നു. പൗര-ശാസ്ത്ര കാമ്പെയ്നുകളുടെ (ചിലപ്പോൾ 'ശാസ്ത്രത്തിലെ പൊതുജന പങ്കാളിത്തം' എന്ന് വിളിക്കപ്പെടുന്നു) ഭാഗമായി പ്രദേശവാസികളെ ശാസ്ത്രീയ പ്രക്രിയ യിൽ ഉൾപ്പെടുത്തുന്നത് ശാസ്ത്രത്തിലും ശാസ്ത്രജ്ഞരിലുമുള്ള ആളുകളുടെ വിശ്വാസം വർദ്ധിപ്പിക്കും, മറ്റ് സംവേദനാത്മക ശാസ്ത്രീയ വ്യാപനങ്ങൾ പോലെ. ഒരുപക്ഷേ സമ്പന്ന രാജ്യങ്ങളും ധനികരായ ആളുകളും മാത്രം ശാസ്ത്രത്തിനെ പിന്തുടരുന്നതായി പലപ്പോഴും കാണപ്പെടുന്നു എന്നതാണ് ഒരു വലിയ പ്രശ്നം. നമ്മൾ ശാസ്ത്രീയമായ അടിസ്ഥാന സൗകര്യങ്ങൾ നിർമ്മിക്കുകയും, സർവ്വകലാശാലകളിലോ മ്യൂസിയങ്ങളിലോ വരാൻ കഴി യാത്ത (അല്ലെങ്കിൽ വരാത്ത) ആളുകളുള്ള കമ്മ്യൂണിറ്റികളിലേക്ക് എത്തി ച്ചേരുകയും വേണം, ശാസ്ത്രം വിശേഷാധികാരമുള്ളവർക്ക് മാത്രമല്ലെന്ന് കാണിക്കുന്നതിനുവേണ്ടി. ശാസ്ത്രത്തിൽ എല്ലാവരെയും ഉൾക്കൊള്ളുന്നതും സ്വാഗതം ചെയ്യുന്നതുമായ അന്തരീക്ഷം സൃഷ്ടിക്കുന്നതിനും വൈവിധ്യത്തെ പഠിക്കുന്ന മേഖലകളിൽ വൈവിധ്യം വളർത്തുന്നതിലും ഞങ്ങൾ ഒരു മോശം ജോലിയാണ് ചെയ്തത്. എന്നാൽ അറിവ് പ്രചരിപ്പിക്കുന്നതിന് മുമ്പ്, നമുക്ക് വിശ്വാസം *നേടേണ്ടതുണ്ട്*.

നിങ്ങൾ എങ്ങനെയാണ് വിശ്വാസം സമ്പാദിക്കുന്നത്? എല്ലാവർക്കും വേണ്ടി പ്രവർത്തിക്കുന്ന ഒരു നിയമ പുസ്തകം ഉണ്ടോ എന്ന് എനിക്കറിയില്ല, എന്നാൽ രണ്ടുപേർ തമ്മിലുള്ള വ്യക്തിപരമായ ആശയവിനിമയവും ശ്രവ ണവും സഹായിക്കുമെന്ന് ഞാൻ കരുതുന്നു. അതുപോലെ ആർക്കെങ്കിലും നിങ്ങളിലുള്ള വിശ്വാസം *നഷ്ടപ്പെടുത്തുന്ന* കാര്യങ്ങൾ ചെയ്യരുത്, കാരണം അത് തിരികെ ലഭിക്കുന്നത് മിക്കവാറും അസാധ്യമാണ്.

പുതിയ ആളുകളെ കണ്ടുമുട്ടുന്നത് ഞാൻ ഇഷ്ടപ്പെടുന്നു, ഇത് വിശ്വാസം നേടാനുള്ള ഒരു നല്ല സ്വഭാവവിശേഷമാണ് (ഒരുപക്ഷേ വിശ്വസിക്കപ്പെട്ടു ന്നതുമായും ബന്ധപ്പെട്ടിരിക്കാം). അവർ എന്താണ് ചെയ്യുന്നതെന്നും അവർ എങ്ങനെയാണ് അവിടെ എത്തിയതെന്നും അവർ എന്നോട് വിശദീകരി ക്കുമ്പോൾ അവരെ ശ്രദ്ധിക്കാൻ ഞാൻ ഇഷ്ടപ്പെടുന്നു. സെക്യൂരിറ്റി ഗാർ ഡുകൾ, റിയൽ എസ്റ്റേറ്റ് ഏജന്റുമാർ, അമ്മമാർ, അച്ഛൻമാർ, ശതകോടീശ്വ രന്മാർ, തൊഴിലില്ലാത്തവർ തുടങ്ങി എല്ലാവരെയും ഞാൻ കണ്ടിട്ടുണ്ട്. അവരുടെ കഥകൾ ശ്രവിക്കുകയും അവരുടെ പശ്ചാത്തലം, പ്രയാസങ്ങൾ, വികാരങ്ങൾ എന്നിവ അംഗീകരിക്കുകയും ചെയ്യുന്നത് പരസ്പര വിശ്വാസ ത്തിന്റെ സ്പർശബോധം നേടാൻ സഹായിക്കും, പ്രത്യേകിച്ചും നിങ്ങൾ തുറന്ന മനസ്സും തുറന്ന ഹൃദയവും ഉള്ളവരായിരിക്കാൻ തയ്യാറാണെങ്കിൽ.

ഞാൻ കണ്ടുമുട്ടുന്ന ആളുകൾ ചിലപ്പോൾ ഞാൻ എന്താണ് ചെയ്യുന്നതെന്ന് എന്നോട് ചോദിക്കും, 'ഞാൻ ഇരട്ടകളുടെ അച്ഛനും ഭർത്താവുമാണ്, ഞാൻ പരിണാമ ജീവശാസ്ത്രം പഠിപ്പിക്കുന്നു, ഞാൻ ലൂസിയാന സ്റ്റേറ്റ് യൂണിവേഴ്സിറ്റിയിൽ ഫിഷ് ക്യൂറേറ്ററാണ്' എന്നതിന്റെ ഏതെങ്കിലും വർണ്ണന ഞാൻ നടത്തും. സാധാരണയായി എനിക്ക് 'അത് അടിപൊളിയാണ്' എന്നൊരു മറുപടി കിട്ടും. പിന്നെ നമ്മൾ സ്പോർട്സിനെക്കുറിച്ചോ അല്ലെങ്കിൽ 'ഒരു ഫിഷ് ക്യൂറേറ്റർ എന്താണ് ചെയ്യുന്നത്?' തുടങ്ങിയ സംഭാഷണങ്ങളിലേക്ക് പോകും. ചിലപ്പോൾ, എല്ലായ്പ്പോഴും അല്ല : 'പരിണാമം – അത് വെറുമൊരു സിദ്ധാന്തം അല്ലേ ?' എന്ന ചോദ്യം എനിക്ക് ലഭിക്കും. ചില ആളുകൾ ഇടുങ്ങിയ ചിന്താഗതിയും മുൻധാരണകളുമുള്ളവരാണ്. ബാക്കിയുള്ള സംഭാഷണങ്ങൾ സാധാരണയായി അടുത്ത വിഭാഗത്തിൽ പറഞ്ഞിട്ടുള്ളതുപോലെയാണ് പോകുന്നത്. ഈ സംഭാഷണങ്ങളിൽ ആളുകളുടെ മനസ്സ് മാറ്റാൻ ഞാൻ ശ്രമിക്കുന്നില്ല. അവർ മതപരമായ വീക്ഷണകോണിൽ നിന്നാണ് വരുന്നതെങ്കിൽ, അവരുടെ ഉത്ഭവം വിശദീകരിക്കുന്ന പരിണാമം അംഗീകരിക്കുന്നതിന് സ്വന്തം ലോകവീക്ഷണത്തിന്റെ തകർച്ചയിൽ കുറഞ്ഞതൊന്നും ആവശ്യമില്ല. എന്റെ കാര്യത്തിലും അത് സത്യമാണ് – ശാസ്ത്രീയ സിദ്ധാന്തം അംഗീകരിക്കാതിരിക്കാൻ എന്റെ ലോകവീക്ഷണം നാടകീയമായി മാറേണ്ടതുണ്ട്. ഞാൻ വിശ്വാസം നേടാൻ ശ്രമിക്കുമ്പോൾ, ഞാൻ ചെയ്യുന്നത് പ്രതിരോധം കളിക്കുകയും പരിണാമം എന്താണെന്നും അത് എന്തല്ലെന്നും ഒരു അധ്യാപകനെന്ന നിലയിൽ വിശദീകരിക്കാൻ ശ്രമിക്കുകയുമാണ്. ഞാൻ ആരെയും പഠിപ്പിക്കാൻ ശ്രമിക്കുന്നില്ല; ഈ വ്യക്തിക്ക് ശാസ്ത്രം മനസ്സിലായോ ഇല്ലയോ എന്നത് പ്രശ്നമല്ല. ഞാൻ അവർക്കുവേണ്ടി ആഗ്രഹിക്കുന്നതും, ഞാൻ പരിശ്രമിക്കുന്നതും പൊതുവായ അടിസ്ഥാനം കണ്ടെത്താനാണ്, എന്നാൽ എനിക്ക് ഒരിക്കലും തർക്കമില്ല, മാന്യമായ സംഭാഷണം മാത്രം. അവരുടെ വിശ്വാസം നേടാനും ഞാൻ ശ്രമിക്കുന്നു. മറ്റൊന്നുമില്ലെങ്കിലും, താഴെയുള്ള സാങ്കൽപ്പിക സംഭാഷണം ഒരു പരിധിവരെ പ്രബോധനപരമാകുമെന്ന് ഞാൻ പ്രതീക്ഷിക്കുന്നു. വർഷങ്ങളായി എനിക്ക് ലഭിച്ച യഥാർത്ഥ ചോദ്യങ്ങളോ ഓൺലൈൻ കമന്റുകളോ അടങ്ങിയതാണ് ഇത്.

സൃഷ്ടിവാദികളുടെ അഭിപ്രായങ്ങൾ/ സംഭാഷണങ്ങൾ

ഞാൻ താഴെ എഴുതിയിരിക്കുന്നതുപോലെ സംഭാഷണങ്ങൾ നടന്നിരുന്നെങ്കിൽ അത് നന്നായിരിക്കും; ഈ കാലത്ത് ആർക്കെങ്കിലും, എന്തെങ്കിലും തടസ്സമുണ്ടാകുന്നതിന് മുമ്പ് തങ്ങളുടെ ചിന്ത പൂർത്തിയാക്കാൻ സാധിക്കുന്നത് അസാധാരണമാണ്. നിങ്ങൾ നടത്തിയേക്കാവുന്ന യഥാർത്ഥ സംഭാഷണങ്ങൾ വളരെ ക്രിയാത്മകമാകുമെന്ന് ഞാൻ പ്രതീക്ഷിക്കുന്നു.

ഇവരെ പരിചയപ്പെടാം, ശരാശരി പൗരനായ 'ജോ' യും, സാങ്കൽപ്പിക 'പ്രോ' യും,—അത് ഞാനാണ്, എന്നാൽ കൂട്ടിച്ചേർക്കപ്പെട്ട ഞാൻ. അവർ ശാന്തമായ ഒരു ഹോട്ടൽ ബാർ അടക്കുകയാണ്. ടിവിയിൽ ബേസ്ബോൾ കാണുമ്പോൾ ആഹ്ലാദകരമായ കാര്യങ്ങൾ കൈമാറിയ ശേഷം, കുറച്ച് നിമിഷങ്ങൾക്ക് മുമ്പ് പ്രോയുടെ പ്രൊഫഷനെക്കുറിച്ച് അറിഞ്ഞത് മുതൽ താൻ എന്താണോ ചോദിക്കാൻ വെമ്പിയത്, അത് ജോ ചോദിക്കുന്നു.

ജോ : 'അപ്പോൾ, മ്... പരിണാമം ഒരു സിദ്ധാന്തം മാത്രമല്ലേ?'

പ്രോ : 'അത്, തുറന്നുപറഞ്ഞാൽ, അല്ല, അങ്ങനെയല്ല. പരിണാമം ഒരു വസ്തുതയാണ്. അതിനെക്കുറിച്ച് നമുക്ക് നിരീക്ഷിക്കാനാകുന്നതെല്ലാം വിരൽ ചൂണ്ടുന്നത് ഭൂമിയിലെ ജീവൻ മാറിയിരിക്കുന്നു എന്ന വസ്തുതയിലേക്കാണ്, മറ്റൊരു വിധത്തിൽ പറഞ്ഞാൽ (*കൈകൊണ്ട് ഉദ്ധരണികൾ കാണിക്കുന്നു*) 'പരിണാമം', ഒന്നിൽ നിന്ന് മറ്റൊന്ന്, എല്ലാം ഒരു പൊതു പൂർവ്വികനിൽ നിന്ന് ഏകദേശം നാല് ബില്യൺ വർഷങ്ങൾക്ക് മുമ്പ്. തെളിവുകളിൽ ഫോസിലുകൾ മുതൽ, എല്ലാ ജീവജാലങ്ങളുടെയും പങ്കിട്ട ഡിഎൻഎ, നമ്മുടെ പരിഷ്കരിച്ച കൈകാലുകളും ശരീരം നിർമ്മിക്കപ്പെട്ടിരിക്കുന്ന അവയവങ്ങൾ വരെ എല്ലാം ഉൾപ്പെടുന്നു.'

ജോ: 'അപ്പോൾ ഇതിനെ പരിണാമ "സിദ്ധാന്തം" എന്ന് വിളിക്കുന്നത് എന്തുകൊണ്ടാണ്?'

പ്രോ : 'പരിണാമത്തിന് ധാരാളം സിദ്ധാന്തങ്ങളുണ്ട്. ആളുകൾക്ക് ഏറ്റവും പരിചിതമായത് "നാച്ചുറൽ സെലക്ഷൻ" ആണ് : അതാണ് ചാൾസ് ഡാർവിൻ കൊണ്ടുവന്നത്. മറ്റു ചില സിദ്ധാന്തങ്ങൾ ഉണ്ടായിട്ടുണ്ട്, ചിലത് ശരിയാണ്, ചിലത് തെറ്റാണ്. എന്നാൽ പരിണാമം എങ്ങനെ പ്രവർത്തിക്കുന്നു എന്നതിനെക്കുറിച്ചുള്ള ആ ആശയങ്ങളൊന്നും ഭൂമിയിലെ ജീവൻ പരിണമിച്ചു എന്ന വസ്തുതയെ മാറ്റുന്നില്ല.'

ജോ : 'അപ്പോൾ ഡാർവിന്റെ സ്വാഭാവിക തിരഞ്ഞെടുപ്പിന്റെ പ്രത്യേകത എന്താണ്? എന്തുകൊണ്ടാണ് അതൊരു സിദ്ധാന്തമായിരിക്കുന്നത്?'

പ്രോ : 'ശരി, ഞങ്ങൾ "സിദ്ധാന്തം" എന്ന വാക്ക് വ്യത്യസ്തമായാണ് ഉപയോഗിക്കുന്നതെന്ന് ഞാൻ കരുതുന്നു. നമ്മൾ ദൈനംദിന സംഭാഷണത്തിൽ ചെയ്യുന്ന അതേ രീതിയിൽ ശാസ്ത്രജ്ഞർ സാധാരണയായി "സിദ്ധാന്തം", "നിയമം", "വസ്തുത" എന്നിവ തമ്മിൽ വേർതിരിച്ചറിയുന്നില്ല. "സിദ്ധാന്തം" എന്ന് പറയുന്നത് കൊണ്ട് അതിൽ അവ്യക്തതയുണ്ടെന്ന് അർത്ഥമാക്കുന്നില്ല. അതുകൊണ്ടാണ് ദൈനംദിന ബാർ ഭാഷയിൽ "വസ്തുത" ഉപയോഗിക്കാൻ ഞാൻ ഇഷ്ടപ്പെടുന്നത്. ഞാൻ എല്ലാ ദിവസവും ഒരു ബാറിൽ ആണെന്നല്ല... ചിലപ്പോൾ ഞാൻ വീട്ടിൽ കുടിക്കും.'

ജോ : 'കൊള്ളാം. ഞാനും. പക്ഷേ, എനിക്കത് മനസ്സിലായില്ല, നമ്മൾ എവിടെ നിന്ന് വന്നുവെന്നാണ് നിങ്ങൾ കരുതുന്നതെന്ന് എന്നോട് പറയൂ.'

പ്രോ : 'നോക്കൂ, നമ്മൾ മനുഷ്യരാണ്, അത് നമ്മെ കുരങ്ങുകളും, സസ്തനികളും, കശേരുക്കളും, ജീവവൃക്ഷത്തിലെ ഒരു ചെറിയ ചില്ലയും ആക്കുന്നു.'

ജോ : 'ജീവവൃക്ഷം?'

പ്രോ : 'ക്ഷമിക്കണം, അതെ, "ജീവന്റെ വൃക്ഷം" എന്നത് ഭൂമിയിലെ, ജീവിച്ചിരിക്കുന്നതോ വംശനാശം സംഭവിച്ചതോ ആയ എല്ലാ ജീവജാലങ്ങളുടെയും ചിത്രീകരണമാണ്, നമ്മൾ ജീവികളെല്ലാം എങ്ങനെ പരസ്പരം ബന്ധപ്പെട്ടിരിക്കുന്നുവെന്ന് കാണിക്കുന്നു. അതുകൊണ്ട് നമ്മൾ "കുരങ്ങുകൾ" ആണ്, കാരണം ആ മരത്തിൽ മറ്റ് കുരങ്ങുവർഗ്ഗങ്ങൾ ഉള്ള ഭാഗത്താണ് നമ്മളും ഉള്ളത്.'

ജോ : 'എനിക്കത് തീരെ മനസ്സിലാകുന്നില്ല. എന്തുകൊണ്ടാണ് നമ്മൾ കുരങ്ങന്മാരാകുന്നത്? ഞാൻ ഒരു ഗൊറില്ലയിൽ നിന്നാണ് വന്നതെന്ന്

ഞാൻ കരുതുന്നില്ല, ഈയിടെയായി എന്റെ മുതുകിലെ മുടി നല്ല വെള്ളി നിറമാണെങ്കിലും.'

പ്രോ : 'വിശിഷ്ടം, അത് പങ്കിട്ടതിന് നന്ദി. [*മദ്യം നുകർന്നു. അദ്ദേഹം സംസാരിക്കുമ്പോൾ ഒരു ബാർ ദുവാലയിൽ പേന എടുത്ത് പ്രൈമേറ്റുകളുടെ (ചിത്രം 4 പോലെ) ശ്രദ്ധേയമായ വൃത്തിയുള്ള ഫൈലോജെനി വരക്കുന്നു.*] നമ്മൾ ഗൊറില്ലകളിൽ നിന്ന് പ്രത്യേകമായി വന്നതല്ല, പക്ഷേ നമ്മൾ കുരങ്ങുകളാണ്. ഏതാനും ദശലക്ഷം വർഷങ്ങൾക്ക് മുമ്പുള്ള ചിമ്പാൻസികളുമായി നമ്മൾ ഒരു പൊതു പൂർവ്വികനെ പങ്കിടുന്നു; അതിനും ഏതാനും ദശലക്ഷം വർഷങ്ങൾക്ക് മുമ്പ് ഗൊറില്ലകളുമായിട്ടും. ചിമ്പുകൾ നമ്മുടെ ഏറ്റവും അടുത്ത ബന്ധുക്കളാണ്, എന്നാൽ നമ്മളുമായി കൂടുതൽ അടുത്ത ബന്ധമുള്ള ഏതാണ്ട് ഒരു ഡസനോളം "മനുഷ്യ" വർഗ്ഗങ്ങൾക്ക് വംശനാശം സംഭവിച്ചു. അവർ ഇവിടെയുണ്ടായിരുന്നെങ്കിൽ, നമുക്കും ബാക്കിയുള്ള കുരങ്ങന്മാർക്കും ഇടയിലുള്ള ആ പരിവർത്തനം നിങ്ങൾക്ക് കൂടുതൽ എളുപ്പത്തിൽ കാണാൻ കഴിയുമായിരുന്നു. ഞാൻ ചോദിച്ചോട്ടെ, എവിടെ നിന്ന് നാം വന്നുവെന്നാണ് നിങ്ങൾ കരുതുന്നത് ജോ?'

ജോ : 'ഞാൻ ദൈവത്തിന്റെ പ്രതിച്ഛായയിലാണ് സൃഷ്ടിക്കപ്പെട്ടത്, [മതഗ്രന്ഥത്തിൽ] പറയുന്നതുപോലെ. നിങ്ങൾ ഏത് മതക്കാരനാണ്?'

പ്രോ : 'നിങ്ങൾക്ക് കുഴപ്പമില്ലെങ്കിൽ, എന്റെ മതവിശ്വാസങ്ങളെ ഈ സംഭാഷണത്തിൽ നിന്ന് മാറ്റിനിർത്താനും നമ്മളുടെ ഉത്ഭവത്തെക്കുറിച്ചുള്ള എന്റെ ഉത്തരങ്ങൾ കർശനമായി ശാസ്ത്രീയമായി നിലനിർത്താനും ഞാൻ ആഗ്രഹിക്കുന്നു, കുറഞ്ഞത് എന്റെ പക്ഷത്തെങ്കിലും. നിങ്ങൾ എന്നോട് പരിണാമ ശാസ്ത്രത്തെക്കുറിച്ചും മറ്റും ചോദിക്കുന്നതിനാൽ.'

ജോ : [ബിയർ കുടിക്കുന്നു, സ്ക്രീനിൽ കാണിക്കുന്ന ബേസ്ബോൾ ഗെയിമിലേക്ക് നോക്കുന്നു.] 'നിങ്ങൾ പഠിക്കുന്നതെല്ലാം മനുഷ്യന്റെ ധാരണയാൽ പൊതിഞ്ഞതാണെന്ന് നിങ്ങൾ കരുതുന്നില്ലേ, ഞാൻ അർത്ഥമാക്കുന്നത് ദശലക്ഷക്കണക്കിന് വർഷങ്ങൾക്ക് മുമ്പ് നമ്മൾ ഇവിടെ ഉണ്ടായിരുന്നില്ല, അതിനാൽ പഴയ അസ്ഥികളെക്കുറിച്ച് തീരുമാനത്തിലെത്തുന്നതിനായി നമുക്ക് കഥകൾ ഉണ്ടാക്കേണ്ടി വന്നു. ആ ഫോസിൽ മനുഷ്യർ നടക്കുന്നത് ഇവിടെ ആരും കണ്ടിട്ടില്ല.'

പ്രോ : 'അതാണ് മനുഷ്യർ വളരെക്കാലമായി ചെയ്തിരുന്നത്, അതെ. ഭൂതകാലത്തിൽ നിന്ന് അവർ കണ്ടതിനെ അടിസ്ഥാനമാക്കി കഥകൾ ഉണ്ടാക്കുക. ഒരുപക്ഷെ ഇങ്ങനെ ആയിരിക്കില്ല : "ദൈവം തന്റെ പ്രതിച്ഛായയിൽ ആളുകളെ സൃഷ്ടിച്ചു, പകരം ആളുകൾ അവരുടെ രൂപത്തിൽ ദൈവത്തെ സൃഷ്ടിച്ചു."'

ജോ : 'അപ്പോൾ ഞാൻ ശരിയാണ് എന്നാണോ നിങ്ങൾ പറയുന്നത് ?'

പ്രോ : 'നിങ്ങൾ ശരിയോ തെറ്റോ ആണെന്ന് പറയാനല്ല ഞാൻ ഇവിടെയുള്ളത്. എന്നാൽ മാനുഷിക സംസ്കാരം മാറിയപ്പോൾ, പഴയ കാലത്ത് നിന്നുള്ള ആ കഥകൾ പരീക്ഷിക്കാൻ നമ്മൾ കൂടുതൽ സങ്കീർണ്ണമായ ഉപകരണങ്ങൾ സൃഷ്ടിച്ചു. നമ്മെ ജീവവൃക്ഷത്തിൽ സ്വയം സ്ഥാപിക്കാൻ ഡിഎൻഎ ഉപയോഗിക്കാം, കൂടാതെ നമുക്കുള്ള മറ്റ് മനുഷ്യരുടെ ഫോസിലുകൾ, മറ്റ് കുരങ്ങുകളുമായും മൃഗങ്ങളുമായും താരതമ്യം ചെയ്യാൻ നമുക്ക് കഴിയും. നിയാണ്ടർത്താലുകളും ഡെനിസോവന്മാരും പോലെയുള്ള കുറച്ച് വംശനാശം സംഭവിച്ച് ഫോസിലൈസ് ചെയ്യപ്പെട്ട മനുഷ്യരിൽ നിന്നുള്ള ഡിഎൻഎ പോലും നമ്മുടെ പക്കലുണ്ട്.'

ജോ : 'ഡെന്നി-ആരാണ്-വാൻ? നിങ്ങൾ ഇതൊക്കെ ഉണ്ടാക്കുന്നതാണോ സാറേ? ഫോസിലുകളിൽ നിന്ന് ഡിഎൻഎ എങ്ങനെ ലഭിക്കും?'

പ്രോ : 'ഇത് രസകരമാണ്. ഭാഗികമായി ധാരാളം മനുഷ്യ ഫോസിലുകൾ ഉണ്ട്, കാരണം നമ്മുടെ അടുത്ത ബന്ധുക്കളിൽ ചിലർക്ക് ഒളിച്ച് ജീവിക്കാനും, ഗുഹകളിൽ അടക്കം ചെയ്യപ്പെടാനും താത്പര്യമുണ്ടായിരുന്നതായിട്ടാണ് കാണപ്പെടുന്നത്.'

ജോ : 'നിങ്ങൾ ഉദ്ദേശിക്കുന്നത് ബിൻ ലാദനെ പോലെയോ മറ്റോ ആണ്.'

പ്രോ : 'അതെ ശരിയാണ് [*ചിരിക്കുന്ന ജോക്കൊപ്പം ചിരിക്കുന്നു*]. വംശനാശം സംഭവിച്ച മനുഷ്യരിൽ ചിലർ ഈയിടെയാണ് മരിച്ചുപോയത്, ആയതിനാൽ ആ ഗുഹകളിൽ അവരുടെ അസ്ഥികൾ ഇതുവരെ കല്ലായി മാറിയിട്ടില്ല. അവ പൂർണ്ണമായി വിഘടിക്കാത്തതിനാൽ നമുക്ക് അതിൽ നിന്ന് ഡിഎൻഎ ലഭിക്കും. അതുകൊണ്ടാണ് യൂറോപ്യൻ വംശജർക്ക് അവരുടെ ജനിതകഘടനയുടെ ഭാഗമായി ഏകദേശം 2% നിയാണ്ടർത്താൽ ഡിഎൻഎ ഉണ്ടെന്നും ഏഷ്യൻ വംശജരായ ആളുകൾക്ക് അവരിൽ കൂടുതൽ ഡെനിസോവൻ ഉണ്ടെന്നും നമുക്ക് പറയാൻ കഴിയുന്നത്. ആ ഡിഎൻഎ ടെസ്റ്റുകളിലൊന്ന് നിങ്ങൾ എടുത്തിട്ടുണ്ടോ?'

ജോ : 'ഇതുവരെ ചെയ്തിട്ടില്ല സാറേ, പക്ഷേ ഞാൻ അത് ആലോചിക്കുന്നുണ്ട്. ഞാൻ 100% അമേരിക്കൻ കുട്ടിയാണെന്ന് എനിക്കറിയാം!'

പ്രോ : 'അത് ശരിയാണ് സുഹൃത്തേ.' [ഗ്ലാസുകൾ കൊണ്ട് ശബ്ദമുണ്ടാക്കുന്നു, 'യുഎസ്എ! യുഎസ്എ! എന്ന് ആർപ്പ് വിളിച്ചു, മറ്റ് ബാർ രക്ഷാധികാരികളെ ഞെട്ടിച്ചുകൊണ്ട്. താൻ ജനിച്ചത് കാനഡയിലാണെന്ന് പ്രോ വെളിപ്പെടുത്തുന്നില്ല.]

പ്രോ : 'വിചിത്രമായ നിരവധി വിരോധാഭാസങ്ങളുണ്ട്. മനുഷ്യർക്ക് ഏറ്റവും കൂടുതൽ ഡിഎൻഎ അല്ലെങ്കിൽ ഏറ്റവും കൂടുതൽ ജീനുകൾ ഉണ്ടെന്ന് ധാരാളം ആളുകൾ കരുതുന്നു, പക്ഷേ ഇത് കൂടുതൽ സങ്കീർണ്ണമാണ്. നമ്മുടെ ഏതെങ്കിലും ഒരു സെല്ലിലെ ഡിഎൻഎ മാത്രം നിങ്ങൾ വലിച്ചു നീട്ടിയാൽ, അത് ഏതാണ്ട് നമ്മുടെയത്രയും തന്നെ ഉയരമുള്ളതായിരിക്കും; എന്നാൽ ഒരു കോശം മാത്രമുള്ള ഒരു അമീബയിൽ നിന്ന് നിങ്ങൾ എല്ലാ ഡിഎൻഎയും എടുത്താൽ, ആ ജനിതകഘടന ഈ കെട്ടിടത്തേക്കാൾ ഉയരമുള്ളതായിരിക്കും. അരിക്കും എലിക്കും ചില പരാന്നഭോജികൾക്കും നമ്മേക്കാൾ കൂടുതൽ പ്രവർത്തനക്ഷമമായ ജീനുകൾ ഉണ്ട്. ഇത് ഭ്രാന്തമായതാണ്.'

ജോ : 'ശരി, കീടങ്ങളുമായോ മറ്റെന്തെങ്കിലുമായോ താരതമ്യം ചെയ്യുമ്പോൾ നമ്മുടെ ഡിഎൻഎ അത്ര സങ്കീർണ്ണമായിരിക്കില്ല. എങ്കിലും എന്നോട് ഇത് പറയൂ : നിങ്ങൾക്ക് പ്രകൃതിനിർദ്ധാരണത്തിൽ നിന്ന് പരിണമിച്ച ഒരു സ്പീഷീസിന്റെ പേര് നൽകാമോ?'

പ്രോ : 'നമ്മുടെ ഇനമായ *ഹോമോ സാപ്പിയൻസ്* ആയാലോ. നമുക്ക് മറ്റ് ജീവജാലങ്ങളുമായി (മറ്റ് മനുഷ്യവർഗ്ഗങ്ങൾ ഉൾപ്പെടെ) പോരാടുകയും മത്സരിക്കുകയും ചെയ്യേണ്ടി വന്നു, അതായിരിക്കണം ഒരുപക്ഷേ നമ്മുടെ വലിയ തലച്ചോറിലേക്കും വികസിത ഭാഷാ വൈദഗ്ധ്യത്തിലേക്കും ഒരുപക്ഷേ ഉയർന്ന ശക്തിയിലുള്ള സഹജമായ വിശ്വാസങ്ങളിലേക്കും നയിച്ചിട്ടുണ്ടാവുക.'

ജോ : 'നമ്മൾ ദൈവത്തിൽ വിശ്വസിക്കുന്നതിനാൽ നമ്മൾ മറ്റ് ജീവിവർഗ്ഗങ്ങളെ തോൽപ്പിച്ചുവെന്ന് നിങ്ങൾ കരുതുന്നുണ്ടോ?'

പ്രോ : 'ഒരു പ്രത്യേക ദൈവമോ ദൈവങ്ങളോ അല്ല, മറിച്ച് പങ്കിട്ട വിശ്വാസ സമ്പ്രദായം ഒരുപക്ഷേ ഒറ്റയ്ക്കോ ചെറിയ കുടുംബ ഗ്രൂപ്പുകളിലോ ഉള്ള മറ്റ് മനുഷ്യ ജീവിവർഗ്ഗങ്ങളെ അപേക്ഷിച്ച് നമുക്ക് ഒരു നേട്ടം നൽകിയിരുന്നേക്കാം. എന്നാൽ ഇപ്പോൾ ഞാൻ എനിക്കറിയാവുന്നതിലും അൽപ്പം മുകളിലുള്ള കാര്യങ്ങളാണ് സംസാരിക്കുന്നത്. നമുക്ക് അതിനെ മനുഷ്യ പരിണാമ സിദ്ധാന്തങ്ങളിലൊന്ന് എന്ന് വിളിക്കാം.'

ജോ : 'ഇതൊക്കെ നിങ്ങൾ കോളേജ് വിദ്യാർത്ഥികളെ പഠിപ്പിക്കുന്നുണ്ടോ?'

പ്രോ : 'ഞാൻ ഈ ആശയങ്ങൾ അവരെ കാണിക്കുകയും, അവർക്ക് സ്വന്തമായി കാര്യങ്ങൾ മനസ്സിലാക്കി തീരുമാനങ്ങളെടുക്കാൻ അനുവദിക്കുന്നതിനായി എനിക്ക് കഴിയുന്നത്ര തെളിവുകൾ നൽകാൻ ഞാൻ ശ്രമിക്കുകയും ചെയ്യുന്നു. എന്നെ വിശ്വസിക്കാൻ ഞാൻ അവരോട്

പറയുന്നില്ല – അവർക്ക് ആവശ്യമുള്ളത് എന്താണോ അത് വിശ്വസിക്കാൻ അവർക്ക് കഴിയും. ലഭ്യമായ ശാസ്ത്രം എന്താണെന്ന് അവരെ പഠിപ്പിക്കുകയും, ആ തെളിവ്, അല്ലെങ്കിൽ കുറഞ്ഞപക്ഷം ആ തെളിവുകളെ ക്കുറിച്ചുള്ള ഗവേഷണം എങ്ങനെ സ്വന്തമായി കണ്ടെത്താമെന്ന് കാണിച്ചു കൊടുക്കുകയും ചെയ്യുക എന്നതാണ് എന്റെ ജോലി.'

ജോ : 'അപ്പോൾ എങ്ങനെയാണ് ഒരാൾ ആ ശാസ്ത്രീയ വിവരങ്ങൾ കണ്ടെത്തുന്നത്?'

പ്രോ : 'താങ്കൾ ചോദിച്ചതിൽ സന്തോഷം. നിങ്ങളുടെ ഫോൺ നിങ്ങളുടെ കയ്യിൽ ഉണ്ടോ?' [**ഏതാണ്ട് പൂർത്തിയായ പാനീയത്തിൽ നിന്ന് ചെറികളിൽ ഒന്ന് എടുത്ത് കഴിക്കുന്നു.]

** ജോ തന്റെ സ്മാർട്ട് ഫോൺ പുറത്തെടുത്തു. 'മനുഷ്യ പരിണാമം', 'നാച്ചുറൽ സെലക്ഷൻ' മുതലായവ ടൈപ്പ് ചെയ്ത് GoogleScholar.com-ൽ പേപ്പറുകൾ എങ്ങനെ നോക്കാമെന്ന് പ്രോ അവനെ കാണിക്കുന്നു. ശാസ്ത്രീയ ലേഖനങ്ങളെ, അഭിപ്രായ ശകലങ്ങൾ അല്ലെങ്കിൽ വ്യാജ വാർത്തകൾ, വ്യാഖ്യാനങ്ങൾ എന്നിവയിൽ നിന്നുള്ള രീതികളും ഫലങ്ങളുമായി താരതമ്യം ചെയ്യാൻ അദ്ദേഹം അവനെ പഠിപ്പിക്കുന്നു. പ്രോ ജോയ്ക്ക് ഒരു ബിയർ വാങ്ങുകയും അദ്ദേഹത്തിന് കൂടുതൽ ചോദ്യങ്ങൾ ഉണ്ടെങ്കിലോ അദ്ദേഹത്തിന് ഒരു പേപ്പറിലേക്ക് ആക്സസ് ലഭിക്കുന്നില്ലെങ്കിലോ ബന്ധപ്പെടണമെന്ന് പറഞ്ഞ് ഒരു കാർഡ് നൽകുകയും ചെയ്യുന്നു. വിഷയത്തെക്കുറിച്ച് കൂടുതലറിയാൻ *എവല്യൂഷൻ, സിസ്റ്റമാറ്റിക് ബയോളജി, സയൻസ്* എന്നീ ജേർണലുകൾ നോക്കാൻ പ്രോ ജോയോട് പറയുന്നു. എന്നിട്ട് *Explaining Life Through Evolution* എന്ന പ്രോ എഴുതിയ, താൽപ്പര്യമുള്ള ആർക്കും പരിണാമത്തിന്റെ അടിസ്ഥാനകാര്യങ്ങൾ വിശദീകരിക്കാൻ സഹായിക്കുമെന്ന് പ്രോ പ്രത്യാശിക്കുന്ന ഒരു പുതിയ പുസ്തകത്തിന്റെ ഒരു കിഴിവ് കോഡ് അദ്ദേഹത്തിന് നൽകുന്നു.

ഉപസംഹാരം

ഈ പുസ്തകത്തിന്റെ പേര് *പരിണാമത്തിലൂടെ ജീവിതത്തെ വിശദീകരിക്കുന്നു* എന്നാണ്, 'ജീവിതം' എന്നത് 'ഭൂമിയിലെ എല്ലാ ജീവജാലങ്ങളും' എന്നും ഒരുപക്ഷേ നിങ്ങളുടെ വ്യക്തിഗത 'ജീവിതം' എന്നും അർത്ഥമാക്കണമെന്ന് ഞാൻ ആഗ്രഹിക്കുന്നു. അതുകൊണ്ട് തന്നെ, 'കൊറോണയുടെ യുഗത്തിൽ' ഞാൻ ഇത് എഴുതി തീർക്കുന്നത് ഉചിതമാണെന്ന് തോന്നി, അതും കാര്യങ്ങളെ സമഗ്രമായി പരിഗണിക്കുമ്പോൾ നമ്മുടെ സ്വന്തം ജീവനുകളുടെ നിസ്സാരതയെക്കുറിച്ച് നാം ചിന്തിക്കുന്ന ഈ അവസരത്തിൽ. (ഈ പുസ്തകത്തിന്റെ തുടക്കത്തിൽ ജീവശാസ്ത്രത്തിന്റെ സമഗ്രമായ സമീപനം 'ayurvedology' എന്ന പേരിൽ ഞാൻ ആവിഷ്കരിച്ചത് ഓർക്കുക.) 2020 ഓഗസ്റ്റ് 10-ന് യുഎസ് പ്രസിഡന്റായിരുന്ന ഡൊണാൾഡ് ട്രംപ് പ്രസ്താവിച്ചു, 'ഇത് വളരെ സമർത്ഥനായ ശത്രുവാണ്. നിങ്ങൾക്കറിയാം, അത് ഒരു സമർത്ഥനായ ശത്രുവാണെന്ന്. അവർ ആന്റിബയോട്ടിക്കുകൾപോലുള്ള മരുന്നുകൾ വികസിപ്പിക്കുന്നു. നിങ്ങൾ അത് കാണുന്നു. ആന്റിബയോട്ടിക്കുകൾ എല്ലാ പ്രശ്നങ്ങളും പരിഹരിക്കാൻ ഉപയോഗിക്കുന്നു. ഇപ്പോൾ ലോകത്തെ ഏറ്റവും വലിയ പ്രശ്നങ്ങളിലൊന്ന്, ആന്റിബയോട്ടിക്കിന് അണുക്കളെ നേരിടാൻ കഴിയാത്ത വിധം അവ സമർത്ഥരായി എന്നതാണ്.' ഇപ്പോൾ ഡൊണാൾഡും ഞാനും ക്വീൻസിൽ നിന്നുള്ള കേവലം രണ്ടുപേരാണ്; പക്ഷേ അദ്ദേഹം ഒരു ബിസിനസ്സുകാരനാണ്, ഞാൻ ഒരു ജീവശാസ്ത്രജ്ഞനും, അതിനാൽ എനിക്ക് അറിയാവുന്നത്ര ജീവശാസ്ത്രം അദ്ദേഹത്തിന് അറിയുമെന്ന് ഞാൻ പ്രതീക്ഷിക്കുന്നില്ല. ആന്റിബയോട്ടിക്കുകൾ ബാക്ടീരിയ അണുബാധക്കുള്ളതാണെന്നും വൈറസുകൾ ബാക്ടീരിയയല്ലെന്നും അദ്ദേഹത്തെ പഠിപ്പിക്കാൻ കഴിയുമെന്ന് ഞാൻ പ്രതീക്ഷിക്കുന്നു. നിങ്ങൾ അതൊന്ന് മാറ്റിനിർത്തിയാൽ, അദ്ദേഹത്തിന്റെ അഭിപ്രായം യഥാർത്ഥത്തിൽ പരിണാമപരമായ ഒന്നാണ്. 'അണുക്കൾ സമർത്ഥരായി' – അതെ, പരിണാമം, പ്രകൃതിനിർദ്ധാരണം എന്നിവയാൽ അത് കൂടുതൽ 'പ്രതിരോധശേഷി' നേടുന്നു. ഒരു വാക്സിൻ ഉപയോഗിച്ചാലും, വൈറസ് പരിണമിക്കുന്നതിനാൽ നമ്മൾ ജാഗ്രത പാലിക്കേണ്ടതുണ്ട്. ആന്റി-വൈറലുകളെ

(ഒരു വാക്സിനിലെ) നേരിടാൻ കഴിയാത്ത വൈറസുകൾ മരിക്കുകയും, അതിജീവിക്കുന്നവ അവയുടെ പകർപ്പുകൾ ഉണ്ടാക്കുകയും, ആ പകർപ്പുകളും അതിജീവിക്കുകയും ചെയ്യുന്നു, അതായത്, അവ മരുന്നിനെ പ്രതിരോധിക്കും. വൈറസിന്റെ ജനിതക കോഡിലെ വ്യതിയാനം കാരണം ചിലത് അതിജീവിക്കുന്നു, ചിലത് ഇല്ല.

പ്രത്യക്ഷമായി, സിഫിലിസ് പോലുള്ള ബാക്ടീരിയ രോഗങ്ങൾക്കൊപ്പം എയ്ഡ്സ് പോലുള്ള വൈറൽ രോഗങ്ങളെയും ചേർത്തുവക്കുന്ന ഒരു നിയമ പണ്ഡിതനാണ് രാഷ്ട്രപതിയെ ഉപദേശിച്ചത്. ദി സോഴ്സ്, റിച്ചാർഡ് എപ്സ്റ്റൈൻ പ്രസ്താവിക്കുന്നു : 'ഞാൻ സ്റ്റാൻഡേർഡ് ഡാർവിനിയൻ ഇക്കണോമിക്സ്-സ്റ്റാൻഡേർഡ് ഇക്കണോമിക്-ഡാർവിന്റെ പരിണാമ സിദ്ധാന്തം – എന്നിവ എടുത്ത് ഈ പ്രത്യേക കേസിൽ പ്രയോഗിക്കുന്നു.* ഇപ്പോൾ പ്രസിഡന്റിൽ നിന്ന് വ്യത്യസ്തമായി, ഈ ഉപദേഷ്ടാവ് അദ്ദേഹം 'നാൽപ്പത് വർഷമായി പരിണാമ സിദ്ധാന്തത്തിൽ പ്രവർത്തിച്ച്' എന്ന് പറയുന്നു. കാലക്രമേണ രോഗങ്ങളുടെ വൈറസ് കുറയുന്നത് അദ്ദേഹം ചൂണ്ടിക്കാണിക്കുന്നു, SARS-CoV-2 പ്രൊജക്റ്റ് ചെയ്തതിനേക്കാൾ വളരെ കുറച്ച് ആളുകളെ മാത്രമേ കൊല്ലൂ എന്ന വസ്തുതയിലേക്ക് വിരൽ ചൂണ്ടുന്നു (ആദ്യം, അദ്ദേഹം പറഞ്ഞു, 5,000 പേർ മാത്രമേ മരിക്കൂ – എഴുതുന്ന സമയത്ത് ഇത് 1,000,000 അടുക്കുന്നു യുഎസിലെ മരണങ്ങൾ, ലോകമെമ്പാടുമുള്ള 5 ദശലക്ഷത്തിലധികം (5,000,000) മരണങ്ങൾ, ഇപ്പോഴും തുടരുന്നു, രോഗനിർണ്ണയം നടത്താത്ത രോഗികളെയും മരണങ്ങളെയും പരാമർശിക്കുന്നില്ല). കാലക്രമേണ വൈറസ് കുറയുന്നത് മിക്ക വൈറസുകൾക്കും ഗുണം ചെയ്യുമെന്ന് ചില മോഡലുകൾ പ്രവചിക്കുന്നു, കാരണം നിങ്ങൾ ആതിഥേയനെ കൊന്നാൽ നിങ്ങൾ നിങ്ങളുടെ പകർപ്പുകളുടെ വ്യാപനം തടയുന്നു, മനുഷ്യരിൽ 100 ശതമാനത്തിനടുത്ത് മരണനിരക്കുള്ള റാബിസ് ഇതിനൊരു പ്രധാന അപവാദമാണ്. പ്രശ്നം എന്തെന്നാൽ, ഈ കൊറോണ വൈറസ് വളരെ വേഗത്തിൽ മാറുകയും വളരെ വേഗത്തിൽ പടരുകയും ചെയ്യുന്നു, മരണനിരക്ക് ഇതിനകം ഒറ്റ അക്കത്തിൽ ഉണ്ട് (ഏകദേശം 4% അല്ലെങ്കിൽ ഇൻഫ്ലുവൻസയേക്കാൾ നാലിരട്ടി കൂടുതലാണ്). മുഖ്യമായും ഇരുപത് മുതൽ നാൽപ്പത് വയസ്സ് വരെ പ്രായം വരുന്ന 100 ദശലക്ഷം (100,000,000) ആളുകളെ കൊന്നൊടുക്കിയ 1918-ലെ 'സ്പാനിഷ്' ഫ്ലൂവിൽ നിന്ന് വ്യത്യസ്തമായി,** ഈ പുതിയ രോഗം പ്രായമായവരെ ലക്ഷ്യം വക്കുന്നതും പൊതുവെ യുവാക്കളെ ഒഴിവാക്കുന്നതുമാണ് (എന്നിരുന്നാലും ഒമൈക്രോൺ പോലുള്ള വകഭേദങ്ങളെ ശ്രദ്ധിക്കുക).

വൈറസ് എങ്ങനെ പരിണമിക്കുമെന്ന് അറിയാൻ ഇനിയും സമയമായിട്ടില്ല എന്നതാണ് വസ്തുത. ഇത് കൂടുതൽ മാരകമായേക്കാം; നാമെല്ലാവരും അകത്ത് ഒളിച്ചിരിക്കുന്നതും മുഖംമൂടി ധരിക്കുന്നതും ഇതിന്റെ ഭാഗമായാണ്, കാരണം ഒരു കൊറോണ വൈറസ് എങ്ങനെ പടരുന്നുവെന്നെങ്കിലും നമുക്കറിയാം (നിർഭാഗ്യകരമായി പൊതു ഭാഷ ഉപയോഗിക്കുന്നതിന് വേണ്ടി ഞങ്ങളിൽ ചിലരും ഇങ്ങനെ നടിക്കുന്നു, 'ജേം തിയറി' 'വെറും

ഒരു തിയറി'യാണ്).[***] ഈ വൈറസ് കാലക്രമേണ അതിന്റെ ആതിഥേയരിൽ (അത് നമ്മളാണ്) എങ്ങനെ മാറുന്നുവെന്ന് നോക്കുന്നതിലൂടെ പോലും എങ്ങനെ പടരുന്നുവെന്ന് നമുക്ക് ട്രാക്കു ചെയ്യാനാകും, മാത്രമല്ല ഇത് വളരെ വേഗത്തിൽ പരിണമിക്കുന്നതിനാൽ ഒരു ഫൈലോജെനിയിൽ തത്സമയം മാറുന്നത് നമുക്ക് കാണാൻ കഴിയും (കാണുന്നത് അൽപ്പം നിരാശാജനകമാണ്, പക്ഷേ nextstrain.org SARS-CoV-2-ന്റെ വൃക്ഷത്തെ പ്രതിദിന അടിസ്ഥാനത്തിൽ പിന്തുടരുന്നു). ഉദാഹരണത്തിന്, ന്യൂയോർക്കിലെ പ്രാരംഭ അണുബാധകളിൽ ഭൂരിഭാഗവും യഥാർത്ഥത്തിൽ യൂറോപ്പിൽ നിന്നുള്ള ഒന്നിലധികം അധിനിവേശങ്ങളിൽ നിന്നാണ് വന്നതെന്ന് ഈ കൊറോണ വൈറസിന്റെ ഫൈലോജെനിയിൽ നിന്ന് നമുക്ക് കാണാൻ കഴിയും, അല്ലാതെ ഏഷ്യയിൽ നിന്നല്ല.[****]

മുൻ പ്രസിഡന്റും മിസ്റ്റർ എപ്സ്റ്റൈനും ചെയ്തതുപോലെ വൈറസുകളെയും ബാക്ടീരിയകളെയും ഒരുപോലെ കാണുന്നതിലെ പ്രശ്നം, വൈറസുകൾ സ്വയം പകർത്തുന്നതിൽ വളരെ മന്ദബുദ്ധിയാണ് (ആർഎൻഎയിൽ നിന്ന് നമ്മുടെ ഡിഎൻഎയിലേക്ക് തിരിച്ച് ആർഎൻഎയിലേക്ക്), ഇത് ധാരാളം മ്യൂട്ടേഷനുകളെ അനുവദിക്കുന്നു – നമ്മുടെ രോഗപ്രതിരോധ പ്രതികരണത്തിന് ഒരു പുതിയ പതിപ്പിനെ തിരിച്ചറിയാൻ കഴിഞ്ഞേക്കാത്ത അളവിലുള്ള മ്യൂട്ടേഷനുകൾ (അതായത്, നിങ്ങൾക്ക് വീണ്ടും രോഗം ബാധിക്കുകയും ഒന്നിലധികം തവണ അസുഖം വരുകയും ചെയ്യാം). കൊറോണ വൈറസുകൾ (SARS-CoV-2-ന്റെ ഈ പ്രത്യേക പതിപ്പല്ല) വളരെ വളരെക്കാലമായി നമ്മോടൊപ്പം ഉണ്ടായിരുന്നു, ഉണ്ടായിരിക്കും. വാസ്തവത്തിൽ, കൊറോണ വൈറസുകൾ സാധാരണമാണ് – അവയിൽ എല്ലാവർക്കും പിടിപെടുന്ന 'ജലദോഷ'ത്തിന് കാരണമാകുന്ന ചില വൈറസുകൾ ഉൾപ്പെടുന്നു.

എല്ലാ വർഷവും നമുക്ക് ഒരു പനിയുടെ കുത്തിവെപ്പ് ആവശ്യമായി വരുന്നതുപോലെ, 'റോണ'ക്ക് വേണ്ടിയും ഒരെണ്ണം എടുക്കേണ്ടി വന്നേക്കാം, അതേ കാരണത്താൽ. ഇൻഫ്ലുവൻസ മാറുകയും രൂപപ്പെടുകയും (പരിണമിക്കുകയും എന്ന് വായിക്കുക) ചെയ്യുന്നു, നിങ്ങൾക്ക് ഇത് മുൻപ് വന്നിട്ടില്ലെങ്കിൽ, നിങ്ങൾക്ക് വലിയ അസുഖം പിടിപെട്ട്, മരിക്കുക പോലും ചെയ്യാം, ഓരോ വർഷവും പതിനായിരക്കണക്കിന് ആളുകൾക്ക് സംഭവിക്കുന്നത് പോലെ. ഇപ്പോൾ, യുഎസിലെ മരണങ്ങളുടെ പ്രധാന കാരണങ്ങളിലൊന്നാണ് COVID-19. ആ വസ്തുതക്ക് മുമ്പിൽ, ചില ആളുകൾ വാദിച്ചു, രോഗികളെ മരിക്കാൻ അനുവദിക്കണമെന്നും യോഗ്യതയുള്ളവർ അതിജീവിക്കട്ടെ എന്നും (അവർ ശരിക്കും ശാരീരിക ക്ഷമതയെക്കുറിച്ചാണ് ചിന്തിക്കുന്നത്, പരിണാമ ജീവശാസ്ത്രജ്ഞർ 'യോഗ്യത' എന്ന പദം ഉപയോഗിക്കുന്നത് പ്രത്യുൽപ്പാദന വിജയത്തിനാണ്); അതൊഴിച്ചാൽ ആരാണ് 'യോഗ്യർ' എന്ന് തീരുമാനിക്കുന്നത് അവരാണ് (വ്യക്തമായി അവർ അർത്ഥമാക്കുന്നത് രോഗപ്രതിരോധ ശേഷി കുറഞ്ഞവരെയോ, മുൻനിര ആരോഗ്യ പ്രവർത്തകരെയോ പാവപ്പെട്ടവരെയോ അല്ല).

അതിനാൽ അത് യഥാർത്ഥത്തിൽ കൃത്രിമ തിരഞ്ഞെടുപ്പാണ്, അല്ലെങ്കിൽ ശരിയായ യൂജെനിക്സ്. അലർജിയുള്ള കുട്ടിയ്ക്ക് നിലക്കടല കൊടുക്കുന്നതോ നിങ്ങളുടെ കണ്ണടയുടെ മേൽ ചവിട്ടുന്നതോ നഴ്സുമാരുടെ നേരെ ചുമക്കുന്നതോ ഇവരാണ്.

ഏതാണ്ട് മുഴുവൻ വെള്ളക്കാരായ ജനക്കൂട്ടത്തോട് പ്രസിഡന്റ് ട്രംപ് 'റേസ്ഹോഴ്സ് തിയറി' എന്ന് അദ്ദേഹം വിളിക്കുന്ന കാര്യം ചർച്ച ചെയ്തു, 'നമ്മൾ വളരെ വ്യത്യസ്തരാണെന്ന് നിങ്ങൾ കരുതുന്നുണ്ടോ? മിനസോട്ടയിൽ നിങ്ങൾക്ക് നല്ല ജീനുകൾ ഉണ്ട്.' അമേരിക്കൻ വ്യവസായിയും ഹിറ്റ്ലറുടെ നായകനുമായ ഹെൻറി ഫോർഡിന് 'നല്ല രക്തബന്ധങ്ങൾ' ഉണ്ടായിരുന്നതിന് അദ്ദേഹം പ്രശംസിക്കുകയും ചെയ്തു, രണ്ട് പ്രസ്താവനകളും യൂജെനിക്സും യഹൂദ വിരുദ്ധതയും ആയി ബന്ധപ്പെട്ടിരിക്കുന്നു. ഇന്ത്യൻ പ്രധാനമന്ത്രി നരേന്ദ്ര മോദിയും ജീവശാസ്ത്രം എങ്ങനെ മനസ്സിലാക്കുന്നുവെന്ന് എനിക്ക് വ്യക്തമല്ല, എന്തെന്നാൽ മഹാഭാരതത്തിൽ സ്റ്റെം സെൽ സാങ്കേതികവിദ്യയുടെയും പ്ലാസ്റ്റിക് സർജറിയുടെയും ഉദാഹരണങ്ങൾ ഉൾപ്പെടുത്തിയിട്ടുണ്ടെന്ന് സൂചിപ്പിച്ചു, കൂടാതെ അദ്ദേഹത്തിന്റെ ഭാരതീയ ജനതാ പാർട്ടിയിലെ അംഗങ്ങൾ യൂജെനിക്-പ്രമേയമുള്ള കപട ശാസ്ത്രത്തെ പ്രോത്സാഹിപ്പിക്കുകയും ചെയ്യുന്നു. ഈ ആളുകൾ മനുഷ്യ ഭ്രൂണങ്ങളിൽ CRISPR പോലുള്ള സാങ്കേതികവിദ്യ എങ്ങനെ ഉപയോഗിക്കുമെന്നാണ് നിങ്ങൾ കരുതുന്നത്? അല്ലെങ്കിൽ നിങ്ങളുടെ മെഡിക്കൽ കവറേജോ അക്കാദമിക് കഴിവോ നിർണ്ണയിക്കുന്ന ആരോഗ്യ സ്ക്രീനിംഗുകൾക്ക് നിങ്ങളുടെ ജനിതക വിവരങ്ങൾ ഉപയോഗിക്കുമോ? അതെ, പരിണാമം മനസ്സിലാക്കുന്നത് പ്രധാനമാണ് – നിങ്ങളുടെ ജീവിതവും നമ്മുടെ ഭാവിയും അതിനെ ആശ്രയിച്ചിരിക്കും.

---

* അദ്ദേഹം ആദം സ്മിത്തിന് പകരം ഡാർവിനെ സാമ്പത്തിക ശാസ്ത്രത്തിന് പരാമർശിച്ചത് എനിക്ക് തമാശയ്ക്ക് വകനൽകി, സ്മിത്തിന്റെ eighteenth-century free market, winner-take-all approach ഒക്കെ സ്വാഭാവിക തിരഞ്ഞെടുപ്പിന് മുന്നോടിയായി വന്നതാണ്.

** എക്കാലത്തെയും മാരകമായ വൈറസ് പാൻഡെമിക്കുകളിൽ ഒന്നായ, 'സ്പാനിഷ്' ഫ്ലൂ എന്ന് വിളിക്കപ്പെടുന്നതിന്റെ (എന്ന് വിളിക്കപ്പെടുന്നതിന്റെ എന്ന് പറയാൻ കാരണം അത് തീർച്ചയായും സ്പെയിനിൽ അല്ല ആരംഭിച്ചത്; യുഎസ് മിഡ്-വെസ്റ്റാണ് കൂടുതൽ സാധ്യതയുള്ള ഉത്ഭവസ്ഥാനം) ഇരുണ്ട ചരിത്രം നിങ്ങൾക്ക് അറിയണമെങ്കിൽ, ലോറ സ്പിന്നിയുടെ വിദ്യാഭ്യാസപരവും പേടിപ്പെടുത്തുന്നതുമായ *പേൽ റൈഡർ* വായിക്കുക.

*** സോണിയ ഷാ തന്റെ *പാൻഡെമിക്* എന്ന പുസ്തകത്തിൽ രോഗാണു സിദ്ധാന്തത്തെ എതിർക്കുന്ന ആളുകളുടെ പിന്നിലെ മനഃശാസ്ത്രം വിശദീകരിക്കുന്ന ഒരു മികച്ച ജോലി ചെയ്തുവെന്ന് ഞാൻ കരുതുന്നു.

**** മഹാനായ കാൾ സിമ്മർ ചൂണ്ടിക്കാണിച്ചതുപോലെ, പ്രസിഡന്റിന്റെ ഖേദത്തിന്.

കൃതജ്ഞത

പെൻഗ്വിൻ റാൻഡം ഹൗസ് എക്സിക്യൂട്ടീവ് എഡിറ്റർ പ്രേമങ്ക ഗോസ്വാമി ഈ പുസ്തകം സാധ്യമാക്കുകയും ഞാൻ എപ്പോഴും ഒരു എഡിറ്ററിൽ നിന്ന് പ്രതീക്ഷിക്കുന്ന തരത്തിലുള്ള പ്രോത്സാഹനം എനിക്ക് നൽകുകയും ചെയ്തു. ഇഥൻ കൊഷക് ഈ പുസ്തകത്തിന്റെ മധ്യഭാഗത്ത് ഡാർവിന്റെ 'സിനിമ', 'ഫ്രം സോ സിമ്പിൾ എ ബിഗിനിംഗ്'' മനോഹരമായി ചിത്രീകരിച്ചു; അദ്ദേഹം സമർത്ഥനാണ്. ഞാൻ എൽഎസ്‌യൂ-വിന് നന്ദി പറയണം, എന്റെ തൊഴിൽദാതാവ്, എനിക്ക് ശരിയെന്ന് തോന്നുന്നത് എഴുതാനും, ജോലിയുടെ ഭാഗമായി ഞാൻ സ്വതവേതന്നെ ഇഷ്ടപ്പെടുന്ന എല്ലാ കാര്യങ്ങളും ചെയ്യാനുമുള്ള സ്വാതന്ത്ര്യം തന്നതിന്.

TED-ലെ ആളുകൾ എനിക്ക് ഈ വിഷയത്തിൽ സംസാരിക്കാനുള്ള അവസരവും ആത്മവിശ്വാസവും നൽകി; ഒപ്പം ആ വേദി അറിയപ്പെടുന്ന താക്കി; TED ഫെല്ലോസ് ടീം പ്രത്യേകിച്ചും അതിശയകരമാണ് (ഷോഹാം അരാദ്, പാട്രിക് ഡി ആർസി, ടോം റിയലി, മറ്റുള്ളവർക്കും, ഈ ടീമിലെ മുൻകാലങ്ങളിലുണ്ടായിരുന്നവർക്കും ഇപ്പോഴുള്ളവർക്കും നന്ദി). വിക്കി പീഡിയ, ഗൂഗിൾ (പ്രത്യേകിച്ച് ഗൂഗിൾ സ്കോളർ), പബ്ലിക് ലൈബ്രറികൾ, എൽഎസ്‌യൂ ലൈബ്രറികളിലെ ജീവനക്കാർ എന്നിവരിൽ നിന്ന് പൊതു വായി ലഭ്യമായ വിവരങ്ങൾക്ക് നന്ദി പറയാൻ ഞാൻ ആഗ്രഹിക്കുന്നു. നിവൃത്തിയില്ലാത്തവർക്ക് നിരവധി ശാസ്ത്ര പ്രസിദ്ധീകരണങ്ങൾ ലഭ്യമാക്കി യതിന് അലക്സാന്ദ്ര എൽബക്യാനോട്ടും നന്ദി പറയുന്നു. മേരി ജെയ്ൻ വെസ്റ്റ്-എബർഹാർഡ്, ഡഗ് ഫ്യൂട്ടുയ്മ, മോർഗൻ കെല്ലി, ജെറമി യോഡർ എന്നിവരും മറ്റുള്ളവരും വിവിധ ഡ്രാഫ്റ്റുകളെ കുറിച്ച് സഹായകരമായ അഭിപ്രായങ്ങൾ നൽകി – ഇനി എന്തെങ്കിലും തെറ്റുകൾ അവശേഷിക്കു ന്നുണ്ടെങ്കിൽ അതിനവരാണ് ഉത്തരവാദികൾ (തമാശ!). കൊറോണ വൈറസ് SARS-CoV-2-ന് ഞാൻ നന്ദി പറയണമെന്ന് കരുതുന്നു, കാരണം അണുബാധകൾ, പകരൽ, മ്യൂട്ടേഷൻ എന്നിവയെക്കുറിച്ച് ആളുകൾ എത്ര കുറച്ചു മാത്രമാണ് മനസ്സിലാക്കിയിരുന്നതെന്ന് തിരിച്ചറിയാൻ ഇത് എന്നെ സഹായിച്ചു; നന്ദി COVID-19 — നീ തുലയട്ടെ.

എന്റെ 2020-21 പാൻഡെമിക് സമയം കൂടുതലും ചെലവഴിച്ചത്

ഒട്ടാവയിൽ എൽഎസ്‌യൂ-വിനായി വിദൂരമായി ജോലി ചെയ്തുകൊണ്ടാണ്, കൂടാതെ കാൾട്ടൺ സർവ്വകലാശാലയിൽ വിസിറ്റിംഗ് ഫുൾബ്രൈറ്റ് സ്കോളറായും; എന്റെ കുടുംബത്തോടൊപ്പം സുരക്ഷിതമായി പ്രവർത്തിക്കാനുള്ള അവസരം തന്നതിന് ഞാൻ അവരോട് നന്ദി പറയണം. കുക്ക് ലാബ് എന്നെ ശരിക്കും അവരുടെ ചിറകിന് കീഴിലാക്കി. നാഷണൽ സയൻസ് ഫൗണ്ടേഷനിലെ ലെസ്ലി റിസ്ലർ എന്നോട് ഒരു പരിണാമ പുസ്തകം എഴുതണമെന്ന് പറഞ്ഞു, അതിനാൽ ഞാൻ എഴുതി : നന്ദി ലെസ്ലി.

അവസാനമായി എനിക്ക് എന്റെ കുടുംബത്തോട് നന്ദി പറയേണ്ടതുണ്ട് : ഞങ്ങളുടെ ജീനുകൾ പ്രചരിപ്പിക്കാൻ സഹായിച്ചതിന് എന്റെ ഭാര്യയോടും അവയെ വഹിക്കുന്നതിന് ഞങ്ങളുടെ കുട്ടികളോടും, അതിനു മാത്രമല്ല അവരുടെ സ്നേഹത്തിനും പിന്തുണയ്ക്കും കൂടി. എന്റെ കുടുംബമില്ലാതെ എനിക്ക് കുറച്ച് മാത്രമേ ചെയ്യാൻ കഴിയൂ. ഈ മഹാമാരിയുടെ കാലത്ത് ഏറെ സമയവും വളർത്തുകുട്ടികൾ ഞങ്ങളോടൊപ്പം ഉണ്ടായിരുന്നു, ബഹളങ്ങൾക്കിടയിലും, ലോകത്തെക്കുറിച്ച് വളരെ വ്യത്യസ്തമായും വിലമതിപ്പോടെയും ചിന്തിക്കുക എന്ന എന്റെ ത്രാണിക്കപ്പുറമുള്ള കാര്യം അവരുടെ സഹായത്തോടെയാണ് ചെയ്തത്. (നിങ്ങൾക്ക് സൗകര്യങ്ങളും വിഭവങ്ങളും ഉണ്ടെങ്കിൽ, ദയവായി അർഹമായ ഒരു കുട്ടിയെ സഹായിക്കുന്നത് പരിഗണിക്കുക.) ചിറ്റയും അനുരൂപ ചക്രബർത്തിയുമാണ് എനിക്ക് ജീവിതം നൽകുകയും ജീവിതത്തെക്കുറിച്ച് എന്നെ പഠിപ്പിക്കുകയും ചെയ്തത്, അതിനാൽ ആ ഉൾക്കാഴ്ചകളില്ലാതെ എനിക്ക് ജീവിതത്തെക്കുറിച്ചുള്ള ഈ പുസ്തകം എഴുതാൻ കഴിയില്ല – അമ്മക്കും അച്ഛനും നന്ദി, പരിണാമം ആവശ്യപ്പെടുന്നതിലും കൂടുതൽ ഞാൻ നിങ്ങളെ സ്നേഹിക്കുന്നു.

ഗ്രന്ഥകർത്താവിനെക്കുറിച്ച്

ഡോ. പ്രൊസാന്ത ചക്രബർത്തി ലൂയിസിയാന സ്റ്റേറ്റ് യൂണിവേഴ്സിറ്റിയിലെ ബയോളജിക്കൽ സയൻസ് വകുപ്പിലെ പ്രൊഫസറും പ്രകൃതി ശാസ്ത്ര മ്യൂസിയത്തിലെ മത്സ്യങ്ങളുടെ ക്യൂറേറ്ററുമാണ്. ന്യൂയോർക്കിലെ അമേരിക്കൻ മ്യൂസിയം ഓഫ് നാച്ചുറൽ ഹിസ്റ്ററി, വാഷിംഗ്ടൺ ഡിസിയിലെ സ്മിത്ത്സോണിയന്റെ നാഷണൽ മ്യൂസിയം ഓഫ് നാച്ചുറൽ ഹിസ്റ്ററി, ഒട്ടാവയിലെ കനേഡിയൻ മ്യൂസിയം ഓഫ് നേച്ചർ എന്നിവിടങ്ങളിൽ റിസർച്ച് അസ്സോസിയേറ്റ് കൂടിയാണ് അദ്ദേഹം. ശുദ്ധജല, കടൽ മത്സ്യങ്ങളുടെ പരിണാമവും ജൈവ ഭൂമിശാസ്ത്രവും പഠിക്കുന്ന ഒരു സിസ്റ്റമാറ്റിസ്റ്റും ഇക്ത്യോളജിസ്റ്റുമാണ് അദ്ദേഹം. ലോകമെമ്പാടുമുള്ള മുപ്പതിലധികം രാജ്യങ്ങളിലേക്ക് (ജപ്പാൻ, ഓസ്ട്രേലിയ, ബ്രസീൽ, തായ്‌വാൻ, മഡഗാസ്കർ, പനാമ, കുവൈറ്റ് എന്നിവയുൾപ്പെടെ) അദ്ദേഹത്തിന്റെ ജോലി അദ്ദേഹത്തെ കൊണ്ടുപോയി. അദ്ദേഹം ഒരു ഡസനിലധികം പുതിയ സ്പീഷീസുകളെ വിവരിക്കുകയും തൊണ്ണൂറിലധികം പിയർ റിവ്യൂഡ് പേപ്പറുകൾ പ്രസിദ്ധീകരിക്കുകയും ചെയ്തിട്ടുണ്ട്. ന്യൂയോർക്ക് സിറ്റിയിലാണ് അദ്ദേഹം വളർന്നത്, അദ്ദേഹത്തിന്റെ ബിരുദം മോൺട്രിയലിലെ മക്ഗിൽ സർവ്വകലാശാലയിൽ നിന്നാണ് (അദ്ദേഹം ജനിച്ച നഗരം), എന്നിരിക്കെ അദ്ദേഹത്തിന്റെ പിഎച്ച്ഡി മിഷിഗൺ സർവ്വകലാശാലയിൽ നിന്നുമാണ്. അദ്ദേഹം നാഷണൽ സയൻസ് ഫൗണ്ടേഷനിലെ മുൻ പ്രോഗ്രാം ഡയറക്ടറും, അമേരിക്കൻ അസ്സോസിയേഷൻ ഫോർ ദി അഡ്വാൻസ്മെന്റ് ഓഫ് സയൻസിന്റെ തിരഞ്ഞെടുക്കപ്പെട്ട ഫെലോയും, TED സീനിയർ ഫെല്ലോയുമാണ്. എൽഎസ്‌യൂ-വിൽ പരിണാമവും ഇക്ത്യോളജിയും പഠിപ്പിക്കുന്ന അദ്ദേഹം രാജ്യത്തുടനീളവും അന്തർദ്ദേശീയമായും തന്റെ വിഷയങ്ങളെക്കുറിച്ച് സെമിനാറുകൾ നൽകിയിട്ടുണ്ട്. അദ്ദേഹം അടുത്തിടെ (2020-2021) ഒട്ടാവയിലെ കാൾട്ടൺ സർവ്വകലാശാലയിൽ പരിസ്ഥിതി ശാസ്ത്രത്തിൽ ഫുൾബ്രൈറ്റ് വിശിഷ്ട ചെയർ ആയിരുന്നു. പത്തുവയസ്സുള്ള ഇരട്ടക്കുട്ടികളുടെ പിതാവായ അദ്ദേഹം ഭാര്യ ആൻമേരിയെ വിവാഹം കഴിച്ചിട്ട് പതിനേഴ് വർഷമായി. അദ്ദേഹം കുടുംബത്തെ വളരെയധികം

സ്നേഹിക്കുന്നു, എന്നാൽ ഈ പുസ്തകം അവർക്കായി സമർപ്പിക്കുന്നത് ഇത്തിരി കടന്ന കൈയാകുമെന്ന് അദ്ദേഹം കരുതി.

നിങ്ങൾക്ക് അദ്ദേഹത്തെ പിന്തുടരാം Twitter @PREAUX_FISH അല്ലെങ്കിൽ അദ്ദേഹത്തിന്റെ Facebook പേജ് 'Dr. Prosanta Chakrabarty'.

കിരൺ സദാനന്ദൻ

1978-ൽ മുംബൈയിൽ ജനിച്ചു. കേരള യൂണിവേഴ്സിറ്റിയിൽ നിന്ന് ബികോം. ബിരുദം നേടി. ഈ സമയം തമിഴ് നാട്ടിൽ തിരുവണ്ണാമലയിൽ കുടുംബസമേതം താമസിക്കുന്നു.

തർജ്ജമ ചെയ്ത മറ്റ് പുസ്തകങ്ങൾ : മൈക്കിൾ ബംഗേ സ്റ്റനിയറിന്റെ *How to Work with Almost Anyone*, അലി അബ്ദാലിന്റെ *Feel-Good Productivity*.